ಅಮರ ಹುತಾತ್ಮ ಭಗತ್ ಸಿಂಗ್ ಅವರ ಹೆಸರು ಯಾವುದೇ ಭಾರತೀಯರಿಗೆ ತಿಳಿದಿಲ್ಲ. ದೇಶಭಕ್ತಿ, ಸ್ವಯಂ ತ್ಯಾಗ ಮತ್ತು ಧೈರ್ಯದ ಸದ್ಗುಣಗಳ ಉತ್ತಮ ಉದಾಹರಣೆಯನ್ನು ಒಬ್ಬ ಸಾಮಾನ್ಯ ಮನುಷ್ಯನು ಚಿಕ್ಕ ವಯಸ್ಸಿನಲ್ಲಿಯೇ ಕಲ್ಪಿಸಿಕೊಳ್ಳಲು ಸಾಧ್ಯವಿಲ್ಲ. ಭಾರತವನ್ನು ರಾಷ್ಟ್ರವಾಗಿ ರೂಪಿಸುವಲ್ಲಿ ಉದಾತ್ತ ಚಟುವಟಿಕೆಗಳಿಗೆ ಭಗತ್ ಸಿಂಗ್ ಅವರ ಕೊಡುಗೆ ಅನನ್ಯವಾಗಿದೆ. ಮುಂಬರುವ ವರ್ಷಗಳಲ್ಲಿ ಭಾರತವು ಭಗತ್ ಸಿಂಗ್ ಗೆ ಋಣಿಯಾಗಿರುತ್ತದೆ. ಅಮರ ಹುತಾತ್ಮ ಭಗತ್ ಸಿಂಗ್ ಅವರ ಜೀವನ ಕಥೆಯನ್ನು ಈ ಪುಸ್ತಕದಲ್ಲಿ ಬಹಳ ಸುಂದರ ರೀತಿಯಲ್ಲಿ ಪ್ರಸ್ತುತಪಡಿಸಲಾಗಿದೆ.

ಭಗತ್ ಸಿಂಗ್

ಭಾರತದ ಅಮರ ಕ್ರಾಂತಿಕಾರಿ

ಡಾ. ಭವಾನ್ ಸಿಂಗ್ ರಾಣಾ

ಡೈಮಂಡ್ ಬುಕ್ಸ್
www.diamondbook.in

ಪ್ರಕಾಶಕರು

ಪ್ರಕಾಶಕರು: ಡೈಮಂಡ್ ಪಾಕೆಟ್ ಬುಕ್ಸ್ (ಪ್ರೈ) ಲಿಮಿಟೆಡ್.

X-30, ಓಖ್ಲಾ ಇಂಡಸ್ಟ್ರಿಯಲ್ ಏರಿಯಾ, ಹಂತ -2

ನವದೆಹಲಿ -110020

ದೂರವಾಣಿ: 011-40712100

ಇ-ಮೇಲ್: sales@dbp.in

ವೆಬ್ ಸೈಟ್: www.dpb.in

ಮುದ್ರಿಸಿದವರು: ರೆಪ್ರೊ (ಇಂಡಿಯಲ್)

ಭಗತ್ ಸಿಂಗ್ (ಭಾರತದ ಅಮರ ಕ್ರಾಂತಿಕಾರಿ)

ಇವರಿಂದ - ಡಾ. ಭವನ್ ಸಿಂಗ್ ರಾಣಾ

ಮುನ್ನುಡಿ

ಅಮರ ಹುತಾತ್ಮ ಭಗತ್ ಸಿಂಗ್ ಅವರ ಹೆಸರು ಯಾವುದೇ ಭಾರತೀಯರಿಗೆ ತಿಳಿದಿಲ್ಲ. ದೇಶಭಕ್ತಿ, ಸ್ವಯಂ ತ್ಯಾಗ ಮತ್ತು ಧೈರ್ಯದ ಸದ್ಗುಣಗಳ ಉತ್ತಮ ಉದಾಹರಣೆಯನ್ನು ಒಬ್ಬ ಸಾಮಾನ್ಯ ಮನುಷ್ಯನು ಚಿಕ್ಕ ವಯಸ್ಸಿನಲ್ಲಿಯೇ ಕಲ್ಪಿಸಿಕೊಳ್ಳಲು ಸಾಧ್ಯವಿಲ್ಲ. ಭಾರತವನ್ನು ರಾಷ್ಟ್ರವಾಗಿ ರೂಪಿಸುವಲ್ಲಿ ಉದಾತ್ತ ಚಟುವಟಿಕೆಗಳಿಗೆ ಭಗತ್ ಸಿಂಗ್ ಅವರ ಕೊಡುಗೆ ಅನನ್ಯವಾಗಿದೆ. ಮುಂಬರುವ ವರ್ಷಗಳಲ್ಲಿ ಭಾರತವು ಭಗತ್ ಸಿಂಗ್ ಅವರಿಗೆ ಋಣಿಯಾಗಿರುತ್ತದೆ.

ಇಷ್ಟು ಚಿಕ್ಕ ವಯಸ್ಸಿನಲ್ಲಿಯೇ ಈ ಕೆಚ್ಚೆದೆಯ ವ್ಯಕ್ತಿ ತನ್ನ ಜೀವಿತಾವಧಿಯಲ್ಲಿ ಮತ್ತು ಹುತಾತ್ಮರಾದ ನಂತರ ಬ್ರಿಟಿಷ್ ಸರ್ಕಾರಕ್ಕೆ ನಿದ್ದೆಯಿಲ್ಲದ ರಾತ್ರಿಗಳನ್ನು ನೀಡಿದ್ದಾದರೂ ಏನು? ಆ ಕಾಲದ ಪ್ರಸಿದ್ಧ ನಾಯಕರು, ರಾಜಕೀಯದ ದೊಡ್ಡ ಆಟಗಾರರು ಈ ಯುವಕನ ಬಗ್ಗೆ ಒತ್ತಾಯವಾಗಿ ಯೋಚಿಸಲು ಕಾರಣವೇನು? ಮತ್ತು ಆ ಅವಧಿಯಲ್ಲಿ ಭಾರತೀಯ ರಾಜಕೀಯವನ್ನು ಮರೆಮಾಚಿದ ಮಹಾತ್ಮ ಗಾಂಧಿಯವರು ಸಹ ಈ ಅದ್ಭುತ ವ್ಯಕ್ತಿಯ ಹುತಾತ್ಮತೆಯ ಬಗ್ಗೆ ಟೀಕೆಗೆ ಗುರಿಯಾದರೇ? ನಿಸ್ವಾರ್ಥ ದೇಶಭಕ್ತಿ, ತ್ಯಾಗದ ಆದರ್ಶ ಮತ್ತು ಈ ಮಹಾನ್ ವ್ಯಕ್ತಿಯ ಸಾಟಿಯಿಲ್ಲದ ಧೈರ್ಯ ಇವೆಲ್ಲವೂ ಇದರ ಹಿಂದಿನ ಕಾರಣಗಳಾಗಿವೆ ಎಂಬುದು ಖಚಿತ.

ಅವರು ಪಂಜಾಬ್ ನಲ್ಲಿ ಜನಿಸಿದರು, ಆದರೆ ಅವರ ದೃಷ್ಟಿ ಕೇವಲ ಪಂಜಾಬ್ ಗೆ ಸೀಮಿತವಾಗಿರಲಿಲ್ಲ. ಭಾರತದ ಸಂಪೂರ್ಣ ಭೂಪ್ರದೇಶವು ಅವರ ಮಾತೃಭೂಮಿಯಾಗಿತ್ತು ಮತ್ತು ಅವರು ಎಲ್ಲಾ ಭಾರತೀಯರಿಗೆ ಸೇರಿದವರಾಗಿದ್ದರು. ಸಿಖ್ ಕುಟುಂಬದಲ್ಲಿ ಜನಿಸಿದರೂ, ಅವರು ಸಿಖ್ ಮಾತ್ರವಲ್ಲ, ಅವರು ನಿಜವಾದ ಭಾರತೀಯ ಮತ್ತು ನಿಜವಾದ ಮನುಷ್ಯರಾಗಿದ್ದರು. ಪ್ರಾಮಾಣಿಕ ವ್ಯಕ್ತಿಯ ದೃಷ್ಟಿಕೋನವು ಧರ್ಮ, ಜಾತಿ ಅಥವಾ ರಾಜ್ಯಕ್ಕೆ ಸೀಮಿತವಾಗಿರುವುದಿಲ್ಲ. ಇಡೀ ಭಾರತದ ಹಿತಾಸಕ್ತಿಗಳನ್ನು ಗಮನದಲ್ಲಿಟ್ಟುಕೊಂಡು ಅವರು ತಮ್ಮ ಜೀವನವನ್ನು ತ್ಯಾಗ ಮಾಡಿದರು. ಇತಿಹಾಸದಲ್ಲಿ ಭಗತ್ ಸಿಂಗ್ ಅವರ ಸ್ಥಾನವು ಅನನ್ಯವಾಗಿದೆ.

ಈ ಪುಸ್ತಕಕ್ಕೆ ಸಂಬಂಧಿಸಿದಂತೆ ನಾನು ಸ್ವಂತಿಕೆಯನ್ನು ಪ್ರತಿಪಾದಿಸಿದರೆ ಮಾತ್ರ ಅದು ಸ್ವಯಂ-ಪ್ರಶಂಸೆ ಆಗುತ್ತದೆ. ಡಾ. ಪಟ್ಟಾಭಿ ಸೀತಾರಾಮಯ್ಯ, ಕ್ರಾಂತಿಕಾರಿ ಮತ್ತು ಬರಹಗಾರ ಮನ್ಮತ್ ನಾಥ್ ಗುಪ್ತಾ, ಶ್ರೀ ಕೆ .ಕೆ .ಕುಲ್ಲರ್, ಮೇಜರ್ ಗುರುದೇವ್ ಸಿಂಗ್ ದಯಾಳ್ ಮತ್ತು ಶ್ರೀ ಸುರೇಶ್ ಚಂದ್ರ ಶ್ರೀವಾಸ್ತವ ಅವರಂತಹ ವಿವಿಧ ಪುಸ್ತಕಗಳು, ವಿದ್ವಾಂಸರು ಮತ್ತು ಪ್ರಸಿದ್ಧ ಇತಿಹಾಸಕಾರರಿಂದ ಇದನ್ನು ಬರೆಯುವಲ್ಲಿ ಸಹಾಯವನ್ನು ತೆಗೆದುಕೊಳ್ಳಲಾಗಿದೆ. ಆದ್ದರಿಂದ, ಅವರೆಲ್ಲರಿಗೂ ಧನ್ಯವಾದ ಹೇಳುವುದು ನನ್ನ ಕರ್ತವ್ಯವಾಗಿದೆ. ವಸ್ತುವಿನ ಸತ್ಯಾಸತ್ಯತೆಗೆ ಸಂಬಂಧಿಸಿದಂತೆ ನಾನು ಸಮಗ್ರ ಕಾಳಜಿ ವಹಿಸಿದ್ದೇನೆ. ಆದಾಗ್ಯೂ, ಅದರಲ್ಲಿ ಏನಾದರೂ ಕೊರತೆಯಿದ್ದರೆ, ತಪ್ಪು ನನ್ನದು. ವಿವೇಚನಾಶೀಲ ಓದುಗರಿಗೆ ನನ್ನ ಆಳವಾದ ಕ್ಷಮೆಯಾಚನೆ.

- ಭವನ್ ಸಿಂಗ್ ರಾಣಾ

ಪರಿವಿಡಿ

1

ಆರಂಭಿಕ ಜೀವನ

ಜಗತ್ತಿನಲ್ಲಿರುವ ಪ್ರತಿಯೊಂದು ಜೀವಿಯೂ ಜನ್ಮ ತಾಳುತ್ತದೆ ಮತ್ತು ನಂತರ ಸಾಯುತ್ತದೆ. ಈ ಚಕ್ರವು ಮುಂದುವರೆದಿದೆ ಮತ್ತು ಎಂದೆಂದಿಗೂ ಮುಂದುವರಿಯುತ್ತದೆ. ಅಸಂಖ್ಯಾತ ವ್ಯಕ್ತಿಗಳು ಈ ಜಗತ್ತಿಗೆ ಬಂದು ದೂರ ಹೋಗಿದ್ದಾರೆ, ಆದರೆ ಇಂದು ಅವರ ಹೆಸರು ಯಾರಿಗೂ ತಿಳಿದಿಲ್ಲ. ಆದರೆ ಕೆಲವು ವ್ಯಕ್ತಿಗಳು ದೈಹಿಕವಾಗಿ ಇಲ್ಲದಿದ್ದರೂ ಸಹ, ನಮ್ಮ ಸಮಾಜ ಮತ್ತು ದೇಶದ ಹೃದಯ ಮತ್ತು ಮನಸ್ಸಿನಿಂದ ಎಂದಿಗೂ ದೂರ ಹೋಗುವುದಿಲ್ಲ. ಅವರ ಉದಾತ್ತ ಕಾರ್ಯಗಳು ಅವರ ಹೆಸರನ್ನು ಶಾಶ್ವತವಾಗಿ ಅಮರವಾಗಿಸುತ್ತವೆ. ಅಂತಹ ಒಂದು ಹೆಸರು ಭಗತ್ ಸಿಂಗ್. ಅವರನ್ನು ಭಾರತೀಯರು ಮುಂಬರುವ ಯುಗಗಳವರೆಗೆ ಮರೆಯುವುದಿಲ್ಲ.

ಜನನ ಮತ್ತು ಬಾಲ್ಯ

ಭಗತ್ ಸಿಂಗ್ ಅವರು 1907ರ ಸೆಪ್ಟೆಂಬರ್ 27ರಂದು ಬಂಗಾ ಗ್ರಾಮದ ಲಯಲ್ಪುರ್, ಪಂಜಾಬ್ ನಲ್ಲಿ ಜನಿಸಿದರು(ಈಗ ಈ ಸ್ಥಳವು ಪಸ್ಕಿಸ್ತಾನದಲ್ಲಿದೆ). ಅವರ ಜನನದ ಸಮಯದಲ್ಲಿ, ಅವರ ತಂದೆ ಸರ್ದಾರ್ ಕಿಶನ್ ಸಿಂಗ್ ಅವರು ಭಾರತದ ಸ್ವಾತಂತ್ರ್ಯ ಹೋರಾಟದಲ್ಲಿ ಭಾಗವಹಿಸಿದ್ದಕ್ಕಾಗಿ ಲಾಹೋರ್ ಕೇಂದ್ರ ಕಾರಾಗೃಹದಲ್ಲಿದ್ದರು. ಸರ್ದಾರ್ ಕಿಶನ್ ಸಿಂಗ್ ಅವರಿಗೆ ಸರ್ದಾರ್ ಅಜಿತ್ ಸಿಂಗ್ ಮತ್ತು ಸರ್ದಾರ್ ಸ್ವರ್ಣ ಸಿಂಗ್ ಎಂಬ ಇಬ್ಬರು ಕಿರಿಯ ಸಹೋದರರಿದ್ದರು. ಈ ಸಮಯದಲ್ಲಿ, ಸರ್ದಾರ್ ಅಜಿತ್ ಸಿಂಗ್ ಮಂಡಲೇ ಜೈಲಿನಲ್ಲಿ (ಬರ್ಮಾ) ಮತ್ತು ಸರ್ದಾರ್ ಸ್ವರ್ಣ ಸಿಂಗ್ ಅವರ ಹಿರಿಯ ಸಹೋದರ ಸರ್ದಾರ್ ಕಿಶನ್ ಸಿಂಗ್ ಅವರೊಂದಿಗೆ ಜೈಲಿನಲ್ಲಿದ್ದರು. ಹೀಗಾಗಿ, ಭಗತ್ ಸಿಂಗ್ ಹುಟ್ಟಿದ ಸಮಯದಲ್ಲಿ, ಅವರ ತಂದೆ ಮತ್ತು ಅವರ ಚಿಕ್ಕಪ್ಪ ಇಬ್ಬರೂ ಸ್ವಾತಂತ್ರ್ಯಕ್ಕಾಗಿ ಹೋರಾಡಲು ಜೈಲಿನಲ್ಲಿದ್ದರು. ಮನೆಯಲ್ಲಿ ಅವರ ತಾಯಿ ಶ್ರೀಮತಿ ವಿದ್ಯಾವತಿ, ಅಜ್ಜ ಅರ್ಜುನ್ ಸಿಂಗ್ ಮತ್ತು ಅಜ್ಜಿ ಜೈ ಕೌರ್ ಇದ್ದರು. ಬಹುಶಃ ಭಗತ್ ಸಿಂಗ್ ಅವರ ಜನನವು ಅದೃಷ್ಟಶಾಲಿಯಾಗಿರಬಹುದು, ಅಥವಾ ಅವರ ಒಳ್ಳೆಯ ಸಮಯ

ಪ್ರಾರಂಭವಾಗಿತ್ತು. ಅವರ ಜನನದ ಮೂರನೇ ದಿನ, ಅವರ ತಂದೆ ಸರ್ದಾರ್ ಕಿಶನ್ ಸಿಂಗ್ ಮತ್ತು ಚಿಕ್ಕಪ್ಪ ಸರ್ದಾರ್ ಸ್ವರ್ಣ ಸಿಂಗ್ ಅವರನ್ನು ಜಾಮೀನಿನ ಮೇಲೆ ಜೈಲಿನಿಂದ ಬಿಡುಗಡೆ ಮಾಡಲಾಯಿತು ಮತ್ತು ಈ ಸಮಯದಲ್ಲಿ ಅವರ ಇನ್ನೊಬ್ಬ ಚಿಕ್ಕಪ್ಪ ಸರ್ದಾರ್ ಅಜಿತ್ ಸಿಂಗ್ ಅವರನ್ನು ಸಹ ಬಿಡುಗಡೆ ಮಾಡಲಾಯಿತು. ಆದ್ದರಿಂದ, ಅವರ ಜನನದ ನಂತರ ಸಂತೋಷದ ಪ್ರವಾಹವು ಅವರ ಮನೆಯ ಮೂಲಕ ಹಾದುಹೋಯಿತು ಮತ್ತು ಅವರ ಜನನವನ್ನು ಅದೃಷ್ಟವೆಂದು ಪ್ರಶಂಸಿಸಲಾಯಿತು. ಅವರ ಅಜ್ಜಿ ಈ ಅದೃಷ್ಟಶಾಲಿ ಮಗುವಿಗೆ ಭಾಗನ್ವಾಲಾ ಅಂದರೆ ಅದೃಷ್ಟವಂತರು, ಎಂದು ಹೆಸರಿಸಿದರು. ಇದರ ಆಧಾರದ ಮೇಲೆ ಅವರನ್ನು ಭಗತ್ ಸಿಂಗ್ ಎಂದು ಕರೆಯಲು ಪ್ರಾರಂಭಿಸಿದರು.

ಭಗತ್ ಸಿಂಗ್ ಅವರ ಹೆತ್ತವರ ಎರಡನೇ ಮಗು. ಸರ್ದಾರ್ ಕಿಶನ್ ಸಿಂಗ್ ಅವರ ಹಿರಿಯ ಮಗನ ಹೆಸರು ಜಗತ್ ಸಿಂಗ್, ಅವರು ಐದನೇ ತರಗತಿಯಲ್ಲಿ ಓದುತ್ತಿದ್ದಾಗ ಹನ್ನೊಂದು ವರ್ಷ ವಯಸ್ಸಿನಲ್ಲೇ ನಿಧನರಾದರು. ಆದ್ದರಿಂದ, ಚಿಕ್ಕ ವಯಸ್ಸಿನಲ್ಲಿಯೇ ಅವರ ಮೊದಲ ಮಗನ ಮರಣದಿಂದಾಗಿ, ಭಗತ್ ಸಿಂಗ್ ಅವರನ್ನು ಅವರ ಹೆತ್ತವರ ಮೊದಲ ಮಗು ಎಂದು ಪರಿಗಣಿಸಲಾಗುತ್ತದೆ. ಭಗತ್ ಸಿಂಗ್ ಜೊತೆಗೆ, ಅವರ ತಂದೆ ಸರ್ದಾರ್ ಕಿಶನ್ ಸಿಂಗ್ ಅವರಿಗೆ ಇನ್ನೂ ನಾಲ್ಕು ಗಂಡು ಮಕ್ಕಳು ಮತ್ತು ಮೂವರು ಹೆಣ್ಣುಮಕ್ಕಳು ಇದ್ದರು. ಒಟ್ಟಾರೆಯಾಗಿ, ಅವರಿಗೆ ಆರು ಗಂಡು ಮತ್ತು ಮೂವರು ಹೆಣ್ಣು ಮಕ್ಕಳಿದ್ದರು. ಅವರ ಹೆಸರುಗಳು ಕಾಲಾನುಕ್ರಮದಲ್ಲಿ: ಜಗತ್ ಸಿಂಗ್, ಭಗತ್ ಸಿಂಗ್, ಕುಲ್ವೀರ್ ಸಿಂಗ್, ಕುಲ್ತಾರ್ ಸಿಂಗ್, ರಾಜೇಂದ್ರ ಸಿಂಗ್, ರಣವೀರ್ ಸಿಂಗ್, ಬೀಬಿ ಅಮರ್ ಕೌರ್, ಬೀಬಿ ಪ್ರಕಾಶ್ ಕೌರ್ (ಸುಮಿತ್ರಾ) ಮತ್ತು ಬೀಬಿ ಶಕುಂತಲಾ.

ಭಗತ್ ಸಿಂಗ್ ಅವರನ್ನು ಅವರ ಕುಟುಂಬದ ಪರಂಪರೆಯ ಮೂಲಕ ದೇಶಭಕ್ತಿಗೆ ಪರಿಚಯಿಸಲಾಯಿತು. ಅವರ ಅಜ್ಜ ಸರ್ದಾರ್ ಅರ್ಜುನ್ ಸಿಂಗ್ ಬ್ರಿಟಿಷ್ ಸರ್ಕಾರದ ಪ್ರಬಲ ವಿರೋಧಿಯಾಗಿದ್ದರು. ಆಂಗ್ಲರ ವಿರುದ್ಧ ಒಂದು ಮಾತನ್ನು ಮಾತನಾಡುವ ಸಮಯವು ಸಾವಿಗೆ ಆಹ್ವಾನವಾಗಿತ್ತು. ಆ ದಿನಗಳಲ್ಲಿ ಜನರು ಆಂಗ್ಲರನ್ನು ಹೊಗಳುವುದು ತಮ್ಮ ಕರ್ತವ್ಯವೆಂದು ಪರಿಗಣಿಸಿದರು. ಏಕೆಂದರೆ ಎಲ್ಲ ಅನುಕೂಲಗಳು ಅದರಿಂದ ಹರಿಯುತ್ತಿದ್ದವು. ಆದ್ದರಿಂದ, ಸರ್ದಾರ್ ಅರ್ಜುನ್ ಸಿಂಗ್-ಸರ್ದಾರ್ ಬಹದ್ದೂರ್ ಸಿಂಗ್ ಮತ್ತು ಸರ್ದಾರ್ ದಿಲ್ ಬಾಗ್ ಸಿಂಗ್ ಅವರ ಇಬ್ಬರು ಸಹೋದರರು ಇಂಗ್ಲಿಷರನ್ನು ತಮ್ಮ ಧರ್ಮವೆಂದು ಪರಿಗಣಿಸಿದರೆ, ಸರ್ದಾರ್ ಅರ್ಜುನ್ ಸಿಂಗ್ ಅವರನ್ನು ದ್ವೇಷಿಸಿದರು. ಆದ್ದರಿಂದ, ಅವನ ಇಬ್ಬರು ಸಹೋದರರು ಅವನನ್ನು ಮೂರ್ಖನೆಂದು ಪರಿಗಣಿಸಿದರು. ಸರ್ದಾರ್ ಅರ್ಜುನ್ ಸಿಂಗ್ ಅವರಿಗೆ ಮೂವರು ಗಂಡು ಮಕ್ಕಳಿದ್ದರು - ಸರ್ದಾರ್ ಕಿಶನ್ ಸಿಂಗ್, ಸರ್ದಾರ್ ಅಜಿತ್ ಸಿಂಗ್ ಮತ್ತು ಸರ್ದಾರ್ ಸ್ವರ್ಣ ಸಿಂಗ್. ಮೂವರು ಸಹೋದರರು ತಮ್ಮ ತಂದೆಯಂತೆ ನಿರ್ಭಯ ದೇಶಭಕ್ತರಾಗಿದ್ದರು.

ಬ್ರಿಟಿಷರ ವಿರುದ್ಧ ನಿರ್ದೇಶಿಸಿದ ಭಾರತದ ಸ್ವಾತಂತ್ರ್ಯಕ್ಕಾಗಿ ಚಳುವಳಿಗಳಲ್ಲಿ ಭಾಗವಹಿಸಿದ್ದಕ್ಕಾಗಿ ಭಗತ್ ಸಿಂಗ್ ಅವರ ತಂದೆ ಸರ್ದಾರ್ ಕಿಶನ್ ಸಿಂಗ್ ವಿರುದ್ಧ ಸರ್ಕಾರವು 42 ಪ್ರಕರಣಗಳನ್ನು ದಾಖಲಿಸಿದೆ. ಅವರ ಜೀವಿತಾವಧಿಯಲ್ಲಿ ಅವರಿಗೆ ಎರಡೂವರೆ ವರ್ಷಗಳ ಜೈಲು ಶಿಕ್ಷೆ ವಿಧಿಸಲಾಯಿತು ಮತ್ತು ಎರಡು ವರ್ಷಗಳ ಕಾಲ ಗೃಹ ಬಂಧನದಲ್ಲಿದ್ದರು. ಬ್ರಿಟಿಷ್ ಸರ್ಕಾರವು ಸರ್ದಾರ್ ಅಜಿತ್ ಸಿಂಗ್ ಅವರಿಗೆ ಹೆದರಿತ್ತು. ಬ್ರಿಟಿಷರ ವಿರುದ್ಧದ ಚಳುವಳಿಗಳಲ್ಲಿ ಭಾಗವಹಿಸಿದ್ದಕ್ಕಾಗಿ ಅವರನ್ನು ಜೂನ್ 1907 ರಲ್ಲಿ ಭಾರತದಿಂದ ದೂರದಲ್ಲಿರುವ ಬರ್ಮಾ ರಾಜಧಾನಿ ರಂಗೂನ್ ಗೆ ಕಳುಹಿಸಲಾಯಿತು.

ಭಗತ್ ಸಿಂಗ್ ಹುಟ್ಟಿದ ಸಮಯದಲ್ಲಿ ಅವರನ್ನು ಅಲ್ಲಿ ಬಂಧಿಸಲಾಯಿತು. ಕೆಲವು ತಿಂಗಳ ನಂತರ, ಅಲ್ಲಿಂದ ಬಿಡುಗಡೆಯಾದ ನಂತರ, ಅವರು ಇರಾನ್, ಟರ್ಕಿ ಮತ್ತು ಆಸ್ಟ್ರಿಯಾ ಮೂಲಕ ತಲುಪಿದರು. ಅಲ್ಲಿಂದ ಅವರು ಪ್ರಥಮ ಮಹಾಯುದ್ಧದಲ್ಲಿ ಜರ್ಮನಿಯ ಸೋಲಿನ ನಂತರ ಬ್ರೆಜಿಲ್ ಗೆ ತೆರಳಿದರು. 1946 ರಲ್ಲಿ ಮಧ್ಯಂತರ ಸರ್ಕಾರ ರಚನೆಯಾದ ನಂತರ ಜವಾಹರ್ ಲಾಲ್ ನೆಹರೂ ಅವರ ಪ್ರಯತ್ನಗಳಿಂದಾಗಿ ಅವರು ಮತ್ತೆ ಭಾರತಕ್ಕೆ ಬಂದರು.

ಭಗತ್ ಸಿಂಗ್ ಅವರ ಚಿಕ್ಕಪ್ಪ ಸ್ವರ್ಣ ಸಿಂಗ್ ಕೂಡ ಅವರ ತಂದೆ ಮತ್ತು ಇಬ್ಬರು ಹಿರಿಯ ಸಹೋದರರಂತೆ ಸ್ವಾತಂತ್ರ್ಯ ಹೋರಾಟಗಾರರಾಗಿದ್ದರು. ಹಿರಿಯ ಸಹೋದರ ಕಿಶನ್ ಸಿಂಗ್ ಅವರು 'ಭಾರತ್ ಸೊಸೈಟಿ' ಸ್ಥಾಪಿಸಿದರು.

ಸ್ವರ್ಣ ಸಿಂಗ್ ಕೂಡ ಇದಕ್ಕೆ ಸೇರಿಕೊಂಡರು. ಅವರಿಗೆ ದೇಶದ್ರೋಹದ ಕಾಳಜಿಯ ಅಡಿಯಲ್ಲಿ ಶಿಕ್ಷೆ ವಿಧಿಸಲಾಯಿತು ಮತ್ತು ಅವರನ್ನು ಲಾಹೋರ್ ಕೇಂದ್ರ ಕಾರಾಗೃಹದಲ್ಲಿ ಇರಿಸಲಾಯಿತು. ಇಲ್ಲಿ ಅವರನ್ನು ತುಂಬಾ ಕಷ್ಟಪಟ್ಟು ಕೆಲಸ ಮಾಡುವಂತೆ ಮಾಡಲಾಯಿತು. ಇದು ಅವರಿಗೆ ಟಿಬಿಗೆ ಕಾರಣವಾಯಿತು ಮತ್ತು ಅವರು 23 ವರ್ಷ ವಯಸ್ಸಿನಲ್ಲೇ ನಿಧನರಾದರು.

ಭಗತ್ ಸಿಂಗ್ ಸ್ವಾಭಾವಿಕವಾಗಿ ದೇಶಭಕ್ತಿ ಮತ್ತು ಸ್ವಾತಂತ್ರ್ಯದ ಪಾಠಗಳನ್ನು ಕಲಿಯಲು ಈ ರೀತಿಯ ಕುಟುಂಬದಲ್ಲಿ ಜನಿಸುವಂತಾಯಿತು. 'ಮುಂಬರುವ ಘಟನೆಗಳು ಮೊದಲು ತಮ್ಮ ನೆರಳು ಸೂಚಿಸುತ್ತವೆ'- ಭಗತ್ ಸಿಂಗ್ ಅವರ ವಿಷಯದಲ್ಲಿ ಈ ಮಾತು ನಿಜವೆಂದು ಸಾಬೀತಾಯಿತು. ಅವರ ಹವ್ಯಾಸಗಳು, ಅವರ ಭಾಷಣಗಳು ಮತ್ತು ಅವರ ವರ್ತನೆಗಳು ಬಾಲ್ಯದಿಂದಲೂ ಅಸಾಮಾನ್ಯವಾಗಿದ್ದವು. ಒಂದು ದಿನ ಅವರು ಕೇವಲ ಮೂರು ವರ್ಷದವರಿದ್ದಾಗ, ಅವರ ತಂದೆ ಸರ್ದಾರ್ ಕಿಶನ್ ಸಿಂಗ್ ಮತ್ತು ಭಗತ್ ಸಿಂಗ್ ಅವರು ತಮ್ಮ ಸ್ನೇಹಿತ ಶ್ರೀ ನಂದ ಕಿಶೋರ್ ಮೆಹ್ತಾ ಅವರ ಹೊಲಗಳಿಗೆ ಹೋದರು. ಮಗು ಭಗತ್ ಸಿಂಗ್ ಮಣ್ಣಿನ ದಿಬ್ಬಗಳ ಮೇಲೆ ಸಣ್ಣ ಒಣಹುಲ್ಲುಗಳನ್ನು ಅಂಟಿಸಿದರು. ಭಗತ್ ಸಿಂಗ್ ಅವರ ಚಟುವಟಿಕೆಗಳನ್ನು ಗಮನಿಸುತ್ತಿದ್ದ ಮೆಹ್ತಾ ನಡುವೆ ನಡೆದ ಸಂಭಾಷಣೆ ಗಮನಾರ್ಹವಾಗಿದೆ:

ಮೆಹ್ತಾ : "ನಿಮ್ಮ ಹೆಸರೇನು?"

ಭಗತ್ ಸಿಂಗ್ : "ಭಗತ್ ಸಿಂಗ್."

ಮೆಹ್ತಾ : "ನೀವು ಏನು ಮಾಡುತ್ತೀರಿ?"

ಭಗತ್ ಸಿಂಗ್ : "ನಾನು ಬಂದೂಕುಗಳನ್ನು ಬಿತ್ತುತ್ತೇನೆ."

ಮೆಹ್ತಾ (ಆಶ್ಚರ್ಯ) : "ಬಂದೂಕುಗಳು?"

ಭಗತ್ ಸಿಂಗ್ : "ಹೌದು, ಬಂದೂಕುಗಳು."

ಮೆಹ್ತಾ : "ಇದು ಯಾಕೆ, ನನ್ನ ಮಗು?"

ಭಗತ್ ಸಿಂಗ್ : "ನನ್ನ ದೇಶಕ್ಕೆ ಸ್ವಾತಂತ್ರ್ಯವನ್ನು ಭದ್ರಪಡಿಸಿಕೊಳ್ಳಲು."

ಮೆಹ್ತಾ : "ನಿಮ್ಮ ಧರ್ಮ ಯಾವುದು?"

ಭಗತ್ ಸಿಂಗ್ : "ದೇಶ ಸೇವೆ ಮಾಡುವುದು."

ಅಂತೆಯೇ, ಅವರ ಚಿಕ್ಕಪ್ಪ ಅಜಿತ್ ಸಿಂಗ್ ಅವರನ್ನು ಗಡೀಪಾರು ಮಾಡಿದ ಘಟನೆಯು ಭಗತ್ ಸಿಂಗ್ ಮೇಲೆ ಅಳಿಸಲಾಗದ ಪ್ರಭಾವ ಬೀರಿತು. ಅವನ ಹೆಂಡತಿ ತನ್ನ ಗಂಡನಿಂದ ಬೇರ್ಪಟ್ಟಿದ್ದರಿಂದ ನಿರಂತರವಾಗಿ ಅಳುತ್ತಿದ್ದಳು. ಅವಳ ಅಳುವ ಮಗುವನ್ನು ನೋಡಿದ ಭಗತ್ ಸಿಂಗ್, "ಆಂಟಿ, ಅಳಬೇಡಿ. ನಾನು ಬೆಳೆದಾಗ, ನಾನು ಇಂಗ್ಲಿಷ್ ಜನರನ್ನು ದೇಶದಿಂದ ಹೊರಹಾಕುತ್ತೇನೆ ಮತ್ತು ಚಿಕ್ಕಪ್ಪನನ್ನು ಮನೆಗೆ ಕರೆತರುತ್ತೇನೆ", ಎಂದರು.

ಅವರು ಕೇವಲ ಐದು ವರ್ಷ ವಯಸ್ಸಿನವರಾಗಿದ್ದಾಗ, ಅವರು ತಮ್ಮ ಆಟದ ಗೆಳೆರನ್ನು ಎರಡು ಗುಂಪುಗಳಾಗಿ ವಿಂಗಡಿಸುತ್ತಿದ್ದರು ಮತ್ತು ಒಬ್ಬರು ಇನ್ನೊಬ್ಬರ ಮೇಲೆ ಆಕ್ರಮಣ ಮಾಡುತ್ತಿದ್ದರು.

ದೇಶಭಕ್ತಿಯ ಭಾವನೆಯು ಭಗತ್ ಸಿಂಗ್ ಅವರ ಬಾಲ್ಯದಿಂದಲೇ ತುಂಬಿಕೊಂಡಿದೆ ಎಂದು ಇದೆಲ್ಲವೂ ಸ್ಪಷ್ಟಪಡಿಸುತ್ತದೆ. ಶ್ರೀ ನಂದ ಕಿಶೋರ್ ಮೆಹ್ತಾ ಸ್ವತಃ ದೇಶಭಕ್ತರಾಗಿದ್ದರು. ಮೇಲೆ ತಿಳಿಸಿದ ಭಗತ್ ಸಿಂಗ್ ಅವರೊಂದಿಗಿನ ಸಂಭಾಷಣೆಯ ನಂತರ, ಅವರು ಸರ್ದಾರ್ ಕಿಶನ್ ಸಿಂಗ್ ಅವರಿಗೆ, "ಸಹೋದರ, ನೀವು ತುಂಬಾ ಅದೃಷ್ಟವಂತರು. ನಿಮ್ಮ ಮನೆಯಲ್ಲಿ ಒಂದು ಮಹಾ ಆತ್ಮ ಜನಿಸಿದೆ. ತನಗೆ ಹೆಸರು ತರುವಂತೆ ಮತ್ತು ತಾನೇ ವಿಶ್ವಪ್ರಸಿದ್ಧನಾಗುವಂತೆ ನಾನು ಈ ಮಗುವನ್ನು ಆಶೀರ್ವದಿಸುತ್ತೇನೆ. ಈ ರಾಷ್ಟ್ರದ ಇತಿಹಾಸದಲ್ಲಿ ಅವರ ಹೆಸರು ಅಮರವಾಗಿದೆ ",ಎಂದರು. ವಾಸ್ತವವಾಗಿ, ಕಾಲಾನಂತರದಲ್ಲಿ ಶ್ರೀ ಮೆಹ್ತಾ ಅವರ ಮುನ್ಸೂಚನೆಯು ನಿಜವೆಂದು ಸಾಬೀತಾಯಿತು.

ಶಿಕ್ಷಣ

ನಾಲ್ಕೈದು ವರ್ಷ ವಯಸ್ಸಿನಲ್ಲಿ ಭಗತ್ ಸಿಂಗ್ ಅವರನ್ನು ಜಿಲ್ಲೆಗೆ ದಾಖಲಿಸಲಾಯಿತು. ಬೋರ್ಡ್ ನ ಬಂಗಾ ಗ್ರಾಮದ ಪ್ರಾಥಮಿಕ ಶಾಲೆ. ಅವರು ತನ್ನ ಅಣ್ಣನೊಂದಿಗೆ ಶಾಲೆಗೆ ಹೋಗುತಿದ್ದರು. ಶಾಲೆಯಲ್ಲಿ ಅವನ ಎಲ್ಲ ಸ್ನೇಹಿತರು ಅವನನ್ನು ಪ್ರೀತಿಸುತ್ತಿದ್ದರು. ಎಲ್ಲಾ ವಿದ್ಯಾರ್ಥಿಗಳು ಅವರೊಂದಿಗೆ ಸ್ನೇಹಿತರಾಗಲು ಬಯಸಿದ್ದರು. ಭಗತ್ ಸಿಂಗ್ ಅವರೇ ಇತರ ವಿದ್ಯಾರ್ಥಿಗಳನ್ನು ತಮ್ಮ ಸ್ನೇಹಿತರನ್ನಾಗಿ ಮಾಡಿಕೊಂಡರು. ಅವರ ಸ್ನೇಹಿತರು ಅವರನ್ನು ಎಷ್ಟು ಪ್ರೀತಿಸುತ್ತಿದ್ದರು ಎಂಬುದು ಅನೇಕ ಸಂದರ್ಭಗಳಲ್ಲಿ ಅವರು ಅವರನ್ನು ತಮ್ಮ ಹೆಗಲ ಮೇಲೆ ಇಟ್ಟುಕೊಂಡು ಮನೆಗೆ ಬಿಡುತ್ತಾರೆ ಎಂಬ ಅಂಶದಿಂದ ತಿಳಿದುಬರುತ್ತದೆ. ಆದರೆ ಭಗತ್ ಸಿಂಗ್ ಬಾಲ್ಯದಿಂದಲೇ ವಿಚಿತ್ರ ಅಭ್ಯಾಸಗಳನ್ನು ಹೊಂದಿದ್ದರು. ಮಕ್ಕಳು ಆಟವಾಡಲು ಅಥವಾ ಓದಲು ಇಷ್ಟಪಡುವ ವಯಸ್ಸಿನಲ್ಲಿ, ಅವರ ಮನಸ್ಸು ವಿಚಿತ್ರವಾದ ವಿಷಯಗಳನ್ನು ಯೋಚಿಸುತ್ತ ಅಲೆದಾಡುತಿದ್ದರು. ಶಾಲೆಯ ಸಣ್ಣ ಕೊಠಡಿಗಳಲ್ಲಿ ಕುಳಿತು ಬೇಸರಗೊಳ್ಳುತ್ತಿದ್ದರು. ಅವರು ತಮ್ಮ ತರಗತಿಯನ್ನು ತೊರೆದು ತೆರೆದ ಮೈದಾನಕ್ಕೆ ನಡೆಯಲು ಹೋಗುತ್ತಿದ್ದರು. ನದಿಗಳು, ಟ್ವಿಟ್ಟರ್ ಹಕ್ಕಿಗಳು ಮತ್ತು ನಿಧಾನವಾಗಿ ಬೀಸುವ ಗಾಳಿ ಅವರ ಹೃದಯ ಗೆದಿದ್ದವು. ಭಗತ್ ಸಿಂಗ್ ತರಗತಿಯಿಂದ ಕಣ್ಮರೆಯಾಗುವುದನ್ನು ಹಿರಿಯ ಸಹೋದರ ಜಗತ್ ಸಿಂಗ್ ಗಮನಿಸಿದಾಗ, ಅವರು ತೆರೆದ ಮೈದಾನದಲ್ಲಿ ಕುಳಿತಿರುವುದನ್ನು ಕಂಡುಹಿಡಿಯಲು ಹೋಗುತಿದ್ದರು. ಜಗತ್ ಸಿಂಗ್ ಹೇಳುತ್ತಾರೆ, "ನೀನು ಇಲ್ಲಿ ಏನು ಮಾಡುತಿದ್ದೀಯಾ? *ಗುರುಜಿ* ತರಗತಿಯಲ್ಲಿ ಬೋಧಿಸುತ್ತಿದ್ದಾರೆ. ಬಾ, ಹೋಗೋಣ, ಎದ್ದೇಳು."

ನಗುನಗುತ್ತಾ, ಮಗು ಭಗತ್ ಸಿಂಗ್, "ನಾನು ಇಲ್ಲಿ ಕುಳಿತುಕೊಳ್ಳಲು ಇಷ್ಟಪಡುತ್ತೇನೆ" ಎಂದು ಹೇಳುತ್ತಿದ್ದರು.

"ನೀನು ಇಲ್ಲಿ ಏನು ಮಾಡುತಿದ್ದೀಯಾ?"

"ಏನೂ ಇಲ್ಲ, ನಾನು ಸುಮ್ಮನೆ ನೆಲವನ್ನು ನೋಡುತ್ತೇನೆ."

"ನೆಲದ ಮೇಲೆ ನೋಡಲು ನೆಲದಲ್ಲಿ ಏನಿದೆ?"

"ಅಣ್ಣ, ಏನೂ ಇಲ್ಲ. ಆದರೆ ನಾನು ಈ ತೆರೆದ ಮೈದಾನದಂತೆ ಮುಕ್ತವಾಗಿರಲು ಬಯಸುತ್ತೇನೆ."

ಜಗತ್ ಸಿಂಗ್ ತನ್ನ ಕಿರಿಯ ಸಹೋದರನ ಅಂತಹ ಮಾತುಗಳಿಂದ ಏನನ್ನು ಅರ್ಥೈಸಲು ಸಾಧ್ಯವಾಗಲಿಲ್ಲ. ಅಸಮಾಧಾನಗೊಂಡ ಅವರು, "ನೀನು ಇದನ್ನೆಲ್ಲ ಮಾಡಬೇಕಾದರೆ, ನೀನು ಶಾಲೆಯನ್ನು ಏಕೆ ಸೇರಿಕೊಂಡೆ? ನೀನು

ಕೃಷಿಯನ್ನು ಮಾಡಬೇಕಿತ್ತು. ನೀನು ಅಧ್ಯಯನ ಮಾಡದಿದ್ದರೆ, ಶಿಕ್ಷಕರು ನಿನ್ನನ್ನು ನುಹೊಡೆಯುತ್ತಾರೆ", ಎಂದರು.

"ನನ್ನನ್ನು ಏಕೆ ಹೊಡೆಯುತ್ತಾರೆ?"

"ನಿನ್ನ ಪಾಠವನ್ನು ನೀನು ಕಲಿಯದಿದ್ದಾಗ, ನಿನ್ನನ್ನು ಹೊಡೆಯುವುದು ಖಚಿತ".

"ಆದರೆ *ಅಣ್ಣ*, ಪಾಠವು ಪುಸ್ತಕಗಳಲ್ಲಿದೆ. ನಾನು ಅದನ್ನು ಕಲಿಯುತ್ತೇನೆ."

ಭಗತ್ ಸಿಂಗ್ ವಾಸ್ತವವಾಗಿ ತೀಕ್ಷ್ಣವಾದ ಬುದ್ಧಿವಂತಿಕೆಯ ಮಗುವಾಗಿದ್ದರು. ಅವರು ತಮ್ಮ ಇತರ ಸಹಪಾಠಿಗಳಿಗಿಂತ ಹೆಚ್ಚು ನಿರ್ಭಯ, ಧೈರ್ಯಶಾಲಿ ಮತ್ತು ಬಹಿರಂಗವಾಗಿ ಮಾತನಾಡುತ್ತಿದ್ದರು. ಆದರೆ ಏತನ್ಮಧ್ಯೆ, ಇದ್ದಕ್ಕಿದ್ದಂತೆ ದುರಂತ ಸಂಭವಿಸಿತು. ಅವರೊಂದಿಗೆ ಅಧ್ಯಯನ ಮಾಡಿದ ಅವರ ಹಿರಿಯ ಸಹೋದರ ಜಗತ್ ಸಿಂಗ್ ನಿಧನರಾದರು. ಅವನಿಗೆ ಕೇವಲ ಹನ್ನೊಂದು ವರ್ಷ ವಯಸ್ಸಾಗಿತ್ತು. ಈ ಘಟನೆಯು ಭಗತ್ ಸಿಂಗ್ ಅವರಿಗೆ ದೊಡ್ಡ ಆಘಾತವನ್ನುಂಟು ಮಾಡಿತು.

ಇದರ ನಂತರ ಸರ್ದಾರ್ ಕಿಶನ್ ಸಿಂಗ್ ಲಾಹೋರ್ ಬಳಿಯ ನವಕೋಟ್ ಗೆ ತೆರಳಿದರು. ಅವನಿಗೆ ಅಲ್ಲಿ ಸ್ವಲ್ಪ ಭೂಮಿ ಮತ್ತು ಆಸ್ತಿ ಇತ್ತು. ಭಗತ್ ಸಿಂಗ್ ಕೂಡ ತಮ್ಮ ಪ್ರಾಥಮಿಕ ಶಿಕ್ಷಣವನ್ನು ಪೂರ್ಣಗೊಳಿಸಿದ್ದರು. ಸಿಖ್ಖರು ತಮ್ಮ ಮಕ್ಕಳನ್ನು ಸಾಮಾನ್ಯವಾಗಿ ಖಲ್ಸಾ ಶಾಲೆಗಳಿಗೆ ಸೇರಿಸಿಕೊಳ್ಳುವ ಸಂಪ್ರದಾಯವನ್ನು ಹೊಂದಿದ್ದರು. ಆದರೆ ಈ ಶಾಲೆಯ ಪ್ರವೃತ್ತಿ ಇಂಗ್ಲಿಷ್ ಕಡೆಗೆ ಹೆಚ್ಚು ಒಲವು ಹೊಂದಿತ್ತು. ಇಲ್ಲಿನ ಶಿಕ್ಷಕರು ಮತ್ತು ಆಡಳಿತ ಮಂಡಳಿಯು ಆಂಗ್ಲರನ್ನು ಇತರರಿಗಿಂತ ಹೆಚ್ಚು ಗೌರವಿಸಿತು. ಸರ್ದಾರ್ ಕಿಶನ್ ಸಿಂಗ್ ಅವರಿಗೆ ಇದು ಇಷ್ಟವಿರಲಿಲ್ಲ. ಅವರು ನಿಜವಾದ ದೇಶಭಕ್ತ ಮತ್ತು ಸ್ವಾತಂತ್ರ್ಯ ಹೋರಾಟಗಾರರಾಗಿದ್ದರು. ಗುಲಾಮಗಿರಿಯ ನೆರಳೂ ಕಾಣಿಸದ ಶಾಲೆಯಲ್ಲಿ ಭಗತ್ ಸಿಂಗ್ ಅವರನ್ನು ಇರಿಸಿಕೊಳ್ಳಲು ಅವರು ಬಯಸಿದ್ದರು. ಆದ್ದರಿಂದ ಅವರು ಲಾಹೋರ್ ನ ಡಿ .ಎ .ವಿ. ಶಾಲೆಯಲ್ಲಿ ಪ್ರವೇಶ ಪಡೆಯಲು ನಿರ್ಧರಿಸಿದರು. ಡಿ .ಎ .ವಿ. ಶಾಲೆಯು ರಾಷ್ಟ್ರೀಯತೆಯ ಚಿಂತನೆಯಲ್ಲಿ ನೆನೆದಿತ್ತು. ಸರ್ದಾರ್ ಕಿಶನ್ ಸಿಂಗ್ ಅವರ ಸಮಾಜವು ಭಗತ್ ಸಿಂಗ್ ಅವರನ್ನು ಈ ಶಾಲೆಯಲ್ಲಿ ಸೇರಿಸಿಕೊಳ್ಳುವುದನ್ನು ವಿರೋಧಿಸಿತು, ಆದರೆ ಅವರು ಅದರ ಬಗ್ಗೆ ಅಷ್ಟಾಗಿ ಕಾಳಜಿ ವಹಿಸಲಿಲ್ಲ. ಈ ಘಟನೆಯು 1916-17ಕ್ಕೆ ಸಂಬಂಧಿಸಿದೆ. ಈ ಶಾಲೆಯಲ್ಲಿ ಭಗತ್ ಸಿಂಗ್ ಇಂಗ್ಲಿಷ್ ಮತ್ತು ಉರ್ದುವಿನಂತಹ ಇತರ ವಿಷಯಗಳ ಜೊತೆಗೆ ಸಂಸ್ಕೃತವನ್ನೂ ಅಧ್ಯಯನ ಮಾಡಿದರು. ಅವರು ವಿಶೇಷವಾಗಿ ಸಂಸ್ಕೃತವನ್ನು ಪ್ರೀತಿಸುತ್ತಿದ್ದರು. 22 ಜುಲೈ 1918 ರಂದು ಅವರು ತಮ್ಮ ಅಜ್ಜನಿಗೆ ಬರೆದ ಪತ್ರಗಳಿಂದ ಸಂಸ್ಕೃತದ ಮೇಲಿನ ಅವರ ಪ್ರೀತಿಯ ಬಗ್ಗೆ ನಮಗೆ ತಿಳಿಯುತ್ತದೆ. ಅವರು ತಮ್ಮ ಪರೀಕ್ಷೆಯ ಫಲಿತಾಂಶಗಳು ಮತ್ತು ಅವರು ಸಂಸ್ಕೃತ ಮತ್ತು ಇಂಗ್ಲಿಷ್ ನಲ್ಲಿ ಪಡೆದ ಅಂಕ 150 ರಲ್ಲಿ ಕ್ರಮವಾಗಿ 110 ಮತ್ತು 68 ಎಂಬಂತೆ ಬರೆದಿದ್ದಾರೆ.

1919ರ ಈ ಸಮಯದಲ್ಲಿ, ರೌಲೆಟ್ ಕಾಯ್ದೆಯ ವಿರುದ್ಧ ಭಾರತದಾದ್ಯಂತ ಪ್ರತಿಭಟನೆಗಳು ನಡೆದವು. ಅಂತಹ ಒಂದು ಪ್ರದರ್ಶನವು ಅಮೃತಸರದ ಜಲಿಯನ್ ವಾಲಾ ಬಾಗ್ ನಲ್ಲಿ ನಡೆಯಿತು, ಅದರಲ್ಲಿ ಸಾವಿರಾರು ಜನರು

ಭಾಗವಹಿಸಿದ್ದರು. ಈ ನಿರಾಯುಧ ಜನರನ್ನು ಜನರಲ್ ಡೈಯರ್ ದಯೆಯಿಲ್ಲದೆ ಕೊಂದರು. ಜಲಿಯನ್ ವಾಲಾ ಬಾಗ್ ಕಾಂಡ್ ತಮ್ಮ ದೇಶದ ಬಗ್ಗೆ ಕಾಳಜಿ ವಹಿಸಿದ ಭಾರತೀಯರ ದೇಶಭಕ್ತಿಯ ಸಂಕಲ್ಪವನ್ನು ಬಲಪಡಿಸಿತು. ಭಗತ್ ಸಿಂಗ್ ದೇಶಭಕ್ತಿಯ ಕುಟುಂಬದ ಮೂರನೇ ಪೀಳಿಗೆಗೆ ಸೇರಿದವರು. ಹಾಗಾದರೆ, ಅವರು ಈ ಕಂಡ್ ನಿಂದ ಪ್ರಭಾವಿತರಾಗದೆ ಉಳಿಯುವುದು ಹೇಗೆ ಸಾಧ್ಯವಾಯಿತು? ಈ ಕಾಂಡ್ ಸುದ್ದಿಯನ್ನು ಕೇಳಿದ ಅವರು ತಮ್ಮ ದೇಶದ ಪ್ರೀತಿಗಾಗಿ ಪ್ರಾಣತ್ಯಾಗ ಮಾಡಿದ ಜನರಿಗೆ ಗೌರವ ಸಲ್ಲಿಸಲು ಲಾಹೋರ್ ನಿಂದ ಅಮೃತಸರ ತಲುಪಿದರು. ಭಗತ್ ಸಿಂಗ್ ಅವರ ದೃಷ್ಟಿಯಲ್ಲಿ ಜಲಿಯನ್ ವಾಲಾ ಬಾಗ್ ಅನ್ನು ಪವಿತ್ರ ಸ್ಥಳವಾಗಿ ಪರಿವರ್ತಿಸಲಾಯಿತು. ಇದನ್ನು ನೋಡಿದ ಅವರು ತೀವ್ರವಾಗಿ ಛಿದ್ರಗೊಂಡರು. ನಂಬಲಾಗದ ಸಂಯಮದಿಂದ ಅವನು ತನ್ನನ್ನು ತಾನು ನಿಯಂತ್ರಿಸಿಕೊಂಡನು. ಇಡೀ ಬಾಗ್ ರಕ್ತದ ನೈದಿಯಲ್ಲಿ ನೆನೆಸಿದಂತೆ ಕಾಣುತ್ತಿತ್ತು. ಭೂಮಿ ಅವನಿಗೆ ಹೀಗೆ ಹೇಳುತ್ತಿದ್ದಂತೆ ತೋರುತ್ತಿತ್ತು, "ಈ ಭೂಮಿಯ ಹೆಸರಿನಲ್ಲಿ ಪ್ರಮಾಣ ಮಾಡಿ, *ಭಾರತ ಮಾತೆ ಹೆಸರಿನಲ್ಲಿ ಪ್ರಮಾಣ ಮಾಡಿ*, ಈ ರಕ್ತವು ವ್ಯರ್ಥವಾಗದಿರಲಿ. ನೀವು ತ್ಯಾಗ ಮಾಡಬೇಕು, ಎಲ್ಲವನ್ನೂ ತ್ಯಾಗ ಮಾಡಬೇಕು, ನಿಮ್ಮ ಸ್ವಂತ ಜೀವನವನ್ನು ಸಹ ತ್ಯಾಗ ಮಾಡಬೇಕು. ಆಂಗ್ಲರ ಈ ದೌರ್ಜನ್ಯವನ್ನು ನಿಲ್ಲಿಸಬೇಕು ...." ಮತ್ತು ಭಗತ್ ಸಿಂಗ್ ರಕ್ತದಿಂದ ಒಣಗಿದ ಮಣ್ಣನ್ನು ಬೆರಳೆಣಿಕೆಯಷ್ಟು ತೆಗೆದುಕೊಂಡು ತ್ಯಾಗ ಮಾಡುವುದಾಗಿ ವಾಗ್ದಾನ ಮಾಡಿದರು. ಅವರು ಈ ಮಣ್ಣನ್ನು ಬಾಟಲಿಯಲ್ಲಿ ಇರಿಸಿದರು. ಅವರು ತಮ್ಮ ದೇಶ ಮತ್ತು ದೇಶವಾಸಿಗಳ ಅವಮಾನಕ್ಕೆ ಪ್ರತೀಕಾರ ತೀರಿಸಿಕೊಳ್ಳಬೇಕಾಯಿತು ಎಂದು ಈ ಮಣ್ಣು ಅವರಿಗೆ ನೆನಪಿಸುತ್ತಲೇ ಇತ್ತು.

1920ರಲ್ಲಿ ಮಹಾತ್ಮ ಗಾಂಧಿಯವರು ಅಸಹಕಾರ ಚಳವಳಿಯನ್ನು ಪ್ರಾರಂಭಿಸಿದರು. ಈ ಆಂದೋಲನದ ಮೂಲಕ ಅವರು ತಮ್ಮ ದೇಶವಾಸಿಗಳನ್ನು ಸರ್ಕಾರಿ ನ್ಯಾಯಾಲಯಗಳು, ಹುದ್ದೆಗಳು ಮತ್ತು ಸೇವೆಗಳಿಂದ ದೂರವಿಡುವಂತೆ ಒತ್ತಾಯಿಸಿದರು. ವಿದ್ಯಾರ್ಥಿಗಳು ಶಾಲೆಗಳು ಮತ್ತು ಕಾಲೇಜುಗಳನ್ನು ತೊರೆಯುವಂತೆ ಕೇಳಲಾಯಿತು. ಇದರ ಪರಿಣಾಮವಾಗಿ, ಭಗತ್ ಸಿಂಗ್ 1921ರಲ್ಲಿ ಶಾಲೆಯನ್ನು ತೊರೆದರು. ಅವರು ಡಿ .ಎ .ವಿ. ಶಾಲೆಯಲ್ಲಿ ಒಂಬತ್ತನೇ ತರಗತಿಯ ವಿದ್ಯಾರ್ಥಿಯಾಗಿದ್ದರು. ಅಸಹಕಾರ ಚಳವಳಿಯ ಪ್ರಭಾವದಿಂದ ಪ್ರಮುಖ ನಗರಗಳಲ್ಲಿ ಅನೇಕ ಶಾಲೆಗಳು ಮತ್ತು ಕಾಲೇಜುಗಳನ್ನು ಸ್ಥಾಪಿಸಲಾಯಿತು. ಈ ಅವಧಿಯಲ್ಲಿ ದೇಶದಲ್ಲಿ ಅನೇಕ ವಿಶ್ವವಿದ್ಯಾಲಯಗಳು ಮತ್ತು ವಿದ್ಯಾಪೀಠಗಳನ್ನು (ಕಲಿಕೆಯ ಸ್ಥಾನಗಳು) ಸ್ಥಾಪಿಸಲಾಯಿತು. ಗುಜರಾತ್ *ವಿದ್ಯಾಪೀಠ*, ಬಿಹಾರ *ವಿದ್ಯಾಪೀಠ*, ಪಂಜಾಬ್, ಕಾಶಿ *ವಿದ್ಯಾಪೀಠ*, ಬಂಗಾಳ *ರಾಷ್ಟ್ರೀಯ* ವಿಶ್ವ ವಿದ್ಯಾಲಯ, ತಿಲಕ್ ಮಹಾರಾಷ್ಟ್ರ *ವಿದ್ಯಾಪೀಠ, ಪಂಜಾಬ್ ಘೂಸ್ಸಿ ವಿದ್ಯಾಪೀಠ*, ರಾಷ್ಟ್ರೀಯ ಮುಸ್ಲಿಂ *ವಿದ್ಯಾಲಯ*, ಅಲಿಗಢ ಇತ್ಯಾದಿ ಈ ಅವಧಿಯಲ್ಲಿ ಸ್ಥಾಪಿಸಲಾದ ವಿಶ್ವವಿದ್ಯಾಲಯಗಳಲ್ಲಿ ಸೇರಿವೆ. ಲಾಲಾ ಲಜಪತ್ ರಾಯ್ ಅವರು ಲಾಹೋರ್ ನಲ್ಲಿ ರಾಷ್ಟ್ರೀಯ ಕಾಲೇಜನ್ನು ಸ್ಥಾಪಿಸಿದರು.

ಈ ಕಾಲೇಜನ್ನು *ಕಾಶಿ* ವಿದ್ಯಾಪೀಠಕ್ಕೆ ಸಂಯೋಜಿಸಲಾಗಿತ್ತು. ಅಸಹಕಾರ ಚಳವಳಿಯಲ್ಲಿ ಭಾಗವಹಿಸಿದ ಅನೇಕ ವಿದ್ಯಾರ್ಥಿಗಳು ಈ ಕಾಲೇಜಿನಲ್ಲಿ ಪ್ರವೇಶ ಪಡೆದರು. ಭಗತ್ ಸಿಂಗ್ ಕೂಡ ಈ ಕಾಲೇಜಿನಲ್ಲಿ ಪ್ರವೇಶ ಪಡೆದರು.

ಭಗತ್ ಸಿಂಗ್ ಅವರು ಡಿ .ಎ .ವಿ. ಶಾಲೆಯಿಂದ ಪ್ರೌಢಶಾಲೆಯಲ್ಲಿ ಉತ್ತೀರ್ಣರಾದ ನಂತರ ಲಾಹೋರ್ ನ ರಾಷ್ಟ್ರೀಯ ಕಾಲೇಜಿನಲ್ಲಿ ಪ್ರವೇಶ ಪಡೆದರು ಎಂದು ಅನೇಕ ಪುಸ್ತಕಗಳು ಉಲ್ಲೇಖಿಸಿವೆ. ಆದರೆ ಈ ಹೇಳಿಕೆಯು ಸರಿಯಾಗಿಲ್ಲ. ಸತ್ಯವೆಂದರೆ, ಮಹಾತ್ಮ ಗಾಂಧಿಯವರ ಕರೆಯ ಮೇರೆಗೆ ಅವರು ಡಿ .ಎ .ವಿ ಶಾಲೆಯನ್ನು ತೊರೆದಾಗ ಅವರು ಒಂಬತ್ತನೇ ತರಗತಿಯ ವಿದ್ಯಾರ್ಥಿಯಾಗಿದ್ದರು. ನ್ಯಾಷನಲ್ ಕಾಲೇಜಿಗೆ ಪ್ರವೇಶ ಪಡೆಯಲು ಅವರಿಗೆ ಎರಡು ತಿಂಗಳ ಕಾಲಾವಕಾಶ ನೀಡಲಾಯಿತು. ಅದರ ನಂತರ ಅವರು ಪರೀಕ್ಷೆಯನ್ನು ತೆಗೆದುಕೊಳ್ಳಬೇಕಾಯಿತು. ಆ ಪರೀಕ್ಷೆಯಲ್ಲಿ ಉತ್ತೀರ್ಣರಾದ ನಂತರವೇ ಅವರು ರಾಷ್ಟ್ರೀಯ ಕಾಲೇಜಿನಲ್ಲಿ ಪ್ರವೇಶ ಪಡೆದರು.

ಕ್ರಾಂತಿಕಾರಿಗಳೊಂದಿಗೆ ಸಂಪರ್ಕದಲ್ಲಿ

ನ್ಯಾಷನಲ್ ಕಾಲೇಜಿನಲ್ಲಿ ಅವರು ತಮ್ಮ ದೇಶಭಕ್ತಿಯ ಭಾವನೆಗಳನ್ನು ವಿಕಸಿಸಲು ಮತ್ತು ಅಭಿವೃದ್ಧಿಪಡಿಸಲು ಉತ್ತಮ ಅವಕಾಶವನ್ನು ಪಡೆದರು. ಈ ಕಾಲೇಜನ್ನು ಸ್ವಯಂ ಆಡಳಿತವನ್ನು ಸಾಧಿಸಲು ಶ್ರಮಶೀಲ ಕಾರ್ಯಕರ್ತರನ್ನು ಸಿದ್ಧಪಡಿಸುವ ಉದ್ದೇಶದಿಂದ ಸ್ಥಾಪಿಸಲಾಯಿತು, ಆದರೆ ಸರ್ಕಾರಿ ಕಾಲೇಜುಗಳು ಮತ್ತು ಇತರ ಕಾಲೇಜುಗಳಲ್ಲಿನ ವಿದ್ಯಾರ್ಥಿಗಳ ಗುರಿಯು ಪರೀಕ್ಷೆಗಳಲ್ಲಿ ಉತ್ತೀರ್ಣರಾದ ನಂತರ ಸರ್ಕಾರಿ ಸೇವೆಗಳಿಗೆ ಪ್ರವೇಶ ಪಡೆಯುವುದಾಗಿತ್ತು. ಹೌದು, ಇಲ್ಲಿನ ನಿಯಮಗಳು ಗಾಂಧಿ ಆಶ್ರಮಗಳಂತೆ ಕಟ್ಟುನಿಟ್ಟಾಗಿರಲಿಲ್ಲ. ಎಲ್ಲಾ ವಿದ್ಯಾರ್ಥಿಗಳು ಸಾಮಾನ್ಯವಾಗಿ ಸರಳ ಬಟ್ಟೆಗಳನ್ನು ಧರಿಸಿದ್ದರು. ಖಾದಿ (ಕೈಯಿಂದ ತಯಾರಿಸಿದ ಬಟ್ಟೆ) ಕಡೆಗೆ ಸ್ವಲ್ಪ ಒಲವು ಇತ್ತು. ಆದರೆ, ಯಂತ್ರದಿಂದ ತಯಾರಿಸಿದ ಬಟ್ಟೆಗಳನ್ನು ಧರಿಸಿದ್ದ ವಿದ್ಯಾರ್ಥಿಗಳೂ ಇದ್ದರು. ಕಡಿಮೆ ಬಟ್ಟೆಗಳೊಂದಿಗೆ ಮುಂದುವರಿಯುವುದು, ಒಬ್ಬರ ಸ್ವಂತ ಕೈಗಳಿಂದ ಎಲ್ಲಾ ಚಟುವಟಿಕೆಗಳನ್ನು ಮಾಡುವುದು ಮತ್ತು ಆಹಾರದಲ್ಲಿ ಬೇಯಿಸದ ತರಕಾರಿಗಳನ್ನು ತಿನ್ನುವುದು ಒಳ್ಳೆಯದು ಎಂದು ಪರಿಗಣಿಸಲಾಗಿದೆ. ಗಾಂಧಿ ಆಶ್ರಮದಲ್ಲಿ ಬೆಳಗಿನ ಪ್ರಾರ್ಥನೆ ಮತ್ತು ಸಂಜೆಯ ಧ್ಯಾನಕ್ಕೆ ಯಾವುದೇ ನಿಯಮವಿರಲಿಲ್ಲ. ಆದ್ದರಿಂದ, ಭಗತ್ ಸಿಂಗ್ ಈ ಕಾಲೇಜಿನ ಪರಿಸರವನ್ನು ಆಕರ್ಷಕವಾಗಿ ಕಂಡರು.

ಅವರು ಈ ಕಾಲೇಜಿನಲ್ಲಿ ಯಶ್ ಪಾಲ್, ಭಗವತಿ ಚರಣ್, ಸುಖ್ ದೇವ್, ರಾಮ್ ಕಿಶನ್, ತೀರ್ಥ ರಾಮ್ ಮತ್ತು ಜಂಡಾ ಸಿಂಗ್ ಅವರಂತಹ ಕ್ರಾಂತಿಕಾರಿಗಳೊಂದಿಗೆ ಸಂಪರ್ಕಕ್ಕೆ ಬಂದರು. ಅವರು ತಮ್ಮ ಜೀವಿತಾವಧಿಯಲ್ಲಿ ಭಗವತಿ ಚರಣ್ ಮತ್ತು ಸುಖ್ ದೇವ್ ಅವರೊಂದಿಗೆ ಸಂಪರ್ಕದಲ್ಲಿದ್ದರು. ಈ ಕಾಲೇಜಿನಲ್ಲಿ ನಿಯಮಿತ ಬೋಧನೆಯ ಜೊತೆಗೆ ಭಾಯಿ ಪರಮಾನಂದ್ ಮತ್ತು ಲಾಲಾ ಲಜಪತ್ ರಾಯ್ ಅವರ ಉಪನ್ಯಾಸಗಳೂ ಇದ್ದವು. ಈ ಉಪನ್ಯಾಸಗಳು ವಿದ್ಯಾರ್ಥಿಗಳಿಗೆ ದೇಶಭಕ್ತಿ, ರಾಷ್ಟ್ರೀಯತೆ ಇತ್ಯಾದಿಗಳಲ್ಲಿ ಶಿಕ್ಷಣವನ್ನು ನೀಡಿತು. ಪ್ರೊ. ಜೈ ಚಂದ್ ವಿದ್ಯಾಲಂಕಾರ್ ಈ ಕಾಲೇಜಿನಲ್ಲಿ ಇತಿಹಾಸದ ಶಿಕ್ಷಕರಾಗಿದ್ದರು. ವಿದ್ಯಾರ್ಥಿಗಳು ಅವರಿಂದ ಹೆಚ್ಚು ಪ್ರಭಾವಿತರಾದರು. ಪ್ರೊಫೆಸರ್ ಜೈ ಚಂದ್ ವಿದ್ಯಾಲಂಕಾರ್ ವಿಶೇಷವಾಗಿ ಭಗತ್ ಸಿಂಗ್ ಅವರನ್ನು ಇಷ್ಟಪಟ್ಟರು.

ಅವರು ಕ್ರಾಂತಿಕಾರಿಗಳಿಗೆ ಸಂಬಂಧಿಸಿದಂತೆ ಭಗತ್ ಸಿಂಗ್ ರವರಿಗೆ ವಿವರಿಸುತ್ತಿದ್ದರು. ಅವರು ಅನೇಕ ಕ್ರಾಂತಿಕಾರಿಗಳೊಂದಿಗೆ ಸಂಪರ್ಕದಲ್ಲಿದ್ದರು. ಅವರ ಆಲೋಚನೆಗಳು ಭಗತ್ ಸಿಂಗ್ ಮೇಲೆ ಹೆಚ್ಚು ಪ್ರಭಾವ ಬೀರಿವೆ. ವಾಸ್ತವವಾಗಿ, ಅವರು ಭಗತ್ ಸಿಂಗ್ ಅವರ ರಾಜಕೀಯ ಮಾರ್ಗದರ್ಶಕರಾಗಿದ್ದರು.

ಆಹ್ಲಾದಕರ ಮತ್ತು ತುಂಟತನದ ವಿದ್ಯಾರ್ಥಿಯ ರೂಪದಲ್ಲಿ

ಭಗತ್ ಸಿಂಗ್ ತಮ್ಮ ಅಧ್ಯಯನಗಳಿಗೆ ಗರಿಷ್ಠ ಶಕ್ತಿಯನ್ನು ವಿನಿಯೋಗಿಸಿದರು. ಅವರು ಇತಿಹಾಸ ಮತ್ತು ರಾಜಕೀಯದಲ್ಲಿ ವಿಶೇಷ ಆಸಕ್ತಿಯನ್ನು ಹೊಂದಿದ್ದರು. ಅವರು ಈ ವಿಷಯಗಳನ್ನು ತಮ್ಮ ಶಿಕ್ಷಕರು ಮತ್ತು ಸ್ನೇಹಿತರೊಂದಿಗೆ ವಿವರವಾಗಿ ಚರ್ಚಿಸಿದರು. ಅವರು ಉತ್ಸಾಹಭರಿತ ಮತ್ತು ತುಂಟತನದ ವಿದ್ಯಾರ್ಥಿಯಾಗಿದ್ದರು. ಅವರು ಲಾಹೋರ್ ನ ರಾಷ್ಟ್ರೀಯ ಕಾಲೇಜಿನ ವಿದ್ಯಾರ್ಥಿಯಾಗಿದ್ದಾಗ, ಪ್ರೊ. ಸೋಂಧಿ ಅವರಿಗೆ ಭಾರತೀಯ ಇತಿಹಾಸವನ್ನು ಕಲಿಸಿದರು. ಪ್ರೊ. ಸೋಂಧಿ ಅವರು ಅನನ್ಯ ಗುಣಲಕ್ಷಣವನ್ನು ಹೊಂದಿದ್ದರು. ಅವರು ಉಪನ್ಯಾಸ ನೀಡುತ್ತಿದ್ದಾಗಲೂ ನಿದ್ರಾವಸ್ಥೆಯಲ್ಲಿರುತ್ತಿದ್ದರು. ಪ್ರಾಧ್ಯಾಪಕರ ಈ ಗುಣಲಕ್ಷಣದ ಕಡೆಗೆ ತರಗತಿಯ ತುಂಟ ವಿದ್ಯಾರ್ಥಿಗಳನ್ನು ಸೆಳೆಯಲಾಯಿತು. ಭಗತ್ ಸಿಂಗ್ ಅವರಲ್ಲಿ ಒಬ್ಬರಾಗಿದ್ದರು. ಈ ಪ್ರಾಧ್ಯಾಪಕರೊಂದಿಗೆ ಗೊಂದಲ ಮತ್ತು ಅಸಂಬದ್ಧವಾಗಿ ಮಾತನಾಡುವ ಮೂಲಕ ವಿದ್ಯಾರ್ಥಿಗಳು ವಿಕೃತ ಆನಂದವನ್ನು ಪಡೆದರು.

ಒಮ್ಮೆ ಪ್ರೊ. ಸೋಂಧಿ ಅವರು ಚಕ್ರವರ್ತಿ ಅಶೋಕನ ಬಗ್ಗೆ ಬೋಧಿಸುತ್ತಿದ್ದರು. ಆದರೆ ಅವರ ಸ್ವಭಾವದ ಪ್ರಕಾರ ಅವರು ಬೋಧನೆಯ ಮಧ್ಯದಲ್ಲಿ ಮಲಗಲು ಪ್ರಾರಂಭಿಸಿದರು. ಭಗತ್ ಸಿಂಗ್, ಸುಖ್ ದೇವ್ ಮತ್ತು ಯಶ್ ಪಾಲ್ ಅವರ ಉಪನ್ಯಾಸವನ್ನು ಕೇಳುವತ್ತ ಗಮನಹರಿಸಲು ಸಾಧ್ಯವಾಗಲಿಲ್ಲ. ಅವರು ತರಗತಿಯಿಂದ ಹೊರನಡೆಯಲು ಬಯಸಿದ್ದರು, ಆದರೆ ಪ್ರಾಧ್ಯಾಪಕರ ಸಮ್ಮುಖದಲ್ಲಿ ಅದು ಸಾಧ್ಯವಾಗಲಿಲ್ಲ. ಭಗತ್ ಸಿಂಗ್ ಎದ್ದು ನಿಂತು, "ಸರ್, ಇಂಗ್ಲೀಷರು ಭಿಕ್ಷುಕರಾಗಿ ಭಾರತಕ್ಕೆ ಬಂದರು, ಆದರೆ ನಂತರ ಅವರು ಇಲ್ಲಿ ಆಡಳಿತಗಾರರಾದರು. ಇದು ನಿಜವೇ?"

ಪ್ರೊಫೆಸರ್, ಅಶೋಕನ ನ್ಯಾಯದ ಪ್ರೀತಿಯ ಬಗ್ಗೆ ಮಾತನಾಡುತ್ತಿದ್ದರು. ಈ ಅಪ್ರಸ್ತುತ ಪ್ರಶ್ನೆಯಿಂದ ಅವರು ಕಿರಿಕಿರಿಗೊಂಡರು ಮತ್ತು ಹೇಳಿದರು, "ನನ್ನ ಆಲೋಚನೆಗಳ ಹರಿವಿಗೆ ತೊಂದರೆಮಾಡಬಾರದೆಂದು ನಾನು ಹಲವಾರು ಬಾರಿ ನಿಮಗೆ ಹೇಳಿದ್ದೇನೆ. ಆದರೆ ನೀವು ಕೇಳುತ್ತಿಲ್ಲ..."

ಪ್ರಾಧ್ಯಾಪಕರು ಉತ್ತರಿಸುವ ಮೊದಲು, ಸುಖ್ ದೇವ್ ಎದ್ದು ನಿಂತು ಹೇಳಿದರು. "ಸರ್, ಈ ಭಗತ್ ಸಿಂಗ್ ಒಬ್ಬ ಸಂಪೂರ್ಣ ಮೂರ್ಖ. ನೀವು ಶಹಜಹಾನ್ ನ ಆಡಳಿತದ ಅವಧಿಯ ಬಗ್ಗೆ ಬೋಧಿಸುತ್ತಿದ್ದೀರಿ ಮತ್ತು ಅವರು ಇಂಗ್ಲಿಷ್ ಜನರನ್ನು ಕರೆತಂದರು."

"ಶಹಜಹಾನ್ ಎಂದರೆ ಏನರ್ಥ? ನಾನು ಶಹಜಹಾನ್ ಹೆಸರನ್ನು ಸಹ ಹೇಳಿದ್ದೇನೆಯೇ?" ಪ್ರೊ. ಸೋಂಧಿ ಕೂಗಿದರು.

ಈಗ ಅದು ಯಶ್ ಪಾಲ್ ಅವರ ಸರದಿ. ಅವನು ತನ್ನ ಆಸನದಿಂದ ಎದ್ದು, "ಸರ್, ನೀವು ಮೊಹಮ್ಮದ್ ತುಘಲಕ್ ನ ಹುಚ್ಚುತನದ ಬಗ್ಗೆ ಬೋಧಿಸುತ್ತಿದ್ದೀರಿ ಎಂದು ನಾನು ಇಬ್ಬರಿಗೂ ಹೇಳುತ್ತಿದ್ದೆ, ಆದರೆ ಅವರು ನನ್ನನ್ನು ನಂಬಲಿಲ್ಲ."

ಪ್ರೊಫೆಸರ್ ತಕ್ಷಣವೇ ಕೂಗಿದರು, "ನೀವೆಲ್ಲರೂ ನಿಷ್ಪ್ರಯೋಜಕ ಸಹಚರರು. ನಾನು ನಿಮಗೆ ಕಲಿಸಲು ಸಾಧ್ಯವಿಲ್ಲ." ಇದನ್ನು ಹೇಳಿದ ನಂತರ ಅವರು ತರಗತಿಯನ್ನು ಕೋಪದಲ್ಲಿ ಹುಬ್ಬೇರಿಸುತ್ತ ತೊರೆದರು. ವಿದ್ಯಾರ್ಥಿಗಳು ನಗುನಗುತ್ತಾ ತರಗತಿಯಿಂದ ಓಡಿಹೋದರು.

ಇದು ಆಗಾಗ್ಗೆ ಸಂಭವಿಸುತ್ತಿತ್ತು. ಪ್ರೊ. ಸೋಂಧಿ ಅವರ ತರಗತಿಯಲ್ಲಿ ವಿದ್ಯಾರ್ಥಿಗಳು ಬೇಸರಗೊಂಡಾಗಲೆಲ್ಲಾ, ಭಗತ್ ಸಿಂಗ್ ಮುಂತಾದವರು ಅವರನ್ನು ಈ ರೀತಿ ತೊಂದರೆಗೊಳಿಸಿದರು. ಪ್ರಾಧ್ಯಾಪಕರು ತರಗತಿಯನ್ನು ತೊರೆಯುತ್ತಿದ್ದರು ಮತ್ತು ವಿದ್ಯಾರ್ಥಿಗಳು ತಮ್ಮ ದಾರಿಯನ್ನು ಕೊಂಡುಕೊಳ್ಳುತಿದ್ದರು. ಅಂತೆಯೇ, ಪ್ರೊ. ಮೆಹ್ತಾ ಕೂಡ ಈ ವಿದ್ಯಾರ್ಥಿಗಳಿಗೆ ಮನರಂಜನೆಯ ಸಾಧನವಾಗಿದ್ದರು. ಪ್ರೊ. ಮೆಹ್ತಾ ಆಸಕ್ತಿಯಿಂದ ಕಲಿಸುತ್ತಿದ್ದರು. ಆದರೆ ಹಿಂದಿಯ ಬಗ್ಗೆ ಅವರ ಜ್ಞಾನವು ತುಂಬಾ ಕಳಪೆಯಾಗಿತ್ತು. ಅವರು ಹಿಂದಿ ಪದಗಳನ್ನು ವಿಚಿತ್ರ ರೀತಿಯಲ್ಲಿ ಉಚ್ಚರಿಸುತ್ತಿದ್ದರು. ಅವರು ವಿದ್ಯಾರ್ಥಿಗಳನ್ನು ಹಿಂದಿಗೆ ಸಮಾನವಾದ ಪದವನ್ನು ಕೇಳಿದಾಗ, ವಿದ್ಯಾರ್ಥಿಗಳು ಅವರಿಗೆ ಶುದ್ಧ ಪಂಜಾಬಿ ಪದವನ್ನು ನೀಡಿದರು. ಈ ಬಗ್ಗೆ ಇತರ ವಿದ್ಯಾರ್ಥಿಗಳು ನಗೆಗಡಲಲ್ಲಿ ಮುಳುಗಿದರು ಮತ್ತು ಪ್ರೊ. ಮೆಹ್ತಾ ಅವರಿಗೆ ತೊಂದರೆಯಾಯಿತು ಮತ್ತು ಅವರ ಬುದ್ಧಿವಂತಿಕೆಯೂ ಕುಸಿಯಿತು. ನಂತರ ಭಗತ್ ಸಿಂಗ್ ಅವರ ಸಹವರ್ತಿ ಝುಂದಾ ಸಿಂಗ್ ಅವರನ್ನು ತೋರಿಸಿ, "ತರಗತಿಯಿಂದ ಹೊರನಡೆ" ಎಂದು ಹೇಳುತ್ತಿದ್ದರು. ನಂತರ ಇದೇ ರೀತಿಯ ಆದೇಶಗಳನ್ನು ಯಶ್ ಪಾಲ್, ಸುಖ್ ದೇವ್, ಭಗತ್ ಸಿಂಗ್ ಮತ್ತು ಒಬ್ಬೊಬ್ಬರಾಗಿ ವಿದ್ಯಾರ್ಥಿಗಳಿಗೆ ಒಂದೊಂದಾಗಿ ನೀಡಲಾಯಿತು.

ವಿದ್ಯಾರ್ಥಿ ಜೀವನದಲ್ಲಿ ಇತರ ಚಟುವಟಿಕೆಗಳು

ಭಗತ್ ಸಿಂಗ್ ಅವರ ಅಧ್ಯಯನದ ಜೊತೆಗೆ ರಾಷ್ಟ್ರೀಯ ಸಮಸ್ಯೆಗಳ ಕಡೆಗೆ ಒಲವು ಬೆಳೆಯಿತು. ಅವರು ಯಾವಾಗಲೂ ಎಲ್ಲಾ ರೀತಿಯ ಹೊಸ ಘಟನೆಗಳಿಗೆ ಜೀವಂತವಾಗಿದ್ದರು ಮತ್ತು ಅವರಿಗಾಗಿ ಸಕ್ರಿಯವಾಗಿ ಕೆಲಸ ಮಾಡಿದರು. 1921ರ ನವೆಂಬರ್ 14ರಂದು ಅವರು ತಮ್ಮ ದಾದಾಜಿಗೆ ಬರೆದ ಪತ್ರದಿಂದ ನಾವು ಅದನ್ನು ತಿಳಿದುಕೊಳ್ಳುತ್ತೇವೆ. ಈ ಪತ್ರದಲ್ಲಿ ಅವರು ತಮ್ಮ ದಾದಾಜಿಗೆ, "ರೈಲ್ವೆ ಉದ್ಯೋಗಿಗಳು ಈ ದಿನಗಳಲ್ಲಿ ಮುಷ್ಕರ ನಡೆಸಲು ಯೋಜಿಸುತ್ತಿದ್ದಾರೆ. ಮುಂದಿನ ವಾರದ ನಂತರ ಅದು ಪ್ರಾರಂಭವಾಗುತ್ತದೆ ಎಂದು ಭಾವಿಸುತ್ತೇವೆ "ಎಂದು ಹೇಳಿದರು.

ದೇಶಭಕ್ತಿಯ ಹಾಡುಗಳನ್ನು ಹಾಡುವುದು, ರೋಮಾಂಚಕಾರಿ ನಾಟಕಗಳಲ್ಲಿ ಭಾಗವಹಿಸುವುದು ಮತ್ತು ಈ ರೀತಿಯ ಇತರ ಸಾಮಾಜಿಕ ಮತ್ತು ರಾಷ್ಟ್ರೀಯ ಚಟುವಟಿಕೆಗಳಲ್ಲಿ ಅವರು ಆಳವಾದ ಆಸಕ್ತಿಯನ್ನು ಹೊಂದಿದ್ದರು. ಅವರು ನ್ಯಾಷನಲ್ ನೈಟ್ ಕ್ಲಬ್ ನ ಸಕ್ರಿಯ ಸದಸ್ಯರಾಗಿದ್ದರು. ಈ ಕ್ಲಬ್ ಒಮ್ಮೆ ಚಕ್ರವರ್ತಿ ಚಂದ್ರ ಗುಪ್ತಾ ಅವರಿಗೆ ಸಂಬಂಧಿಸಿದ ನಾಟಕವನ್ನು ಪ್ರದರ್ಶಿಸಿತು. ಭಗತ್ ಸಿಂಗ್ ಈ ನಾಟಕದಲ್ಲಿ ಶಶಿ ಗುಪ್ತಾ ಪಾತ್ರವನ್ನು ನಿರ್ವಹಿಸಿದ್ದರು. ಅವರ ಪಾತ್ರವನ್ನು ಎಲ್ಲೆಡೆ ಶ್ಲಾಘಿಸಲಾಯಿತು. ಅವರ ಯಶಸ್ವಿ ಮತ್ತು ಉತ್ತಮ ಪ್ರದರ್ಶನಕ್ಕಾಗಿ ಅವರನ್ನು

ಅಭಿನಂದಿಸಿದ ಭಾಯಿ ಪರಮಾನಂದ್, "ನನ್ನ ಭಗತ್ ಸಿಂಗ್ ಖಂಡಿತವಾಗಿಯೂ ಭವಿಷ್ಯದಲ್ಲಿ ಶಶಿ ಗುಪ್ತಾ ಅವರನ್ನು ಸಾಬೀತುಪಡಿಸುತ್ತಾರೆ" ಎಂದು ಹೇಳಿದರು.

ಈ ಕ್ಲಬ್ "ರಾಣಾ ಪ್ರತಾಪ್" ಮತ್ತು "ಮಹಾಭಾರತ" ದಂತಹ ಇತರ ನಾಟಕಗಳನ್ನು ಪ್ರದರ್ಶಿಸಿತು. ಭಗತ್ ಸಿಂಗ್ ಈ ಎಲ್ಲ ನಾಟಕಗಳಲ್ಲಿ ಪ್ರಮುಖ ಪಾತ್ರ ವಹಿಸಿದ್ದರು. ಈ ನಾಟಕಗಳನ್ನು ಪ್ರದರ್ಶಿಸುವ ಮುಖ್ಯ ಉದ್ದೇಶವು ದೇಶಭಕ್ತಿ ಮತ್ತು ರಾಷ್ಟ್ರೀಯತೆಯ ಭಾವನೆಗಳನ್ನು ಸಾರ್ವಜನಿಕವಾಗಿ ಹರಡುವುದು ಮತ್ತು ಬ್ರಿಟಿಷರ ವಿರುದ್ಧ ಧ್ವನಿ ಎತ್ತುವುದು. ಆದ್ದರಿಂದ, ಸರ್ಕಾರವು ಈ ಕ್ಲಬ್ ಅನ್ನು ನಿಷೇಧಿಸಿತು.

ಮದುವೆಗಾಗಿ ಭಗತ್ ಸಿಂಗ್ ಮೇಲೆ ಒತ್ತಡ

ಭಗತ್ ಸಿಂಗ್ ಬಿ.ಎ. ವಿದ್ಯಾರ್ಥಿಯಾದ ಕೂಡಲೇ ಅವನ ಹೆತ್ತವರು ಮದುವೆಗಾಗಿ ಅವನ ಮೇಲೆ ಒತ್ತಡ ಹೇರಲು ಪ್ರಾರಂಭಿಸಿದರು. ಭಗತ್ ಸಿಂಗ್ ಅವರ ಅಜ್ಜಿ ಅವರನ್ನು ಹೆಚ್ಚು ಪ್ರೀತಿಸುತ್ತಿದ್ದರು. ಅವರು ತನ್ನ ದೊಡ್ಡ ಸೊಸೆಯ (*ಪಟೋಹು*)ಮುಖವನ್ನು ನೋಡಲು ಭಗತ್ ಸಿಂಗ್ ಅವರನ್ನು ಮದುವೆಯಾಗಲು ಬಯಸಿದ್ದರು. ಭಗತ್ ಸಿಂಗ್ ಮನೆಯಲ್ಲಿ ಆಸಕ್ತಿದಾಯಕವಾಗಿ ಇಲ್ಲ ಎಂದು ಅವರ ತಂದೆ ಗಮನಿಸುತ್ತಿದ್ದರು. ಒಮ್ಮೆ ಕಾಂಗ್ರೆಸ್ ಕಾರ್ಯಕರ್ತರ ಸಭೆ ನಡೆಯಿತು. ಭಗತ್ ಸಿಂಗ್ ಅದರಲ್ಲಿ ಭಾಗವಹಿಸಲು ಹೋಗಿದ್ದರು. ಅವರು ತಡರಾತ್ರಿ ಮನೆಗೆ ಮರಳಿದರು. ಪರೀಕ್ಷೆಗಳು ಹತ್ತಿರದಲ್ಲಿದ್ದವು, ಆದರೆ ಭಗತ್ ಸಿಂಗ್ ಯಾವುದೇ ಗಮನ ನೀಡಲಿಲ್ಲ. ತಂದೆ ಸರ್ದಾರ್ ಕಿಶನ್ ಸಿಂಗ್ ಕೋಪಗೊಂಡಿದ್ದರು. ರಾತ್ರಿ 11.00 ಕ್ಕೆ ಹಿಂದಿರುಗಿದ್ದಕ್ಕಾಗಿ ಅವರು ಭಗತ್ ಸಿಂಗ್ ಮೇಲೆ ಸಿಡಿದರು, "ಈ ಸಮಯದಲ್ಲಿ ಮನೆಗೆ ಬರುವುದರ ಅರ್ಥವೇನು? ನೀನು ಅಧ್ಯಯನ ಮಾಡಲು ಬಯಸದಿದ್ದರೆ ಮನೆಯಲ್ಲಿ ಕುಳಿತಿರು. ಈ ರೀತಿ ಸಮಯ ಮತ್ತು ಹಣವನ್ನು ವ್ಯರ್ಥ ಮಾಡುವುದರಿಂದ ಏನು ಪ್ರಯೋಜನ?"

ದೇಶಭಕ್ತಿಯಿಂದ ತುಂಬಿದ ಭಗತ್ ಸಿಂಗ್, "ಅಧ್ಯಯನಕ್ಕೆ ಯಾವಾಗಲೂ ಸಮಯವಿದೆ. ಆದಾಗ್ಯೂ, ದೇಶದ ಬಗ್ಗೆಯೂ ಒಬ್ಬರು ಸ್ವಲ್ಪ ಕರ್ತವ್ಯವನ್ನು ಹೊಂದಿರುತ್ತಾರೆ "ಎಂದು ಹೇಳಿದರು.

"ನಾನು ನಿಮ್ಮ ಉಪನ್ಯಾಸವನ್ನು ಕೇಳಲು ಬಯಸುವುದಿಲ್ಲ. ಒಂದೋ ಸರಿಯಾಗಿ ಅಧ್ಯಯನ ಮಾಡು ಅಥವಾ ಬಿಟ್ಟುಬಿಡು. ಅಂತಹ ವಿಷಯಗಳನ್ನು ನಾನು ಸಹಿಸಿಕೊಳ್ಳಲು ಸಾಧ್ಯವಿಲ್ಲ."

ಯಾವುದೇ ಉತ್ತರವಿಲ್ಲದೆ ಭಗತ್ ಸಿಂಗ್ ತಮ್ಮ ಅಧ್ಯಯನಕ್ಕೆ ತಮ್ಮನ್ನು ಸಮರ್ಪಿಸಿಕೊಂಡರು. ಸಾಂದರ್ಭಿಕವಾಗಿ ಅವರು ತನ್ನ ತಂದೆಯೊಂದಿಗೆ ವಾದಕ್ಕಿಳಿದರು. ಆದ್ದರಿಂದ ಭಗತ್ ಸಿಂಗ್ ಅವರನ್ನು ಮತ್ತೆ ಟ್ರ್ಯಾಕ್ ಗೆ ತರುವ ಸಲುವಾಗಿ ಮತ್ತು ಅವರ ಅಜ್ಜಿಯ ಒತ್ತಡದಲ್ಲಿ, ಅವರ ತಂದೆ ಭಗತ್ ಸಿಂಗ್ ಅವರನ್ನು ಮದುವೆಮಾಡಲು ನಿರ್ಧರಿಸಿದರು. ಜಾಟ್ಸ್ ಗಳ ನಡುವೆ ಒಂದು ಮಾತಿದೆ, ಹುಡುಗನು ದಾರಿ ತಪ್ಪಿದರೆ, ಮದುವೆಯಲ್ಲಿ ಅವನ ಕೈ ಮತ್ತು

ಕಾಲುಗಳನ್ನು ಬಂಧಿಸಬೇಕು. ಆದ್ದರಿಂದ, ಮನ್ವಾಲಾ ಗ್ರಾಮದ ನಿವಾಸಿ ಸರ್ದಾರ್ ತೇಜಾ ಸಿಂಗ್ ಅವರ ಸಹೋದರಿಯೊಂದಿಗೆ ಭಗತ್ ಸಿಂಗ್ ಅವರ ನಿಶ್ಚಿತಾರ್ಥವನ್ನು ನಿಗದಿಪಡಿಸಲಾಯಿತು. ಭಗತ್ ಸಿಂಗ್ ಅವರ ನಿಶ್ಚಿತಾರ್ಥದ ಬಗ್ಗೆ ತಿಳಿದಾಗ, ಅವರು ತಮ್ಮ ತಂದೆಗೆ ಪತ್ರವೊಂದನ್ನು ಬರೆದರು. ಇದು ಹೀಗಿದೆ:

"ಗೌರವಾನ್ವಿತ ತಂದೆ,

ಇದು ಮದುವೆಯಾಗಲು ಸಮಯವಲ್ಲ. ನನ್ನ ದೇಶ ನನ್ನನ್ನು ಕರೆಯುತ್ತಿದೆ. ನನ್ನ ಹೃದಯ ಮತ್ತು ಆತ್ಮದಿಂದ ದೇಶಕ್ಕೆ ಸೇವೆ ಸಲ್ಲಿಸುವ ಪ್ರತಿಜ್ಞೆಯನ್ನು ನಾನು ತೆಗೆದುಕೊಂಡಿದ್ದೇನೆ. ಇದಲ್ಲದೆ, ಇದು ನಮಗೆ ಹೊಸ ವಿಷಯವಲ್ಲ. ನಮ್ಮ ಇಡೀ ಕುಟುಂಬವು ದೇಶಭಕ್ತಿಯ ಭಾವನೆಗಳಿಂದ ತುಂಬಿದೆ. ಅಂಕಲ್ ಸ್ವರ್ಣ ಸಿಂಗ್ ಅವರು ನಾನು ಜನಿಸಿದ ಎರಡು ಅಥವಾ ಮೂರು ವರ್ಷಗಳ ನಂತರ 1910ರಲ್ಲಿ ಜೈಲಿನಲ್ಲಿರುವ ತಮ್ಮ ಸ್ವರ್ಗೀಯ ವಾಸಸ್ಥಾನಕ್ಕೆ ತೆರಳಿದರು. ಅಂಕಲ್ ಅಜಿತ್ ಸಿಂಗ್ ಅವರು ವಿದೇಶಗಳಲ್ಲಿ ದೇಶಭ್ರಷ್ಟರ ಜೀವನವನ್ನು ನಡೆಸುತ್ತಿದ್ದಾರೆ. ನೀವು ಜೈಲುಗಳಲ್ಲಿ ಭಾರಿ ಅಸ್ವಸ್ಥತೆಯನ್ನು ಅನುಭವಿಸಿದ್ದೀರಿ. ನಾನು ನಿಮ್ಮ ಹೆಜ್ಜೆಗುರುತುಗಳನ್ನು ಮಾತ್ರ ಅನುಸರಿಸುತ್ತಿದ್ದೇನೆ ಮತ್ತು ಇದನ್ನು ಮಾಡಲು ಧೈರ್ಯವನ್ನು ತೋರಿಸುತ್ತಿದ್ದೇನೆ. ದಯವಿಟ್ಟು ನನ್ನನ್ನು ಬಂಧನಗಳಲ್ಲಿ ಕಟ್ಟಬೇಡಿ. ಬದಲಿಗೆ ನನ್ನ ಧ್ಯೇಯದಲ್ಲಿ ಯಶಸ್ವಿಯಾಗಲು ನನ್ನನ್ನು ಆಶೀರ್ವದಿಸಿ."

ಭಗತ್ ಸಿಂಗ್ ಅವರ ಈ ಪತ್ರವು ಇಡೀ ಕುಟುಂಬವನ್ನು ಚಂಡಮಾರುತಕ್ಕೆ ತಳ್ಳಿತು. ಒಂದು ಕಡೆ ಕುಟುಂಬದ ಹಿರಿಯ ಸದಸ್ಯರಾಗಿದ್ದ ಅವರ ಅಜ್ಜಿ ತನ್ನ ಮೊಮ್ಮಗನನ್ನು ಹೇಗಾದರೂ ಮದುವೆಯಾಗಬೇಕೆಂದು ಬಯಸಿದ್ದರು. ಆದರೆ ಮೊಮ್ಮಗನಿಗೆ ಸಂಪೂರ್ಣವಾಗಿ ವಿಭಿನ್ನವಾದ ಆಲೋಚನೆಗಳು ಇದ್ದವು. ಅಜ್ಜಿ ಮತ್ತು ಮೊಮ್ಮಗನ ಈ ಸಂಘರ್ಷದ ಆಲೋಚನೆಗಳು ಸರ್ದಾರ್ ಕಿಶನ್ ಸಿಂಗ್ ಅವರನ್ನು ವಿಪರೀತ ಗೊಂದಲದ ಪರಿಸ್ಥಿತಿಗೆ ತಳ್ಳಿತು. ಅಂತಿಮವಾಗಿ ಸಾಕಷ್ಟು ಚಿಂತನೆಯ ನಂತರ, ಅವರು ತಮ್ಮ ಮಗನಿಗೆ ಹೀಗೆ ಬರೆದರು:

"ಆತ್ಮೀಯ ಭಗತ್ ಸಿಂಗ್,

ನಿನ್ನ ಮದುವೆಯನ್ನು ನಾವು ನಿಗದಿಪಡಿಸಿದ್ದೇವೆ. ನಾವು ಹುಡುಗಿಯನ್ನು ನೋಡಿದ್ದೇವೆ ಮತ್ತು ನಾವು ಅವಳ ಕುಟುಂಬವನ್ನು ಇಷ್ಟಪಡುತ್ತೇವೆ. ನೀನು ಮತ್ತು ನಾನು ಹಳೆಯ ದಾದಿಮಾ ಅವರ ಭಾವನೆಗಳನ್ನು *ಗೌರವಿಸಬೇಕು*. ಆದ್ದರಿಂದ ಈ ಮದುವೆಗೆ ಯಾವುದೇ ರೀತಿಯ ಅಡೆತಡೆಗಳನ್ನು ಸೃಷ್ಟಿಸದಂತೆ ಮತ್ತು ಸಂತೋಷದಿಂದ ಅದಕ್ಕೆ ಸಿದ್ಧರಾಗುವಂತೆ ನಾನು ನಿಮಗೆ ಆದೇಶಿಸುತ್ತೇನೆ."

ಈ ಪತ್ರವು ಭಗತ್ ಸಿಂಗ್ ಅವರನ್ನು ನಿರಾಶೆಗೊಳಿಸಿತು. ಅವರು ಇಡೀ ಸಮಸ್ಯೆಯ ಬಗ್ಗೆ ಗಂಭೀರವಾಗಿ ಯೋಚಿಸಿದರು ಮತ್ತು ನಂತರ ಕಾಲೇಜನ್ನು ತೊರೆಯಲು ನಿರ್ಧರಿಸಿದರು. ಅವರು ತಮ್ಮ ತಂದೆಗೆ ಹೀಗೆ ಬರೆದರು:

"ಗೌರವಾನ್ವಿತ ತಂದೆ,

ನಿಮ್ಮ ಪತ್ರವನ್ನು ಓದಿ ನನಗೆ ಆಶ್ಚರ್ಯವಾಯಿತು. ನಿಮ್ಮಂತಹ ದೇಶಭಕ್ತಿ ಮತ್ತು ಧೈರ್ಯಶಾಲಿ ವ್ಯಕ್ತಿಯು ಸರಳ ಸಮಸ್ಯೆಗಳಿಂದ ನಿರುತ್ಸಾಹಗೊಂಡರೆ, ಸಾಮಾನ್ಯ ಮನುಷ್ಯನಿಗೆ ಏನಾಗುತ್ತದೆ? ನೀವು ಅಜ್ಜಿಯ ಬಗ್ಗೆ ಚಿಂತಿತರಾಗಿದ್ದೀರಿ. ಲಕ್ಷಾಂತರ ಜನರ ತಾಯಿಯ ನೋವು ಮತ್ತು ಸಂಕಟಗಳ ಬಗ್ಗೆ ನೀವು ಎಂದಾದರೂ ಯೋಚಿಸಿದ್ದೀರಾ- *ಭಾರತ ಮಾತೆ*? ಆಕೆಯ ಕಷ್ಟಗಳನ್ನು ನಿವಾರಿಸಲು ನಾವು ಎಲ್ಲವನ್ನೂ ಒಪ್ಪಿಕೊಳ್ಳಬೇಕಾಗುತ್ತದೆ. ನಾನು ಇಲ್ಲಿಯೇ ಉಳಿದುಕೊಂಡರೆ, ನನ್ನನ್ನು ಮದುವೆಗೆ ಒತ್ತಾಯಿಸುವಿರಿ ಎಂದು ನನಗೆ ತಿಳಿದಿದೆ. ಆದ್ದರಿಂದ, ನಾನು ಬೇರೆ ಸ್ಥಳಕ್ಕೆ ಹೋಗುತ್ತಿದ್ದೇನೆ."

ಈ ಪತ್ರವ್ಯವಹಾರಕ್ಕೆ ಮುಂಚಿತವಾಗಿ, ಭಗತ್ ಸಿಂಗ್ ಮನೆಯಲ್ಲಿದ್ದಾಗ ವಧುವಿನ ಕಡೆಯಿಂದ ಜನರು ಅವರನ್ನು ನೋಡಲು ಬಂದಿದ್ದರು.

ಅತಿಥಿಗಳೊಂದಿಗೆ ಅವರ ನಡವಳಿಕೆಯು ಸಿಹಿಯಾಗಿತ್ತು ಮತ್ತು ಯೋಗ್ಯವಾಗಿತ್ತು. ಅವರನ್ನು ನೋಡಲು ಅವರು ಲಾಹೋರ್ ಗೆ ಹೋಗಿದ್ದರು. ಹಿಂದಿರುಗಿದ ನಂತರ, ತಾನು ಮದುವೆಯಾಗುವುದಿಲ್ಲ ಎಂದು ತನ್ನ ತಂದೆಗೆ ಸ್ಪಷ್ಟವಾಗಿ ಹೇಳಿದ್ದರು.

"ಆದರೆ ಏಕೆ?" ಎಂದು ತಂದೆ ಕೇಳಿದರು.

ಭಗತ್ ಸಿಂಗ್, "ನಾನು ನನ್ನನ್ನು ಬೆಂಬಲಿಸಲು ಪ್ರಾರಂಭಿಸುವವರೆಗೆ ಮದುವೆ ಅಪೇಕ್ಷಣೀಯವಲ್ಲ" ಎಂದು ಹೇಳಿದರು.

ತಂದೆ ಕಿಶನ್ ಸಿಂಗ್ ಕೋಪಗೊಂಡರು: "ನಿಮಗೆ ಹೆಚ್ಚು ತಿಳಿದಿದೆ ಎಂದು ತೋರಿಸಲು ನೀನು ಪ್ರಯತ್ನಿಸುತ್ತಿದ್ದೀಯ. ಮದುವೆಯಾಗು, ಮತ್ತು ನಿಮ್ಮ ಕಾಲುಗಳ ಮೇಲೆ ಇರಲು ಪ್ರಯತ್ನಿಸಿ, ನಾನು ಇದಕ್ಕೆ ಇಲ್ಲ ಎಂದು ಹೇಳುತ್ತಿಲ್ಲ. ಮದುವೆಯ ನಂತರ ನೀನು ಕೆಲವು ಪ್ರಮುಖ ತೊಂದರೆಗಳನ್ನು ಎದರಿಸುತ್ತೀಯಾ, ಹೇಳು?" ಯಾವುದೇ ದಾರಿ ಕಾಣದ ಭಗತ್ ಸಿಂಗ್, "ನಾನು ಪ್ರಸ್ತುತ ಮದುವೆಗೆ ತುಂಬಾ ಚಿಕ್ಕವನಾಗಿದ್ದೇನೆ" ಎಂದು ಹೇಳಿದರು.

"ಇತರ ಸಮಸ್ಯೆಗಳಿಗೆ, ನೀನು ವಯಸ್ಸಾದ ವ್ಯಕ್ತಿಯಂತೆ ಮಾತನಾಡುತ್ತೀಯ. ಮದುವೆಗೆ ಮಾತ್ರ ನಿಮ್ಮ ವಯಸ್ಸು ಮೃದುವಾಗಿರುತ್ತದೆ. ಮುಂದುವರಿಯಿರಿ, ಮದುವೆಯಾಗು. ನಿನಗೆ ಬೇಕೆಂದು ನೀನು ಭಾವಿಸಿದಾಗ ಮಾತ್ರ ನಿನ್ನ ಹೆಂಡತಿ ಮನೆಗೆ ಕರೆ ಮಾಡು".

ಮತ್ತೊಮ್ಮೆ ಬಿಕ್ಕಟ್ಟನ್ನು ಎದುರಿಸಿದ ಭಗತ್ ಸಿಂಗ್, "ನಾನು ಮದುವೆಯಾದರೆ, ನಾನು ವಿದ್ಯಾವಂತ ಹುಡುಗಿಯನ್ನು ಮದುವೆಯಾಗುತ್ತೇನೆ" ಎಂದು ಹೇಳಿದರು. ತನ್ನ ಮದುವೆಯನ್ನು ಏರ್ಪಡಿಸಿದ ಹುಡುಗಿ ವಿದ್ಯಾವಂತ ಹುಡುಗಿಯಲ್ಲ ಎಂದು ಅವರಿಗೆ ತಿಳಿದಿತ್ತು. ಆದರೆ ಆಗಲೂ ಅವರು ತಮ್ಮ ಕುಟುಂಬದ ಸದಸ್ಯರ ನಿರ್ಧಾರವನ್ನು ಬದಲಾಯಿಸುವಲ್ಲಿ ಯಶಸ್ವಿಯಾಗಲಿಲ್ಲ. ಕೊನೆಗೆ, ಅಸಹಾಯಕರಾಗಿದ್ದ ಅವರು ಕಾಲೇಜಿನಿಂದ ಓಡಿಹೋಗಬೇಕಾಯಿತು. ಬಿ .ಎ. ಅಧ್ಯಯನ ಅಪೂರ್ಣಗೊಂಡಿತು.

ಭಗತ್ ಸಿಂಗ್ ಮೇಲೆ ಪ್ರಭಾವ

ಭಗತ್ ಸಿಂಗ್ ಅವರ ಕುಟುಂಬವು ರಾಷ್ಟ್ರೀಯವಾದಿ ಮತ್ತು ದೇಶದ ಸ್ವಾತಂತ್ರ್ಯವನ್ನು ಪ್ರೀತಿಸುತ್ತಿತ್ತು ಎಂದು ಈ ಹಿಂದೆ ಬರೆಯಲಾಗಿದೆ. ಒಬ್ಬ ಮನುಷ್ಯನ ಸ್ವಂತ ಕುಟುಂಬವೇ ಅವನ ಮೊದಲ ಶಾಲೆ. ಭಗತ್ ಸಿಂಗ್ ಅವರ ಪಾತ್ರದ ರಚನೆಯಲ್ಲಿ ಮೊದಲ ಪ್ರಭಾವವು ಅವರ ಕುಟುಂಬದದ್ದಾಗಿತ್ತು. ಅವರ ಕುಟುಂಬದಲ್ಲಿ ಅವರ ಚಿಕ್ಕಪ್ಪ ಸರ್ದಾರ್ ಅಜಿತ್ ಸಿಂಗ್, ಅವರ ಮೇಲೆ ಹೆಚ್ಚು ಪ್ರಭಾವ ಬೀರಿದರು. ಅವರ ಚಿಕ್ಕಪ್ಪ ಸರ್ದಾರ್ ಅಜಿತ್ ಸಿಂಗ್ ನಂತರ, ಮುಂದಿನ ಪ್ರಮುಖ ಪ್ರಭಾವವು ಹುತಾತ್ಮ ಕರ್ತಾರ್ ಸಿಂಗ್ ಸರಭಾ ಅವರದ್ದಾಗಿತ್ತು. 1914-15ರಲ್ಲಿ ಕೆನಡಾ ಮತ್ತು ಯುಎಸ್ಎ ಇಂದ ಮರಳಿದ ಪಂಜಾಬ್ ರೈತರು *ಗದರ್* (ದಂಗೆ) ಎಂಬ ಚಳವಳಿಯನ್ನು ಪ್ರಾರಂಭಿಸಿದರು. ಈ ಆಂದೋಲನದ ಸಮಯದಲ್ಲಿ ಅವರು ಕರ್ತಾರ್ ಸಿಂಗ್ ಸರಭಾ, ರಾಸ್ ಬಿಹಾರಿ ಬೋಸ್ ಮುಂತಾದ ನಾಯಕರೊಂದಿಗೆ ಸಂಪರ್ಕಕ್ಕೆ ಬಂದರು. ಅವರು ಚಂದಾದಾರಿಕೆಯನ್ನು ಸಂಗ್ರಹಿಸಲು ಅಥವಾ ಸರ್ದಾರ್ ಕಿಶನ್ ಸಿಂಗ್ ಅವರೊಂದಿಗೆ ಕೆಲವು ಸಮಸ್ಯೆಗಳನ್ನು ಚರ್ಚಿಸಲು ಬಂಗಾಗೆ ಬರುತ್ತಿದ್ದರು. 1915ರಲ್ಲಿ ಲಾಹೋರ್ ಪಿತೂರಿ ಪ್ರಕರಣಕ್ಕೆ ಸಂಬಂಧಿಸಿದಂತೆ ಕರ್ತಾರ್ ಸಿಂಗ್ ಸರಭಾರನ್ನು ಬಂಧಿಸಲಾಯಿತು. ನ್ಯಾಯಾಲಯವು ಅವನ ಬಗ್ಗೆ ಗಮನಿಸಿ, "ನಿಸ್ಸಂದೇಹವಾಗಿ, ಅವನು ಯುವಕ. ಆದರೆ ಅವನು ಖಂಡಿತವಾಗಿಯೂ ದಂಗೆಕೋರರಲ್ಲಿ ಅತ್ಯಂತ ಅಪಾಯಕಾರಿ. ಅವನು ಯಾವುದೇ ಕರುಣೆಗೆ ಅರ್ಹನಲ್ಲ ಮತ್ತು ಆದ್ದರಿಂದ ಅವನಿಗೆ ಯಾವುದೇ ಕರುಣೆಯನ್ನು ತೋರಿಸಬಾರದು." 1916ರಲ್ಲಿ ತನ್ನ 20ನೇ ವಯಸ್ಸಿನಲ್ಲಿ ನೇಣು ಬಿಗಿಯುವ ಮೂಲಕ ಸರಭಾರಿಗೆ ಮರಣದಂಡನೆ ವಿಧಿಸಲಾಯಿತು. ಮುಗುಳ್ನಕ್ಕು, ನೇಣಿನ ನೋಸ್ ಗೆ ಮುತ್ತಿಟ್ಟರು ಮತ್ತು ತಮ್ಮನ್ನು ತ್ಯಾಗ ಮಾಡಿದರು. ಭಗತ್ ಸಿಂಗ್ ಆ ಸಮಯದಲ್ಲಿ ಮಗುವಾಗಿದ್ದರೂ, ಅವರು ಬಾಧಿತರಾಗಿ ಉಳಿಯಲು ಸಾಧ್ಯವಾಗಲಿಲ್ಲ. ಒಂಬತ್ತು ವರ್ಷದ (ಮಗು) ಭಗತ್ ಸಿಂಗ್ ಈ ಧೈರ್ಯಶಾಲಿ ತ್ಯಾಗದಿಂದ ತೀವ್ರವಾಗಿ ಪ್ರಭಾವಿತರಾಗಿದ್ದರು. ಭಗತ್ ಸಿಂಗ್ ಅವರನ್ನು ಬಂಧಿಸಿದಾಗ, ಅವರು ಯಾವಾಗಲೂ ಅವರೊಂದಿಗೆ ಇಟ್ಟುಕೊಂಡಿದ್ದ ಸರಭಾದ ಫೋಟೋವು ಅವರ ವ್ಯಕ್ತಿಯ ಮೇಲೆ ಕಂಡುಬಂದಿದೆ ಎಂಬ ಅಂಶದಿಂದ ಇದನ್ನು ಅನುಕೂಲಕರವಾಗಿ ನಿರ್ಣಯಿಸಬಹುದು. ಮನೆಯಲ್ಲಿ, ಸಾಂದರ್ಭಿಕವಾಗಿ ಅವರು ತಮ್ಮ ತಾಯಿಗೆ ಸರಭಾ ಅವರ ಫೋಟೋವನ್ನು ತೋರಿಸಿದರು ಮತ್ತು "ಪ್ರೀತಿಯ ಮಾ! ಇದು ನನ್ನ ಮಾರ್ಗದರ್ಶಿ *(ಗುರು)*, ನನ್ನ ಸಹೋದರ ಮತ್ತು ನನ್ನ ಸಹವರ್ತಿ." ಮನೆಯಲ್ಲಿ ಕೆಲಸ ಮಾಡುವಾಗ ಅಥವಾ ಸುತ್ತಾಡುತ್ತಿರುವಾಗ, ಅವರು ಆಗಾಗ್ಗೆ ಸರಭಾರವರ ಪ್ರೀತಿಪಾತ್ರ ಕ್ವಾರ್ಟೆಟ್ ಅನ್ನು ತಿರುಚುತ್ತಿದ್ದರು:

"ಸೇವಾ ದೇಶ್ ಡಿ ಜಿದಾರಿಯೆ ಬಡಿ ಅಂಕಿ

ಗಲ್ಲನ್ ಕಾರ್ನಿಯಾನ್ ಢೇರ್ ಸುಖಾಲಿಯನ್ ನೆ

ಜಿನನ್ ದೇಶ್ ಸೇವಾ ವಿಚ್ ಜೋಡಿ ಪೈಯಾ

ಉನನ್ ಲಖ್ ಮುಸಿಬತನ್ ಝೆಲಿಯಾ ನಾ"

(ಓ ನನ್ನ ವಿನಮ್ರ ಆತ್ಮವೇ. ದೇಶದ ಸೇವೆಯ ಬಗ್ಗೆ ಮಾತನಾಡುವುದು ನಿಸ್ಸಂದೇಹವಾಗಿ ತುಂಬಾ ಅನುಕೂಲಕರವಾಗಿದೆ, ಆದರೆ, ಆಚರಣೆಯಲ್ಲಿ ದೇಶದ ಸೇವೆಯು ತುಂಬಾ ಕಷ್ಟಕರವಾಗಿದೆ. ಈ ಜವಾಬ್ದಾರಿಯನ್ನು ಹೆಗಲ ಮೇಲೆ ಹೊತ್ತುಕೊಳ್ಳಲು ನಿರ್ಧರಿಸುವವರು ತಮ್ಮ ಜೀವನದಲ್ಲಿ ಅಸಂಖ್ಯಾತ ಕಷ್ಟಗಳನ್ನು ಅನುಭವಿಸಬೇಕಾಗುತ್ತದೆ).

ಭಗತ್ ಸಿಂಗ್ ಅವರು ತಮ್ಮ ಬಾಲ್ಯದಲ್ಲಿ ಶ್ರೀ ನಂದ್ ಕಿಶೋರ್ ಮೆಹ್ತಾ, ಲಾಲಾ ಪುಂಡಿ ದಾಸ್, *ಸೂಫಿ* ಅಂಬಾ ಪ್ರಸಾದ್, *ಪಂಜಾಬ್ ಕೇಸರಿ* (ಪಂಜಾಬ್ ನ ಸಿಂಹ) ಲಾಲಾ ಲಜಪತ್ ರಾಯ್ ಮತ್ತು ಇತರ ರಾಜಕೀಯ ನಾಯಕರ ಬಗ್ಗೆ ತಿಳಿದುಕೊಂಡರು. ಅವರೆಲ್ಲರೂ ವಿಭಿನ್ನ ಕ್ರಮಗಳಲ್ಲಿ ಅವರ ಮೇಲೆ ಪ್ರಭಾವ ಬೀರಿದರು.

ವಿದ್ಯಾರ್ಥಿ ಜೀವನ ಮತ್ತು ನಿರ್ವಹಣೆ

ಭಗತ್ ಸಿಂಗ್ ಅವರ ವಿದ್ಯಾರ್ಥಿ ಜೀವನ ಸರಳ ಬಟ್ಟೆಗಳ ಸಂಕೇತವಾಯಿತು. ಅವನ ಬಟ್ಟೆಗಳು ಅಸಹ್ಯ ಮತ್ತು ಬೆಸವಾಗಿದ್ದವು. ಹಳೆಯ ಬಟ್ಟೆಗಳನ್ನು ಧರಿಸುವುದಕ್ಕೆ ಅವರಿಗೆ ಯಾವುದೇ ಆಕ್ಷೇಪವಿರಲಿಲ್ಲ. ಕೆಲವೊಮ್ಮೆ ಅವರು *ಲುಂಗಿಯಲ್ಲಿ* ಕಾಲೇಜಿಗೆ ಬಂದರು (ಅನೌಪಚಾರಿಕ, ಆರಾಮದಾಯಕವಾದ ಪಂಜಾಬ್ ಉಡುಗೆ). ಅವರ ಸ್ನೇಹಿತ ಶಿವ ವರ್ಮಾ ಅವರ ಡ್ರೆಸ್ಸಿಂಗ್ ಹವ್ಯಾಸದ ಬಗ್ಗೆ ಬರೆಯುತ್ತಾರೆ, "ಪುಸ್ತಕವನ್ನು ಕೊಂಡೊಯ್ಯದೆ ನಾನು ಅವರನ್ನು ಕಂಡುಕೊಂಡ ಒಂದು ಸಂದರ್ಭವೂ ನನಗೆ ನೆನಪಿಲ್ಲ. ನಾನು ಅವನನ್ನು ಧರಿಸಿರುವ ಬಟ್ಟೆಗಳಲ್ಲಿ, ಬಹುತೇಕ ರಾಗ್ ಗಳಲ್ಲಿ ನೋಡಿದ್ದೇನೆ. ಆದರೆ ಆಗಲೂ ಅವರು ಪುಸ್ತಕಗಳನ್ನು ತಮ್ಮ ಜೇಬಿನಲ್ಲಿ ಇಟ್ಟುಕೊಂಡಿದ್ದರು."

❐

2

ಕಾಲೇಜಿನ ನಂತರ

ಕಾಲೇಜಿನಿಂದ ಓಡಿಹೋದ ನಂತರ, ಭಗತ್ ಸಿಂಗ್ ಅವರನ್ನು ಪ್ರಸಿದ್ಧ ಕ್ರಾಂತಿಕಾರಿಗಳಿಗೆ ಪರಿಚಯಿಸಲಾಯಿತು. ಸುರೇಶ್ ಚಂದ್ರ ಭಟ್ಟಾಚಾರ್ಯ, ಬಟುಕೇಶ್ವರ ದತ್, ಅಜಯ್ ಘೋಷ್ ಮತ್ತು ವಿಜಯ್ ಕುಮಾರ್ ಸಿನ್ಹಾ. ಅವರೆಲ್ಲರೂ ಬಂಗಾಳಿಗಳಾಗಿದ್ದರು, ಮತ್ತು ಸಿಖ್ ಯುವಕರು ಅವರ ನಡುವೆ ವಾಸಿಸುತ್ತಿದ್ದರು, ಅದು ಸಿಐಡಿಯ ಅನುಮಾನವನ್ನು ಹೆಚ್ಚಿಸಬಹುದಾಗಿತ್ತು. ಆದ್ದರಿಂದ ಶ್ರೀ ಗಣೇಶ್ ಶಂಕರ್ ವಿದ್ಯಾರ್ಥಿ ಅವರಿಗೆ ಪ್ರತಾಪ್ ನಲ್ಲಿ ಕೆಲವು ಕೆಲಸಗಳನ್ನು ಕಂಡುಕೊಂಡರು ಮತ್ತು ಬೇರೆ ಸ್ಥಳದಲ್ಲಿ ವಾಸಿಸಲು ವ್ಯವಸ್ಥೆ ಮಾಡಿದರು. ಪ್ರತಾಪ್ ನಲ್ಲಿ ಕೆಲಸ ಪಡೆಯುವ ಮೊದಲು, ಭಗತ್ ಸಿಂಗ್ ಕೆಲವು ದಿನಗಳವರೆಗೆ ಪತ್ರಿಕೆಗಳನ್ನು ಮಾರಾಟ ಮಾಡುವ ಮೂಲಕ ತಮ್ಮ ಖರ್ಚುಗಳನ್ನು ಪೂರೈಸಿದರು.

ಕಾನ್ಪುರದಲ್ಲಿ ಈ ಅವಧಿಯಲ್ಲಿ, ಅವರು ಬಟುಕೇಶ್ವರ ದತ್ ಅವರಿಂದ ಬಂಗಾಳಿ ಭಾಷೆಯನ್ನು ಕಲಿತರು ಮತ್ತು ಕಾರ್ಲ್ ಮಾರ್ಕ್ಸ್ ಅಧ್ಯಯನ ಮಾಡಿದರು. ನಂತರ ಅವರು 'ಹಿಂದೂಸ್ತಾನ್ ರಿಪಬ್ಲಿಕನ್ ಅಸೋಸಿಯೇಷನ್' ಗೆ ಸೇರಿದರು. ಸಶಸ್ತ್ರ ಕ್ರಾಂತಿಯ ಮೂಲಕ ದೇಶದಲ್ಲಿ ಪ್ರಜಾಪ್ರಭುತ್ವವನ್ನು ಸ್ಥಾಪಿಸುವುದು ಈ ಸಂಘದ ಉದ್ದೇಶವಾಗಿತ್ತು. ಭಗತ್ ಸಿಂಗ್ ಅವರು ಉತ್ತರ ಪ್ರದೇಶ ಮತ್ತು ಪಂಜಾಬ್ ನಲ್ಲಿ ಕ್ರಾಂತಿಕಾರಿ ವಿಚಾರಗಳ ಯುವಕರೊಂದಿಗೆ ತಮ್ಮ ಸಂಪರ್ಕವನ್ನು ಬೆಳೆಸಿಕೊಂಡರು ಮತ್ತು 'ಹಿಂದೂಸ್ತಾನ್ ರಿಪಬ್ಲಿಕನ್ ಅಸೋಸಿಯೇಷನ್' ಗೆ ಸೇರಲು ಅವರನ್ನು ಉತ್ತೇಜಿಸಿದರು. ಈಗ ಅವರು ಸಂಪೂರ್ಣವಾಗಿ ಈ ಪಕ್ಷದ ವ್ಯಕ್ತಿಯಾಗಿದ್ದರು, ಮತ್ತು ಪಕ್ಷದ ಕೆಲಸವು ಅವರ ಏಕೈಕ ಕೆಲಸವಾಗಿತ್ತು. ಪಕ್ಷವು ಸಶಸ್ತ್ರ ಕ್ರಾಂತಿಗೆ ಸಿದ್ಧವಾಗಿತ್ತು, ಆದರೆ ಅದು ದೊಡ್ಡ ಸಮಸ್ಯೆಯನ್ನು ಎದುರಿಸಿತು. ಅವರ ಬಳಿ ಹಣವಿರಲಿಲ್ಲ. ಅವರು ಕಳ್ಳತನವನ್ನು ಎಸಗಿದರು. ಕಳ್ಳತನದ ಬಗ್ಗೆ ಮುಖ್ಯ ವಿಷಯವೆಂದರೆ ಅದು ಒಬ್ಬ ವ್ಯಕ್ತಿಯ ಮನೆಯಲ್ಲಿ ಬದ್ಧವಾಗಿರಬೇಕು. ಸರ್ಕಾರದ ಖಜಾನೆಯನ್ನು ಲೂಟಿ ಮಾಡಲು ಪಕ್ಷಕ್ಕೆ ಸಾಕಷ್ಟು ಮಾರ್ಗಗಳಿಲ್ಲ. ಒಬ್ಬ ವ್ಯಕ್ತಿಯ ಮನೆಯಲ್ಲಿನ ಕಳ್ಳತನವು ಸಾರ್ವಜನಿಕರ ಸಹಾನುಭೂತಿಯ ನಷ್ಟವನ್ನು ಒಳಗೊಂಡಿರುತ್ತದೆ ಎಂಬ ತಾರ್ಕಿಕತೆಯೊಂದಿಗೆ ಅವರು ಈ ಕಲ್ಪನೆಯನ್ನು ಮುಂದೂಡಬೇಕಾಯಿತು.

ಕ್ರಾಂತಿಯ ಪ್ರಚಾರವು ನಿಯಮಿತವಾಗಿ ಮುಂದುವರೆಯಿತು. ಒಮ್ಮೆ, ದಸರಾ ಜಾತ್ರೆಯ ಸಂದರ್ಭದಲ್ಲಿ,

ಕ್ರಾಂತಿಕಾರಿ ಸಾಹಿತ್ಯವನ್ನು *ಪ್ರತಾಪ್ ಪ್ರೆಸ್* ನಲ್ಲಿ ಜಾಹೀರಾತಿನ ರೂಪದಲ್ಲಿ ಮುದ್ರಿಸಲಾಯಿತು. ಭಗತ್ ಸಿಂಗ್ ತನ್ನ ಐವರು ಸಹಚರರೊಂದಿಗೆ ವಿತರಣೆಗಾಗಿ ಹೊರಟರು. ಅವರು ಪ್ರತಾಪಗಢದಲ್ಲಿ ಜಾತ್ರೆಯನ್ನು ತಲುಪಿದರು. ಸುಂದರವಾದ ಬಟ್ಟೆಗಳನ್ನು ಧರಿಸಿದ್ದ ಜನರು ವಿವಿಧ ರೀತಿಯ ಹಾಡುಗಳನ್ನು ಹಾಡುತ್ತಿದ್ದರು. ಒಂದೇ ಸ್ಥಳದಲ್ಲಿ ದೊಡ್ಡ ಜನಸಂದಣಿ ಇತ್ತು. ಭಗತ್ ಸಿಂಗ್ ಮತ್ತು ಅವರ ಸಹಚರರು "ನನ್ನ ದೇಶವಾಸಿಗಳೇ, ಎದ್ದು ನಿಲ್ಲಿ" ಎಂಬ ಜಾಹೀರಾತನ್ನು ವಿತರಿಸಲು ಪ್ರಾರಂಭಿಸಿದರು. ಸರಳವಾದ ಬಟ್ಟೆಗಳನ್ನು ಧರಿಸಿದ್ದ ಪೊಲೀಸರು ಜನರ ಮಧ್ಯೆ ನಿಂತಿದ್ದರು. ಈ ಜಾಹೀರಾತನ್ನು ನೋಡಿದ ಕೂಡಲೇ, ಅವರು ಭಗತ್ ಸಿಂಗ್ ಅವರ ಸಹಚರರ ಮೇಲೆ ಹಲ್ಲೆ ನಡೆಸಿ, ಇಬ್ಬರನ್ನು ಹಿಡಿದು ಬಂಧಿಸಿದರು. ಇದನ್ನು ನೋಡಿದ ಭಗತ್ ಸಿಂಗ್ ಎಲ್ಲಾ ಪತ್ರಿಕೆಗಳನ್ನು ಎಸೆದು ಜನಸಂದಣಿಯಲ್ಲಿರುವ ಜನರಿಗೆ, "ಇನ್ನೊಂದು ಕಡೆ ಕಾಂಗ್ರೆಸ್ಸಿಗರು ಪೋಸ್ಟರ್ ಗಳನ್ನು ವಿತರಿಸುತ್ತಿದ್ದಾರೆ" ಎಂದು ಹೇಳಿದರು. ಇದನ್ನು ಕೇಳಿದ ಇಬ್ಬರು ಪೊಲೀಸರು ಬಂಧಿತ ಯುವಕರಿಗೆ ಕಾವಲು ನಿಂತರು. ಉಳಿದವರು ಭಗತ್ ಸಿಂಗ್ ಸೂಚಿಸಿದ ದಿಕ್ಕಿನಲ್ಲಿ ಧಾವಿಸಿದರು. ಈ ಪೊಲೀಸರು ಕಣ್ಮರೆಯಾದ ತಕ್ಷಣ, ಭಗತ್ ಸಿಂಗ್ ಮತ್ತು ಅವರ ಸಹಚರರು ಬಂಧಿತ ಇಬ್ಬರು ಸಹಚರರಿಗೆ ಕಾವಲು ಕಾಯುತ್ತಿದ್ದ ಇಬ್ಬರು ಪೊಲೀಸರ ಮೇಲೆ ಹಲ್ಲೆ ನಡೆಸಿದರು. ಅವರು ತಮ್ಮ ಸಹಚರರನ್ನು ಬಿಡುಗಡೆ ಮಾಡಿದರು ಮತ್ತು ತಕ್ಷಣವೇ ಅವರ ಹಿಮ್ಮಡಿಗೆ ಕರೆದೊಯ್ದರು. ಪೊಲೀಸರು ಮತ್ತು ಇತರ ಕೆಲವು ಜನರು ಅವರನ್ನು ಹಿಂಬಾಲಿಸಲು ಪ್ರಯತ್ನಿಸಿದರು. ಆದರೆ ಭಗತ್ ಸಿಂಗ್ ಗಾಳಿಯಲ್ಲಿ ಮೂರು ಸುತ್ತು ಗುಂಡು ಹಾರಿಸಿದರು. ಇದರಿಂದ ಹಿಂಬಾಲಕರು ಭಯಭೀತರಾದರು ಮತ್ತು ಅವರು ಹಿಂತಿರುಗಿದರು.

ಒಮ್ಮೆ ಅವರು ಕಾನ್ಪುರದಲ್ಲಿದ್ದಾಗ, ದೆಹಲಿಯಲ್ಲಿ ಗಲಭೆಗಳು ನಡೆದವು. ನಂತರ ಭಗತ್ ಸಿಂಗ್ ಅವರನ್ನು ಪ್ರತಾಪ್ ಅವರ ವರದಿಗಾರರಾಗಿ ದೆಹಲಿಗೆ ಕಳುಹಿಸಲಾಯಿತು. ಭಗತ್ ಸಿಂಗ್ ಈ ಕೆಲಸವನ್ನು ದಕ್ಷತೆ ಮತ್ತು ಸಮಗ್ರತೆಯಿಂದ ನಿರ್ವಹಿಸಿದರು. ಹ್ಯಾಂಡ್-ಬಿಲ್ ವಿತರಣೆಯ ಮೇಲೆ ತಿಳಿಸಿದ ಘಟನೆಯ ನಂತರ, ಕಾನ್ಪುರದಲ್ಲಿ ಅವರ ವಾಸ್ತವ್ಯವು ತೊಂದರೆಗೆ ಒಳಗಾಗಬಹುದಾಗಿತ್ತು. ಇದರ ಪರಿಣಾಮವಾಗಿ, ಕಾನ್ಪುರದಲ್ಲಿ ತಂಗಿದ್ದ ಸುಮಾರು ಎರಡು ತಿಂಗಳ ನಂತರ, ವಿದ್ಯಾರ್ಥಿ ಅವರನ್ನು ಶಾದಿಪುರ ಗ್ರಾಮಕ್ಕೆ, ಅಲಿಘರ್ ಜಿಲ್ಲೆಯ ರಾಷ್ಟ್ರೀಯ ಶಾಲೆಯ ಮುಖ್ಯೋಪಾಧ್ಯಾಯರಾಗಿ ಕಳುಹಿಸಿದರು. ಭಗತ್ ಸಿಂಗ್ ಅವರ ಸಾಮರ್ಥ್ಯದಿಂದ ಪ್ರೇರೇಪಿತರಾದ ಶಾಲೆಯು ಬಹಳ ಕಡಿಮೆ ಸಮಯದಲ್ಲಿ ಉತ್ಕೃಷ್ಟಗೊಳ್ಳಲು ಪ್ರಾರಂಭಿಸಿತು. ವಿದ್ಯಾರ್ಥಿಗಳು ಮತ್ತು ಶಿಕ್ಷಕರು ಅವರ ಸಾಮರ್ಥ್ಯ ಮತ್ತು ಕಠಿಣ ಪರಿಶ್ರಮದಿಂದ ಪ್ರಭಾವಿತರಾದರು. ಈ ವರ್ಷ, ಅಂದರೆ 1924ರಲ್ಲಿ, ಭಾರಿ ಪ್ರವಾಹದ ಸಮಯದಲ್ಲಿ ಕಾನ್ಪುರದಲ್ಲಿ ಪರಿಹಾರ ಕಾರ್ಯಗಳಲ್ಲಿ ಅವರು ಅತ್ಯಂತ ಸಕ್ರಿಯ ಪಾತ್ರ ವಹಿಸಿದರು.

ಇಲ್ಲಿ ಅವರು ಶ್ರೇಷ್ಠ ಕ್ರಾಂತಿಕಾರಿ ಚಂದ್ರಶೇಖರ್ ಆಜಾದ್ ಅವರನ್ನು ಇತರರೊಂದಿಗೆ ಭೇಟಿಯಾದರು. ಈ ಇಬ್ಬರು ವ್ಯಕ್ತಿಗಳ ಸಭೆ ಭಾರತೀಯ ಇತಿಹಾಸದ ಪ್ರಮುಖ ಘಟನೆಯಾಗಿದೆ. ಇಬ್ಬರೂ ಪರಸ್ಪರ ಪ್ರಭಾವಿತರಾಗಿದ್ದರು. ತಮ್ಮ ಕ್ರಾಂತಿಕಾರಿ ಸಂಘಟನೆಯನ್ನು ಬಲಪಡಿಸಲು ಇಬ್ಬರೂ ಪರಸ್ಪರ ಹುಡುಕುತ್ತಿರುವಂತೆ ತೋರುತ್ತಿತ್ತು.

ಗಂಗಾ ಮತ್ತು ಯಮುನಾ ನದಿಗಳ ಪ್ರವಾಹದ ಸಭೆಯಂತೆ, ಅವರು ಭಾರತದ ಕ್ರಾಂತಿಕಾರಿಗಳ ಇತಿಹಾಸದಲ್ಲಿ ಮುನ್ನಡೆದರು. ಚದುರಿದ ಕ್ರಾಂತಿಕಾರಿಗಳನ್ನು ಒಗ್ಗೂಡಿಸುವುದು, ಜನರಲ್ ಡೈಯರ್ ಅವರನ್ನು ನಿರ್ಮೂಲನೆ ಮಾಡುವುದು ಮತ್ತು ಕಾಂಡ್ ನ ಅಪರಾಧಿಗಳನ್ನು ಬಿಡುಗಡೆ ಮಾಡುವ ಬಗ್ಗೆ ಇಬ್ಬರೂ ಮಾತನಾಡಿದರು.

ಕಾನ್ಪುರದಿಂದ ಮನೆಗೆ

ಇಲ್ಲಿ ಭಗತ್ ಸಿಂಗ್ ಅವರು ಭಾರತದ ಸ್ವಾತಂತ್ರ್ಯದ ಇತಿಹಾಸವನ್ನು ರಚಿಸುತ್ತಿದ್ದರು, ಅಲ್ಲಿ ಅವರ ಮನೆಯಲ್ಲಿ ಎಲ್ಲರೂ ಅವರ ಬಗ್ಗೆ ಚಿಂತಿತರಾಗಿದ್ದರು. ಆಘಾತದಿಂದ ಅವರ ಅಜ್ಜಿ ಅನಾರೋಗ್ಯಕ್ಕೆ ಒಳಗಾದರು. ಭಗತ್ ಸಿಂಗ್ ಅವರನ್ನು ನೋಡಲು ಹಾತೊರೆಯುತ್ತಿದ್ದರು. ಅವರು ತನ್ನನ್ನು ಶಪಿಸುತ್ತಿದ್ದರು ಮತ್ತು ಭಗತ್ ಸಿಂಗ್ ಅವರ ಮದುವೆಯನ್ನು ಏಕೆ ಒತ್ತಾಯಿಸಿದೆ ಎಂದು ತನ್ನನ್ನು ತಾನೇ ಕೇಳಿಕೊಳ್ಳುತ್ತಿದ್ದರು, ಅದಕ್ಕಾಗಿ ಅವನು ಮನೆಯಿಂದ ಹೊರಟುಹೋದನು. ಎಲ್ಲರೂ ಅಸಹಾಯಕರಾಗಿದ್ದರು. ಏನು ಮಾಡಬೇಕೆಂದು ಯಾರಿಗೂ ತಿಳಿದಿರಲಿಲ್ಲ.

ಈ ಕಡೆಯಿಂದ ಭಗತ್ ಸಿಂಗ್ ತನ್ನ ಸ್ನೇಹಿತ ರಾಮ್ ಚಂದ್ರನಿಗೆ ಪತ್ರವೊಂದನ್ನು ಬರೆದರು. ಅವರು ತಮ್ಮ ವಿಳಾಸವನ್ನು ಯಾರಿಗೂ ನೀಡಬಾರದು ಎಂಬ ಕಟ್ಟುನಿಟ್ಟಿನ ಸೂಚನೆಯೊಂದಿಗೆ ಪತ್ರದಲ್ಲಿ ತಮ್ಮ ವಿಳಾಸವನ್ನು ನೀಡಿದರು. ಕುಟುಂಬವು ಎದುರಿಸುತ್ತಿರುವ ಸಮಸ್ಯೆಯನ್ನು ರಾಮ್ ಚಂದ್ರನಿಗೆ ತಿಳಿದಿತ್ತು. ಅವರು ಪತ್ರದ ಬಗ್ಗೆ ಜೈ ದೇವ್ ಗುಪ್ತಾ ಅವರಿಗೆ ತಿಳಿಸಿದರು, ಆದರೆ ಅವರು ವಿಳಾಸವನ್ನು ಬಹಿರಂಗಪಡಿಸಲಿಲ್ಲ. ನಿರಂತರ ವಿನಂತಿಯ ಮೇರೆಗೆ, ರಾಮ್ ಚಂದ್ರ ಅವರು ವಿಳಾಸವನ್ನು ಹೇಳಲಿಲ್ಲ, ಆದರೆ ಅವರು (ಜೈ ದೇವ್) ಅವರನ್ನು ಆ ವಿಳಾಸಕ್ಕೆ ಕರೆದೊಯ್ಯಲು ಒಪ್ಪಿಕೊಂಡರು. ತಂದೆ ಸರ್ದಾರ್ ಕಿಶನ್ *ವಂದೇ ಮಾತರಂ* ಕಾಗದದಲ್ಲಿ "ಭಗತ್ ಸಿಂಗ್, ನೀನು ಎಲ್ಲೇ ಇರು, ಮನೆಗೆ ಬನ್ನಿ. ನಿಮ್ಮ ಅಜ್ಜಿ ಗಂಭೀರವಾಗಿ ಅನಾರೋಗ್ಯದಿಂದ ಬಳಲುತ್ತಿದ್ದಾರೆ "ಎಂದು ಹೇಳಿದರು. ಆದರೆ ಭಗತ್ ಸಿಂಗ್ ಹಿಂತಿರುಗಲಿಲ್ಲ. ರಾಮ್ ಚಂದ್ರ ಮತ್ತು ಜೈ ದೇವ್ ಗುಪ್ತಾ ಅವರನ್ನು ಮರಳಿ ಕರೆದುಕೊಂಡು ಹೋಗಲು ಕಾನ್ಪುರಕ್ಕೆ ಬಂದರು. ಪತ್ರದಲ್ಲಿ ಶ್ರೀ ವಿದ್ಯಾರ್ಥಿಜಿಯವರ ವಿಳಾಸವಿತ್ತು. ಇಬ್ಬರೂ ವಿದ್ಯಾರ್ಥಿಜಿಯನ್ನು ಭೇಟಿಯಾದರು. ವಿದ್ಯಾ◌ಾರ್ಥಿ ಅವರನ್ನು ಶಾದೀಪುರಕ್ಕೆ ಹೋಗಲು ನಿರ್ದೇಶಿಸಿದರು. ಭಗತ್ ಸಿಂಗ್ ಅವರು ದೂರದಿಂದ ಬರುತ್ತಿರುವುದನ್ನು ನೋಡಿದರು. ಆದ್ದರಿಂದ ಅವನು ಅಲ್ಲಿಂದ ಜಾರಿಕೊಂಡ. ಇದರ ಪರಿಣಾಮವಾಗಿ ಇಬ್ಬರೂ ನಿರಾಶರಾಗಿ ವಿದ್ಯಾರ್ಥಿಜಿಗೆ ಮರಳಿದರು. ಭಗತ್ ಸಿಂಗ್ ಅವರನ್ನು ಮನೆಗೆ ಕಳುಹಿಸುವುದಾಗಿ ವಿದ್ಯಾರ್ಥಿಜಿ ಅವರಿಗೆ ಭರವಸೆ ನೀಡಿದರು. ನಂತರ ಇಬ್ಬರೂ ಮರಳಿದರು. ಸರ್ದಾರ್ ಕಿಶನ್ ಸಿಂಗ್ ಅವರು ಪ್ರಸಿದ್ಧ ಉರ್ದು ಕವಿ ಮೌಲಾನಾ ಹಸ್ರತ್ ಅಲಿಯವರನ್ನು ಭೇಟಿಯಾದರು. ಮೌಲಾನಾ ಅಲಿಯವರಿಗೆ ವಿದ್ಯಾರ್ಥಿಜಿ ತಿಳಿದಿದ್ದರು. ಭಗತ್ ಸಿಂಗ್ ಅವರು ಮನೆಗೆ ಮರಳಿದರೆ ಅವರ ಕುಟುಂಬದಲ್ಲಿ ಯಾರೂ ಮದುವೆಗೆ ಒತ್ತಾಯಿಸುವುದಿಲ್ಲ ಎಂಬ ಉಲ್ಲೇಖದೊಂದಿಗೆ ಅವರು ವಿದ್ಯಾರ್ಥಿಜಿಗೆ ಪತ್ರವೊಂದನ್ನು ಬರೆದರು. ಇದೇ ರೀತಿಯ ಪತ್ರವನ್ನು ಭಗತ್ ಸಿಂಗ್ ಅವರಿಗೂ ತಿಳಿಸಲಾಯಿತು. ನಂತರ ಅವರು ಮನೆಗೆ ಮರಳಿದರು. ಅವರ ಅಜ್ಜಿ ನಿಜವಾಗಿಯೂ ಅನಾರೋಗ್ಯದಿಂದ ಬಳಲುತ್ತಿದ್ದರು. ಅವರ ಮರಳುವಿಕೆಯೊಂದಿಗೆ, ಸಂತೋಷವು ಅವರ ಇಡೀ ಕುಟುಂಬಕ್ಕೆ ಮರಳಿತು. ಅವರು ತಮ್ಮ

ಅಜ್ಜಿಗೆ ಶ್ರದ್ಧೆಯಿಂದ ಸೇವೆ ಮಾಡಿದರು. ನಿಯಮಿತವಾಗಿ ಔಷಧಿ ಮತ್ತು ಆಹಾರವನ್ನು ನೀಡುವ ಜವಾಬ್ದಾರಿಯನ್ನು ಅವರು ವಹಿಸಿಕೊಂಡರು. ಕೆಲವೇ ದಿನಗಳಲ್ಲಿ ಅವರು ಸಂಪೂರ್ಣವಾಗಿ ಚೇತರಿಸಿಕೊಂಡರು. ಆದರೆ ಭಗತ್ ಸಿಂಗ್ ತನ್ನ ಅಜ್ಜಿಯ ಚೇತರಿಕೆಯ ಹೊರತಾಗಿಯೂ ಕಾನ್ಪುರಕ್ಕೆ ಮರಳಲು ಸಾಧ್ಯವಾಗಲಿಲ್ಲ. ಏಕೆಂದರೆ, ಅವರು ಅಲ್ಲಿಯೇ ಇರಬೇಕೆಂದು ಒತ್ತಾಯಿಸಿದರು. ಕೆಲವೊಮ್ಮೆ ಅವರು ತಮ್ಮ ಅಜ್ಜಿಯೊಂದಿಗೆ ಇದ್ದರು, ಮತ್ತು ಕೆಲವೊಮ್ಮೆ ಅವರು ಲಾಹೋರ್ ಗೆ ಹೋದರು. ಕೆಲವೊಮ್ಮೆ ಅವರು ಹಲವಾರು ದಿನಗಳ ಕಾಲ ಲಾಹೋರ್ ನಲ್ಲಿದ್ದರು. ಭಾರತದ ಸ್ವಾತಂತ್ರ್ಯಕ್ಕಾಗಿ ಉತ್ತರ ಭಾರತದಲ್ಲಿ ಯೋಜನೆಗಳನ್ನು ರೂಪಿಸುತ್ತಿದ್ದ ಕ್ರಾಂತಿಕಾರಿಗಳೊಂದಿಗೆ ಅವರು ಸಂಪರ್ಕದಲ್ಲಿದ್ದರು. ಇದಲ್ಲದೆ, ಅವರು ಪಂಜಾಬ್ ನ ಹಳ್ಳಿಗಳಲ್ಲಿ ಸಂಚರಿಸಲು ಪ್ರಾರಂಭಿಸಿದರು. ಇದು ಅವರ ಸಮಾಜದ ಅನೇಕ ಉರಿಯುತ್ತಿರುವ ಸಮಸ್ಯೆಗಳನ್ನು ಮುಖಾಮುಖಿಯಾಗಿ ಎದುರಿಸಲು ಅವರಿಗೆ ಅವಕಾಶವನ್ನು ಒದಗಿಸಿತು.

ಅಕಾಲಿ ಚಳುವಳಿ ಮತ್ತು ಭಗತ್ ಸಿಂಗ್

ಮದುವೆಗೆ ಸಂಬಂಧಿಸಿದಂತೆ, ಅವರು ಈಗ ಸಂಪೂರ್ಣವಾಗಿ ಸ್ವತಂತ್ರರಾಗಿದ್ದರು. 1925ರಲ್ಲಿ ಒಂದು ಘಟನೆಯು ಅವರ ಜೀವನವನ್ನು ಸಂಪೂರ್ಣವಾಗಿ ಬದಲಾಯಿಸಿತು. ಈ ಘಟನೆಯು ಅಕಾಲಿ ಚಳವಳಿಯ ಆರಂಭವಾಗಿತ್ತು. ಗುರುದ್ವಾರಗಳ ವಾರ್ಷಿಕ ಆದಾಯವು ಕೋಟ್ಯಂತರ ರೂಪಾಯಿಗಳಿಗೆ ಏರಿತು, ಆದರೆ ಈ ಹಣವನ್ನು ಗುರುದ್ವಾರಗಳ ಮಹಾಂತ್ ಗಳು ತಮ್ಮ ವೈಯಕ್ತಿಕ ವೆಚ್ಚಗಳಿಗಾಗಿ ಬಳಸಿಕೊಂಡರು. ಧಾರ್ಮಿಕ ಸ್ಥಳಗಳಲ್ಲಿ ನೀಡಲಾಗುವ ಹಣದ ದುರುಪಯೋಗದ ಬಗ್ಗೆ ಸಮಾಜವು ಕಳವಳ ವ್ಯಕ್ತಪಡಿಸಿತು. ಈ ಹಣವನ್ನು ಸಮಾಜ ಮತ್ತು ದೇಶದ ಹಿತದೃಷ್ಟಿಯಿಂದ ಬಳಸಲು ಅವರು ಬಯಸಿದ್ದರು. ಸಿಖ್ಖರು ಈ ಭ್ರಷ್ಟಾಚಾರದ ವಿರುದ್ಧ ಆಂದೋಲನವನ್ನು ಪ್ರಾರಂಭಿಸಿದರು. ಅವರು ಜಾತಗಳಲ್ಲಿ (ಗುಂಪುಗಳು) ಗುರು ನಾನಕ್ ಮಹಾರಾಜ್ ಅವರ ಜನ್ಮಸ್ಥಳವಾದ *ನಂಕಾನವನ್ನು* ತಲುಪಲು ಪ್ರಾರಂಭಿಸಿದರು. ನಭ ರಾಜ್ಯದ ಆಡಳಿತಗಾರ ಮಹಾರಾಜ ರಿಪುಡಮನ್ ಸಿಂಗ್ ಕೂಡ ಈ ಕಣಕ್ಕೆ ಇಳಿದರು. ಇದು ಸಾಮಾಜಿಕ ಕ್ರಾಂತಿಯಾಗಿತ್ತು ಮತ್ತು ರಾಜಕೀಯದೊಂದಿಗೆ ದೂರಸ್ಥ ಸಂಬಂಧವನ್ನೂ ಹೊಂದಿರಲಿಲ್ಲ. ಆದರೆ ಸರ್ಕಾರವು ಚಿಂತಿತವಾಯಿತು ಮತ್ತು ಕೋಪಗೊಂಡಿತು. ಮಹಾರಾಜ ರಿಪುಡಮಾನ್ ಸಿಂಗ್ ಅವರನ್ನು ಅವರ ಸ್ಥಾನದಿಂದ ತೆಗೆದುಹಾಕಲಾಯಿತು ಮತ್ತು ಡೆಹ್ರಾಡೂನ್ ನಲ್ಲಿ ಗೃಹಬಂಧನದಲ್ಲಿರಿಸಲಾಯಿತು. ಈ ಆಂದೋಲನವು ದಿನದಿಂದ ದಿನಕ್ಕೆ ತೀವ್ರತೆಗೆ ಬೆಳೆಯಿತು. ಸರ್ಕಾರವೂ ಅದನ್ನು ಬಲವಂತವಾಗಿ ಹತ್ತಿಕ್ಕಲು ಮುಂದಾಗಿತ್ತು. ಈಗ ಈ *ಜತ್ತಾಗಳು* (ಗುಂಪು ಗಳು) ನಂಕನಾ ಸಾಹೇಬ್ ನ ಜೈತಾನ್ ಕಡೆಗೆ ಹೋಗುತ್ತಿದ್ದವು. ಈ ಜತ್ತಗಳು (ಗುಂಪು) ಎಲ್ಲಿಂದ ಹಾದುಹೋದರೂ ಅಥವಾ ತಲುಪಿದರೂ ಸಾರ್ವಜನಿಕರು ಈ ಗುಂಪುಗಳನ್ನು ಸ್ವಾಗತಿಸಿದರು.

ಅಂತೆಯೇ, ಒಂದು ಜತ್ತಾ (ಗುಂಪು) ಬಂಗಾ ಗ್ರಾಮದ ಮೂಲಕ ಹಾದುಹೋಗಬೇಕಿತ್ತು. ಸರ್ದಾರ್ ಕಿಶನ್ ಸಿಂಗ್ ಅವರನ್ನು ಸ್ವಾಗತಿಸಲು ಕೇಳಲಾಯಿತು, ಆದರೆ ಆಕಸ್ಮಿಕವಾಗಿ ಆ ದಿನ ಅವರು ತಮ್ಮ ವಿಮಾ ಕೆಲಸಕ್ಕೆ

ಸಂಬಂಧಿಸಿದಂತೆ ಬಾಂಬೆಗೆ ತೆರಳಬೇಕಾಯಿತು. ಆದ್ದರಿಂದ ಅವರು ಭಗತ್ ಸಿಂಗ್ ಅವರಿಗೆ ಈ ಜವಾಬ್ದಾರಿಯನ್ನು ವಹಿಸಿದರು. ಬ್ರಿಟಿಷ್ ಸರ್ಕಾರಕ್ಕೆ ನಿಷ್ಠರಾಗಿರುವ ಸರ್ಕಾರಿ ನೌಕರರು ಮತ್ತು ಸಿಖ್ಖರು ಈ ಚಳವಳಿಯನ್ನು ವಿರೋಧಿಸುತ್ತಿದ್ದರು. ಸರ್ದಾರ್ ಕಿಶನ್ ಸಿಂಗ್ ಅವರ ಸೋದರಸಂಬಂಧಿ ದಿಲ್ ಬಾಗ್ ಸಿಂಗ್ ಆಂಗ್ಲರ ಸೋದರಸಂಬಂಧಿಯಾಗಿದ್ದರು. ಗ್ರಾಮದಲ್ಲಿ ಜತ್ತಾವನ್ನು *ಸ್ವಾಗತಿಸುವುದನ್ನು* ಅವರು ಬಯಸಲಿಲ್ಲ. ಅವರು ಭಗತ್ ಸಿಂಗ್ ಅವರನ್ನು ಬಲವಾಗಿ ವಿರೋಧಿಸಿದರು. ಅಷ್ಟೇ ಅಲ್ಲ, ಹಳ್ಳಿಯ ಬಾವಿಗಳು ಮತ್ತು ಕ್ಯಾನ್ ಗಳಲ್ಲಿನ ಎಲ್ಲಾ ಹಗ್ಗಗಳನ್ನು ನಾಶಮಾಡಿದರು, ಇದರಿಂದಾಗಿ ಜಟ್ಟಾಗಳು ಕುಡಿಯುವ ನೀರನ್ನು ಸಹ ಪಡೆಯಲಿಲ್ಲ. ಹಳ್ಳಿಯ ಹಾಲಿನ ಕೊರತೆಯನ್ನು ಸೃಷ್ಟಿಸಲು ಎಲ್ಲಾ ಜಾನುವಾರುಗಳು ಓಡಿಸಲ್ಪಟ್ಟವು, ಹೀಗಾಗಿ ಹಾಲನ್ನು ಕೂಡ ಜಟ್ಟಾಗಳಿಗೆ ಪೂರೈಸಲಾಗಲಿಲ್ಲ. ದಿಲ್ ಬಾಗ್ ಸಿಂಗ್ ನ ಪುರುಷರು ಪೊಲೀಸರಂತೆ ಎಲ್ಲ ಸ್ಥಳಗಳಲ್ಲಿ ಸ್ಥಾನಗಳನ್ನು ಪಡೆದರು. ಜತ್ತಾ ಗ್ರಾಮವನ್ನು ತಲುಪಿತು. ಭಗತ್ ಸಿಂಗ್ ಅವರು ಐರ್ಲೆಂಡ್ ನ ಇತಿಹಾಸ ಮತ್ತು ಬಂಗಾಳದ ಕ್ರಾಂತಿಕಾರಿಗಳ ಉಲ್ಲೇಖಗಳೊಂದಿಗೆ ಭಾರತದ ಪ್ರಸ್ತುತ ಸ್ಥಿತಿಯ ಬಗ್ಗೆ ಮಾತನಾಡಿದ ಈ ಜಟ್ಟಾಕ್ಕೆ ತಮ್ಮ ಮೊದಲ ರಾಜಕೀಯ ಭಾಷಣವನ್ನು ನೀಡಿದರು. ಜಟ್ಟಾದ ಸ್ವಯಂಸೇವಕರು ಭಗತ್ ಸಿಂಗ್ ಅವರನ್ನು ಶ್ಲಾಘಿಸಿದರು ಮತ್ತು ಮೂಲತಃ ನಿಗದಿಪಡಿಸಿದಂತೆ ಜಟ್ಟಾ ಒಂದು ದಿನದ ಬದಲು ಮೂರು ದಿನಗಳ ಕಾಲ ಉಳಿದುಕೊಂಡರು. ಬ್ರಿಟಿಷರಿಗೆ ನಿಷ್ಠರಾಗಿರುವ ವ್ಯಕ್ತಿಗಳ ಶ್ರೇಣಿಯಲ್ಲಿ ಒಬ್ಬ ವ್ಯಕ್ತಿಯೂ ಸೇರಿಕೊಂಡಿಲ್ಲ. ಆಳವಾದ ಅವಮಾನವನ್ನು ಭರಿಸಲು ದಿಲ್ ಬಾಗ್ ಸಿಂಗ್ ಅವರಿಗೆ ಒಂದೇ ಆಯ್ಕೆಯಿತ್ತು. ಎಲ್ಲವೂ ಶಾಂತಿಯುತವಾಗಿ ನಡೆಯಿತು. ಭಗತ್ ಸಿಂಗ್ ವಿರುದ್ಧ ಸರ್ಕಾರ ಏನೂ ಮಾಡಲು ಸಾಧ್ಯವಾಗಲಿಲ್ಲ. ಆತನ ವಿರುದ್ಧ ಯಾವುದೇ ಪ್ರಕರಣಗಳಿಲ್ಲದಿದ್ದಾಗ, ಪೊಲೀಸರು ಆತನ ವಿರುದ್ಧ ಸುಳ್ಳು ಪ್ರಕರಣವನ್ನು ದಾಖಲಿಸಿದರು ಮತ್ತು ಆತನ ಹೆಸರಿನಲ್ಲಿ ವಾರಂಟ್ ಹೊರಡಿಸಿದರು. ಭಗತ್ ಸಿಂಗ್ ಲಾಹೋರ್ ತಲುಪಿದರು. ಅಲ್ಲಿ ಅವರು ಪ್ರೊ .ಚಂದ್ರ ಅವರನ್ನು ಭೇಟಿಯಾದರು. ಪ್ರೊ. ಚಂದ್ರ ಅವರಿಗೆ ಪರಿಚಯ ಪತ್ರವನ್ನು ನೀಡಿದರು. ಅವರು ದೆಹಲಿಗೆ ತೆರಳಿ *ವೀರ್ ಅರ್ಜುನ್ ಅವರ* ವರದಿಗಾರರಾಗಿ ಕೆಲಸ ಮಾಡಲು ಪ್ರಾರಂಭಿಸಿದರು. ಅವರು ನಕಲಿ ಹೆಸರಿನಲ್ಲಿ (ಬಲ್ವಂತ್ ಸಿಂಗ್) ಈ ಪೇಪರ್ ಗಾಗಿ ಕೆಲಸ ಮಾಡುತ್ತಿದ್ದರು. ಅಕಾಲಿ ಚಳವಳಿಯನ್ನು ಹಿಂತಿರುಗಿಸಿದಾಗ, ಅವರು ಲಾಹೋರ್ ಗೆ ಮರಳಿದರು.

ಇತರ ರಾಜಕೀಯ ಮತ್ತು ಸಾಮಾಜಿಕ ಚಟುವಟಿಕೆಗಳು

ಲಾಹೋರ್ ಗೆ ಮರಳಿದ ನಂತರವೂ ಅವರು ಉತ್ತರ ಪ್ರದೇಶದ ಕ್ರಾಂತಿಕಾರಿಗಳೊಂದಿಗೆ ಸಂಪರ್ಕವನ್ನು ಉಳಿಸಿಕೊಂಡರು. 'ಹಿಂದೂಸ್ತಾನ್ ರಿಪಬ್ಲಿಕನ್ ಅಸೋಸಿಯೇಷನ್' ನ ಸದಸ್ಯರು ಪಕ್ಷಕ್ಕೆ ಹಣ ಸಂಗ್ರಹಿಸುವ ಸಲುವಾಗಿ 1925ರ ಆಗಸ್ಟ್ 1ರಂದು ಹಾರ್ಡೋಯ್ ನಿಂದ ಲಕ್ನೋಗೆ ಹೋಗುವ 8 ಡಿಎನ್ ರೈಲಿನಲ್ಲಿ ದರೋಡೆ ನಡೆಸಿದರು. ಈ ಘಟನೆಯನ್ನು ಭಾರತೀಯ ಇತಿಹಾಸದಲ್ಲಿ ಕಾಕೋರಿ *ಕಂಡ್* ಎಂದು ಕರೆಯಲಾಗುತ್ತದೆ.

ಈ ಪ್ರಕರಣದಲ್ಲಿ ಕೆಲವು ಕ್ರಾಂತಿಕಾರಿಗಳನ್ನು ಬಂಧಿಸಲಾಯಿತು. ಅವರನ್ನು ಜೈಲಿನಿಂದ ಬಿಡುಗಡೆ ಮಾಡಲು ಯೋಜನೆಯನ್ನು ರೂಪಿಸಲಾಯಿತು. ಯೋಜನೆಯಲ್ಲಿ ಭಾಗವಹಿಸಲು ಭಗತ್ ಸಿಂಗ್ 1925ರ ನವೆಂಬರ್ ನಲ್ಲಿ ಕಾನ್ಪುರಕ್ಕೆ ಹೋದರು. ಆದರೆ ರಹಸ್ಯ ಸೋರಿಕೆಯಾದ ಕಾರಣ ಯೋಜನೆಯನ್ನು ಕಾರ್ಯಗತಗೊಳಿಸಲು ಸಾಧ್ಯವಾಗಲಿಲ್ಲ. ಜನವರಿ-ಫೆಬ್ರವರಿ, 1926ರಲ್ಲಿಯೂ ಇದೇ ರೀತಿಯ ಯೋಜನೆಯನ್ನು ರೂಪಿಸಲಾಯಿತು. ಭಗತ್ ಸಿಂಗ್ ಈ ಯೋಜನೆಯಲ್ಲಿ ಭಾಗವಹಿಸಿದರು, ಆದರೆ ಇದೂ ಯಶಸ್ವಿಯಾಗಲಿಲ್ಲ. ಲಾಹೋರ್ ನಲ್ಲಿ ಅವರು ಸೋಹನ್ ಸಿಂಗ್ ಜೋರಾ ಸ್ಥಾಪಿಸಿದ 'ಕೀರ್ತಿ ಕಿಸಾನ್ ಪಾರ್ಟಿ' ಯೊಂದಿಗೆ ಸಂಬಂಧ ಹೊಂದಿದ್ದರು. ಅವರ ಲೇಖನಗಳನ್ನು ಈ ಪಕ್ಷದ *ಕೀರ್ತಿ* ಪತ್ರಿಕೆಯಲ್ಲಿ ಪ್ರಕಟಿಸಲಾಯಿತು.

'ನೌಜವಾನ್ ಭಾರತ್ ಸಭಾ' ಸ್ಥಾಪನೆ

ಲಾಹೋರ್ ನಲ್ಲಿ ಭಗತ್ ಸಿಂಗ್ ಅವರು ತಮ್ಮ ಉದ್ದೇಶಗಳನ್ನು ಸಾಕಾರಗೊಳಿಸಲು ಸಂಸ್ಥೆಯೊಂದರ ಸಂಘಟನೆಯ ಬಗ್ಗೆ ಚರ್ಚಿಸಲು ತಮ್ಮ ಸ್ನೇಹಿತರು ಮತ್ತು ಸಮಾನ ಮನಸ್ಕ ರಾಜಕೀಯ ಕಾರ್ಯಕರ್ತರನ್ನು ಒಟ್ಟುಗೂಡಿಸಿದರು. ವಿವರವಾಗಿ ಚರ್ಚಿಸಿದ ನಂತರ, ಅವರು 1926 ರಲ್ಲಿ 'ನೌಜವಾನ್ ಭಾರತ್ ಸಭಾ' ರಚಿಸಿದರು. ಭಗತ್ ಸಿಂಗ್ ವಾಸ್ತವದಲ್ಲಿ ಅದರ ಸಂಸ್ಥಾಪಕರಾಗಿದ್ದರೂ, ರಾಮ್ ಕೃಷ್ಣ ಬಿ .ಎ. ಅವರನ್ನು ಅದರ ಅಧ್ಯಕ್ಷರನ್ನಾಗಿ ನೇಮಿಸಲಾಯಿತು ಮತ್ತು ಭಗತ್ ಸಿಂಗ್ ಅದರ ಕಾರ್ಯದರ್ಶಿಯಾದರು. ಈ ಸಂಸ್ಥೆಯ ಮುಖ್ಯ ಉದ್ದೇಶಗಳು ಭಾರತೀಯ ಸಂಸ್ಕೃತಿಯ ಹರಡುವಿಕೆ, ಸ್ವದೇಶಿಗೆ ಪ್ರೋತ್ಸಾಹ, ಭಾರತೀಯ ಭಾಷೆಗಳ ಅಭಿವೃದ್ಧಿ, ಸರಳ ಜೀವನಕ್ಕಾಗಿ ಶಿಕ್ಷಣ, ದೈಹಿಕ ಆರೋಗ್ಯ ಜಾಗೃತಿ ಮತ್ತು ಸಮಕಾಲೀನ ಸಾಮಾಜಿಕ ವಿಷಯಗಳ ಕುರಿತು ಚರ್ಚೆಗಳು. 1930ರಲ್ಲಿ ಆಗಿನ ಭಾರತ ಸರ್ಕಾರದ ಗೃಹ ಸಚಿವಾಲಯವು ಈ ಕಾರ್ಯಕ್ರಮಗಳನ್ನು ಶ್ಲಾಘಿಸಿತು. ಈ ಸಂಸ್ಥೆಯು ' ಕೀರ್ತಿ ಕಿಸಾನ್ ಪಾರ್ಟಿ' ಮತ್ತು 'ಹಿಂದೂಸ್ತಾನ್ ರಿಪಬ್ಲಿಕನ್ ಅಸೋಸಿಯೇಷನ್' ಗಳೊಂದಿಗೆ ಸಂಪರ್ಕಕ್ಕೆ ಬಂದಿತು.

ಅದು ಜಾತ್ಯತೀತ ಸಂಸ್ಥೆಯಾಗಿತ್ತು. ಈ ಸಂಸ್ಥೆಯ ಸದಸ್ಯರಾಗುವ ಮೊದಲು, ಪ್ರತಿಯೊಬ್ಬರೂ ತಮ್ಮ ಜಾತಿ ಮತ್ತು ಧರ್ಮಕ್ಕಿಂತ ದೇಶದ ಹಿತಾಸಕ್ತಿಗಳನ್ನು ಉನ್ನತವೆಂದು ಪರಿಗಣಿಸುವುದಾಗಿ ಪ್ರಮಾಣವಚನ ಸ್ವೀಕರಿಸುವಂತೆ ಕರೆ ನೀಡಲಾಯಿತು. ಈ ಸಂಸ್ಥೆಯು ಪಂಜಾಬ್ ನ ವಿವಿಧ ಜಿಲ್ಲೆಗಳಾದ ಲಾಹೋರ್, ಅಮೃತಸರ, ಜಲಂಧರ್, ಲುಧಿಯಾನ, ಮಾಂಟ್ ಗೋಮೆರಿ, ಮೊರಿಂಡಾ, ಮುಲ್ತಾನ್, ಅಟಕ್, ಸರ್ಗೋಧಾ ಮತ್ತು ಸಿಯಾಲ್ ಕೋಟ್ ಗಳಲ್ಲಿ ತನ್ನ ಶಾಖೆಗಳನ್ನು ಹೊಂದಿತ್ತು. ಈ ಸಂಘಟನೆಯ ಪ್ರಮುಖ ಸದಸ್ಯರಲ್ಲಿ ರಾಮ್ ಕಿಶನ್, ಶಾರ್ದೂಲ್ ಸಿಂಗ್, ಕವಿಶ್ವರ್, ಭಗವತಿ ಚರಣ್ ವೋಹ್ರಾ, ಕೇದಾರ್ ನಾಥ್ ಸೆಹಗಲ್, ಮಿರ್ ಅಬ್ದುಲ್ ಮಜೀದ್, ಡಾ. ಸತ್ಯ ಪಾಲ್, ಸೈಫುದ್ದೀನ್ ಕಿಚ್ಲು, ಪಿಂಡಿ ದಾಸ್ ಮತ್ತು ಕವಿ ಲಾಲ್ ಚಂದ್ ಫಲಕ್ ಸೇರಿದ್ದರು. ಅದರ ಉದ್ದೇಶಗಳು ಈ ಕೆಳಗಿನಂತಿವೆ:

(ಎ) ಭಾರತದ ಕಾರ್ಮಿಕರು ಮತ್ತು ರೈತರ ಸಂಪೂರ್ಣ ಸ್ವತಂತ್ರ ಗಣರಾಜ್ಯದ ರಚನೆ.

(ಬಿ) ಭಾರತದ ಏಕೀಕೃತ ಗಣರಾಜ್ಯದ ರಚನೆಗಾಗಿ ಯುವಕರಲ್ಲಿ ದೇಶದ ಮೇಲಿನ ಪ್ರೀತಿಯನ್ನು ಬೆಳೆಸುವುದು.

(ಸಿ) ಕೋಮುವಾದದಿಂದ ಮುಕ್ತವಾದ ಎಲ್ಲಾ ಸಾಮಾಜಿಕ, ಆರ್ಥಿಕ ಮತ್ತು ಕೈಗಾರಿಕಾ ಚಳುವಳಿಗಳಿಗೆ ಸಹಾನುಭೂತಿ ಮತ್ತು ಬೆಂಬಲವನ್ನು ನೀಡುವುದು ಮತ್ತು ಆದರ್ಶ ರೈತರು ಮತ್ತು ಕಾರ್ಮಿಕರ ಚಳುವಳಿಗಳಿಗೆ ಬೆಂಬಲವನ್ನು ನೀಡುವುದು, ಸ್ವತಂತ್ರ ಗಣರಾಜ್ಯದ ಉದ್ದೇಶವನ್ನು ಸಾಕಾರಗೊಳಿಸಲು ಅವರನ್ನು ಹತ್ತಿರಕ್ಕೆ ತರುವುದು.

(ಡಿ) ಕಾರ್ಮಿಕರು ಮತ್ತು ರೈತರನ್ನು ಸಂಘಟಿಸಲು.

ಈ ಸಂಸ್ಥೆಯು ಕಾರ್ಲ್ ಮಾರ್ಕ್ಸ್ ನ ಸಮಾಜವಾದಿ ತತ್ವಗಳನ್ನು ಆಧರಿಸಿದೆ ಎಂಬುದು ಸ್ಪಷ್ಟವಾಗಿದೆ. ಬಹುಶಃ, ಅವರು 1917 ರ ಮಹಾನ್ ರಷ್ಯಾದ ಕ್ರಾಂತಿಯಿಂದ ಇದಕ್ಕೆ ಸ್ಫೂರ್ತಿ ಪಡೆದರು. ಹಿಂದೂಸ್ತಾನ್ ರಿಪಬ್ಲಿಕನ್ ಅಸೋಸಿಯೇಷನ್ನ ಸದಸ್ಯರನ್ನು ಈ ಸಂಸ್ಥೆಯ ಪ್ರತಿಭಾವಂತ ಸದಸ್ಯರಿಂದ ಆಯ್ಕೆ ಮಾಡಲಾಯಿತು. 'ಹಿಂದೂಸ್ತಾನ್ ರಿಪಬ್ಲಿಕನ್ ಅಸೋಸಿಯೇಷನ್' ಅನ್ನು ನಂತರ 'ಹಿಂದೂಸ್ತಾನ್ ಸಮಾಜವಾದಿ ರಿಪಬ್ಲಿಕನ್ ಅಸೋಸಿಯೇಷನ್' ಎಂದು ಕರೆಯಲಾಗುತ್ತಿತ್ತು.

ಲಾಹೋರ್ ವಿದ್ಯಾರ್ಥಿಗಳ ಒಕ್ಕೂಟ

ಭಗತ್ ಸಿಂಗ್ ಅವರು 1928ರಲ್ಲಿ ವಿದ್ಯಾರ್ಥಿ ಸಂಘವನ್ನು ರಚಿಸಿದರು. ಈ ಒಕ್ಕೂಟವು 'ನೌಜವಾನ್ ಭಾರತ್ ಸಭಾ' ದ ವಿದ್ಯಾರ್ಥಿ ಸದಸ್ಯರ ಶಾಖೆಯಾಗಿತ್ತು. ಕ್ರಾಂತಿಕಾರಿ ಸದಸ್ಯರಿಗೆ ನೇಮಕಾತಿ ಕೇಂದ್ರವಾಗಿ ಕಾರ್ಯನಿರ್ವಹಿಸಲು ಇದನ್ನು ರಚಿಸಲಾಯಿತು. 'ಸಭಾ' ದಲ್ಲಿಯೂ ಹೆಚ್ಚಿನ ವಿದ್ಯಾರ್ಥಿಗಳನ್ನು ನೇಮಕ ಮಾಡಿಕೊಳ್ಳಲಾಯಿತು. ಕರ್ತಾರ್ ಸಿಂಗ್ ಸರಭಾ ಅವರನ್ನು ಗಲ್ಲಿಗೇರಿಸಿದ ನೆನಪಿಗಾಗಿ ಮತ್ತು 1925ರ ಆಗಸ್ಟ್ 9ರಂದು ಕಕೋರಿ ಖಂಡದ ಹುತಾತ್ಮರ ನೆನಪಿಗಾಗಿ 'ಸಭಾ' ಹುತಾತ್ಮರ ದಿನವನ್ನು ಆಚರಿಸಿತು. ರಾಮ್ ಪ್ರಸಾದ್ ಬಿಸ್ಮಿಲ್, ಅಶ್ಫಾಕುಲ್ಲಾ ಖಾನ್, ರೋಶನ್ ಸಿಂಗ್ ಲಾಹಿರಿ ಮತ್ತು ಇತರರು. ಭಗತ್ ಸಿಂಗ್ ಅವರು ರಾಮ್ ಪ್ರಸಾದ್ ಬಿಸ್ಮಿಲ್ ಅವರ ಕಲಕುವ ಕಥೆಯನ್ನು ನಿರೂಪಿಸಿದರು. ಅಸ್ಪೃಶ್ಯತೆ, ಜಾತಿಭೇದ ಮತ್ತು ಜನರಲ್ಲಿ ಆಹಾರ ಪದ್ಧತಿಗಳಲ್ಲಿ ವ್ಯತ್ಯಾಸದ ಬಗ್ಗೆ ಸಂಕುಚಿತ ಚಿಂತನೆಯನ್ನು ತೊಡೆದುಹಾಕಲು 'ಸಭಾ' ಹಿಂದೂಗಳು, ಮುಸ್ಲಿಮರು ಮತ್ತು ಕೆಳಜಾತಿ ಜನರ ಜಂಟಿ ಊಟದ ಪಕ್ಷಗಳನ್ನು ಆಯೋಜಿಸಿತು. ಮುಸ್ಲಿಂ ಸದಸ್ಯರಾದ ಫಜಲ್, ಮನ್ಸೂರ್ ಇಲಾಹಿ ಮುಸ್ಲಿಂ ಸಮುದಾಯದ ದುಷ್ಕೃತ್ಯಗಳನ್ನು ಟೀಕಿಸಿ ಅನೇಕ ಲೇಖನಗಳನ್ನು ಬರೆದಿದ್ದಾರೆ. ಪ್ರಾಂಶುಪಾಲ ಛಾಬಿಲ್ ದಾಸ್ ಅವರು ಹಿಂದೂ ಸಮಾಜದಲ್ಲಿನ ಜಾತಿವಾದವನ್ನು ಬಲವಾಗಿ ಟೀಕಿಸಿದರು. ಮುಕ್ತ ಅಧಿವೇಶನಗಳಲ್ಲದೆ, 'ಸಭಾ' ದ ರಹಸ್ಯ ಸಭೆಗಳೂ ನಡೆದವು. 'ಸಭಾ' ದ ರಹಸ್ಯ ಚಟುವಟಿಕೆಗಳು ಮತ್ತು ಕೈಬರಹಗಳ ವಿತರಣೆಯ ಬಗ್ಗೆ ಸರ್ಕಾರವು ಶೀಘ್ರದಲ್ಲೇ ತಿಳಿದುಕೊಂಡಿತು. 1930ರಲ್ಲಿ ಇದನ್ನು ಕಾನೂನುಬಾಹಿರವೆಂದು ಘೋಷಿಸಲಾಯಿತು. ಕಾಕೋರಿ ಖಂಡದ ಇಬ್ಬರು ಕ್ರಾಂತಿಕಾರಿಗಳಾದ ಜೋಗೇಶ್ ಚಂದ್ರ ಚಟರ್ಜಿ ಮತ್ತು ಎಸ್.ಎಲ್. ಸನ್ಯಾಲ್ ಕಾನ್ಪುರ ಜೈಲಿನಲ್ಲಿದ್ದರು.

ಭಗತ್ ಸಿಂಗ್ ಅವರನ್ನು ಜೈಲಿನಿಂದ ಬಿಡುಗಡೆ ಮಾಡಲು ತನ್ನ ಕೈಲಾದಷ್ಟು ಪ್ರಯತ್ನಿಸಿದರೂ ಯಶಸ್ವಿಯಾಗಲಿಲ್ಲ. ಈ ವೈಫಲ್ಯದಿಂದಾಗಿ ಅವರು ದುಃಖಿತರಾಗಿದ್ದರು, ಆದರೆ ಅವರು ಸೋಲನ್ನು ಸ್ವೀಕರಿಸಲಿಲ್ಲ. ಅವರು ಎಂದಿನಂತೆ ಸಕ್ರಿಯರಾಗಿದ್ದರು.

ಬಂಧನ

ಭಗತ್ ಸಿಂಗ್ ಅವರ ಪ್ರತಿಯೊಂದು ಚಟುವಟಿಕೆಯನ್ನು ಸರ್ಕಾರ ಸೂಕ್ಷ್ಮವಾಗಿ ಗಮನಿಸುತ್ತಿತ್ತು. ಆದರೆ ಅವರನ್ನು ಬಂಧಿಸಲು (ಅವರ ವಿರುದ್ಧ) ಯಾವುದೇ ಗಂಭೀರ ಕಾರಣ ಕಂಡುಬಂದಿಲ್ಲ. ಇದು 1927ರಲ್ಲಿ ದಸರಾ ದಿನದಂದು ಆ ಕಾರಣವನ್ನು ಪಡೆಯಿತು. ಭಗತ್ ಸಿಂಗ್ ಆ ಸಮಯದಲ್ಲಿ ಟಿಟ್ಲಿ ಬಾಗ್ ನಿಂದ ಹಿಂದಿರುಗುತ್ತಿದ್ದರು. ಈ ಉದ್ಯಾನದಲ್ಲಿ ಅಸಂಖ್ಯಾತ ಚಿಟ್ಟೆಗಳಿವೆ. ಭಗತ್ ಸಿಂಗ್ ವಿಶೇಷವಾಗಿ ಕೆಂಪು ರೆಕ್ಕೆಗಳನ್ನು ಹೊಂದಿರುವ ಚಿಟ್ಟೆಯನ್ನು ಇಷ್ಟಪಟ್ಟರು. ಈ ಚಿಟ್ಟೆ ನಿಂಬೆ ಮತ್ತು ಕಿತ್ತಳೆ ಮರಗಳ ಸುತ್ತಲೂ ಸುತ್ತುತ್ತದೆ ಮತ್ತು ಅದು ಭಗತ್ ಸಿಂಗ್ ಅವರನ್ನು ಅಮಲೇರಿಸುವಂತೆ ಮಾಡಿತು. ಅವರು ಈ ಉದ್ಯಾನದಿಂದ ಹಿಂದಿರುಗುತ್ತಿದ್ದಾಗ, ಯಾರೋ ದಸರಾ ಜನಸಮೂಹದ ಮೇಲೆ ಬಾಂಬ್ ಎಸೆದರು. ಈ ಘಟನೆಯಲ್ಲಿ ಹನ್ನೆರಡು ಜನರು ಸಾವನ್ನಪ್ಪಿದರು ಮತ್ತು 56 ಮಂದಿ ಗಾಯಗೊಂಡರು. ಭಗತ್ ಸಿಂಗ್ ಅವರು ಗಲಭೆಗೆ ಪ್ರಚೋದನೆ ನೀಡಿದ್ದಾರೆ ಎಂದು ಆರೋಪಿಸಿ ಪೊಲೀಸರು ಅವರನ್ನು ಬಂಧಿಸಿದರು. ಆದರೆ ಕ್ರಾಂತಿಕಾರಿಗಳು ಅಂತಹ ಚಟುವಟಿಕೆಗಳನ್ನು ಸಂಪೂರ್ಣವಾಗಿ ವಿರೋಧಿಸಿದರು. ವಾಸ್ತವವಾಗಿ, ಪೊಲೀಸ್ ಅಧಿಕಾರಿಯಾಗಿದ್ದ ಚನ್ನಡಿನ್ ಎಂಬ ವ್ಯಕ್ತಿ ಬಾಂಬ್ ಎಸೆದಿದ್ದ. ಅವರು ನಂತರ ಹಾವಿನ ಕಡಿತದಿಂದ ಸಾವನ್ನಪ್ಪಿದರು. ಪೊಲೀಸರ *ನಿದರ್ಶನದಲ್ಲಿ* ಇಡೀ ಖಂಡವನ್ನು (ಸಂಚಿಕೆ) ಜಾರಿಗೆ ತರಲಾಯಿತು. ಕಕೋರಿ ಖಂಡದೊಂದಿಗೆ ಸಂಪರ್ಕ ಹೊಂದಿದ ಕ್ರಾಂತಿಕಾರಿಗಳ ಬಗ್ಗೆ ತನಿಖೆ ನಡೆಸಲು ಮತ್ತು ಇನ್ನಷ್ಟು ತಿಳಿದುಕೊಳ್ಳಲು ಭಗತ್ ಸಿಂಗ್ ಅವರನ್ನು ಬಂಧಿಸಲು ಪೊಲೀಸರು ಬಯಸಿದ್ದರು.

ಆತನ ವಿರುದ್ಧ ಪ್ರಕರಣ ದಾಖಲಿಸದೆ ಒಂದು ತಿಂಗಳ ಕಾಲ ಲಾಹೋರ್ ಜೈಲಿನಲ್ಲಿ ಇರಿಸಲಾಗಿತ್ತು. ನಂತರ ಆತನನ್ನು ವಾಸ್ವಲ್ ಜೈಲಿಗೆ ಕಳುಹಿಸಲಾಯಿತು. ಆತನ ವಿರುದ್ಧ ಸುಳ್ಳು ಪ್ರಕರಣ ದಾಖಲಿಸಲು ಮತ್ತು ಆತನ ವಿರುದ್ಧ ಸಾಕ್ಷ್ಯಗಳನ್ನು ಸಂಗ್ರಹಿಸಲು ಪೊಲೀಸರು ತಮ್ಮ ಕೈಲಾದಷ್ಟು ಪ್ರಯತ್ನಿಸಿದರು, ಆದರೆ ಯಶಸ್ವಿಯಾಗಲಿಲ್ಲ. ಕೊನೆಯಲ್ಲಿ, ಅವರನ್ನು ಅರವತ್ತು ಸಾವಿರ ರೂಪಾಯಿಗಳ ಜಾಮೀನಿನ ಮೇಲೆ ಬಿಡುಗಡೆ ಮಾಡಲಾಯಿತು. ಇದರ ನಂತರ, ಅವರ ವಿರುದ್ಧ ಯಾವುದೇ ಪ್ರಕರಣವನ್ನು ಸ್ಥಾಪಿಸಲಾಗಿಲ್ಲ, ಅಥವಾ ಅವರ ಜಾಮೀನು ರದ್ದುಗೊಳಿಸಲಾಗಿಲ್ಲ. ನಂತರ ಭಗತ್ ಸಿಂಗ್ ಜಾಮೀನುದಾರರನ್ನು ತನ್ನ ವಿರುದ್ಧ ಪ್ರಕರಣ ದಾಖಲಿಸುವಂತೆ ಅಥವಾ ಜಾಮೀನು ರದ್ದುಗೊಳಿಸುವಂತೆ ಸರ್ಕಾರವನ್ನು ಕೇಳುವಂತೆ ಕೇಳಿಕೊಂಡನು. ಆದ್ದರಿಂದ, 1928ರಲ್ಲಿ ಅವರ ಜಾಮೀನು ರದ್ದುಗೊಂಡಿತು.

ಭಗತ್ ಸಿಂಗ್ ತಮ್ಮ ಜಾಮೀನು ಅವಧಿಯಲ್ಲಿ ತಮ್ಮ ರಾಜಕೀಯ ಚಟುವಟಿಕೆಗಳನ್ನು ರಹಸ್ಯ ರೂಪದಲ್ಲಿ ಮುಂದುವರಿಸಿದರು. ಜಾಮೀನು ಪಡೆದ ನಂತರ, ಅವರು ಮುಕ್ತವಾಗಿ ಸಂಚರಿಸಲು ಮುಕ್ತರಾಗಿದ್ದರು. ಆ ದಿನಗಳಲ್ಲಿ ಕೆಲವು ಆಂಗ್ಲರು ಬೇಟೆಯಾಡಲು ಸರ್ದಾರ್ ಕಿಶನ್ ಸಿಂಗ್ ಅವರ ಜಮೀನಿಗೆ ಬಂದರು. ಭಗತ್ ಸಿಂಗ್ ಅವರು

ರಾಷ್ಟ್ರೀಯವಾದಿ ಕುಟುಂಬದ ಮಗ ಮತ್ತು ಲಾಹೋರ್ ನಲ್ಲಿ ಕೆಲವು ರಾಜಕೀಯ ಚಟುವಟಿಕೆಗಳನ್ನು ನಡೆಸುತ್ತಿದ್ದಾರೆ ಎಂಬ ಕಾರಣಕ್ಕಾಗಿ ಅವರ ಚಟುವಟಿಕೆಗಳನ್ನು ಗಮನಿಸಲಾಗುತ್ತಿದೆ ಎಂದು ಅವರಿಂದ ತಿಳಿದುಬಂದಿದೆ.

ಸರ್ದಾರ್ ಕಿಶನ್ ಸಿಂಗ್ ಅವರು ಸರ್ಕಾರದ ಗಮನವನ್ನು ಬೇರೆಡೆಗೆ ತಿರುಗಿಸಲು ಡೈರಿ ಫಾರ್ಮ್ ಅನ್ನು ತೆರೆದರು. ಡೈರಿ ಫಾರ್ಮ್ ನಲ್ಲಿ ನಾವು ವಿಭಿನ್ನ ಭಗತ್ ಸಿಂಗ್ ಅವರನ್ನು ನೋಡುತ್ತೇವೆ. ಅವರು ಬೆಳಿಗ್ಗೆ 4.00 ಕ್ಕೆ ಎದ್ದು, ತನ್ನ ಎಮ್ಮೆಗಳಿಗೆ ಹಾಲುಣಿಸಿದರು, ಸೂರ್ಯೋದಯದ ಮೊದಲು ಹಾಲನ್ನು ಟಾಂಗಾದಲ್ಲಿ ಹಾಕಿ ಲಾಹೋರ್ ಗೆ ತೆರಳಿದರು ಮತ್ತು ಸಮರ್ಥ ಉದ್ಯಮಿಗಳಂತೆ ತಮ್ಮ ವ್ಯವಹಾರವನ್ನು ನಡೆಸಿದರು. ಕೆಲವು ದಿನಗಳಲ್ಲಿ, ಸೇವಕನ ಅನುಪಸ್ಥಿತಿಯಲ್ಲಿ ಅವರು ಎಮ್ಮೆ ಸಗಣಿಯನ್ನೂ ತೆಗೆದರು. ಜಾಮೀನು ದೊರೆತ ಕೂಡಲೇ ಅವರ ಗಮನವನ್ನು ಡೈರಿಯಿಂದ ಬೇರೆಡೆಗೆ ತಿರುಗಿಸಲಾಯಿತು. ಗ್ರಾಹಕರು ಸಮಯಕ್ಕೆ ಸರಿಯಾಗಿ ಹಾಲು ಪಡೆಯದ ಕಾರಣ ಡೈರಿಯನ್ನು ಅಂತಿಮವಾಗಿ ಮುಚ್ಚಬೇಕಾಯಿತು. ಇವೆರಡು ವಿಪರೀತ ಪಾತ್ರಗಳು ಮತ್ತು ಪ್ರತ್ಯೇಕ ಧ್ರುವಗಳು. ಒಂದು ಕಡೆ ಭಾರತ ಮಾತೆಯ ಪ್ರಾಮಾಣಿಕ ಕ್ರಾಂತಿಕಾರಿ ಪುತ್ರ ಮತ್ತು ಇನ್ನೊಂದು ಕಡೆ ಡೈರಿ ಉದ್ಯಮಿ. ಅವರ ಜಾಮೀನು ಅವಧಿಯಲ್ಲಿ ಅವರ ಡೈರಿ ರಾತ್ರಿಯಲ್ಲಿ ಈ ರೀತಿಯ ರಾಜಕೀಯ ಚಟುವಟಿಕೆಗಳ ಕೇಂದ್ರವಾಯಿತು.

ಕ್ರಾಂತಿಕಾರಿಗಳ ದೆಹಲಿ ಸಮಾವೇಶ

ದೇಶಾದ್ಯಂತದ ಕ್ರಾಂತಿಕಾರಿಗಳು ಪಕ್ಷವನ್ನು ಮರುಸಂಘಟಿಸಲು ಜುಲೈ 1928 ರಲ್ಲಿ ಸಮಾವೇಶವನ್ನು ನಡೆಸಲು ನಿರ್ಧರಿಸಿದರು. ಆದ್ದರಿಂದ, ಈ ಸಮಾವೇಶವನ್ನು 1928 ರ ಆಗಸ್ಟ್ ಅಥವಾ ಸೆಪ್ಟೆಂಬರ್ ನಲ್ಲಿ ಫಿರೋಜ್ ಷಾ ಕೋಟೆಯ ಅವಶೇಷಗಳಲ್ಲಿ ನಡೆಸಲಾಯಿತು. (ದಿನಾಂಕಗಳ ಬಗ್ಗೆ, ವಿಭಿನ್ನ ಪುಸ್ತಕಗಳು ವಿಭಿನ್ನ ಆವೃತ್ತಿಗಳನ್ನು ಒದಗಿಸುತ್ತವೆ. ಕೆಲವು ಪುಸ್ತಕಗಳಲ್ಲಿ ಈ ಸಮಾವೇಶವು ಸೆಪ್ಟೆಂಬರ್ 1928 ರಲ್ಲಿ ನಡೆಯಿತು ಎಂದು ಮಾತ್ರ ಬರೆಯಲಾಗಿದೆ. ಇನ್ನೂ ಕೆಲವರು ಸೆಪ್ಟೆಂಬರ್ 8 ಮತ್ತು 9 ರ ದಿನಾಂಕವನ್ನು ಉಲ್ಲೇಖಿಸುತ್ತಾರೆ. ಇತರ ಪುಸ್ತಕಗಳ ಪ್ರಕಾರ ಇದನ್ನು ಆಗಸ್ಟ್ 8 ರಂದು ನಡೆಸಲಾಯಿತು. ಪೊಲೀಸ್ ದಾಖಲೆಗಳ ಪ್ರಕಾರ, ಸಭೆ ಆಗಸ್ಟ್ 8, 1928 ರಂದು ಕೋಟ್ಲಾ ಫಿರೋಜ್ ಷಾದಲ್ಲಿ ನಡೆಯಿತು.)

ಸಮಾವೇಶದಲ್ಲಿ ಉತ್ತರ ಪ್ರದೇಶ, ಪಂಜಾಬ್, ರಾಜಸ್ಥಾನ ಮತ್ತು ಬಿಹಾರದ ಕ್ರಾಂತಿಕಾರಿಗಳು ಭಾಗವಹಿಸಿದ್ದರು. ಭಗತ್ ಸಿಂಗ್, ಸುಖ್ ದೇವ್, ಯಶ್ ಪಾಲ್, ರಾಜ್ ಗುರು, ಮಹಾವೀರ್ ಸಿಂಗ್, ವಿಜಯ್ ಕುಮಾರ್ ಸಿನ್ಹಾ, ಸುರೇಂದ್ರ ಪಾಂಡೆ, ಭಗವತಿ ಚರಣ್, ಬ್ರಹ್ಮ ದತ್, ಜತೀಂದ್ರ ನಾಥ್ ದಾಸ್, ಶಾರ್ದೂಲ್ ಸಿಂಗ್ ಮತ್ತು ಮೋಹನ್ ಸಿಂಗ್ ಜೋಶ್ ಮುಂತಾದ ಪ್ರಸಿದ್ಧ ಕ್ರಾಂತಿಕಾರಿಗಳು ಉಪಸ್ಥಿತರಿದ್ದರು. ಎಲ್ಲಾ ಅರವತ್ತು ಕ್ರಾಂತಿಕಾರಿಗಳಲ್ಲಿ ಐವರು ಮಹಿಳೆಯರು ಭಾಗವಹಿಸಿದ್ದರು. ಭಗತ್ ಸಿಂಗ್ ಅವರು ಸಮಾವೇಶದ ಕಾರ್ಯದರ್ಶಿಯಾಗಿದ್ದರು. ರಾತ್ರಿಯಲ್ಲಿ ಸಭೆ ನಡೆಯಿತು. ಚಂದ್ರಶೇಖರ್ ಆಜಾದ್ ಅವರಿಗೆ ಈ ಸಭೆಯನ್ನು ನಿಭಾಯಿಸಲು ಸಾಧ್ಯವಾಗಲಿಲ್ಲ. ಭಗತ್ ಸಿಂಗ್ ಮತ್ತು ಶಿವ ವರ್ಮಾ ಅವರನ್ನು ಭೇಟಿ ಮಾಡಿದ್ದರು. ಸಭೆಯಲ್ಲಿ ಬಹುಮತವು ತೆಗೆದುಕೊಂಡ ನಿರ್ಧಾರಕ್ಕೆ ಬದ್ಧವಾಗಿರುವುದಾಗಿ ಅವರು ಅವರಿಗೆ ಭರವಸೆ ನೀಡಿದ್ದರು. ಈ ಸಭೆಗೆ ಬಂಗಾಳಿ ಕ್ರಾಂತಿಕಾರಿಗಳನ್ನು ಆಹ್ವಾನಿಸಲು ಶಿವ ವರ್ಮಾ

ಹೋಗಿದ್ದರು.

ಆದರೆ ಅವರ ವರ್ತನೆ ಸಹಕರಿಸಲಿಲ್ಲ. ಅವರು ಕೆಲವು ಷರತ್ತುಗಳ ಮೇಲೆ ಹಾಜರಾಗಲು ಬಯಸಿದ್ದರು. ಅವರ ಮೊದಲ ಷರತ್ತು ಏನೆಂದರೆ, ಎಲ್ಲಾ ರಾಜ್ಯಗಳ ಕ್ರಾಂತಿಕಾರಿಗಳು ಅನುಶೀಲಾನ್ ಪಕ್ಷದ ನೇತೃತ್ವದಲ್ಲಿ ಕೆಲಸ ಮಾಡುತ್ತಾರೆ. ತಮ್ಮ ಎರಡನೇ ಷರತ್ತಿನ ಪ್ರಕಾರ, ಹೊಸ ಸದಸ್ಯರನ್ನು ನೇಮಕ ಮಾಡಲು ಮತ್ತು ಹಣವನ್ನು ಮಾತ್ರ ಸಂಗ್ರಹಿಸಲು ಸದಸ್ಯರು ತಮ್ಮ ಚಟುವಟಿಕೆಗಳನ್ನು ಸದ್ಯಕ್ಕೆ ನಿರ್ಬಂಧಿಸಬೇಕಾಗಿತ್ತು. ಆದರೆ ಕ್ರಾಂತಿಕಾರಿಗಳ ಈ ಹೊಸ ಸಂಘಟನೆಯು ಪಕ್ಷದಲ್ಲಿನ ವೈಯಕ್ತಿಕ ಸರ್ವಾಧಿಕಾರವನ್ನು ಸಂಪೂರ್ಣವಾಗಿ ವಿರೋಧಿಸಿತು. ಆದ್ದರಿಂದ ಅಂತಹ ಸರ್ವಾಧಿಕಾರಿ ನಾಯಕರನ್ನು ಪ್ರಸ್ತುತ ಸಮಾವೇಶದಿಂದ ದೂರವಿಡಲಾಯಿತು. ಈ ಸಮಾವೇಶದಲ್ಲಿ ಕ್ರಾಂತಿಯ ನಂತರ ದೇಶವು ಸಮಾಜವಾದಿ ತತ್ವಗಳನ್ನು ಅನುಸರಿಸುತ್ತದೆ ಎಂದು ನಿರ್ಧರಿಸಲಾಯಿತು. ಭಗತ್ ಸಿಂಗ್ ಅವರ ಸಲಹೆಯ ಮೇರೆಗೆ 'ಹಿಂದೂಸ್ತಾನ್ ರಿಪಬ್ಲಿಕನ್ ಅಸೋಸಿಯೇಷನ್' ಹೆಸರನ್ನು 'ಹಿಂದೂಸ್ತಾನ್ ಸೋಷಿಯಲಿಸ್ಟ್ ರಿಪಬ್ಲಿಕನ್ ಅಸೋಸಿಯೇಷನ್' ಎಂದು ಬದಲಾಯಿಸಲಾಯಿತು. ಅದರ ಅಡಿಯಲ್ಲಿ 'ಹಿಂದೂಸ್ತಾನ್ ಸೋಷಿಯಲಿಸ್ಟ್ ರಿಪಬ್ಲಿಕನ್ ಅಸೋಸಿಯೇಷನ್ ಆರ್ಮಿ' ಎಂಬ ಕೋಶವನ್ನು ಸಹ ರಚಿಸಲಾಯಿತು. ಚಂದ್ರಶೇಖರ್ ಆಜಾದ್ ಅವರನ್ನು ಅದರ ಕಮಾಂಡರ್-ಇನ್-ಚೀಫ್ ಆಗಿ ಆಯ್ಕೆ ಮಾಡಲಾಯಿತು. ಅಖಿಲ ಭಾರತ ಕೇಂದ್ರ ಕಾರ್ಯಕಾರಿ ಸಮಿತಿಯನ್ನು ರಚಿಸಲಾಯಿತು. ವಿವಿಧ ಪ್ರಾಂತ್ಯಗಳ ಕ್ರಾಂತಿಕಾರಿಗಳೊಂದಿಗೆ ಸಂಪರ್ಕದಲ್ಲಿರಲು ಅಂತರ ಪ್ರಾಂತೀಯ ಸಮಿತಿಯನ್ನು ಸಹ ರಚಿಸಲಾಯಿತು. ಇದರ ಜವಾಬ್ದಾರಿಯನ್ನು ಭಗತ್ ಸಿಂಗ್ ಮತ್ತು ವಿಜಯ್ ಕುಮಾರ್ ಸಿನ್ಹಾ ಅವರಿಗೆ ವಹಿಸಲಾಗಿತ್ತು. ಸುಖ್ ದೇವ್ ಅವರನ್ನು ಪಂಜಾಬ್ ನ ಸಂಯೋಜಕರಾಗಿ, ಶಿವ ವರ್ಮಾ ಅವರನ್ನು ಯುನೈಟೆಡ್ ಪ್ರಾಂತ್ಯಗಳ (ಉತ್ತರ ಪ್ರದೇಶ), ಕುಂದನ್ ಲಾಲ್ ಅವರನ್ನು ರಾಜಸ್ಥಾನ ಮತ್ತು ಫಣೀಂದ್ರ ನಾಥ್ ಅವರನ್ನು ಬಿಹಾರದ ಸಂಯೋಜಕರಾಗಿ ನೇಮಿಸಲಾಯಿತು. ನಿಧಿಗಳು ಮತ್ತು ಶಸ್ತ್ರಾಸ್ತ್ರಗಳನ್ನು ಕೇಂದ್ರ ಕಾರ್ಯಕಾರಿ ಸಮಿತಿಯ ಅಧಿಕಾರದಲ್ಲಿ ಇರಿಸಲಾಗಿತ್ತು. ಶಸ್ತ್ರಾಸ್ತ್ರಗಳನ್ನು ಅಗತ್ಯವಿರುವ ಪ್ರಾಂತ್ಯಕ್ಕೆ ಕಳುಹಿಸಲಾಗುವುದು ಮತ್ತು ಕೆಲಸ ಮುಗಿದ ನಂತರ ಕೇಂದ್ರ ಕಾರ್ಯಕಾರಿ ಸಮಿತಿಗೆ ಹಿಂತಿರುಗಿಸಲಾಗುವುದು ಎಂದು ನಿರ್ಧರಿಸಲಾಯಿತು. ಹೆಚ್ಚುವರಿಯಾಗಿ, ಈ ಕೆಳಗಿನ ನಿರ್ಧಾರಗಳನ್ನು ತೆಗೆದುಕೊಳ್ಳಲಾಗಿದೆ:

(ಎ) ಸೈಮನ್ ಆಯೋಗವನ್ನು ಸಮಗ್ರವಾಗಿ ಮತ್ತು ವ್ಯಾಪಕವಾಗಿ ಬಹಿಷ್ಕರಿಸಲಾಗುತ್ತದೆ ಮತ್ತು ಆತನನ್ನು ಕರೆದೊಯ್ಯುವ ರೈಲಿನ ಮೇಲೆ ಬಾಂಬ್ ದಾಳಿ ನಡೆಸಲಾಗುತ್ತದೆ.

(ಬಿ) ಬಾಂಬ್ ಗಳನ್ನು ಜೋಡಿಸುವಲ್ಲಿ ಪರಿಣಿತರನ್ನು ಗುರುತಿಸಬೇಕು ಮತ್ತು ಬಾಂಬ್ ಗಳನ್ನು ತಯಾರಿಸುವಲ್ಲಿ ಪಕ್ಷದ ಸದಸ್ಯರಿಗೆ ತರಬೇತಿ ನೀಡಬೇಕು.

(C) ಬಾಂಬ್ ಗಳನ್ನು ಜೋಡಿಸಲು ಕಾರ್ಖಾನೆಗಳನ್ನು ಕಲ್ಕತ್ತಾ, ಸಹರಾನ್ ಪುರ, ಆಗ್ರಾ ಮತ್ತು ಲಾಹೋರ್ ನಲ್ಲಿ ಸ್ಥಾಪಿಸಲಾಗುವುದು.

(ಡಿ) ಕಾಕೋರಿ ಖಂಡಕ್ಕೆ ಸಂಬಂಧಿಸಿದ ರಹಸ್ಯವನ್ನು ಬಹಿರಂಗಪಡಿಸುವ ವ್ಯಕ್ತಿಯನ್ನು ಕೊಲ್ಲಲಾಗುತ್ತದೆ ಮತ್ತು ಯೋಗೇಶ್ ಚಂದ್ರ ಚಟರ್ಜಿಯನ್ನು ಜೈಲಿನಿಂದ ಬಿಡುಗಡೆ ಮಾಡಲಾಗುತ್ತದೆ.

(ಇ) ಹಣವನ್ನು ಸಂಗ್ರಹಿಸಲು ಡಕಾಯಿಟೀಸ್ ಬದ್ಧವಾಗಿರುತ್ತದೆ. ಸಾಧ್ಯವಾದಷ್ಟು ಸರ್ಕಾರಿ ಖಜಾನೆಗಳನ್ನು ಲೂಟಿ ಮಾಡಲಾಗುವುದು.

ಈ ಸಭೆಯ ನಂತರ ಪಕ್ಷದ ಪ್ರಧಾನ ಕಚೇರಿಯನ್ನು ಆಗ್ರಾದಿಂದ ಝಾನ್ಸಿಗೆ ಸ್ಥಳಾಂತರಿಸಲಾಯಿತು. ಕಾಕೋರಿ ಖಂಡದ ನಂತರವೂ ಕಚೇರಿ ಇಲ್ಲಿಯೇ ಇತ್ತು.

ಈ ಸಭೆಯ ನಂತರ ಭಗತ್ ಸಿಂಗ್ ತನ್ನ ಸಹಚರರೊಂದಿಗೆ ಭಟಿಂಡಾ ಮೂಲಕ ಪಂಜಾಬ್ ಗೆ ತೆರಳಿದರು. ಸರಳ ಉಡುಪು ಧರಿಸಿದ್ದ ಪೊಲೀಸರು ವಿವಿಧ ಸ್ಥಳಗಳಲ್ಲಿ ಕ್ರಾಂತಿಕಾರಿಗಳನ್ನು ಹುಡುಕುತ್ತಿದ್ದರು. ದೆಹಲಿಯಲ್ಲಿ ಅವರು ಪಂಜಾಬ್ ಪೊಲೀಸರ ಕಾನ್ಸ್ ಟೇಬಲ್ ಗಳ ಉಡುಪನ್ನು ಧರಿಸಿದ್ದರು. ಅವನ ಒಬ್ಬ ಸಹಚರನು ಮುಂಭಾಗದಲ್ಲಿ ಮತ್ತು ಇನ್ನೊಬ್ಬನು ಅವನನ್ನು ತನ್ನೊಂದಿಗೆ ಕೊಂಡೊಯ್ಯುತ್ತಿದ್ದಂತೆ ಅವನ ಹಿಂದೆ ನಡೆಯುತ್ತಿದ್ದನು. ಅವರು ಭಟಿಂಡಾಕ್ಕೆ ಹೋಗುವ ರೈಲಿನಲ್ಲಿ ಕುಳಿತರು. ರೈಲು ಹೊರಡಲು ಇನ್ನೂ ಹತ್ತು ನಿಮಿಷಗಳು ಉಳಿದಿವೆ. ಏತನ್ಮಧ್ಯೆ, ಎಸ್ಎಚ್ಒ ಒಬ್ಬರು ಬಂದು ವಿಚಾರಿಸಿದರು:

ನೀವು ಎಲ್ಲಿಗೆ ಹೋಗುತ್ತಿದ್ದೀರಾ

"ಫಿರೋಜ್ ಪುರ" ಎಂದು ಭಗತ್ ಸಿಂಗ್ ಉತ್ತರಿಸಿದರು.

"ಯಾವ ಪೊಲೀಸ್ ಠಾಣೆ?"

"ನಿಹಾಲ್ ಸಿಂಗ್ ವಾಲಾ."

"ನಿಮ್ಮ ಬೆಲ್ಟ್ ನ ಸಂಖ್ಯೆ ಎಷ್ಟು?"

"ನೋಡಿ, 2340501."

"ರೈಲ್ವೆ ಪಾಸ್?"

"ನನ್ನ ಸಹೋದ್ಯೋಗಿ ಅದನ್ನು ಬದಲಾಯಿಸಲು ಹೋಗಿದ್ದಾರೆ."

ನಿಮ್ಮ ಹೆಸರು

"ಕರ್ತಾರ್ ಸಿಂಗ್"

"ನೀವು ಇಲ್ಲಿಗೆ ಏಕೆ ಬಂದಿದ್ದೀರಿ?"

"ಕೈದಿಗಳನ್ನು ಇಲ್ಲಿ ಇಳಿಸಲು."

ಭಗತ್ ಸಿಂಗ್ ಅವರ ಹೇಳಿಕೆಯನ್ನು ಎಸ್ಎಚ್ಒ ನಂಬಲಿಲ್ಲ. ಪಂಜಾಬ್ ಪೊಲೀಸರ ಪಾಸ್ ಅನ್ನು

ಬದಲಾಯಿಸಲಾಗಿದೆಯೇ ಎಂದು ವಿಚಾರಿಸಲು ಅವರು ಟಿಕೆಟ್ ಕಿಟಕಿಗೆ ಹೋದರು. ಭಗತ್ ಸಿಂಗ್ ಶೌಚಾಲಯಕ್ಕೆ ಹೋಗಿ ಸಾಧುವಿನ ಉಡುಪಾಗಿ ಬದಲಾದರು ಮತ್ತು ಒಂದು ಕೈಯಲ್ಲಿ ಗೀತಾ ಹಿಡಿದು ಮತ್ತೊಂದು ವಿಭಾಗಕ್ಕೆ ಸ್ಥಳಾಂತರಗೊಂಡರು. ರೈಲು ಚಲಿಸಲು ಪ್ರಾರಂಭಿಸಿತು. ರೈಲು ನಿಂತಾಗ ಮುಂದಿನ ನಿಲ್ದಾಣದಲ್ಲಿ ಅದೇ ಎಸ್ಎಚ್ಒ ಪ್ರತಿ ವಿಭಾಗವನ್ನು ಬಹಳ ಎಚ್ಚರಿಕೆಯಿಂದ ಸಮೀಕ್ಷೆ ಮಾಡುತ್ತಿದ್ದರು. ಆದರೆ ಅವರಿಗೆ ಭಗತ್ ಸಿಂಗ್ ಅವರನ್ನು ಗುರುತಿಸಲು ಸಾಧ್ಯವಾಗಲಿಲ್ಲ. ಭಟೆಂಡಾಗೆ ದೃಢಕಾಯನಾಗಿ ಮತ್ತು ಹೊತ್ತೂರ್ವಕವಾಗಿ ಮರಳಲು ಅವರು ಅದೃಷ್ಟಶಾಲಿಯಾಗಿದ್ದರು.

❏

3

ಸೈಮನ್ ಆಯೋಗದ ಬಹಿಷ್ಕಾರ ಮತ್ತು ಲಾಲಾ ಲಜಪತ್ ರಾಯ್ ಅವರ ಸಾವು

ಆಡಳಿತಾತ್ಮಕ ಸುಧಾರಣೆಗಳಿಗೆ ಸಂಬಂಧಿಸಿದ 1919ರಿಂದ ಅನ್ವಯವಾಗುವ ವಿವಿಧ ಕೃತ್ಯಗಳನ್ನು ಪರಿಶೀಲಿಸಲು ಇಂಗ್ಲೆಂಡ್ ನಿಂದ ಭಾರತಕ್ಕೆ ಆಯೋಗವು ಬರುತ್ತಿತ್ತು. ಆದ್ದರಿಂದ, ನವೆಂಬರ್ 8, 1927 ರಂದು ವೈಸ್ರಾಯ್ ಅವರು ಲಾರ್ಡ್ ಸೈಮನ್ ಅವರ ಅಧ್ಯಕ್ಷತೆಯಲ್ಲಿ ಏಳು ಸದಸ್ಯರ ಆಯೋಗವು ಭಾರತಕ್ಕೆ ಭೇಟಿ ನೀಡುವುದಾಗಿ ಘೋಷಿಸಿದರು ಮತ್ತು ಇಲ್ಲಿ ಆಡಳಿತದ ಪ್ರಗತಿಯನ್ನು ಪುನರುಜ್ಜೀವನಗೊಳಿಸುವ ಬ್ರಿಟಿಷ್ ಸರ್ಕಾರಕ್ಕೆ ವರದಿ ಮಾಡುತ್ತಾರೆ. ಭಾರತವು 1924ರಿಂದ ಕೋಮುವಾದ ಭುಗಿಲೆದ್ದಿತು. ಕಾಂಗ್ರೆಸ್ ಪಕ್ಷವು ಈಗಾಗಲೇ ತನ್ನ ಕಲ್ಕತ್ತಾ ಅಧಿವೇಶನದಲ್ಲಿ ಅದನ್ನು ಬಹಿಷ್ಕರಿಸಲು ನಿರ್ಧರಿಸಿತ್ತು. ಈ ಆಯೋಗವು ಫೆಬ್ರವರಿ 1928ರಲ್ಲಿ ಬಾಂಬೆಯನ್ನು ತಲುಪಿತು. ಆ ದಿನ ರಾಷ್ಟ್ರವ್ಯಾಪಿ ಮುಷ್ಕರ ನಡೆಯಿತು ಮತ್ತು 'ಸೈಮನ್, ಗೋ ಬ್ಯಾಕ್' ಎಂದು ಘೋಷಣೆಗಳನ್ನು ಕೂಗಲಾಯಿತು. ಈ ಪ್ರದರ್ಶನಗಳಿಂದ ಬ್ರಿಟಿಷ್ ಸರ್ಕಾರವು ದಿಗ್ಭ್ರಮೆಗೊಂಡಿತು. ದೆಹಲಿ ಮತ್ತು ಮದ್ರಾಸ್ ನಲ್ಲಿ ಸೈಮನ್ ಆಯೋಗದ ವಿರುದ್ಧ ಪ್ರತಿಭಟನೆ, ಘೋಷಣೆಗಳು ಮತ್ತು ಕಪ್ಪು ಧ್ವಜಗಳ ಪ್ರದರ್ಶನದ ಮೂಲಕ ಪ್ರತಿಭಟನೆಗಳು ನಡೆದವು. ಮದ್ರಾಸ್ ನಲ್ಲಿ ಪೊಲೀಸರು ನಡೆಸಿದ ಗುಂಡಿನ ದಾಳಿಯಲ್ಲಿ ಮೂವರು ಪ್ರತಿಭಟನಾಕಾರರು ಸಾವನ್ನಪ್ಪಿದರು. ಕಲ್ಕತ್ತಾದಲ್ಲಿಯೂ ಭಾರಿ ಪ್ರದರ್ಶನಗಳು ನಡೆದವು. ಈ ಆಯೋಗವು ತನ್ನ ಸದಸ್ಯರಾಗಿ ಯಾವುದೇ ಭಾರತೀಯರನ್ನು ಹೊಂದಿರಲಿಲ್ಲ. ಆದ್ದರಿಂದ ಬಹುತೇಕ ಎಲ್ಲ ರಾಜಕೀಯ ಪಕ್ಷಗಳು ಪ್ರತಿಭಟನೆಯಲ್ಲಿ ಭಾಗವಹಿಸಿದ್ದವು. ಒಂದು ಅರ್ಥದಲ್ಲಿ ಇಡೀ ದೇಶವೇ ಈ ಆಯೋಗದ ವಿರುದ್ಧ ಪ್ರತಿಭಟನೆ ನಡೆಸಿತು.

ಲಾಹೋರ್ ನಲ್ಲಿ ಆಯೋಗದ ಬಹಿಷ್ಕಾರ

ಆಯೋಗದ ಮೇಲೆ ಬಾಂಬ್ ಎಸೆಯಲು ಕ್ರಾಂತಿಕಾರಿಗಳು ದೆಹಲಿ ಸಮಾವೇಶದಲ್ಲಿ ಈಗಾಗಲೇ ಯೋಜಿಸಿದ್ದರು. ಆದರೆ, ಪಕ್ಷಕ್ಕೆ ಹಣದ ಕೊರತೆಯಿತ್ತು. ಏತನ್ಮಧ್ಯೆ, ಗೋರಖ್ ಪುರದ ಅಂಚೆ ಕಚೇರಿಯ ಸೇವಕ ಕೈಲಾಶ್ ಪಾಟಿ ಸಾವಿರ ಎಂಟು ನೂರು ರೂಪಾಯಿಗಳೊಂದಿಗೆ ಓಡಿಹೋದರು ಮತ್ತು ಅವರು ಈ ಹಣವನ್ನು ಪಕ್ಷದ

ಕೇಂದ್ರ ಕಾರ್ಯಕಾರಿ ಸಮಿತಿಗೆ ನೀಡಿದರು. ಈ ಸಣ್ಣ ಬಂಡವಾಳದೊಂದಿಗೆ ಪಕ್ಷವು ಕೆಲಸ ಮಾಡುತ್ತಿತ್ತು. ಬಾಂಬ್ ಸ್ಫೋಟದ ಯೋಜನೆ ಯಶಸ್ವಿಯಾಗಲಿಲ್ಲ. ಸೈಮನ್ ಆಯೋಗದ ವಿರುದ್ಧ ಪ್ರತಿಭಟಿಸಿ ವಿವಿಧ ರಾಜಕೀಯ ಪಕ್ಷಗಳೊಂದಿಗೆ ಸಮನ್ವಯ ಸಾಧಿಸಬೇಕು ಮತ್ತು ಬೃಹತ್ ಪ್ರತಿಭಟನೆಯನ್ನು ಆಯೋಜಿಸಬೇಕು ಎಂದು ಪಕ್ಷದ ಲಾಹೋರ್ ಶಾಖೆಗೆ ನಿರ್ದೇಶಿಸಲಾಯಿತು.

ಸೈಮನ್ ಆಯೋಗವು 1928ರ ಅಕ್ಟೋಬರ್ 30ರಂದು ಲಾಹೋರ್ ತಲುಪಿತು. ಲಾಲಾ ಲಜಪತ್ ರಾಯ್ ಎಲ್ಲಾ ರಾಜಕೀಯ ಪಕ್ಷಗಳ ಸಂಯೋಜಿತ ಮೆರವಣಿಗೆಯನ್ನು ಮುನ್ನಡೆಸುತ್ತಿದ್ದರು. ಭಗತ್ ಸಿಂಗ್ ಸ್ವತಃ ಲಾಲಾಜಿಯವರ ಹತ್ತಿರ ಬಂದು ತಮ್ಮ ಪಕ್ಷದ ಯುವಕರನ್ನು ಮುಂದೆ ಇರಿಸಲು ಅವರ ಅನುಮತಿಯನ್ನು ಪಡೆದರು. ಕ್ರಾಂತಿಕಾರಿಗಳು ಅವನ ಸುತ್ತ ಒಂದು ವೃತ್ತಾಕಾರ ರೂಪಿಸಿದರು. ಸೂರ್ಯನಿಂದ ರಕ್ಷಿಸಿಕೊಳ್ಳಲು ಯುವಕನೊಬ್ಬ ಛತ್ರಿ ಹಿಡಿದಿದ್ದ. ಜನರು ಕಪ್ಪು ಧ್ವಜಗಳನ್ನು ಹೊತ್ತೊಯ್ದು, 'ಸೈಮನ್, ಗೋ ಬ್ಯಾಕ್' 'ಇಂಕ್ವಾಲಾಬ್ ಜಿಂದಾಬಾದ್' (ಲಾಂಗ್ ಲೈವ್ ರೆವಲ್ಯೂಷನ್) ಎಂದು ಘೋಷಣೆಗಳನ್ನು ಕೂಗುತ್ತಿದ್ದರು.

ಒಂದು ಕಡೆ ಜನಸಮೂಹವು ಭಾರಿ ಅಲೆಗಳೊಂದಿಗೆ ಆಳವಿಲ್ಲದ ಸಮುದ್ರದಂತೆ ಮುಂದೆ ಸಾಗುತ್ತಿತ್ತು. ಇನ್ನೊಂದು ಕಡೆ ಸರ್ಕಾರವು ಅದನ್ನು ಪ್ರತಿಷ್ಠೆಯ ವಿಷಯವನ್ನಾಗಿ ಮಾಡಿತ್ತು. ಯಾರೂ ಹಿಂದೆ ಸರಿಯಲು ಸಿದ್ಧರಿರಲಿಲ್ಲ.

ಲಾಲಾಜಿ ಮೇಲಿನ ಲಾಠಿ ಚಾರ್ಜ್ ಮತ್ತು ಅವರ ಸಾವು

ಏತನ್ಮಧ್ಯೆ, ಲಾಹೋರ್ ನ ಪೊಲೀಸ್ ವರಿಷ್ಠಾಧಿಕಾರಿ ಶ್ರೀ ಸ್ಕಾಟ್ ಅವರು ತಮ್ಮ ಸಹಚರರೊಂದಿಗೆ ಅಲ್ಲಿಗೆ ಬಂದರು. ಭಾರಿ ಜನಸಂದಣಿಯನ್ನು ನೋಡಿದ ಅವರು ಪ್ರತಿಭಟನಾಕಾರರನ್ನು ಅಲ್ಲಿಂದ ತೆಗೆದುಹಾಕುವುದು ಪರಿಸ್ಥಿತಿಯನ್ನು ಪ್ರತಿಕೂಲ ಮತ್ತು ಅಗೌರವದಿಂದ ದೂರವಿರಿಸಲು ಅಗತ್ಯವೆಂದು ನಿರ್ಣಯಿಸಿದರು. ಆದ್ದರಿಂದ ಅವರು ತಮ್ಮ ವಿಶ್ವಾಸಾರ್ಹ ಡೆಪ್ಯೂಟಿ ಸೂಪರಿಂಟೆಂಡೆಂಟ್ ಶ್ರೀ ಸೌಂಡರ್ಸ್ ಅವರಿಗೆ ಈ ಕಾರ್ಯವನ್ನು ವಹಿಸಿದರು. ಮೊದಲು ಪೊಲೀಸರು ಜನಸಮೂಹವನ್ನು ಚದುರಿಸಲು ಲಘು ಲಾಠಿ ಚಾರ್ಜ್ ಮಾಡಿದರು, ಆದರೆ ಇದು ಯುವಕರ ಮೇಲೆ ಪರಿಣಾಮ ಬೀರಲಿಲ್ಲ. ಇದರ ನಂತರ ಸಾಂಡರ್ಸ್ ಹಸಿವಿನಿಂದ ಬಳಲುತ್ತಿದ್ದ ತೋಳದಂತೆ ಜನಸಮೂಹದ ಮೇಲೆ ಹಾಯ್ದರು. ಮೊದಲು ಅವರು ಲಾಲಾ ಲಜಪತ್ ರಾಯ್ ಅವರ ಛತ್ರಿಯನ್ನು ಹೊಡೆದರು. ಅವನ ಎರಡನೇ ಹೊಡೆತವು ಅವನ ಭುಜದ ಮೇಲೆ ಮತ್ತು ಮೂರನೆಯದು ಅವನ ತಲೆಯ ಮೇಲೆ ಬಂದಿತು. ನಂತರ ಸ್ಕಾಟ್ ಸ್ವತಃ ಲಾಲಾಜಿಯನ್ನು ನಿರ್ದಯವಾಗಿ ಹೊಡೆಯಲು ಪ್ರಾರಂಭಿಸಿದರು. ಅವರು ತಲೆಗೆ ಗಂಭೀರವಾಗಿ ಗಾಯಗೊಂಡರು ಮತ್ತು ರಕ್ತದಲ್ಲಿ ಮಿಂದಿದರು. ಇತರ ಅನೇಕ ವ್ಯಕ್ತಿಗಳು ಸಹ ಗಾಯಗೊಂಡರು. ಭಗತ್ ಸಿಂಗ್ ಇದೆಲ್ಲವನ್ನೂ ತನ್ನ ಸ್ವಂತ ಕಣ್ಣುಗಳಿಂದ ನೋಡುತ್ತಿದ್ದರು. ಅವರ ಕೋಪಕ್ಕೆ ಯಾವುದೇ ಮಿತಿಯಿರಲಿಲ್ಲ. ಆದರೆ ಲಾಲಾಜಿಯ ಸೂಚನೆಯ ಮೇರೆಗೆ ಅವರು ಸುಮ್ಮನಿದ್ದರು. ಯುವಕರು ಹೊರಡಲು ಸಿದ್ಧರಿರಲಿಲ್ಲ. ಆದರೆ ಪೊಲೀಸರ ಅಮಾನವೀಯ ಮತ್ತು ಅನಾಗರಿಕ ನಡವಳಿಕೆಯನ್ನು ವಿರೋಧಿಸಿ ಪ್ರತಿಭಟನೆಯನ್ನು ಅಮಾನತುಗೊಳಿಸುವಂತೆ ಲಾಲಾಜಿ ಅವರಿಗೆ ಆದೇಶಿಸಿದರು. ಅವರ ಆದೇಶದ ಮೇರೆಗೆ ಯುವಕರು ಸಾಲುಗಟ್ಟಿ ನಿಲ್ಲಬೇಕಾಯಿತು.

ಆಯೋಗವನ್ನು ವಿರೋಧಿಸಿ ಲಾಹೋರ್ ನ ಮೋರಿ ಗೇಟ್ ನಲ್ಲಿ ಆ ಸಂಜೆ ಸಭೆ ನಡೆಯಿತು. ಸಭೆಯಲ್ಲಿ ಉಪ ಪೊಲೀಸ್ ವರಿಷ್ಠಾಧಿಕಾರಿ ನೀಲ್ ಉಪಸ್ಥಿತರಿದ್ದರು. ಪೊಲೀಸರ ನಡವಳಿಕೆಯನ್ನು ಖಂಡಿಸಿ ಗಾಯಗೊಂಡ ಲಾಲಾಜಿ ತಮ್ಮ ಭಾಷಣವನ್ನು ಮಾಡಿದರು, "ನಿರಾಯುಧ ಸಾರ್ವಜನಿಕರ ಮೇಲೆ ಇಂತಹ ಕ್ರೂರ ರೀತಿಯಲ್ಲಿ ದಾಳಿ ಮಾಡುವ ಸರ್ಕಾರವನ್ನು ನಾಗರಿಕ ಸರ್ಕಾರ ಎಂದು ಕರೆಯಲಾಗುವುದಿಲ್ಲ ಮತ್ತು ಅಂತಹ ಸರ್ಕಾರವು ಮುಂದುವರಿಯಲು ಸಾಧ್ಯವಿಲ್ಲ. ಈ ಸರ್ಕಾರದ ಪೊಲೀಸರು ನನ್ನ ಮೇಲೆ ಹೊಡೆದ ಹೊಡೆತವು ಒಂದು ದಿನ ಮುಗಿಯುತ್ತದೆ ಎಂದು ನಾನು ಇಂದು ಘೋಷಿಸುತ್ತೇನೆ. ನನ್ನ ಮೇಲೆ ಸುರಿದ *ಲಾಠಿ* ಪ್ರಹಾರಗಳು ಭಾರತದಲ್ಲಿ ಬ್ರಿಟಿಷ್ ಆಡಳಿತದ ಶವಪೆಟ್ಟಿಗೆಯಲ್ಲಿ ಕೊನೆಯ ಉಗುರುಗಳಾಗಿ ಹೊರಹೊಮ್ಮುತ್ತವೆ "ಎಂದು ಹೇಳಿದರು.

ಕೂಡಲೇ ಲಾಲಾಜಿಯನ್ನು ಆಸ್ಪತ್ರೆಗೆ ಕರೆದೊಯ್ಯಲಾಯಿತು. ಈ ಘಟನೆಯ ಹದಿನೆಂಟು ದಿನಗಳ ನಂತರ ಅವರು 1928 ರ ನವೆಂಬರ್ 17 ರಂದು ನಿಧನರಾದರು. ಭಗತ್ ಸಿಂಗ್ ಅವರ ದೃಷ್ಟಿಯಲ್ಲಿ ಲಾಲಾಜಿಯವರ ಸಾವು ಇಡೀ ರಾಷ್ಟ್ರಕ್ಕೆ ಮಾಡಿದ ಅವಮಾನವಾಗಿತ್ತು, ಮತ್ತು ಅವರ ಅಭಿಪ್ರಾಯದಲ್ಲಿ ಇದನ್ನು ಒಂದೇ ರೀತಿಯಲ್ಲಿ ಸೇಡು ತೀರಿಸಿಕೊಳ್ಳಬಹುದು: "ರಕ್ತಕ್ಕಾಗಿ ರಕ್ತ". ಈ ವಿಷಯವನ್ನು ಬ್ರಿಟಿಷ್ ಸಂಸತ್ತಿನ ಕೆಳಮನೆ, ಹೌಸ್ ಆಫ್ ಕಾಮನ್ಸ್ ನಲ್ಲಿ ಎತ್ತಲಾಯಿತು. ಸದನದ ಒಬ್ಬ ಸದಸ್ಯ, ಕರ್ನಲ್ ವೆಡ್ಜ್ ವುಡ್, ಈ ವಿಷಯದಲ್ಲಿ ತನ್ನ ನಿಲುವನ್ನು ಸ್ಪಷ್ಟಪಡಿಸುವಂತೆ ಸರ್ಕಾರವನ್ನು ಕೇಳಿಕೊಂಡರು. ಆದರೆ, ಈ ಸಾವಿಗೆ ಸರ್ಕಾರ ತನ್ನನ್ನೇ ಹೊಣೆ ಎಂದು ಪರಿಗಣಿಸಲಿಲ್ಲ. 'ಲಾಲಾ ಲಜಪತ್ ರಾಯ್ ಅವರ ಸಾವಿಗೆ ಆ ಸಂದರ್ಭದಲ್ಲಿ ಉಂಟಾದ ಗಾಯಗಳೇ ಕಾರಣ ಎಂದು ಸಾಬೀತುಪಡಿಸಲು ಯಾವುದೇ ಪುರಾವೆಗಳನ್ನು ಮುಂದಿಡಲಾಗಿಲ್ಲ' ಎಂದು ಸರ್ಕಾರ ಸ್ಪಷ್ಟಪಡಿಸಿದೆ. ಲಾಲಾ ಲಜಪತ್ ರಾಯ್ ಅವರ ಸಂಬಂಧಿಕರ ಮುಂದೆ ನ್ಯಾಯಾಂಗ ತನಿಖೆ ಮತ್ತು ಸಾರ್ವಜನಿಕ ಕ್ಷಮೆಯಾಚನೆಯ ಬೇಡಿಕೆಯನ್ನು ಸಹ ತಿರಸ್ಕರಿಸಲಾಯಿತು. ಇವೆಲ್ಲವೂ ಬ್ರಿಟಿಷ್ ಸರ್ಕಾರದ ನೈಜ ಸ್ವರೂಪವನ್ನು ಬಹಿರಂಗಪಡಿಸಿದವು.

ದಿ ಮರ್ಡರ್ ಆಫ್ ಸ್ಯಾಂಡರ್ಸ್

ಲಾಲಾ ಲಜಪತ್ ರಾಯ್ ಅವರ ಸಾವಿಗೆ ಪ್ರತೀಕಾರ ತೀರಿಸಿಕೊಳ್ಳಲು 'ಹಿಂದೂಸ್ತಾನ್ ಸೋಶಿಯಲಿಸ್ಟ್ ರಿಪಬ್ಲಿಕನ್ ಆರ್ಮಿ' ಡಿಸೆಂಬರ್ 10, 28ರಂದು ರಾತ್ರಿ ಸಭೆ ನಡೆಸಿತು. ಭಗತ್ ಸಿಂಗ್, ಚಂದ್ರ ಶೇಖರ್ ಆಜಾದ್, ಮಹಾವೀರ್ ಸಿಂಗ್, ಸುಖ್ ದೇವ್, ರಾಜ್ ಗುರು, ಜೈ ಗೋಪಾಲ್, ಕಿಶೋರಿ ಲಾಲ್ ಮತ್ತು ದುರ್ಗಾ ದೇವಿ ಸಭೆಯಲ್ಲಿ ಉಪಸ್ಥಿತರಿದ್ದರು. ಭಗತ್ ಸಿಂಗ್ ಅವರು ದೇಶದ ಶೋಚನೀಯ ಸ್ಥಿತಿಯನ್ನು ವಿವರಿಸಿದರು ಮತ್ತು "ದೇಶಾದ್ಯಂತ ಉದ್ವಿಗ್ನತೆ ಇದೆ. ಬಂಗಾಳದಲ್ಲಿ ಪಕ್ಷವು ಗಣನೀಯ ಕೆಲಸ ಮಾಡಿದೆ. ಅವರು ಕೆಲವು ಅಧಿಕಾರಿಗಳನ್ನು ತೆಗೆದುಹಾಕಿದ್ದಾರೆ. ಇಂಗ್ಲೀಷರು ಭಯಭೀತರಾಗಿದ್ದಾರೆ. ಇದರ ಪರಿಣಾಮವಾಗಿ ಅವರು ತಮ್ಮ ಕುಟುಂಬಗಳನ್ನು ಬ್ರಿಟನ್ ಗೆ ಕಳುಹಿಸಲು ಪ್ರಾರಂಭಿಸಿದ್ದಾರೆ. ಸ್ವಲ್ಪ ಸಮಯದ ನಂತರ ಅವರು ಭಾರತದ ಮೇಲೆ ಅಧಿಕಾರವನ್ನು ಚಲಾಯಿಸಲು ಸಾಧ್ಯವಿಲ್ಲ ಎಂದು ಅರಿತುಕೊಳ್ಳುತ್ತಾರೆ. ಲಾಲಾಜಿಯ ಹುತಾತ್ಮತೆಯು ಕಾಂಗ್ರೆಸ್ಸಿಗರನ್ನು ಬೆಚ್ಚಿಬೀಳಿಸಿದೆ. ಪಂಡಿತ್ ಜವಾಹರ್ ಲಾಲ್ ನೆಹರೂ ಅವರು ಮುಂಬರುವ ಕಾಂಗ್ರೆಸ್ ಅಧಿವೇಶನದಲ್ಲಿ ದತ್ತು

ಸ್ವೀಕಾರಕ್ಕಾಗಿ ಘನವಾದದ್ದನ್ನು ಪ್ರಸ್ತುತಪಡಿಸಲು ಯೋಜಿಸುತ್ತಿದ್ದಾರೆ, ಆದರೆ ಅವರು ಏನನ್ನಾದರೂ ಮಾಡಲು ಸಾಧ್ಯವಾಗುತ್ತದೆ ಎಂದು ನನಗೆ ಖಚಿತವಿಲ್ಲ. ಇನ್ನೊಂದು ಕಡೆ ಯುವಕರ ರಕ್ತ ಕುದಿಯುತ್ತಿದೆ "ಎಂದರು.

ಚಂದ್ರಶೇಖರ್ ಆಜಾದ್ ಈ ಸಭೆಯ ಅಧ್ಯಕ್ಷತೆ ವಹಿಸಿದ್ದರು. ಸದಸ್ಯರನ್ನು ಉದ್ದೇಶಿಸಿ ಮಾತನಾಡಿದ ಅವರು, "ಸ್ನೇಹಿತರೇ, ನಾವು ಬ್ರಿಟಿಷ್ ಸಾಮ್ರಾಜ್ಯದ ವಿರುದ್ಧ ಸ್ವಾತಂತ್ರ್ಯದ ಯುದ್ಧವನ್ನು ನಡೆಸುತ್ತಿದ್ದೇವೆ. ಶತ್ರುವಿನ ಸೈನ್ಯ, ಅದರ ಶಸ್ತ್ರಾಸ್ತ್ರಗಳು ಮತ್ತು ಇತರ ಯುದ್ಧ ಸಾಮಗ್ರಿಗಳು ಅಪರಿಮಿತ. ಇದಕ್ಕೆ ಹೋಲಿಸಿದರೆ ನಮ್ಮಲ್ಲಿ ತ್ಯಾಗ ಮತ್ತು ಸಾರ್ವಜನಿಕ ಅಭಿಪ್ರಾಯ ಮಾತ್ರ ಇದೆ. ಇವು ನಮ್ಮ ಆಯುಧಗಳು ಮತ್ತು ಇವು ನಮ್ಮ ಬಲ."

ಭಗತ್ ಸಿಂಗ್ ಮತ್ತೆ ಮಾತನಾಡಿದರು, "ಸ್ಕಾಟ್ ಮಾತ್ರವಲ್ಲ, ನಾವು ಇನ್ನೂ ಅನೇಕ ಇಂಗ್ಲಿಷ್ ಜನರನ್ನು ಕೊಲ್ಲಬೇಕಾಗಿದೆ. ರಾಜ್ಯಪಾಲರಿಗೆ ಬದುಕಲು ಅವಕಾಶವಿರುವುದಿಲ್ಲ. ಹತ್ತು ಇಂಗ್ಲಿಷ್ ಸೈನಿಕರ ಹತ್ಯೆಯಿಂದ ಒಬ್ಬ ಭಾರತೀಯನ ಹತ್ಯೆಗೆ ಪ್ರತೀಕಾರ ತೀರಿಸಿಕೊಳ್ಳಲಾಗುತ್ತದೆ. ಆಗ ಮಾತ್ರ ಶತ್ರುಗಳು ಪಾಠ ಕಲಿಯುತ್ತಾರೆ."

ದುರ್ಗಾ ದೇವಿ ಸ್ಕಾಟ್ ನನ್ನು ಕೊಲ್ಲುವಂತೆ ಸಲಹೆ ನೀಡಿದರು. ಇದರ ಮೇಲೆ, ಭಗತ್ ಸಿಂಗ್ ಅವರು "ಅವನು ನನ್ನಿಂದ ಕೊಲ್ಲಲ್ಪಡಬೇಕು" ಎಂದು ಮೊದಲು ಅರ್ಪಿಸಿದರು. ಇದರ ನಂತರ ರಾಜ್ ಗುರು, ಸುಖ್ ದೇವ್, ಜೈ ಗೋಪಾಲ್ ಮತ್ತು ದುರ್ಗಾ ದೇವಿ ಈ ಕೆಲಸವನ್ನು ಮಾಡಲು ತಮ್ಮನ್ನು ತಾವು ಅರ್ಪಿಸಿಕೊಂಡರು. ಚಂದ್ರಶೇಖರ್ ಆಜಾದ್ ದುರ್ಗಾ ದೇವಿಯೊಂದಿಗೆ ಮಾತನಾಡುತ್ತಾ, "ಮಹಿಳೆಯರು ಈ ಚಟುವಟಿಕೆಯಲ್ಲಿ ಭಾಗವಹಿಸಬಾರದು. ಅಂತಹ ಕೆಲಸವನ್ನು ಅವರಿಗೆ ನಿಯೋಜಿಸಲಾಗುವುದಿಲ್ಲ. ಕ್ರಾಂತಿಕಾರಿಗಳನ್ನು ಹೊರಹಾಕಲು ಅವರ ಸಹಾಯವನ್ನು ತೆಗೆದುಕೊಳ್ಳಲಾಗುವುದು "ಎಂದು ಹೇಳಿದರು.

ಆದ್ದರಿಂದ, ಭಗತ್ ಸಿಂಗ್, ರಾಜ್ ಗುರು, ಸುಖ್ ದೇವ್, ಆಜಾದ್ ಮತ್ತು ಜೈ ಗೋಪಾಲ್ ಅವರಿಗೆ ಈ ಕೆಲಸವನ್ನು ನಿಯೋಜಿಸಲಾಯಿತು. ಸ್ಕಾಟ್ ಅವರ ಚಲನವಲನಗಳು, ಮಾರ್ಗಗಳು ಮತ್ತು ಚಟುವಟಿಕೆಗಳನ್ನು ತಿಳಿದುಕೊಳ್ಳಲು ಜೈ ಗೋಪಾಲ್ ಅವರನ್ನು ನಿಯೋಜಿಸಲಾಯಿತು. ಮುಂದಿನ ಸಭೆ ಡಿಸೆಂಬರ್ 15, 1928 ರಂದು ನಡೆಯಿತು. ಜೈ ಗೋಪಾಲ್ ಅವರು ಸ್ಕಾಟ್ ನ ಎಲ್ಲಾ ಚಲನೆಗಳು ಮತ್ತು ಚಟುವಟಿಕೆಗಳ ಬಗ್ಗೆ ವರದಿ ಮಾಡಿದರು. ನಂತರ ಸ್ಕಾಟ್ ನ ಹತ್ಯೆಯ ಯೋಜನೆಯನ್ನು ರೂಪಿಸಲಾಯಿತು. ಪ್ರತಿಯೊಬ್ಬರಿಗೂ ಪ್ರತ್ಯೇಕ ಕೆಲಸವನ್ನು ನಿಯೋಜಿಸಲಾಗಿತ್ತು. ಜೈ ಗೋಪಾಲ್ ಅವರು ತಮ್ಮ ಕಚೇರಿಯ ಹೊರಗೆ ನಿಂತಿದ್ದರು ಮತ್ತು ಕರವಸ್ತ್ರವನ್ನು ಬೀಸುವ ಮೂಲಕ ಅವರು ಹೊರಬರುವುದನ್ನು ಸೂಚಿಸುತ್ತಿದ್ದರು. ರಾಜ್ ಗುರು ಮತ್ತು ಭಗತ್ ಸಿಂಗ್ ಈ ಸೂಚನೆಯ ಮೇರೆಗೆ ಗುಂಡು ಹರಿಸಿದರು. ಆಜಾದ್ ಮತ್ತು ಸುಖ್ ದೇವ್ ಅವರ ಕೆಲಸವೆಂದರೆ, ಸ್ಕಾಟ್ ನನ್ನು ಗುಂಡಿಕ್ಕಿ ಭಗತ್ ಸಿಂಗ್ ಮತ್ತು ರಾಜ್ ಗುರು ಓಡಿಹೋದಾಗ, ಯಾರೂ ಅವರನ್ನು ಗಮನಿಸಬಾರದು ಅಥವಾ ಹಿಂಬಾಲಿಸಬಾರದು. ಆಜಾದ್ ಮತ್ತು ಸುಖ್ ದೇವ್ ಈ ಕಲೆಯಲ್ಲಿ ಪರಿಣತರಾಗಿದ್ದರು. ಇದು ಗುಂಡು ಹಾರಿಸಿದ ನಂತರ ತನ್ನ ತಲೆಯನ್ನು ನೆಲಕ್ಕೆ ಬಾಗುವಂತೆ ಶತ್ರುವನ್ನು ಒತ್ತಾಯಿಸುತ್ತದೆ.

ಡಿಸೆಂಬರ್ 17, 1928 ರಂದು ಸ್ಕಾಟ್ ಅವರನ್ನು ನೋಡಿಕೊಳ್ಳಲು ಜೈ ಗೋಪಾಲ್ ಅವರನ್ನು ಮಧ್ಯಾಹ್ನ ಪೊಲೀಸ್ ಕಚೇರಿಗೆ ಕಳುಹಿಸಲಾಯಿತು. ಸ್ಕಾಟ್ ನ ಪ್ರತಿಯೊಂದು ಚಟುವಟಿಕೆಯು ಜೈ ಗೋಪಾಲ್ ಅವರ ಸ್ಕ್ಯಾನರ್

ಅಡಿಯಲ್ಲಿತ್ತು. ಇತರ ಸಹವರ್ತಿಗಳು ಸಹ ತಮ್ಮ ಕೆಲಸದ ಭಾಗವನ್ನು ನಿರ್ವಹಿಸಲು ಹೊರಟರು. ಸ್ಕಾಟ್ ಅವರ ಕಚೇರಿ ಪಂಜಾಬ್ ಸಿವಿಲ್ ಸೆಕ್ರೆಟರಿಯೇಟ್ ನಲ್ಲಿತ್ತು. ಜೈ ಗೋಪಾಲ್ ಬಹುಶಃ ಸ್ಕಾಟ್ ಅವರನ್ನು ಗಮನಿಸಲಿಲ್ಲ. ಅವರು ಸ್ಯಾಂಡರ್ಸ್ ಅವರನ್ನು ಸ್ಕಾಟ್ ಎಂದು ತಪ್ಪಾಗಿ ಭಾವಿಸಿದರು. ಪ್ರತಿಯೊಬ್ಬರೂ ತಮ್ಮ ಹುದ್ದೆಗೆ ಸಿದ್ಧರಾಗಿದ್ದರು. ಜೈ ಗೋಪಾಲ್ ಅವರು ಪೊಲೀಸ್ ಕಾಂಪೌಂಡ್ ಬಳಿ ಬೈಸಿಕಲ್ ನೊಂದಿಗೆ ತಮ್ಮ ಬೈಸಿಕಲ್ ಮುರಿದುಬಿದ್ದಂತೆ ನಿಂತಿದ್ದರು. ಬೈಸಿಕಲ್ ಅನ್ನು ಇಟ್ಟುಕೊಳ್ಳಲು ಎರಡನೇ ಕಾರಣವೆಂದರೆ, ಮೊದಲ ಶಾಟ್ ತಪ್ಪಿಹೋದರೆ, ಸ್ಕಾಟ್ ಅವರನ್ನು ಬೈಸಿಕಲ್ ನಲ್ಲಿ ಹಿಂಬಾಲಿಸಬೇಕು ಮತ್ತು ನಂತರ ಮತ್ತೆ ಗುಂಡು ಹಾರಿಸಬೇಕು. ಭಗತ್ ಸಿಂಗ್ ಮತ್ತು ರಾಜ್ ಗುರು ಸ್ವಲ್ಪ ದೂರದಲ್ಲಿ, ಗೇಟ್ ನ ಒಂದು ಬದಿಯಲ್ಲಿ ನಿಂತಿದ್ದರು. ಕಚೇರಿಗೆ ಎದುರಾಗಿರುವ ಡಿ .ಎ .ವಿ. ಕಾಲೇಜ್ ಕಾಂಪೌಂಡ್ ನಲ್ಲಿ ಆಜಾದ್ ನಿಂತಿದ್ದರು. ಭಗತ್ ಸಿಂಗ್ ಮತ್ತು ರಾಜ್ ಗುರು ಕೂಡ ಗುಂಡು ಹಾರಿಸಿದ ನಂತರ ಹಾಸ್ಟೆಲ್ ಗೆ ಹೋಗಬೇಕಿತ್ತು. ಆಜಾದ್ ಮೌಸರ್ ಪಿಸ್ತೂಲ್ ಅನ್ನು ಹೊತ್ತುಕೊಂಡು ಹೋಗುತ್ತಿದ್ದರು. ರೈಫಲ್ ನನ್ನು ಎದೆಯ ಮೇಲೆ ಇರಿಸುವ ಮೂಲಕ ಸಾಮಾನ್ಯ ಪಿಸ್ತೂಲ್ ಗಿಂತ ದೀರ್ಘ ವ್ಯಾಪ್ತಿಯನ್ನು ಹೊಂದಿದ್ದರು. ಅವರು ತಮ್ಮ ಜೇಬಿನಲ್ಲಿ ಕಾರ್ಟ್ರಿಜ್ ಗಳಿಂದ ತುಂಬಿದ ಎರಡು ನಿಯತಕಾಲಿಕೆಗಳನ್ನು ಹೊತ್ತೊಯ್ದರು. ತಪ್ಪಾಗಿ ಜೈ ಗೋಪಾಲ್ ಅವರು ಸ್ಯಾಂಡರ್ಸ್ ಅವರನ್ನು ಸ್ಕಾಟ್ ಎಂದು ಕರೆದರು ಎಂದು ಈಗಾಗಲೇ ನಿರೂಪಿಸಲಾಗಿದೆ. ಸಾಂಡರ್ಸ್ ಕಚೇರಿಯಿಂದ ಹೊರಬಂದ ಕೂಡಲೇ, ಜೈ ಗೋಪಾಲ್ ಆಕ್ರೋಶ ವ್ಯಕ್ತಪಡಿಸಿದರು. ಸಾಂಡರ್ಸ್ ನಿಧಾನವಾಗಿ ಗೇಟ್ ಕಡೆಗೆ ಚಲಿಸುತ್ತಿದ್ದಂತೆ, ರಾಜ್ ಗುರು ಅವರ ಕುತ್ತಿಗೆಗೆ ಗುಂಡು ಹಾರಿಸಿದರು. ಸ್ಯಾಂಡರ್ಸ್ ತನ್ನ ಮೊಬೈಕ್ ಜೊತೆಗೆ ಕಡಿಮೆ ಕುಣಿಕೆದೊಂದಿಗೆ ಕೆಳಗೆ ಬಿದ್ದರು. ಕೂಡಲೇ ಭಗತ್ ಸಿಂಗ್ ತಲೆಯ ಮೇಲೆ ನಾಲ್ಕು-ಐದು ಗುಂಡುಗಳನ್ನು ಹಾರಿಸಿದರು. ಇಬ್ಬರೂ ಕಾಲೇಜು ಕಾಂಪೌಂಡ್ ಕಡೆಗೆ ಓಡಿಹೋದರು.

ಪೊಲೀಸ್ ಪೇದೆಗಳು ಇಡೀ ಘಟನೆಯನ್ನು ನೋಡುತ್ತಿದ್ದರು. ಆದರೆ ಏನನ್ನೂ ಹೇಳಲು ಅಥವಾ ಮಾಡಲು ಅವರಿಗೆ ಧೈರ್ಯವಿರಲಿಲ್ಲ. ಭಗತ್ ಸಿಂಗ್ ಮತ್ತು ರಾಜ್ ಗುರು ಓಡಲು ಪ್ರಾರಂಭಿಸಿದಾ, ಅವರು ಕೂಗಿದರು. ಅವನ ಕೂಗು ಕೇಳಿ, ಟ್ರಾಫಿಕ್ ಇನ್ಸ್ ಪೆಕ್ಟರ್ ಮತ್ತು ಇಬ್ಬರು ಪೇದೆಗಳು ಭಗತ್ ಸಿಂಗ್ ಮತ್ತು ರಾಜ್ ಗುರು ಕಡೆಗೆ ಓಡಿಹೋದರು. ಭಗತ್ ಸಿಂಗ್ ತಿರುಗಿ ಗುಂಡು ಹಾರಿಸಿದರು. ಜರೀಗಿಡ ತನ್ನನ್ನು ಉಳಿಸಿಕೊಳ್ಳಲು ಬಾಗಿತು ಮತ್ತು ಪ್ರಕ್ರಿಯೆಯಲ್ಲಿ ಬಿದ್ದಿತು. ಗುಂಡು ಅವನನ್ನು ಹೊಡೆಯಲಿಲ್ಲ. ಇತರ ಇಬ್ಬರು ಕಾನ್ಸ್ ಟೇಬಲ್ ಗಳೂ ದಿಗ್ಭ್ರಮೆಗೊಂಡರು. ಆಜಾದ್ ಹೇಳಿದರು, "ಚಲಿಸು." ಭಗತ್ ಸಿಂಗ್ ಮತ್ತು ರಾಜ್ ಗುರು ಮುಂದೆ ಸಾಗಿದರು. ಆಜಾದ್ ಅಲ್ಲಿಯೇ ನಿಂತು ದಾರಿ ತಡೆದರು. ಒಬ್ಬ ಕಾನ್ಸ್ ಟೇಬಲ್ ಭಗತ್ ಸಿಂಗ್ ಅವರ ಹಿಂದೆ ಓಡಿಹೋದರು. "ಗಮನಿಸಿ, ಹಿಂತಿರುಗಿ" ಎಂದು ಆಜಾದ್ ಅವರನ್ನು ಎಚ್ಚರಿಸಿದರು. ಇಬ್ಬರು ಕಾನ್ಸ್ ಟೇಬಲ್ ಗಳು ನಿಂತರು. ಆದರೆ ಚಂದನ್ ಸಿಂಗ್ ಹಾಗೆ ಮಾಡಲಿಲ್ಲ. ಆಜಾದ್ ಕೇವಲ ಒಂದು ಗುಂಡಿನಿಂದ ಅವನನ್ನು ಮುಗಿಸಿದರು. ಮೂವರು ಸಹಚರರು ಕಾಲೇಜು ಹಾಸ್ಟೆಲ್ ಗೆ ಹೋದರು. ನಂತರ ಸ್ವಲ್ಪ ಸಮಯದವರೆಗೆ ಅಲ್ಲಿಯೇ ಉಳಿದುಕೊಂಡ ನಂತರ ಹಿಂಬಾಗಿಲಿನಿಂದ ಹೊರಟುಹೋದರು. ಪಂಜಾಬ್ ಸರ್ಕಾರವು ಭಾರತ ಸರ್ಕಾರದ ಗೃಹ ಸಚಿವಾಲಯಕ್ಕೆ ಟೆಲಿಗ್ರಾಫ್ ಮೂಲಕ ಮಾಹಿತಿ ನೀಡಿತು:

"ಇಂದು ಮಧ್ಯಾಹ್ನ 2.00 ಕ್ಕೆ ಇಬ್ಬರು ಯುವಕರು ಸಹಾಯಕ ಪೊಲೀಸ್ ವರಿಷ್ಠಾಧಿಕಾರಿ ಸಾಂಡರ್ಸ್ ಮೇಲೆ ಗುಂಡು ಹಾರಿಸಿದರು ಮತ್ತು ಅವರು ತಕ್ಷಣವೇ ಸಾವನ್ನಪ್ಪಿದ್ದಾರೆ ಎಂದು ವಿಷಾದದಿಂದ ತಿಳಿಸಲಾಗಿದೆ. ಇಬ್ಬರೂ ಯುವಕರು ಡಿ.ಎ.ವಿ. ಕಾಲೇಜ್ ಮಾರ್ಗದಲ್ಲಿ ತಪ್ಪಿಸಿಕೊಂಡರು. ಶೋಧವನ್ನು ತಕ್ಷಣವೇ ಪ್ರಾರಂಭಿಸಲಾಯಿತು, ಆದರೆ ಇಲ್ಲಿಯವರೆಗೆ ಯಾರನ್ನೂ ಬಂಧಿಸಲಾಗಲಿಲ್ಲ. ಅವರನ್ನು ಬೆನ್ನಟ್ಟಿದ ಮುನ್ಶಿ (ಗುಮಾಸ್ತ) ಕೂಡ ಕೊಲ್ಲಲ್ಪಟ್ಟರು."

ಈ ಮಾಹಿತಿಯ ನಂತರ ವಿವರವಾದ ವರದಿಯನ್ನು ಕಳುಹಿಸಲಾಯಿತು. ಈ ಘಟನೆಯ ಮರುದಿನ ಗುಲಾಬಿ ಬಣ್ಣದ ಪೋಸ್ಟರ್ ಗಳನ್ನು ಎಲ್ಲೆಡೆ ಗೋಡೆಗಳ ಮೇಲೆ ಅಂಟಿಸಲಾಗಿತ್ತು. ಅದರ ಮೇಲೆ ಈ ಕೆಳಗಿನ ಸಂದೇಶವನ್ನು ಕೆಂಪು ಶಾಯಿಯಿಂದ ಬರೆಯಲಾಗಿತ್ತು:

"ಹಿಂದೂಸ್ತಾನ್ ಸಮಾಜ್ವಾದಿ ಗಣತಂತ್ರ ಸೇನಾ ನೋಟಿಸ್ ಅಧಿಕಾರಿಗಳು ಜಾಗರೂಕರಾಗಿರಿ"

ಲಜಪತ್ ರಾಯ್ ಅವರ ಹತ್ಯೆಗೆ ಜೆ .ಪಿ .ಸೌಂಡರ್ಸ್ ಅವರ ಹತ್ಯೆಯ ಮೂಲಕ ಪ್ರತೀಕಾರ ತೀರಿಸಿಕೊಳ್ಳಲಾಯಿತು.

ಈ ಕಲ್ಪನೆಯು ಒಂದು ದುಃಖವನ್ನುಂಟುಮಾಡುತ್ತದೆ, "ಈ ದೇಶದ ಮೂವತ್ತು ಕೋಟಿ ಜನರ ಗೌರವಾನ್ವಿತ ನಾಯಕನ ಮೇಲೆ ಸಾಮಾನ್ಯ ಅಧಿಕಾರಿಯೊಬ್ಬರ ಕೈಗಳು ದಾಳಿ ಮಾಡಿ ಕೊಂದವು. ಇದು ರಾಷ್ಟ್ರಕ್ಕೆ ಮಾಡಿದ ಅವಮಾನ ಮತ್ತು ಭಾರತದ ಯುವಕರು ಮತ್ತು ಜನರಿಗೆ ಸವಾಲಾಗಿತ್ತು. ಭಾರತದ ಸಾರ್ವಜನಿಕರು ನಿರ್ಜೀವರಲ್ಲ ಎಂಬುದನ್ನು ಇಂದು ಜಗತ್ತು ನೋಡಿದೆ. ಭಾರತೀಯರ ರಕ್ತ ಇನ್ನೂ ಹೆಪ್ಪುಗಟ್ಟಿಲ್ಲ. ಅವರು ತಮ್ಮ ದೇಶದ ರಕ್ಷಣೆಗಾಗಿ ತಮ್ಮ ಪ್ರಾಣವನ್ನು ತ್ಯಾಗ ಮಾಡಬಹುದು. ಈ ದೇಶದ ನಾಯಕರು ಖಂಡಿಸುವ ಮತ್ತು ತಿರಸ್ಕರಿಸುವ ಯುವಕರು ಈ ಪುರಾವೆಗಳನ್ನು ಒದಗಿಸಿದ್ದಾರೆ "ಎಂದು ಹೇಳಿದರು.

ಸಾಂಡರ್ಸ್ ಹತ್ಯೆಯು ಭಗತ್ ಸಿಂಗ್ ಅವರನ್ನು ಇಡೀ ದೇಶದ ಜನಪ್ರಿಯ ನಾಯಕ, ಪ್ರೀತಿಪಾತ್ರರನ್ನಾಗಿ ಮಾಡಿತು. ಈ ಉದಾತ್ತ ಕಾರ್ಯಕ್ಕಾಗಿ ಭಗತ್ ಸಿಂಗ್ ಅವರನ್ನು ಶ್ಲಾಘಿಸಿದ ಪಂಡಿತ್ ಜವಾಹರಲಾಲ್ ನೆಹರು ಅವರ ಆತ್ಮಚರಿತ್ರೆಯಲ್ಲಿ ಹೀಗೆ ಬರೆದಿದ್ದಾರೆ:

"ಭಗತ್ ಸಿಂಗ್ ಸಂಕೇತವಾಗಿ ಮಾರ್ಪಟ್ಟರು. ಸೌಂಡರ್ಸ್ ನ ಹತ್ಯೆಯ ಕೃತ್ಯವನ್ನು ಮರೆತುಬಿಡಲಾಯಿತು, ಆದರೆ ಚಿಹ್ನೆಗಳು ಉಳಿದಿವೆ ಮತ್ತು ಕೆಲವು ತಿಂಗಳುಗಳಲ್ಲಿ ಪಂಜಾಬ್ ನ ಪ್ರತಿ ಗ್ರಾಮ ಮತ್ತು ನಗರ ಮತ್ತು ಉತ್ತರ ಭಾರತದ ಹೆಚ್ಚಿನ ಭಾಗವು ಅವರ ಹೆಸರಿನೊಂದಿಗೆ ಪ್ರತಿಧ್ವನಿಸಿತು. ಅವರ ಬಗ್ಗೆ ಅನೇಕ ಹಾಡುಗಳನ್ನು ಬರೆಯಲಾಗಿದೆ ಮತ್ತು ಈ ರೀತಿಯಾಗಿ ಅವರು ಗಳಿಸಿದ ಜನಪ್ರಿಯತೆಯು ಅದ್ಭುತವಾಗಿದೆ "ಎಂದು ಹೇಳಿದರು.

ಲಾಹೋರ್ ನಿಂದ ಪಾರು

ಡಿ .ಎ .ವಿ. ಕಾಲೇಜಿನ ಹಾಸ್ಟೆಲ್ ನಿಂದ ಹೊರಡುವ ಮೊದಲು, ಭಗತ್ ಸಿಂಗ್ ಅವರ ಕೂದಲನ್ನು ಕತ್ತರಿಸಿ ಗಡ್ಡವನ್ನು ಬೋಳಿಸಿಕೊಂಡರು ಮತ್ತು ಅವರ ಬಟ್ಟೆಗಳನ್ನು ಸಹ ಬದಲಾಯಿಸಿದರು. ಅವರು ತನ್ನ ಸ್ನೇಹಿತರಿಂದ ಪ್ಯಾಂಟ್ ಮತ್ತು ಟೋಪಿಯನ್ನು ಎರವಲು ಪಡೆದರು.

ಸ್ನೇಹಿತ ಕೇಳಿದರು, "ನೀವು ಈಗ ಎಲ್ಲಿಗೆ ಹೋಗುತ್ತೀರಿ?"

ಭಗತ್ ಸಿಂಗ್, "ದುರ್ಗಾ *ಭಾಭಿಯ* ಮನೆಗೆ" ಎಂದು ಉತ್ತರಿಸಿದರು.

"ಅದರ ನಂತರ?"

"ಲಾಹೋರ್ ತೊರೆಯುವ ಬಗ್ಗೆ ನಾನು ಅವಳೊಂದಿಗೆ ಮಾತನಾಡುತ್ತೇನೆ."

"ತದನಂತರ?"

"ನಾನು ಎಲ್ಲಿಗೆ ಬೇಕಾದರೂ ಹೋಗಬಹುದು."

"ಏನನ್ನಾದರೂ ಯೋಚಿಸಿರಬೇಕು, ಏನು?"

"ಹೇಳಲು ಸಾಧ್ಯವಿಲ್ಲ. ನಾನು ಕಾಡಿನಲ್ಲಿ ಅಥವಾ ಗುಡ್ಡಗಾಡು ಪ್ರದೇಶದಲ್ಲಿ ಇರಬಹುದು."

"ವೆಚ್ಚಗಳಿಗೆ ಹಣ?"

" ನನ್ನ ಬಳಿ ಇನ್ನೂರು ರೂಪಾಯಿ ಇದೆ."

"ನನ್ನ ನೂರು ರೂಪಾಯಿಗಳನ್ನು ತೆಗೆದುಕೊಳ್ಳಿ. ನಾನು ಮನೆಯಿಂದ ಬರುತ್ತೇನೆ. ನಿಮಗೆ ಹೊರಗೆ ಹಣದ ಅಗತ್ಯವಿದೆ."

"ಸರಿ. ನನಗೆ ಕೊಡಿ."

ಅದರ ನಂತರ ಭಗತ್ ಸಿಂಗ್ ಆ ಸ್ಥಳವನ್ನು ತೊರೆದರು. ಅವರು ತಮ್ಮ ಉಡುಪನ್ನು ಬದಲಾಯಿಸಿದ್ದರೂ, ಕೆಲವು ಕಾನ್ಸ್ ಟೇಬಲ್ ಗಳು ಅವರು ಫರ್ನ್ ಮೇಲೆ ಗುಂಡು ಹಾರಿಸುವುದನ್ನು ನೋಡಿದ್ದಾರೆ ಎಂದು ಅವರಿಗೆ ತಿಳಿದಿತ್ತು. ಯಾರನ್ನಾದರೂ ತಿಳಿದವರು ಗುರುತಿಸಬಹುದು. ಅಂತಿಮವಾಗಿ, ಹೊಸ ಯೋಜನೆಯೊಂದಿಗೆ ಭಗತ್ ಸಿಂಗ್ ಮತ್ತು ಸುಖ್ ದೇವ್ ದುರ್ಗಾ *ಭಾಭಿಯ* ಮನೆಗೆ ತಲುಪಿದರು (ಶ್ರೀಮತಿ. ಪ್ರಸಿದ್ಧ ಕ್ರಾಂತಿಕಾರಿ ಭಗವತಿ ಚರಣ್ ವೋಹ್ರಾ ಅವರ ಪತ್ನಿ ದುರ್ಗಾ ದೇವಿ). ದುರ್ಗಾ *ಭಾಭಿ* ನೆರೆಹೊರೆಯ ಮಹಿಳೆಯೊಬ್ಬರ ಕಂಪನಿಯಲ್ಲಿ ಶಿಕ್ಷಕಿಯಿಂದ ಸಂಸ್ಕೃತವನ್ನು ಅಧ್ಯಯನ ಮಾಡುತ್ತಿದ್ದರು.

ಸುಖ್ ದೇವ್ ಅವಳನ್ನು ಪಕ್ಕಕ್ಕೆ ಕರೆದು, "ನೀವು ಎಲ್ಲಿಯಾದರೂ ಹೋಗಲು ಹೊರಬರಬಹುದೇ?" ಎಂದು ಕೇಳಿದರು."ಎಲ್ಲಿ ? ಏನು ಕೆಲಸ?" *ಭಾಭಿ* ಕೇಳಿದರು.

"ಈ ಘಟನೆಯಲ್ಲಿ ಭಾಗಿಯಾಗಿರುವ ವ್ಯಕ್ತಿಯನ್ನು ಲಾಹೋರ್ ನಿಂದ ಹೊರಗೆ ಕರೆದೊಯ್ಯಬೇಕಾಗಿದೆ. ನೀವು ಅವನೊಂದಿಗೆ ಅವನ ಮೇಡಂ ಆಗಿ ಹೋಗಬೇಕಾಗುತ್ತದೆ. ಪರಿಗಣಿಸಿ. ಗುಂಡಿನ ದಾಳಿ ಕೂಡ ಸಾಧ್ಯವಿದೆ " ಎಂದು ಸುಖ್ ದೇವ್ ಅವರ ಮುಖವನ್ನು ಸೂಕ್ಷ್ಮವಾಗಿ ನೋಡುತ್ತಾ ಹೇಳಿದರು.

"ಆ ವ್ಯಕ್ತಿ ಯಾರು? ಸರಿ, ನಾನು ಹೋಗುತ್ತೇನೆ."

"ಆ ವ್ಯಕ್ತಿ ಈ ರಾತ್ರಿ ಇಲ್ಲಿಯೇ ಇರುತ್ತಾನೆ... ಈ ಅಧ್ಯಯನಗಳನ್ನು ನಿಲ್ಲಿಸಿ."

"ಓಕೆ."

ಸ್ವಲ್ಪ ಸಮಯದ ನಂತರ ಟೋಪಿ ಮತ್ತು ಓವರ್ ಕೋಟ್ ಧರಿಸಿದ ಎತ್ತರದ ವ್ಯಕ್ತಿಯೊಬ್ಬರು ಸೇವಕನ ಜೊತೆಗೆ ಅಲ್ಲಿಗೆ ಬಂದರು. ಅವನನ್ನು ಕುಳಿತ ನಂತರ ದುರ್ಗಾ *ಭಾಭಿ* ಅವರು ಸುಖ್ ದೇವ್ ಅವರನ್ನು ನೋಡಿದರು. ಆ ವ್ಯಕ್ತಿ ಯಾರೆಂದು ತಿಳಿಯಲು ಅವರು ಬಯಸಿದ್ದರು. ನಂತರ ಸುಖ್ ದೇವ್ ಸ್ವತಃ, "ನೀವು ಈ ವ್ಯಕ್ತಿಯನ್ನು ಗುರುತಿಸುತ್ತೀರಾ?" ಎಂದು ಕೇಳಿದರು.

ಈಗ *ಭಾಭಿ* ಆ ವ್ಯಕ್ತಿಯನ್ನು "ಭಗತ್ ......" ಎಂದು ಎಚ್ಚರಿಕೆಯಿಂದ ನೋಡಿದರು.

ಭಗತ್ ಸಿಂಗ್ ಮತ್ತು ಸುಖ್ ದೇವ್ ನಕ್ಕರು.

ಅವರು ಬೆಳಿಗ್ಗೆ 5.00 ಕ್ಕೆ ಕಲ್ಕತ್ತಾ ಮೇಲ್ ಮೂಲಕ ಹೊರಡಬೇಕೆಂದು ನಿರ್ಧರಿಸಲಾಯಿತು. ಭಗತ್ ಸಿಂಗ್ ಅವರು *ಭಾಭಿಯ* ಮೂರು ವರ್ಷದ ಮಗ ಶಾಚಿ (ಶ್ರೀ ಶಚೀಂದ್ರ ಕುಮಾರ್ ವೋಹ್ರಾ) ಅವರನ್ನು ತಮ್ಮ ಮಡಿಲಲ್ಲಿ ಹೊತ್ತೊಯ್ದರು. ಅವನು ತನ್ನ ಮುಖದ ಅರ್ಧಭಾಗವನ್ನು ಟೋಪಿಯಿಂದ ಮುಚ್ಚಿಕೊಂಡನು ಮತ್ತು ತನ್ನ ಮುಖವನ್ನು ಇನ್ನೊಂದು ಬದಿಯಿಂದ ಮುಚ್ಚುವಂತೆ ಶಾಚಿಯನ್ನು ಹೊತ್ತುಕೊಂಡನು. ಅವನ ಓವರ್ ಕೋಟ್ ನ ಕಾಲರ್ ಅನ್ನು ಮೇಲಕ್ಕೆತ್ತಲಾಯಿತು. ಅವನು ತನ್ನ ಜೇಬಿನಲ್ಲಿ ಲೋಡ್ ಮಾಡಿದ ಪಿಸ್ತೂಲ್ ಅನ್ನು ಹೊತ್ತೊಯ್ದ. ಸೇವಕನ ವೇಷದಲ್ಲಿ ರಾಜ್ ಗುರು ಅವರೊಂದಿಗೆ ಬಂದರು. ಅವನ ಬಳಿಯೂ ಒಂದು ಪಿಸ್ತೂಲ್ ಇತ್ತು. ಅದನ್ನು ಅವನ ಬೆನ್ನಿಗೆ ಕಟ್ಟಲಾಗಿತ್ತು. *ಭಾಭಿ* ಕೂಡ ಮೇಡಂ ಮೇಕಪ್ ನಲ್ಲಿದ್ದರು. ಎಲ್ಲರೂ ಟೋಂಗಾದಲ್ಲಿ ಲಾಹೋರ್ ನಿಲ್ದಾಣವನ್ನು *ತಲುಪಿದರು*. ಪೊಲೀಸರು ಪ್ಲಾಟ್ ಫಾರ್ಮ್ ನಲ್ಲಿ ತಿರುಗಾಡುತ್ತಿದ್ದರು. ಭಗತ್ ಸಿಂಗ್ ಪ್ರಥಮ ದರ್ಜೆ ಟಿಕೆಟ್ ಗಳನ್ನು ಖರೀದಿಸಿ ರೈಲನ್ನು ಹತ್ತಿದರು. ಯಾರೂ ಆತನನ್ನು ಶಂಕಿಸಲಿಲ್ಲ. ರೈಲು ಹೊರಟುಹೋಯಿತು. ಈ ರೀತಿಯಾಗಿ, ಬ್ರಿಟಿಷರನ್ನು ಮೋಸಗೊಳಿಸಿ, ಅವರು ಕಲ್ಕತ್ತಾವನ್ನು ತಲುಪಿದರು.

ಇಡೀ ದೇಶದ ಪೊಲೀಸರು ಸಾಂಡರ್ಸ್ ಹತ್ಯೆಗೆ ಕಾರಣರಾದ ಕ್ರಾಂತಿಕಾರಿಗಳನ್ನು ಹುಡುಕುತ್ತಿದ್ದರು. ಈ ದಿನಗಳಲ್ಲಿ ಕಲ್ಕತ್ತಾದಲ್ಲಿ ಕಾಂಗ್ರೆಸ್ ಅಧಿವೇಶನ ಪ್ರಗತಿಯಲ್ಲಿದೆ. ಅವಿರತವಾಗಿ ಧೈರ್ಯಶಾಲಿಯಾದ ಭಗತ್ ಸಿಂಗ್ ಕೂಡ ಈ ಅಧಿವೇಶನದಲ್ಲಿ ರಹಸ್ಯವಾಗಿ ಭಾಗವಹಿಸಿದ್ದರು. ಪೊಲೀಸರಿಗೆ ಆತನ ಮೇಲೆ ಕೈ ಹಾಕಲು ಸಾಧ್ಯವಾಗಲಿಲ್ಲ. ಆದರೆ ಕಾಂಗ್ರೆಸ್ ಅಧಿವೇಶನದಲ್ಲಿ ಭಗತ್ ಸಿಂಗ್ ಕಲ್ಕತ್ತಾದಲ್ಲಿ ಪತ್ತೆಯಾಗಿದ್ದಾರೆ ಎಂದು ರಹಸ್ಯ ಏಜೆಂಟರು ಗೃಹ

ಇಲಾಖೆಗೆ ಮಾಹಿತಿ ನೀಡಿದರು.

ಭಗತ್ ಸಿಂಗ್ ಕಲ್ಕತ್ತಾಗೆ ಹೋಗಲು ತೆಗೆದುಕೊಂಡ ಅದೇ ರೈಲಿನಲ್ಲಿ ಆಜಾದ್ ಕೂಡ ಅದೇ ದಿನ ಲಾಹೋರ್ ನಿಂದ ಹೊರಟರು ಎಂದು ಇಲ್ಲಿ ಉಲ್ಲೇಖಿಸಬೇಕಾಗಿಲ್ಲ. ಅವನು ತನ್ನ ಸಹಚರರನ್ನು ಮಥುರಾದ ಪಾಂಡಾಗಳಾಗಿ ಪರಿವರ್ತಿಸಿದ್ದನು. ಅವನೇ ಅವರ ಗುರುವಾದನು. ಒಂದು ಕೈಯಲ್ಲಿ *ಗೀತೆಯ* ಪ್ರತಿಯನ್ನು ಹೊತ್ತುಕೊಂಡು ಅದರ ಮೇಲೆ ರಾಮನ ಹೆಸರುಗಳನ್ನು ಮುದ್ರಿಸಿದ ಹಾಳೆಯಲ್ಲಿ ಸುತ್ತಿಟ್ಟನು.

❐

4

ಅಸೆಂಬ್ಲಿ ಬಾಂಬ್ ಕ್ಯಾಂಡ್(ಘಟನೆ)

ಕಲ್ಕತ್ತಾದಲ್ಲಿ ಭಗತ್ ಸಿಂಗ್ ಅವರನ್ನು ಅತುಲ್ ಗಂಗೂಲಿ, ಪ್ರೊ. ಜ್ಯೋತಿ ಘೋಷ್, ಫನೀಂದ್ರ ನಾಥ್ ಘೋಷ್ ಮತ್ತು ಜೆ .ಎನ್. ದಾಸ್ ಅವರಂತಹ ಪ್ರಸಿದ್ಧ ಕ್ರಾಂತಿಕಾರಿಗಳಿಗೆ ಪರಿಚಯಿಸಲಾಯಿತು. ಅವರು ಅಲ್ಲಿ ತಮ್ಮ ಪಕ್ಷದ ಕಚೇರಿಯನ್ನೂ ತೆರೆದರು. ಈ ಎಲ್ಲಾ ಚಟುವಟಿಕೆಗಳನ್ನು ರಾತ್ರಿಯಲ್ಲಿ ನಡೆಸಲಾಯಿತು ಮತ್ತು ಅವರು ಹಗಲಿನಲ್ಲಿ ಮಲಗುತ್ತಿದ್ದರು. ಇಲ್ಲಿ ಅವರು ದೆಹಲಿ, ಆಗ್ರಾ ಮತ್ತು ಕಾನ್ಪುರ ಕೇಂದ್ರಗಳಿಗೆ ಬಾಂಬ್ ಗಳನ್ನು ತಯಾರಿಸಲು ಜತೀಂದ್ರ ನಾಥ್ ದಾಸ್ ಅವರನ್ನು ಮನವೊಲಿಸಿದರು. ಈ ಕೆಲಸವನ್ನು ಮೊದಲು ಕಲ್ಕತ್ತಾದಲ್ಲಿ ಕನ್ವಾಲ್ ನಾಥ್ ತಿವಾರಿ ಅವರ ಮನೆಯಲ್ಲಿ ಗನ್ ಪೌಡರ್ ತಯಾರಿಸುವ ಮೂಲಕ ಪ್ರಾರಂಭಿಸಲಾಯಿತು. ಕೆಲವು ದಿನಗಳ ಕಾಲ ಕಲ್ಕತ್ತಾದಲ್ಲಿ ವಾಸಿಸಿದ ನಂತರ ಅವರು ಬಂಗಾಳ ಮತ್ತು ಯುನೈಟೆಡ್ ಪ್ರಾಂತ್ಯಗಳ ಕ್ರಾಂತಿಕಾರಿಗಳ ಪ್ರದೇಶಗಳಲ್ಲಿ ಸಂಚರಿಸಲು ಪ್ರಾರಂಭಿಸಿದರು. ಇದರ ನಂತರ ಅವರು ತಮ್ಮ ಕಲ್ಕತ್ತಾ ಸಹವರ್ತಿಗಳ ಸಹಾಯದಿಂದ ಬಾಂಬ್ ಗಳನ್ನು ತಯಾರಿಸಲು ಆಗ್ರಾದಲ್ಲಿ ಕಾರ್ಖಾನೆಯನ್ನು ಸ್ಥಾಪಿಸಿದರು. ವಿವಿಧ ರಾಜ್ಯಗಳ ಕ್ರಾಂತಿಕಾರಿಗಳು ಇಲ್ಲಿಗೆ ಬಂದು ಗನ್ ಪೌಡರ್ ತಯಾರಿಸುವುದು ಹೇಗೆಂದು ಕಲಿತರು. ಒಂದು ತಿಂಗಳ ತರಬೇತಿಯ ನಂತರ ಅವರು ತಮ್ಮ ರಾಜ್ಯಗಳಿಗೆ ಮರಳಿದರು. ನಂತರ ಅವರು ಅಲ್ಲಿ ಅಂತಹ ಕಾರ್ಖಾನೆಗಳನ್ನು ಸ್ಥಾಪಿಸಿದರು ಮತ್ತು ಬಾಂಬ್ ಗಳನ್ನು ತಯಾರಿಸಲು ಪ್ರಾರಂಭಿಸಿದರು. ಸುಖ್ ದೇವ್ ಮತ್ತು ಶಿವ ವರ್ಮಾ ಕ್ರಮವಾಗಿ ಲಾಹೋರ್ ಮತ್ತು ಸಹರಾನ್ ಪುರದಲ್ಲಿ ಬಾಂಬ್ ಗಳನ್ನು ತಯಾರಿಸಲು ಕಾರ್ಖಾನೆಗಳನ್ನು ಸ್ಥಾಪಿಸಿದರು. ಬಾಂಬ್ ಗಳನ್ನು ಪರೀಕ್ಷಿಸಲು ಝಾನ್ಸಿ ಬಳಿಯ ಕಾಡನ್ನು ಗುರುತಿಸಲಾಗಿತ್ತು. ಭಗತ್ ಸಿಂಗ್ ಕೂಡ ಇಲ್ಲಿ ಉಪಸ್ಥಿತರಿದ್ದರು.

ಆಗ್ರಾದ ಹೀಂಗ್ ಮಂಡಿ ಮತ್ತು ನಮಕ್ ಮಂಡಿಯಲ್ಲಿ ಭಗತ್ ಸಿಂಗ್ ಎರಡು ಮನೆಗಳನ್ನು ಬಾಡಿಗೆಗೆ ಪಡೆದರು. ಈ ಮನೆಗಳಲ್ಲಿ ಬಾಂಬ್ ತಯಾರಿಸುವ ಕಾರ್ಖಾನೆಗಳನ್ನು ಸ್ಥಾಪಿಸಲಾಯಿತು ಮತ್ತು ಪಕ್ಷದ ಸಭೆಗಳನ್ನು ಸಹ ಇಲ್ಲಿ ನಡೆಸಲಾಯಿತು. 'ಹಿಂದೂಸ್ಥಾನ್ ಸಮಾಜವಾದಿ ಗಣತಂತ್ರ ಸೇನೆಯ' ಕೇಂದ್ರ ಕಾರ್ಯಕಾರಿ ಸಮಿತಿಯ ಒಂದು ಸಭೆ ಹೀಂಗ್ ಮಂಡಿ ಸದನದಲ್ಲಿ ನಡೆಯಿತು ಮತ್ತು 'ಸಾರ್ವಜನಿಕ ಸುರಕ್ಷತಾ ಮಸೂದೆ' ಮತ್ತು 'ಕೈಗಾರಿಕಾ ವಿವಾದಗಳ ಮಸೂದೆ' ಕುರಿತು ಚರ್ಚಿಸಲಾಯಿತು. ತಮ್ಮ ಆಲೋಚನೆಗಳನ್ನು ಮಂಡಿಸಿದ ಭಗತ್ ಸಿಂಗ್, "ಬ್ರಿಟಿಷ್

ಸಾಮ್ರಾಜ್ಯಶಾಹಿಯಲ್ಲಿ ನ್ಯಾಯಕ್ಕೆ ಸ್ಥಾನವಿಲ್ಲ. ಅವರು ಗುಲಾಮರನ್ನು ಲೂಟಿ ಮಾಡಲು, ಹತ್ತಿಕ್ಕಲು ಮತ್ತು ಕೊಲ್ಲಲು ನಿರಂತರವಾಗಿ ಬಯಸುತ್ತಾರೆ. ಈ ಎರಡು ಮಾತ್ರವಲ್ಲ, ಹೆಚ್ಚು ದಮನಕಾರಿ ಮಸೂದೆಗಳು ಜಾರಿಯಲ್ಲಿವೆ ಮತ್ತು ಜನರು ಒಂದು ಮಾತನ್ನು ಹೇಳುವ ಮೊದಲು ಅವರನ್ನು ಗುಂಡಿಕ್ಕಿ ಕೊಲ್ಲಲಾಗುತ್ತದೆ. ಮುಂದೆ ಏನಾಗುತ್ತದೆ ಎಂದು ನೋಡೋಣ "ಎಂದು ಹೇಳಿದರು.

ತಾರಾ ಚಂದ್ ಅವರು ಸಮಸ್ಯೆಯ ಪರಿಹಾರದ ಬಗ್ಗೆ ಕೇಳಿದರು. ಭಗತ್ ಸಿಂಗ್, "ತ್ಯಾಗ! ಅದು ಮಾತ್ರ ಅಸೆಂಬ್ಲಿಯ ಭಾರತೀಯ ಮತ್ತು ಬ್ರಿಟಿಷ್ ಸದಸ್ಯರ ಕಣ್ಣುಗಳನ್ನು ತೆರೆಯುತ್ತದೆ" ಎಂದು ಹೇಳಿದರು.

ಚಂದ್ರಶೇಖರ್ ಆಜಾದ್, "ಇದನ್ನು ಹೇಗೆ ಮಾಡಲಾಗುತ್ತದೆ?",ಎಂಬ ಅವರ ಪ್ರಶ್ನೆಗೆ, ಕೇಂದ್ರ ವಿಧಾನಸಭೆಯಲ್ಲಿ ಬಾಂಬ್ ಸ್ಫೋಟಿಸಬೇಕು ಎಂದು ಭಗತ್ ಸಿಂಗ್ ಸಲಹೆ ನೀಡಿದರು. ಈ ಸಲಹೆಯನ್ನು ಗಂಭೀರವಾಗಿ ಪರಿಗಣಿಸಲಾಯಿತು. ಕೊನೆಯಲ್ಲಿ ಅದನ್ನು ಸ್ವೀಕರಿಸಲಾಯಿತು. ಇದಕ್ಕಾಗಿ, ಈ ಕೆಳಗಿನ ಕ್ರಿಯಾ ಯೋಜನೆಯನ್ನು ರೂಪಿಸಲಾಗಿದೆ:

ವಿಧಾನಸಭೆಗೆ ಪ್ರವೇಶಿಸಲು ಪಾಸ್ ಗಳನ್ನು ವ್ಯವಸ್ಥೆ ಮಾಡಬೇಕು ಮತ್ತು ಒಮ್ಮೆ ಒಳಗೆ ಬಾಂಬ್ ಸ್ಫೋಟದ ನಂತರ ಮಸೂದೆಗಳು ಮತ್ತು ಕೃತ್ಯಗಳನ್ನು ವಿರೋಧಿಸಿ ಬಲವಾದ ಕೋಪವನ್ನು ವ್ಯಕ್ತಪಡಿಸಬೇಕು ಮತ್ತು ಇವುಗಳನ್ನು (ಮಸೂದೆಗಳು ಮತ್ತು ಕೃತ್ಯಗಳು) ನಾವು ತಿರಸ್ಕರಿಸುವುದನ್ನು ಸಹ ತಿಳಿಸಬೇಕು. ಬಾಂಬ್ ಗಳನ್ನು ಎಸೆಯುವಾಗ ಯಾರೂ ಸಾವನ್ನಪ್ಪದಂತೆ ನೋಡಿಕೊಳ್ಳಬೇಕು. 'ಇಂಕ್ವಾಲಾಬ್ ಜಿಂದಾಬಾದ್' ಘೋಷಣೆಗಳನ್ನು ಎತ್ತಬೇಕು ಮತ್ತು ನಮ್ಮ ದೃಷ್ಟಿಕೋನವನ್ನು ಅರ್ಥಮಾಡಿಕೊಳ್ಳಲು ಸದಸ್ಯರಿಗೆ ಕೈಬರಹಗಳನ್ನು ವಿತರಿಸಬೇಕು. ನಂತರ ನ್ಯಾಯಾಲಯದಲ್ಲಿ ನಮ್ಮ ಆಲೋಚನೆಗಳನ್ನು ತಿಳಿಸಬೇಕು.

ಬಾಂಬ್ ಸ್ಫೋಟದ ನಂತರ ಓಡಿಹೋಗುವ ಕಲ್ಪನೆಯನ್ನು ಭಗತ್ ಸಿಂಗ್ ವಿರೋಧಿಸಿದ್ದರು. ಸ್ಫೋಟದ ನಂತರ ಮುಂದಿನ ಪ್ರಕರಣವು ಭಾರತದ ಯುವಕರಿಗೆ ಕ್ರಾಂತಿಕಾರಿಗಳ ಉದ್ದೇಶಗಳು ಯಾವುವು ಎಂಬುದನ್ನು ಸ್ಪಷ್ಟಪಡಿಸುತ್ತದೆ ಎಂದು ಭಗತ್ ಸಿಂಗ್ ಅಭಿಪ್ರಾಯಪಟ್ಟರು. ಈ ಯೋಜನೆಯನ್ನು ರೂಪಿಸಿದಾಗ, ಭಗತ್ ಸಿಂಗ್ ಈ ಕೆಲಸವನ್ನು ತನಗೆ ನಿಯೋಜಿಸಬೇಕು ಎಂದು ಒತ್ತಾಯಿಸಿದರು. ಚಂದ್ರಶೇಖರ್ ಆಜಾದ್ ಇದನ್ನು ವಿರೋಧಿಸಿದರು. ಏಕೆಂದರೆ ಭಗತ್ ಸಿಂಗ್ ಈಗಾಗಲೇ ಸೌಂಡರ್ಸ್ ಹತ್ಯೆಯಲ್ಲಿ ತಲ್ಲೀನರಾಗಿದ್ದರು. ಅವನು ಸಿಕ್ಕಿಬಿದ್ದರೆ ನೇಣು ಹಾಕುವುದು ಅವನಿಗೆ ಮುಂಚಿನ ವಾಕ್ಯವಾಗಿತ್ತು. ಆದಾಗ್ಯೂ, ವಿವರವಾದ ಚರ್ಚೆಯ ನಂತರ ಕೇಂದ್ರ ಕಾರ್ಯಕಾರಿ ಸಮಿತಿಯು ಭಗತ್ ಸಿಂಗ್ ಈ ಕೆಲಸಕ್ಕೆ ಅತ್ಯಂತ ಸಂಪೂರ್ಣ ವ್ಯಕ್ತಿ ಎಂಬ ತೀರ್ಮಾನಕ್ಕೆ ಬಂದಿತು. ಬಲವಂತದಿಂದ, ಚಂದ್ರಶೇಖರ್ ಅದನ್ನು ಒಪ್ಪಿಕೊಳ್ಳಬೇಕಾಯಿತು. ಭಗತ್ ಸಿಂಗ್ ಅವರ ಸಹಾಯಕರಾಗಿ ಬಟುಕೇಶ್ವರ ದತ್ತಾ ಅವರನ್ನು ಆಯ್ಕೆ ಮಾಡಲಾಯಿತು. ಯೋಜನೆಯನ್ನು ಅಂತಿಮಗೊಳಿಸಿದ ನಂತರ, ಭಗತ್ ಸಿಂಗ್ ಅವರು 1929ರ ಮಾರ್ಚ್ ಮತ್ತು ಏಪ್ರಿಲ್ ನಲ್ಲಿ ಆಗ್ರಾ ಮತ್ತು ದೆಹಲಿಯ ನಡುವೆ ಹಲವು ಬಾರಿ ಸಂಚರಿಸಿದ್ದರು. ದೆಹಲಿಯಲ್ಲಿ ಅವರು ಕುಚಾ ಘಾಸಿ ರಾಮ್ ನಲ್ಲಿ 151 ರೋಶನ್ ಅರಾ ಮ್ಯಾನ್ಷನ್, ಬಜಾರ್ ಸೀತಾರಾಮ್ ಮತ್ತು ಬಂತಾ ಆಶ್ರಮದಲ್ಲಿ ತಂಗಿದ್ದರು. ಏಪ್ರಿಲ್ 8 ರ ಬೆಳಿಗ್ಗೆ ಭಗತ್ ಸಿಂಗ್ ಮತ್ತು ಬಟುಕೇಶ್ವರ ದತ್ ಅವರು ದೆಹಲಿಯ ಕಾಶ್ಮೀರಿ ಗೇಟ್ ನಲ್ಲಿ ರಾಮ್ ನಾಥ್

ಛಾಯಾಗ್ರಾಹಕರಿಂದ ಫೋಟೋವನ್ನು ತೆಗೆಸಿಕೊಂಡರು. ಇದೇ ಫೋಟೋವನ್ನು ಏಪ್ರಿಲ್ 12 ರಂದು ಲಾಹೋರ್ ನ '*ವಂದೇ ಮಾತರಂ*, ಏಪ್ರಿಲ್ 18 ರಂದು '*ಹಿಂದೂಸ್ತಾನ್ ಟೈಮ್ಸ್*' ಮತ್ತು ಏಪ್ರಿಲ್ 20 ರಂದು '*ದಿ ಪಯೋನೀರ್* ನಲ್ಲಿ ಮುದ್ರಿಸಲಾಗಿದೆ. ಬಾಂಬ್ ಸ್ಫೋಟಕ್ಕೆ ಎರಡು ದಿನಗಳ ಮೊದಲು, ಭಗತ್ ಸಿಂಗ್ ಮತ್ತು ಬಟುಕೇಶ್ವರ ದತ್ ಅವರು ಅಸೆಂಬ್ಲಿ ಹಾಲ್ ಗೆ ಹೋಗಿ ಒಳಗೆ ಆಸನ ವ್ಯವಸ್ಥೆಗಳನ್ನು ವೀಕ್ಷಿಸಿದರು ಮತ್ತು ಅದಕ್ಕೆ ಅನುಗುಣವಾಗಿ ತಮ್ಮ ಯೋಜನೆಯನ್ನು ಉತ್ತಮಗೊಳಿಸಿದರು. ದೆಹಲಿ ಪೊಲೀಸ್ ವರಿಷ್ಠಾಧಿಕಾರಿ ತಮ್ಮ ವರದಿಯಲ್ಲಿ, ಇಬ್ಬರೂ ಏಪ್ರಿಲ್ 6 ರಂದು, ಈವೆಂಟ್ ಗೆ ಎರಡು ದಿನಗಳ ಮೊದಲು, ಪ್ರಾಥಮಿಕ ಅವಲೋಕನಕ್ಕಾಗಿ ಅಸೆಂಬ್ಲಿ ಹಾಲ್ ಗೆ ಹೋಗಿದ್ದರು ಎಂದು ಬರೆದಿದ್ದಾರೆ.

ಘಟನೆಯ ದಿನವಾದ ಏಪ್ರಿಲ್ 8, 1929 ರಂದು, ಅಸೆಂಬ್ಲಿಯ ನಾಮನಿರ್ದೇಶಿತ ಸದಸ್ಯರ ಶಿಫಾರಸಿನ ಮೇರೆಗೆ ನೀಡಲಾದ ಪಾಸ್ ಗಳ ಮೇಲೆ ಇಬ್ಬರೂ ನಿಗದಿತ ಸಮಯದಲ್ಲಿ ವಿಧಾನಸಭೆಗೆ ಪ್ರವೇಶಿಸಿದರು. ನಾಮನಿರ್ದೇಶಿತ ಸದಸ್ಯರ ಶಿಫಾರಸನ್ನು ಅವರು ದುರುಪಯೋಗಪಡಿಸಿಕೊಂಡಿದ್ದಾರೆ ಎಂದು ಯಾರೂ ಶಂಕಿಸಿಲ್ಲ. ಹೆಚ್ಚಿನ ಸದಸ್ಯರು ಮಂಡಿಸಿದ ಮಸೂದೆಗಳನ್ನು ವಿರೋಧಿಸಿದರೂ ಅಥವಾ ತಿರಸ್ಕರಿಸಿದರೂ, ಈ ಎಲ್ಲದರ ಹೊರತಾಗಿಯೂ ಸರ್ಕಾರ ಅವುಗಳನ್ನು ಜಾರಿಗೊಳಿಸಲು ಮುಂದಾಗಿತ್ತು. ಆ ದಿನ ವೈಸ್ರಾಯ್ ನ ಸವಲತ್ತುಗಳ ಪ್ರಕಾರ ಅವುಗಳನ್ನು ಜಾರಿಗೊಳಿಸುವ ಘೋಷಣೆಗಾಗಿ ಕಾಯಲಾಯಿತು. ಆದ್ದರಿಂದ, ಆ ದಿನ ಅಸೆಂಬ್ಲಿಯಲ್ಲಿ ಭಾರಿ ಸಂಖ್ಯೆಯ ಸಂದರ್ಶಕರು ಇದ್ದರು. ಮಸೂದೆಗಳನ್ನು ವಿರೋಧಿಸುವ ಸದಸ್ಯರ ಪ್ರತಿಕ್ರಿಯೆಗಳನ್ನು ಕೇಳಲು ಅನೇಕ ಪತ್ರಿಕೆಗಳ ವರದಿಗಾರರು ಸಹ ಆಗಮಿಸಿದ್ದರು. ಭಗತ್ ಸಿಂಗ್ ಮತ್ತು ಬಟುಕೇಶ್ವರ ದತ್ ಸರದಿಯಲ್ಲಿ ನಿಂತರು ಮತ್ತು ಅವರ ಸರದಿ ಬಂದಾಗ ಅವರು ಒಳಗೆ ಹೋದರು. ಅವರನ್ನು ಬಂಧಿಸಿದ ಸಾರ್ಜೆಂಟ್ ಟೆರ್ರಿ ಅವರ ಪ್ರಕಾರ, ಇಬ್ಬರೂ ಖಾಕಿ ಉಡುಪುಗಳನ್ನು ಧರಿಸಿದ್ದರು. ಭಗತ್ ಸಿಂಗ್ ಅವರು ನೀಲಿ ಕೋಟ್ ಮತ್ತು ಬಟುಕೇಶ್ವರ ದತ್ ಅವರು ತಿಳಿ ನೀಲಿ ಕೋಟ್ ಧರಿಸಿದ್ದರು. ಇತರ ಸಾಕ್ಷಿಗಳ ಪ್ರಕಾರ ಭಗತ್ ಸಿಂಗ್ ಟೋಪಿ ಹಾಕಿದ್ದರು. ಇಬ್ಬರೂ ಸಂದರ್ಶಕರ ಗ್ಯಾಲರಿಯನ್ನು ಸುಲಭವಾಗಿ ತಲುಪಿದರು ಮತ್ತು ಅಲ್ಲಿ ಕುಳಿತುಕೊಂಡರು. ಗ್ಯಾಲರಿ ಶೀಘ್ರದಲ್ಲೇ ಸಂದರ್ಶಕರಿಂದ ತುಂಬಿತ್ತು. ಸರ್ಕಾರವನ್ನು ಬೆಂಬಲಿಸುವ ಕೆಲವು ಸದಸ್ಯರು ಎರಡು ಮಸೂದೆಗಳನ್ನು ಅಂಗೀಕರಿಸುವುದು ಅಗತ್ಯ ಎಂದು ಹೇಳಲು ಪ್ರಾರಂಭಿಸಿದರು. ರಷ್ಯಾದಿಂದ ದಾರಿ ತಪ್ಪಿದ ಭಾರತದ ಅಶಿಕ್ಷಿತ ಯುವಕರು ಕಮ್ಯುನಿಸ್ಟರಾಗುತ್ತಿದ್ದಾರೆ ಮತ್ತು ಬ್ರಿಟಿಷರ ವಿರುದ್ಧ ದಂಗೆಯೆದ್ದರು ಎಂದು ಅವರು ಹೇಳಿದರು. ಸರ್ಕಾರದ ಮಾತನ್ನು ಕೇಳಿಸಿಕೊಂಡ ಭಗತ್ ಸಿಂಗ್ ಮತ್ತು ಬಟುಕೇಶ್ವರ ದತ್ ಪರಸ್ಪರ ಮುಖ ನೋಡಿ ನಕ್ಕರು. ಇದರ ನಂತರ ಮಸೂದೆಯನ್ನು ಘೋಷಿಸಲಾಯಿತು. ಸ್ಪೀಕರ್ ತಮ್ಮ ನಿರ್ಧಾರವನ್ನು ಘೋಷಿಸಲು ತಮ್ಮ ಸ್ಥಾನದಿಂದ ಎದ್ದ ಕೂಡಲೇ, ಭಗತ್ ಸಿಂಗ್ ತಮ್ಮ ಸ್ಥಾನದಿಂದ ಎದ್ದರು. ಅವರು ವಿಧಾನಸಭೆಯ ಸ್ಪೀಕರ್ ಅವರ ಪೀಠದ ಹಿಂಭಾಗದಲ್ಲಿ ಬಾಂಬ್ ಎಸೆದರು. ಶ್ರೀ ವಿಠ್ಠಲ್ ಭಾಯಿ ಪಟೇಲ್ ಮತ್ತು ಮೋತಿ ಲಾಲ್ ನೆಹರೂ ಅವರ ಬಳಿ ಕುಳಿತಿದ್ದರು. ಯಾರಿಗೂ ಗಾಯವಾಗದಂತೆ ಸಂಪೂರ್ಣ ಕಾಳಜಿ ವಹಿಸಲಾಯಿತು.

ಸದಸ್ಯರೆಲ್ಲರೂ ಆಘಾತಕ್ಕೊಳಗಾದರು ಮತ್ತು ದಿಗ್ಭ್ರಮೆಗೊಂಡರು. ಏತನ್ಮಧ್ಯೆ, ಎರಡನೇ ಬಾಂಬ್ ಅನ್ನು ಸಹ ಎಸೆಯಲಾಯಿತು. ಸ್ಪೀಕರ್ ಶುಸ್ಟರ್ ತುಂಬಾ ಭಯಭೀತರಾಗಿದ್ದರು. ಅವರು ಗೊಂದಲದಲ್ಲಿ ತಮ್ಮ ಮೇಜಿನ ಹಿಂದೆ ಅಡಗಿಕೊಂಡರು. ಅವರನ್ನು ಇನ್ನಷ್ಟು ಭಯಭೀತರಾಗಿಸಲು ಭಗತ್ ಸಿಂಗ್ ಗಾಳಿಯಲ್ಲಿ ಎರಡು ಗುಂಡುಗಳನ್ನು ಹಾರಿಸಿದರು.

ಪಂಡಿತ್ ಮೋತಿಲಾಲ್ ನೆಹರು, ವಿಠ್ಠಲ್ ಭಾಯ್ ಪಟೇಲ್, ಮದನ್ ಮೋಹನ್ ಮಾಳವೀಯ ಮತ್ತು ಮೊಹಮ್ಮದ್ ಅಲಿ ಜಿನ್ನಾ ಅವರು ತಮ್ಮ ಸ್ಥಾನಗಳಲ್ಲಿ ಸುಮ್ಮನೆ ಕುಳಿತಿದ್ದರು, ಆದರೆ ಇತರ ಸದಸ್ಯರು ಓಡಲು ಮುಂದಾದರು. ಕೆಲವರು ಗ್ಯಾಲರಿಯಲ್ಲಿ ಕಣ್ಮರೆಯಾದರು, ಇತರರು ಸ್ನಾನಗೃಹಗಳಲ್ಲಿ ಅಡಗಿಕೊಂಡರು. ಸಂದರ್ಶಕರ ಗ್ಯಾಲರಿ ಸ್ವಲ್ಪ ಸಮಯದೊಳಗೆ ಖಾಲಿಯಾಗಿತ್ತು. ಇಬ್ಬರೂ "ಇಂಕ್ವಾಲಾಬ್ *ಜಿಂದಾಬಾದ್*", *'ಸಾಮ್ರಾಜ್ಯವಾದ್ ಕಾ ನಾಶ್ ಹೋ' (ಸಾಮ್ರಾಜ್ಯಶಾಹಿಯೊಂದಿಗೆ* ಕೆಳಗೆ) ಎಂದು ಘೋಷಣೆಗಳನ್ನು ಕೂಗಿದರು. ಇಡೀ ಸಭಾಂಗಣವು ಹೊಗೆಯಿಂದ ತುಂಬಿತ್ತು. ಈ ಸಮಯದಲ್ಲಿ ಬಟುಕೇಶ್ವರ ದತ್ ಸಭಾಂಗಣದಲ್ಲಿ ಹ್ಯಾಂಡ್ ಬಿಲ್ ಗಳನ್ನು ಸುರಿದರು. ಅವರು ಅವುಗಳನ್ನು ಸಾಮಾನ್ಯ ಜನರ ಕೈಯಲ್ಲಿ ಇರಿಸಲು ಬಯಸಲಿಲ್ಲ, ಆದರೆ ಸ್ಫೋಟದ ನಂತರ ತಕ್ಷಣವೇ ಒಬ್ಬ ವರದಿಗಾರನು ತನಗಾಗಿ ಒಂದನ್ನು ಭದ್ರಪಡಿಸಿಕೊಳ್ಳುವಲ್ಲಿ ಯಶಸ್ವಿಯಾದನು. ಅದೇ ಸಂಜೆ ಅವರ ಪತ್ರಿಕೆಯು ಅದನ್ನು ಪ್ರಕಟಿಸಿತು. ಅದು ಹೀಗೆ ಓದಲ್ಪಡುತ್ತದೆ:

'ಹಿಂದೂಸ್ತಾನ್ ಸಮಾಜವಾದಿ ಗಣತಂತ್ರ ಸೇನಾ'

"ಕಿವುಡರಿಗೆ ಕೇಳಲು ನೀವು ನಿಮ್ಮ ಧ್ವನಿಯನ್ನು ಹೆಚ್ಚಿಸಬೇಕಾಗಿದೆ. ಫ್ರಾನ್ಸ್ ನ ಅರಾಜಕತಾವಾದಿ ಹುತಾತ್ಮ ವೆಲ್ಲನ್ ಅವರ ಈ ಅಮರ ಮಾತುಗಳಿಂದ ನಮ್ಮ ನಿಲುವಿನ ಸ್ವಾಮ್ಯವನ್ನು ನಾವು ಸಮರ್ಥಿಸಬಹುದೇ?

"ಆಡಳಿತಾತ್ಮಕ ಸುಧಾರಣೆಗಳ ಹೆಸರಿನಲ್ಲಿ ಬ್ರಿಟಿಷ್ ಸರ್ಕಾರವು ಕಳೆದ ಹತ್ತು ವರ್ಷಗಳಿಂದ ನಮ್ಮ ಮೇಲೆ ಹೇರಿದ ಅವಮಾನದ ಖಂಡನೀಯ ಕಥೆಯನ್ನು ಪುನರಾವರ್ತಿಸಲು ನಾವು ಬಯಸುವುದಿಲ್ಲ. ಸಂಸತ್ತು ಎಂದು ಕರೆಯಲ್ಪಡುವ ಈ ವಿಧಾನಸಭೆಯು ಭಾರತದ ರಾಷ್ಟ್ರೀಯ ಮುಖಂಡರಿಗೆ ಮಾಡಿದ ಅವಮಾನಗಳನ್ನು ನಾವು ಉಲ್ಲೇಖಿಸಲು ಬಯಸುವುದಿಲ್ಲ.

"ಆಡಳಿತಾತ್ಮಕ ಸುಧಾರಣೆಗಳ ಹೆಸರಿನಲ್ಲಿ ಸೈಮನ್ ಆಯೋಗದಿಂದ ಕೆಲವು ಹಳೆಯ ತುಂಡುಗಳನ್ನು ನಿರೀಕ್ಷಿಸುತ್ತಿರುವ ಜನರಿದ್ದಾರೆ, ಅವರು ಪಡೆಯುವ ಹೊಸ ಮೂಳೆಗಳ ವಿತರಣೆಗಾಗಿ ಜಗಳವಾಡುತ್ತಿರುವ ಜನರಿದ್ದಾರೆ ಎಂದು ನಾವು ಸ್ಪಷ್ಟಪಡಿಸಲು ಬಯಸುತ್ತೇವೆ. ಇದೀಗ ಸರ್ಕಾರವು ಸಾರ್ವಜನಿಕ ಸುರಕ್ಷತಾ ಮಸೂದೆ ಮತ್ತು ವ್ಯಾಪಾರ ವಿವಾದಗಳ ಮಸೂದೆಯಂತಹ ದಮನಕಾರಿ ಕಾನೂನುಗಳೊಂದಿಗೆ ಭಾರತೀಯ ಸಾರ್ವಜನಿಕರನ್ನು ಸಿದ್ಧಪಾಸಿಸುತ್ತಿದೆ. ಅಲ್ಲದೆ, ಇದು ವಿಧಾನಸಭೆಯ ಮುಂದಿನ ಅಧಿವೇಶನಕ್ಕೆ 'ಪ್ರೆಸ್ ದೇಶದ್ರೋಹ ಮಸೂದೆ' ಯನ್ನು ಕಾಯ್ದಿರಿಸಿದೆ. ಕಾರ್ಮಿಕ ಮುಖಂಡರು ತಮ್ಮ ಕೆಲಸವನ್ನು ಮುಕ್ತವಾಗಿ ಮಾಡುತ್ತಿದ್ದರು. ಆದರೆ ಈಗ ಅವರ ವಿವೇಚನೆಯಿಲ್ಲದ ಬಂಧನಗಳೊಂದಿಗೆ ಸರ್ಕಾರದ ಉದ್ದೇಶಗಳು ಏನೆಂಬುದು ಸ್ಪಷ್ಟವಾಗಿದೆ.

"ಈ ಅತ್ಯಂತ ಪ್ರಚೋದನಕಾರಿ ಸನ್ನಿವೇಶಗಳಲ್ಲಿ 'ಹಿಂದೂಸ್ಥಾನ್ ಸಮಾಜವಾದಿ ಗಣತಂತ್ರ ಸಂಘ' ತನ್ನ ಕರ್ತವ್ಯವನ್ನು ಗಂಭೀರವಾಗಿ ಅರಿತುಕೊಂಡು, ಕಾನೂನಿನೊಂದಿಗೆ ಅವಮಾನಕರ ಹಾಸ್ಯಗಳನ್ನು ನಿಲ್ಲಿಸಲು ಈ ಕೃತ್ಯವನ್ನು ಮಾಡಲು ತನ್ನ ಸೈನ್ಯಕ್ಕೆ ಆದೇಶಿಸಿದೆ. ಅನ್ಯಲೋಕದ ಸರ್ಕಾರದ ಶೋಷಣೆ ಮಾಡುವ ಅಧಿಕಾರಶಾಹಿಯು ಏನು ಮಾಡಲು ಆಯ್ಕೆಮಾಡಿದರೂ, ಅದನ್ನು ಸಾರ್ವಜನಿಕರ ಮುಂದೆ ತನ್ನ ಬೆತ್ತಲೆ ರೂಪದಲ್ಲಿ ಬಹಿರಂಗಪಡಿಸುವುದು ಸಂಪೂರ್ಣವಾಗಿ ಅಗತ್ಯವಾಗಿದೆ.

"ಸಾರ್ವಜನಿಕರ ಚುನಾಯಿತ ಪ್ರತಿನಿಧಿಗಳು ಆಯಾ ಪ್ರದೇಶಕ್ಕೆ ಹೋಗಿ ಮುಂಬರುವ ಕ್ರಾಂತಿಗೆ ಸಿದ್ಧರಾಗಬೇಕು. 'ಸುರಕ್ಷತಾ ಮಸೂದೆ', 'ವ್ಯಾಪಾರ ವಿವಾದಗಳ ಮಸೂದೆ' ಮತ್ತು ಲಾಲಾಜಿ ಅವರ ಕ್ರೂರ ಹತ್ಯೆಯ ವಿರುದ್ಧ ನಾವು ಭಾರತೀಯ ಜನರ ಪರವಾಗಿ ಪ್ರತಿಭಟಿಸುತ್ತಿದ್ದೇವೆ ಎಂದು ಸರ್ಕಾರ ಅರಿತುಕೊಳ್ಳಬೇಕು. ಇತಿಹಾಸವು ಅಸಂಖ್ಯಾತ ಬಾರಿ ಪುನರಾವರ್ತನೆಯಾಗಿದ್ದು, ನೀವು ವ್ಯಕ್ತಿಗಳನ್ನು ಸುಲಭವಾಗಿ ಕೊಲ್ಲಬಹುದು ಆದರೆ ನೀವು ಆಲೋಚನೆಗಳನ್ನು ಕೊಲ್ಲಲು ಸಾಧ್ಯವಿಲ್ಲ. ದೊಡ್ಡ ಸಾಮ್ರಾಜ್ಯಗಳು ನಾಶವಾಗಿವೆ. ಆದಾಗ್ಯೂ, ಆಲೋಚನೆಗಳು ಉಳಿದುಕೊಂಡಿವೆ. ಫ್ರಾನ್ಸ್ ನ ಬ್ರೂವನ್ ಮತ್ತು ರಷ್ಯಾದ ಚಕ್ರವರ್ತಿಗಳು ಇನ್ನು ಮುಂದೆ ಇರುವುದಿಲ್ಲ, ಆದರೆ ಕ್ರಾಂತಿಕಾರಿಗಳು ಯಶಸ್ಸು ಮತ್ತು ವಿಜಯದೊಂದಿಗೆ ಮುನ್ನಡೆಯುತ್ತಿದ್ದಾರೆ.

"ನಾವು ಮಾನವ ಜೀವನವನ್ನು ಪವಿತ್ರವೆಂದು ಪರಿಗಣಿಸುತ್ತೇವೆ. ಪ್ರತಿಯೊಬ್ಬ ವ್ಯಕ್ತಿಯು ಸಂಪೂರ್ಣ ಶಾಂತಿ ಮತ್ತು ಸ್ವಾತಂತ್ರ್ಯದೊಂದಿಗೆ ಬದುಕುವ ಉಜ್ವಲ ಭವಿಷ್ಯವನ್ನು ನಾವು ನಂಬುತ್ತೇವೆ. ಮಾನವ ರಕ್ತವನ್ನು ಚೆಲ್ಲುವ ನಮ್ಮ ಅಸಹಾಯಕತೆಯಿಂದ ನಾವು ದುಃಖಿತರಾಗಿದ್ದೇವೆ, ಆದರೆ ಕ್ರಾಂತಿಗೆ ಮಾನವರ ತ್ಯಾಗ ಅವಶ್ಯಕವಾಗಿದೆ.

ಇಂಕ್ವಾಲಾಬ್ ಜಿಂದಾಬಾದ್

ಎಸ್ ಡಿ/- ಬಲರಾಜ್

ಕಮಾಂಡರ್-ಇನ್-ಚೀಫ್"

ಎರಡನೇ ಬಾಂಬ್ ಅನ್ನು ಬಟುಕೇಶ್ವರ ದತ್ ಎಸೆದಿದ್ದಾರೆ ಎಂದು ಹೆಚ್ಚಿನ ಪುಸ್ತಕಗಳಲ್ಲಿ ಉಲ್ಲೇಖಿಸಲಾಗಿದೆ. ಆದರೆ ಗುರು ದೇವ್ ಸಿಂಗ್ ಡಿಯೋಲ್ ಅವರು ತಮ್ಮ ಪುಸ್ತಕ *ಶಹೀದ್ ಭಗತ್ ಸಿಂಗ್* ನಲ್ಲಿ ಎರಡನೇ ಬಾಂಬ್ ಎಸೆದ ವ್ಯಕ್ತಿ ಬಿ.ಕೆ.ದತ್ ಎಂದು ಸಾಮಾನ್ಯವಾಗಿ ನಂಬಲಾಗಿದ್ದರೂ, ಅದು ನಿಜವಲ್ಲ ಎಂದು ಬರೆದಿದ್ದಾರೆ. ಕಾರ್ಯಕ್ರಮದ ಸಮಯದಲ್ಲಿ ಅಸೆಂಬ್ಲಿಯಲ್ಲಿ ಹಾಜರಿದ್ದ ಮತ್ತು ಭಗತ್ ಸಿಂಗ್ ಮತ್ತು ಬಿ.ಕೆ.ದತ್ ಪರ ವಕೀಲರಾಗಿದ್ದ ಶ್ರೀ ಆಸಿಫ್ ಅಲಿ ಹೇಳುತ್ತಾರೆ, "ಬಟುಕೇಶ್ವರ ದತ್ ಯಾವುದೇ ಬಾಂಬ್ ಎಸೆದಿಲ್ಲ ಎಂದು ಕೆಲವೇ ಜನರಿಗೆ ತಿಳಿದಿದೆ," ಆದರೆ ಪ್ರಕರಣದಲ್ಲಿ ಹೇಳಿಕೆ ನೀಡುವ ಹಂತದಲ್ಲಿ ಬಟುಕೇಶ್ವರ ದತ್ ಅವರು ಬಾಂಬ್ ಗಳಲ್ಲಿ ಒಂದನ್ನು ಎಸೆದಿದ್ದಾರೆ ಎಂದು ಹೇಳಲು ಒತ್ತಾಯಿಸಿದರು. ದತ್ ಏಕೆ ಹೀಗೆ ಹೇಳಿದರು ಎಂಬುದು ಈ ಕೆಳಗಿನವುಗಳಿಂದ ಸ್ಪಷ್ಟವಾಗುತ್ತದೆ: ಅವರು ತಮ್ಮ ವಕೀಲ ಆಸಿಫ್ ಅಲಿಯವರಿಗೆ ಹೀಗೆ ಹೇಳಿದರು:

"ಭಗತ್ ಸಿಂಗ್ ಮತ್ತು ನಾನು ದೀರ್ಘಕಾಲ ಒಟ್ಟಿಗೆ ವಾಸಿಸುತ್ತಿದ್ದೇವೆ ಮತ್ತು ನಿಮ್ಮ ಸಮರ್ಥನೆಯ ಹೊರತಾಗಿಯೂ ಅವರಿಗೆ ಖಂಡಿತವಾಗಿಯೂ ಜೀವಾವಧಿ ಶಿಕ್ಷೆ ವಿಧಿಸಲಾಗುವುದು ಎಂದು ನನಗೆ ಸಂಪೂರ್ಣ ವಿಶ್ವಾಸವಿದೆ. ಅವರು ನನ್ನನ್ನು ಖುಲಾಸೆಗೊಳಿಸುತ್ತಾರೆ ಎಂದು ಭಾವಿಸೋಣ - ಅವನು ಇಲ್ಲದೆ ನಾನು ಏನು ಮಾಡಬೇಕು? ನಾನು ಅವನಿಗೆ ಕಡ್ಡಾಯವಾಗಿ ಜೊತೆ ನೀಡಬೇಕು ".

ಭಗತ್ ಸಿಂಗ್ ಮತ್ತು ಬಟುಕೇಶ್ವರ ದತ್ ಬಯಸಿದ್ದರೆ, ಅವರು ಅನುಕೂಲಕರವಾಗಿ ಅಲ್ಲಿಂದ ಓಡಿಹೋಗಬಹುದಿತ್ತು. ಆದರೆ ಭಗತ್ ಸಿಂಗ್ ಅವರ ಬಯಕೆಯಂತೆ ಅವರು ಓಡಿಹೋಗುವ ಮೂಲಕ ತಮ್ಮನ್ನು ತಾವು ಉಳಿಸಿಕೊಳ್ಳುವುದಿಲ್ಲ ಎಂದು ಈಗಾಗಲೇ ನಿರ್ಧರಿಸಲಾಗಿತ್ತು. ಆದ್ದರಿಂದ ಇಬ್ಬರೂ ತಮ್ಮ ಸ್ಥಳಗಳಲ್ಲಿ ನಿಂತು ಘೋಷಣೆಗಳನ್ನು ಕೂಗಿದರು. ಹೊಗೆ ಕಡಿಮೆಯಾದಾಗ, ಪೊಲೀಸರು ಅಸೆಂಬ್ಲಿ ಹಾಲ್ ಪ್ರವೇಶಿಸಿದರು. ಸಾರ್ಜೆಂಟ್ ಟೆರ್ರಿ ಅವರನ್ನು ಕೇಳಿದರು, "ನೀವು ಇದನ್ನು ಮಾಡಿದ್ದೀರಾ?"

ಇಬ್ಬರೂ ಒಪ್ಪಿಕೊಂಡರು. ಇಬ್ಬರೂ ಬಂಧನಕ್ಕೆ ಒಳಗಾದರು. ಬಂಧನದ ಸಮಯದಲ್ಲಿ ಭಗತ್ ಸಿಂಗ್ ರೂಪದ ಸ್ವಯಂಚಾಲಿತ ಪಿಸ್ತೂಲ್ ಅನ್ನು ವಶಪಡಿಸಿಕೊಳ್ಳಲಾಯಿತು. ಕೆಲವು ಪೊಲೀಸ್ ಅಧಿಕಾರಿಗಳ ಹೇಳಿಕೆಗಳ ಪ್ರಕಾರ, ಭಗತ್ ಸಿಂಗ್ ಅವರು ಎರಡು ಅಥವಾ ಮೂರು ಬಾರಿ ಗುಂಡು ಹಾರಿಸಿದ್ದರು ಮತ್ತು ಪಿಸ್ತೂಲ್ ಅವರ ಕೈಯಲ್ಲಿತ್ತು ಮತ್ತು ಅವರನ್ನು ಮುಂಭಾಗಕ್ಕೆ ಮುಖಮಾಡಿತ್ತು. ವಿಚಾರಣಾ ನ್ಯಾಯಾಲಯದಲ್ಲಿ ಸರ್ಕಾರಿ ಸಾಕ್ಷಿಗಳೊಬ್ಬರು ಭಗತ್ ಸಿಂಗ್ ಸ್ವಯಂಚಾಲಿತ ಪಿಸ್ತೂಲ್ ತೆಗೆದುಕೊಂಡು ಎರಡು ಅಥವಾ ಮೂರು ಬಾರಿ ಗುಂಡು ಹಾರಿಸಿದರು ಮತ್ತು ನಂತರ ಪಿಸ್ತೂಲ್ ಜಖಂಗೊಂಡಿತು ಎಂದು ಹೇಳಿದ್ದರು. ಆದರೆ ಈ ಎಲ್ಲ ಹೇಳಿಕೆಗಳು ಸಂಪೂರ್ಣ ಸುಳ್ಳು. ಅವರನ್ನು ಬಂಧಿಸಿದ ಸಾರ್ಜೆಂಟ್ ಟೆರ್ರಿ ಅವರ ಹೇಳಿಕೆಯಿಂದ ಸತ್ಯವನ್ನು ಸಾಕಷ್ಟು ಬಹಿರಂಗಪಡಿಸಲಾಗಿದೆ, "ನಾನು ಭಗತ್ ಸಿಂಗ್ ಅವರಿಂದ ಪಿಸ್ತೂಲ್ ಅನ್ನು ವಶಪಡಿಸಿಕೊಂಡಾಗ ಅದನ್ನು ನನ್ನ ಕಡೆಗೆ ತೋರಿಸಲಾಗಿಲ್ಲ. ಆದರೆ ಅದು ಅವರ ಕೈಯಲ್ಲಿತ್ತು. ಅವರು ಅದರೊಂದಿಗೆ ಆಡುತ್ತಿದ್ದರು. ಅವನ ಕೈ ಕೆಳಗಿತ್ತು." ಗುಂಡಿನ ದಾಳಿಯು ಪಿಸ್ತೂಲ್ ನಿಂದಲೇ ಆಗಿದೆ ಎಂದು ಹಿರಿಯ ಪೊಲೀಸ್ ವರಿಷ್ಠಾಧಿಕಾರಿ ಸಹ ಒಪ್ಪಿಕೊಂಡಿದ್ದಾರೆ. ಈ ವಿಷಯದಲ್ಲಿ ಯಾವುದೇ ವಿವರವಾದ ಅಥವಾ ಅಧಿಕೃತ ಪುರಾವೆಗಳಿಲ್ಲ.

ಇಬ್ಬರೂ ಕ್ರಾಂತಿಕಾರಿಗಳನ್ನು ಪೊಲೀಸ್ ವಾಹನದಲ್ಲಿ ಚಾಂದನಿ ಚೌಕ್ ಗೆ ಕರೆದೊಯ್ಯುತ್ತಿದ್ದಾಗ, ಆ ಸಮಯದಲ್ಲಿ ಭಗವತಿ ಚರಣ್ ವೋಹ್ರ ಅವರ ಪತ್ನಿ ದುರ್ಗಾ ದೇವಿ (ದುರ್ಗಾ ಭಾಭಿ) ಮತ್ತು ಮಗು ಶಾಚಿ ಕೂಡ ಅವರ ಬಳಿ ಒಂದು ಟಾಂಗಾದಲ್ಲಿ ಹಾದುಹೋದರು. ಮಗು ತಕ್ಷಣ ಭಗತ್ ಸಿಂಗ್ ಅವರನ್ನು ಗುರುತಿಸಿ, "ಎತ್ತರದ ಅಂಕಲ್!" ಎಂದು ಕೂಗಿತು. ಆದರೆ ಅವನ ತಾಯಿ ಅವನ ತುಟಿಗಳ ಮೇಲೆ ತನ್ನ ಕೈಯನ್ನು ಇಟ್ಟು ಅವನನ್ನು ಮೌನಗೊಳಿಸಿದಳು.

ಈ ಘಟನೆಯಿಂದಾಗಿ ವಿಧಾನಸಭೆಯ ಅಧಿವೇಶನವನ್ನು ಅಮಾನತುಗೊಳಿಸಲಾಗಿದೆ. ಈ ಸುದ್ದಿ ದೇಶಾದ್ಯಂತ ಹರಡಿತು. ಎಲ್ಲಾ ಪತ್ರಿಕೆಗಳು ಅದನ್ನು ಮೊದಲ ಪುಟದಲ್ಲಿ ದಪ್ಪ ಅಕ್ಷರಗಳಲ್ಲಿ ಪ್ರಕಟಿಸಿದವು.

ಪೊಲೀಸ್ ಠಾಣೆಯ ಮುಂದೆ ಹೇಳಿಕೆ ನೀಡುವಂತೆ ಕೇಳಿದಾಗ, ಅವರು ಪೊಲೀಸರ ಮುಂದೆ ಯಾವುದೇ ಹೇಳಿಕೆ ನೀಡಲು ನಿರಾಕರಿಸಿದರು ಮತ್ತು ಅವರು ಏನು ಹೇಳಬೇಕೋ ಅದನ್ನು ನ್ಯಾಯಾಲಯದ ಮುಂದೆ ಹೇಳುವುದಾಗಿ

ಹೇಳಿದರು. 16ರಂದು ಅವರನ್ನು ಹಳೆಯ ಸೆಕ್ರೆಟರಿಯಟ್ ಪೊಲೀಸ್ ಠಾಣೆಗೆ ಕಳುಹಿಸಲಾಯಿತು.

ಈ ಘಟನೆಯ ಮಾಹಿತಿಯನ್ನು ಶೀಘ್ರದಲ್ಲೇ ಸರ್ಕಾರವು ಟೆಲಿಗ್ರಾಫ್ ಮುಖಾಂತರ ಲಂಡನ್ ಗೆ ಕಳುಹಿಸಿತು.

"ಇಂದು ಬೆಳಿಗ್ಗೆ ವಿಧಾನಸಭೆಯು 'ವ್ಯಾಪಾರ ವಿವಾದಗಳ ಮಸೂದೆ' ಯನ್ನು ಚರ್ಚೆಗೆ ತೆಗೆದುಕೊಂಡಿತು. ಕೊನೆಯಲ್ಲಿ ಸ್ಪೀಕರ್ ತಮ್ಮ ನಿರ್ಧಾರವನ್ನು ಉಚ್ಚರಿಸುತ್ತಾರೆ ಎಂದು ನಿರೀಕ್ಷಿಸಲಾಗಿತ್ತು. ಮಸೂದೆಯಲ್ಲಿ ವಿಭಜನೆಗೆ ಕರೆ ನೀಡಿದ ಕೂಡಲೇ, ಸ್ಪೀಕರ್ ತಮ್ಮ ನಿರ್ಧಾರವನ್ನು ಉಚ್ಚರಿಸಲು ಹೊರಟಾಗ, ಸಂದರ್ಶಕರ ಗ್ಯಾಲರಿಯ ವ್ಯಕ್ತಿಯೊಬ್ಬರು ಉದ್ದೇಶಪೂರ್ವಕವಾಗಿ ಖಜಾನೆ ಬೆಂಚುಗಳ ಮೇಲೆ ಎರಡು ಬಾಂಬ್ ಗಳನ್ನು ಎಸೆದರು. ಸ್ಫೋಟದಿಂದ ಸ್ವಲ್ಪ ಅಸಮಾಧಾನಗೊಂಡಿದ್ದ ಶ್ರೀ ಬಿ .ಜಿ .ದಲಾಲ್ ಅವರನ್ನು ಹೊರತುಪಡಿಸಿ ಯಾರಿಗೂ ಯಾವುದೇ ಗಂಭೀರ ಗಾಯಗಳಾಗಿಲ್ಲ. ಸದನವು ಗೊಂದಲದ ಸ್ಥಿತಿಯಲ್ಲಿ ಏರಿತು. ನಂತರ ಸ್ಪೀಕರ್ ಅದನ್ನು ಗುರುವಾರದವರೆಗೆ ಮುಂದೂಡಿದರು. ಗ್ಯಾಲರಿಯಲ್ಲಿ ಇಬ್ಬರು ವ್ಯಕ್ತಿಗಳನ್ನು ಬಂಧಿಸಲಾಗಿದೆ "ಎಂದು ಹೇಳಿದರು.

ಮತ್ತೊಂದು ಟೆಲಿಗ್ರಾಮ್ ಅನ್ನು ಸಹ ರವಾನಿಸಲಾಗಿದೆ. ಅದು ಹೀಗೆ ಓದುತ್ತದೆ:

"ಬಂಧಿತ ಇಬ್ಬರನ್ನು ಲಾಹೋರ್ ನ ಭಗತ್ ಸಿಂಗ್ ಎಂದು ಗುರುತಿಸಲಾಗಿದ್ದು, ಅವರು ಪರಾರಿಯಾಗಿದ್ದರು ಮತ್ತು ಪೊಲೀಸರು ಆತನನ್ನು ಹುಡುಕುತ್ತಿದ್ದರು ಮತ್ತು ಬಂಗಾಳಿ ಬಟುಕೇಶ್ವರ ದತ್ ಎಂದು ಗುರುತಿಸಲಾಗಿದೆ. ಎರಡೂ ಬಾಂಬ್ ಗಳನ್ನು ಭಗತ್ ಸಿಂಗ್ ಎಸೆದರು ಎಂದು ಹೇಳಲಾಗುತ್ತದೆ. ಮೊದಲನೆಯದು ಮುಂಭಾಗದ ಖಜಾನೆ ಬೆಂಚುಗಳ ಬಳಿ ಮತ್ತು ಎರಡನೆಯದು ಹಿಂದಿನ ಖಜಾನೆ ಬೆಂಚುಗಳಲ್ಲಿ ಬಿದ್ದಿತು. ಭಗತ್ ಸಿಂಗ್ ಬಾಂಬ್ ಗಳನ್ನು ಎಸೆದ ನಂತರ ತನ್ನ ಸ್ವಯಂಚಾಲಿತ ಪಿಸ್ತೂಲ್ ನಿಂದ ಎರಡು ಬಾರಿ ಗುಂಡು ಹಾರಿಸಿದನು. ನಂತರ ಅದು ಜಖಂಗೊಂಡಿತು. ನಂತರ ಇಬ್ಬರೂ ವ್ಯಕ್ತಿಗಳು ತಮ್ಮ ಚಟುವಟಿಕೆಯು 'ಸಾರ್ವಜನಿಕ ಸುರಕ್ಷತೆ' ಮತ್ತು 'ವ್ಯಾಪಾರ ವಿವಾದ ಮಸೂದೆ' ಯಂತಹ ದಮನಕಾರಿ ಕಾನೂನುಗಳನ್ನು ಜಾರಿಗೊಳಿಸುವುದಕ್ಕೆ ಮತ್ತು ಕಾರ್ಮಿಕ ಮುಖಂಡರನ್ನು ವಿವೇಚನೆಯಿಲ್ಲದೆ ಬಂಧಿಸುವುದಕ್ಕೆ ವಿರುದ್ಧವಾಗಿದೆ ಎಂದು ಹೇಳಿಕೊಂಡು ಕ್ರಾಂತಿಕಾರಿ ಕೈಬರಹಗಳನ್ನು ಸದನದಲ್ಲಿ ಎಸೆದರು. ಇಬ್ಬರೂ ವ್ಯಕ್ತಿಗಳು ತಮ್ಮ ಬಂಧನದಿಂದ ತಪ್ಪಿಸಿಕೊಳ್ಳಲು ಅಥವಾ ಯಾವುದೇ ಅಡೆತಡೆಗಳನ್ನು ಕಲ್ಪಿಸಲು ಪ್ರಯತ್ನಿಸಲಿಲ್ಲ. ಸರ್ ಬಿ.ಜಿ.ದಲಾಲ್ ಅವರ ತೊಡೆಯಲ್ಲಿ ಗಾಯವಾಗಿದ್ದು, ಅವರು ಆಸ್ಪತ್ರೆಯಲ್ಲಿದ್ದಾರೆ. ಸರ್ ಜಾರ್ಜ್ ಚೆಸ್ಟರ್ ಮತ್ತು ಇತರ ಅಧಿಕಾರಿಗಳಿಗೆ ಸಣ್ಣಪುಟ್ಟ ಗಾಯಗಳಾಗಿವೆ. ಆಸನಗಳು ಭಾರಿ ಹಾನಿಗೊಳಗಾಗಿದ್ದರೂ ಬಾಂಬ್ ಗಳು ಯಾವುದೇ ಗಂಭೀರ ಹಾನಿಯನ್ನು ಉಂಟುಮಾಡಲಿಲ್ಲ ಎಂಬುದು ಗಮನಿಸಬೇಕಾದ ಸಂಗತಿ. ಹತ್ತಿರದ ಗೋಡೆಗಳು ಮತ್ತು ಮನೆಯ ಸೀಲಿಂಗ್ ಸಹ ಹಾನಿಗೊಳಗಾಗಿದೆ "ಎಂದು ಹೇಳಿದರು.

ದೆಹಲಿ ಆಯುಕ್ತರು ಗೃಹ ಇಲಾಖೆಗೆ ಕಳುಹಿಸಿದ ವರದಿಯ ಪ್ರಕಾರ, ಈ ಕೆಳಗಿನ ವ್ಯಕ್ತಿಗಳು ಗಾಯಗೊಂಡಿದ್ದಾರೆ:

1. ಗೌರವಾನ್ವಿತ ಸರ್ ಜಾರ್ಜ್ ಚೆಸ್ಟರ್

2. ಸರ್ ಬೋಧಮಾಂಜಿ ದಲಾಲ್

3. ಶ್ರೀ ಎಸ್ .ಎನ್ .ರಾಯ್

4. ಶ್ರೀ ಪಿ .ಆರ್ .ರಾವ್, ಕಮಿಷನರ್ ಫೈನಾನ್ಸ್ (ರೈಲ್ವೆ).

ಈ ವ್ಯಕ್ತಿಗಳು ಬಾಂಬುಗಳಿಂದಲ್ಲ, ಇಟ್ಟಿಗೆಗಳು ಮತ್ತು ಪೀಠೋಪಕರಣಗಳ ಒಡೆದ ತುಂಡುಗಳಿಂದ ಗಾಯಗಳನ್ನು ಅನುಭವಿಸಿದರು.

ಕ್ರಾಂತಿಕಾರಿಗಳ ಹಾಟ್ ಚೇಸ್

ಅಸೆಂಬ್ಲಿ ಬಾಂಬ್ ಸ್ಫೋಟ ಪ್ರಕರಣದಲ್ಲಿ ಈ ಇಬ್ಬರು ಕೆಚ್ಚೆದೆಯ ಆತ್ಮಗಳನ್ನು ಬಂಧಿಸಿದ ನಂತರ, ಪೊಲೀಸರು ಕ್ರಾಂತಿಕಾರಿಗಳನ್ನು ತೀವ್ರವಾಗಿ ಬೆನ್ನಟ್ಟಲು ಪ್ರಾರಂಭಿಸಿದರು. 'ಹಿಂದೂಸ್ತಾನ್ ಸಮಾಜವಾದಿ ಗಣತಂತ್ರ ಸೇನೆಯ' ಹೆಚ್ಚಿನ ಸದಸ್ಯರನ್ನು ಪೊಲೀಸರು ಬಂಧಿಸಿದ್ದಾರೆ. ಲಾಹೋರ್ ನಲ್ಲಿ ಕಮ್ಮಾರರು ತಯಾರಿಸಬೇಕಾದ ಕೆಲವು ಬಾಂಬುಗಳನ್ನು ಸುಖ್ ದೇವ್ ಪಾರ್ಸೆಲ್ ಮಾಡಿದ್ದರು. ಆ ಭಾಗಗಳನ್ನು ಗ್ಯಾಸ್ ಯಂತ್ರಗಳಲ್ಲಿ ಬಳಸಲಾಗಿದೆ ಎಂದು ಅವರಿಗೆ ತಿಳಿಸಲಾಗಿದ್ದರೂ, ಪೊಲೀಸರು ಅವರ ಬಗ್ಗೆ ತಿಳಿದುಕೊಂಡರು. ಇದರ ಪರಿಣಾಮವಾಗಿ, ಸುಖ್ ದೇವ್ ಪೊಲೀಸ್ ಸ್ಕ್ಯಾನರ್ ನಲ್ಲಿದ್ದರು. ಅವನ ಮೇಲೆ ನಿಕಟ ನಿಗಾ ಪ್ರಾರಂಭವಾಯಿತು. ಭಗವತಿ ಚರಣ್ ಅವರು ಲಾಹೋರ್ ನ ಮೆಲೌಂಡ್ ರಸ್ತೆಯಲ್ಲಿ ಒಂದು ಮನೆಯನ್ನು ಬಾಡಿಗೆಗೆ ಪಡೆದಿದ್ದರು. ಅಲ್ಲಿ ಬಾಂಬ್ ಗಳನ್ನು ಜೋಡಿಸುವ ಕಾರ್ಖಾನೆಯನ್ನು ಸ್ಥಾಪಿಸಲಾಗಿತ್ತು. ಇದನ್ನೂ ಪೊಲೀಸರು ಕಂಡುಕೊಂಡರು. ಆದ್ದರಿಂದ ಮಾರ್ಚ್ 16 ರ ಬೆಳಿಗ್ಗೆ ನಡೆದ ದಾಳಿಯಲ್ಲಿ ಪೊಲೀಸರು ಸುಖ್ ದೇವ್, ಜೈ ಗೋಪಾಲ್ ಮತ್ತು ಕಿಶೋರಿ ಲಾಲ್ ಅವರನ್ನು ಸ್ಥಳದಲ್ಲೇ ಬಂಧಿಸಿದರು. ಇದಲ್ಲದೆ, ಪೊಲೀಸರು ಇಲ್ಲಿಂದ ಲೈವ್ ಬಾಂಬ್, ಎಂಟು ಬಾಂಬುಗಳಿಗೆ ಶೆಲ್ ಗಳು, ಬಾಂಬ್ ಗಳನ್ನು ತಯಾರಿಸಲು ಕೆಲವು ವಸ್ತುಗಳು, ಬಾಂಬ್ ತಯಾರಿಸಲು ಪಾಕವಿಧಾನ, ವೆಬ್ಲೆ ಸ್ಕಾಟ್ ಪಿಸ್ತೂಲ್, ಸಣ್ಣ ಶಸ್ತ್ರಾಸ್ತ್ರಗಳ ನಿಯಮ ಪುಸ್ತಕ, ಬಟುಕೇಶ್ವರ ದತ್ ಅವರ ಫೋಟೋವನ್ನು ವಶಪಡಿಸಿಕೊಂಡಿದ್ದಾರೆ. ಇದರೊಂದಿಗೆ, ದೆಹಲಿಯ ಉನ್ನತ ಅಧಿಕಾರಿಗಳಿಗೆ ಎಚ್ಚರಿಕೆ ನೀಡುವ ಪೋಸ್ಟರ್ ಗಳು ಮತ್ತು ಪತ್ರಗಳನ್ನು ಅವರು ಕಂಡುಕೊಂಡರು ಮತ್ತು ಅವರಿಗೆ ಯಾವುದೇ ರೀತಿಯಲ್ಲಿ ಸಹಾಯ ಮಾಡದಂತೆ ಸಾರ್ವಜನಿಕರಿಗೆ ಮನವಿ ಮಾಡಿದರು. ಅದರಲ್ಲಿ ಒಂದು ಪತ್ರವನ್ನು *ಹಿಂದೂಸ್ತಾನ್ ಟೈಮ್ಸ್* ನ ಸಂಪಾದಕರಿಗೆ ಕಳುಹಿಸಲಾಗಿದ್ದು, ಅದನ್ನು ಪ್ರಕಟಿಸುವಂತೆ ಕೋರಲಾಗಿದೆ. ಪತ್ರವು ಹೀಗಿತ್ತು :

"ನಿಜವಾದ 'ಹಿಂದೂಸ್ತಾನ್ ಗಣತಂತ್ರ ಸೇನಾ', ದೇವರು ಮತ್ತು ಸೋವಿಯತ್ ಒಕ್ಕೂಟವು ನಮ್ಮನ್ನು ಮುನ್ನಡೆಸಲಿ!"

ಈ ಪತ್ರವು 'ಹಿಂದೂಸ್ತಾನ್ ಗಣತಂತ್ರ ಸೇನೆಯ' ಯುದ್ಧ ಕಾರ್ಯದರ್ಶಿ ಗುಲಾಮ್ ಕ್ವಾಡಿರ್ ಅವರ ಸಹಿಯನ್ನು ಹೊಂದಿತ್ತು.

1929ರ ಏಪ್ರಿಲ್ 15ರಂದು ಲಾಹೋರ್ ಗೇಟ್ ನಲ್ಲಿ ಈ ಕೆಳಗಿನ ಪೋಸ್ಟರ್ ಅಂಟಿಸಲಾಗಿತ್ತು:

"ಕಲ್ಲಿನ ಕಿವುಡರಿಗೆ!

ಏಪ್ರಿಲ್ 7ರಂದು ಪೊಲೀಸರ ಅಕ್ರಮ ಚಟುವಟಿಕೆಯು ಈ ನಿಟ್ಟಿನಲ್ಲಿ ಕ್ರಮ ಕೈಗೊಳ್ಳುವಂತೆ ನಮ್ಮನ್ನು ಒತ್ತಾಯಿಸಿದೆ. ಆದ್ದರಿಂದ, 'ಗಣತಂತ್ರ ಸಂಘ ಸೇನೆಯ' ಕಮಾಂಡರ್ ಇನ್ ಚೀಫ್ ಸಾಂಡರ್ಸ್ ನಂತೆ ಲಾಹೋರ್ ಪೊಲೀಸರ ಉಸ್ತುವಾರಿ ಅಧಿಕಾರಿಯನ್ನು ಕೊಲ್ಲುವ ನಿರ್ಧಾರವನ್ನು ತೆಗೆದುಕೊಂಡಿದ್ದಾರೆ.

ಸೈನಿಕರ ಸಂಖ್ಯೆ 203 ಮತ್ತು 182 ತಕ್ಷಣ ಕ್ರಮ ಕೈಗೊಳ್ಳುವಂತೆ ಆದೇಶಿಸಲಾಗಿದೆ.

ವೈಯಕ್ತಿಕ ಸಹಾಯಕ

ಕಮಾಂಡರ್-ಇನ್-ಚೀಫ್

ಹಿಂದೂಸ್ತಾನ್ ಗಣತಂತ್ರ ಸೇನೆಯನ್ನು ಆದೇಶಿಸುವ ಮೂಲಕ."

ಇದೇ ರೀತಿಯ ಪತ್ರವನ್ನು ಸೂರತ್‌ನಿಂದ ದೆಹಲಿಯ ಪೊಲೀಸ್ ವರಿಷ್ಠಾಧಿಕಾರಿಗೆ ಕಳುಹಿಸಲಾಗಿತ್ತು.

"ನಮ್ಮ ಸೋವಿಯತ್ ದೇವರು ನಮ್ಮನ್ನು ಮುನ್ನಡೆಸಲಿ!

ನೀವು ನಮ್ಮ ಸಹೋದರರನ್ನು ಬಂಧಿಸಿದ್ದೀರಿ. ನೀವು ಮನುಷ್ಯರನ್ನು ನಾಶಪಡಿಸಬಹುದು, ಆದರೆ ಕಲ್ಪನೆಗಳನ್ನಲ್ಲ ಎಂದು ನಾವು ಪುನರುಚ್ಚರಿಸಲು ಬಯಸುತ್ತೇವೆ.

ನಮ್ಮ ಆಂದೋಲನವು ಹಲವರ ಬಲದಿಂದ ಬೆಂಬಲಿತವಾಗಿದೆ, ಕೆಲವರ ಬಲದಿಂದಲ್ಲ. ನಮ್ಮ ಸಂಘದ ಒಬ್ಬ ಸದಸ್ಯನನ್ನು ಕಂಡುಹಿಡಿಯಲು ನಾನು ನಿಮಗೆ ಸವಾಲು ಹಾಕುತ್ತೇನೆ. ನಮ್ಮ ಸಂಘವು 29 ಶಾಖೆಗಳನ್ನು ಹೊಂದಿದೆ. ಲಾಹೋರ್, ದೆಹಲಿ ಮತ್ತು ಕಲ್ಕತ್ತಾ ನಮ್ಮ ಮುಖ್ಯ ಕೇಂದ್ರಗಳಾಗಿವೆ. ಅವುಗಳ ಹೊರತಾಗಿ, ನಾವು ಪೂನಾ, ಬೆಳಗಾವಿ ಮತ್ತು ಪಾಟ್ನಾದಲ್ಲಿ ನಮ್ಮ ಶಾಖೆಗಳನ್ನು ಹೊಂದಿದ್ದೇವೆ. ಈ ಎಲ್ಲ ಮಾಹಿತಿಯೊಂದಿಗೆ ನಿಮ್ಮನ್ನು ಸಮೃದ್ಧಗೊಳಿಸಿದ ನಂತರ, ನಮ್ಮ ಆಂದೋಲನವನ್ನು ಅನ್ವೇಷಿಸಲು ನಾನು ಮತ್ತೆ ನಿಮಗೆ ಸವಾಲು ಹಾಕುತ್ತೇನೆ.

ನಮ್ಮ ಸಂಘವು ಈ ತಿಂಗಳ 27 ರಂದು ದೆಹಲಿಯಲ್ಲಿ ಸಭೆ ನಡೆಸಲಿದ್ದು, ಇದರಲ್ಲಿ ನಾವು ಎಲ್ಲಾ ಸರ್ಕಾರಿ ಕಟ್ಟಡಗಳು ಮತ್ತು ಕಚೇರಿಗಳನ್ನು ನಾಶಪಡಿಸುವ ಯೋಜನೆಯನ್ನು ರೂಪಿಸಲಿದ್ದೇವೆ. ಆದ್ದರಿಂದ, ಸಿದ್ಧರಾಗಿರಿ.

ಸರ್ಕಾರವು ತನ್ನ ಬಗ್ಗೆ ಹೆಮ್ಮೆಪಡುತ್ತಿದ್ದರೆ, ಅದು ನಮ್ಮ ಸವಾಲನ್ನು ಸ್ವೀಕರಿಸಬೇಕು. ಜಾಗರೂಕರಾಗಿರಿ. ಜಾಗರೂಕರಾಗಿರಿ.

ನಮ್ಮ ಸೋವಿಯತ್ ದೇವರು ನಮ್ಮನ್ನು ಮುನ್ನಡೆಸಲಿ!

ಕಾರ್ಯದರ್ಶಿ,

ಹಿಂದೂಸ್ತಾನ್ ಸಮಾಜವಾದಿ ಗಣತಂತ್ರ ಸಂಘ,

ಸೂರತ್ ಶಾಖೆ."

ಇದೇ ರೀತಿಯ ಪತ್ರಗಳನ್ನು ಸರ್ಕಾರಿ ಅಧಿಕಾರಿಗಳು ಮತ್ತು ಆಂಗ್ಲರಿಗೆ ನಿಷ್ಠರಾಗಿರುವ ಉನ್ನತ ಅಧಿಕಾರಿಗಳು ಸ್ವೀಕರಿಸಿದರು. ಪೊಲೀಸರು ಎಲ್ಲಾ ಸಂಪನ್ಮೂಲಗಳನ್ನು ಅದರ ವಿಲೇವಾರಿಯಲ್ಲಿ ಬಳಸಿದ್ದರೂ, ಈ ಪತ್ರಗಳನ್ನು ಕಳುಹಿಸಿದವರನ್ನು ಪತ್ತೆಹಚ್ಚಲು ಸಾಧ್ಯವಾಗಲಿಲ್ಲ. ಅಂತಿಮವಾಗಿ ಪೊಲೀಸರು ಈ ಪತ್ರಗಳನ್ನು ಅಜ್ಞಾನಿ ಶಾಲಾ ಮಕ್ಕಳು ಬರೆದಿದ್ದಾರೆ ಮತ್ತು ಅವರಿಗೆ ಕ್ರಾಂತಿಕಾರಿಗಳೊಂದಿಗೆ ಯಾವುದೇ ಸಂಬಂಧವಿಲ್ಲ ಎಂಬ ಊಹೆಯಡಿಯಲ್ಲಿ ಈ ವಿಷಯವನ್ನು ಕೈಬಿಟ್ಟರು.

ಭಗತ್ ಸಿಂಗ್ ಮತ್ತು ಬಟುಕೇಶ್ವರ ದತ್ ಅವರನ್ನು ಸಿವಿಲ್ ಲೈನ್ಸ್ ಪೊಲೀಸ್ ಠಾಣೆಯಿಂದ ದೆಹಲಿ ಜೈಲಿಗೆ ಕರೆತರಲಾಯಿತು. ಅವರು ಪೊಲೀಸರ ಮುಂದೆ ಹೇಳಿಕೆ ನೀಡಲು ನಿರಾಕರಿಸಿದರು. ಭಗತ್ ಸಿಂಗ್ ಅವರ ತಂದೆ ಸರ್ದಾರ್ ಕಿಶನ್ ಸಿಂಗ್ ಏಪ್ರಿಲ್ ಮೂರನೇ ವಾರದಲ್ಲಿ ಅವರನ್ನು ನೋಡಲು ಬಂದರು, ಆದರೆ ಅವರನ್ನು ನೋಡಲು ಅವರಿಗೆ ಅವಕಾಶವಿರಲಿಲ್ಲ. ಭಗತ್ ಸಿಂಗ್ ಅವರು ಎರಡು ಕಾರಣಗಳಿಗಾಗಿ ಈ ಪ್ರಕರಣದಲ್ಲಿ ವಕೀಲರನ್ನು

ಭಗತ್ ಸಿಂಗ್

ತೊಡಗಿಸಿಕೊಳ್ಳುವುದನ್ನು ವಿರೋಧಿಸಿದರು: (i) ವಕೀಲರು ಸ್ವತಃ ಕ್ರಾಂತಿಕಾರಿಗಳ ಚಟುವಟಿಕೆಗಳನ್ನು ಪ್ರಶಂಸಿಸಲಿಲ್ಲ ಮತ್ತು (ii) ವಕೀಲರನ್ನು ತೊಡಗಿಸಿಕೊಳ್ಳುವುದು ಯಾವುದೇ ಉದ್ದೇಶವನ್ನು ಪೂರೈಸುವುದಿಲ್ಲ ಎಂದು ಅವರಿಗೆ ಸಂಪೂರ್ಣವಾಗಿ ಖಚಿತವಾಗಿತ್ತು. ಯಾವುದೇ ರೀತಿಯ ಪ್ರದರ್ಶನವನ್ನು ಲೆಕ್ಕಿಸದೆ ಸರ್ಕಾರವು ಇಷ್ಟಪಟ್ಟದ್ದನ್ನು ಮಾಡುತ್ತದೆ. ಆದ್ದರಿಂದ, ಅವರು ಈ ಸಂದರ್ಭದಲ್ಲಿ ತಮ್ಮ ತಂದೆಗೆ ಪತ್ರವೊಂದನ್ನು ಕಳುಹಿಸಿದ್ದಾರೆ. ಪತ್ರವು ಹೀಗಿದೆ:

"ಗೌರವಾನ್ವಿತ ತಂದೆ,

ವಂದೇ ಮಾತರಂ!

ಏಪ್ರಿಲ್ 22 ರಂದು ನಮ್ಮನ್ನು ಪೊಲೀಸ್ ಲಾಕಪ್ ನಿಂದ ದೆಹಲಿ ಜೈಲಿಗೆ ವರ್ಗಾಯಿಸಲಾಯಿತು ಎಂದು ಸಲ್ಲಿಸಲಾಗಿದೆ. ಮತ್ತು ನಾವು ಈ ಸಮಯದಲ್ಲಿ ದೆಹಲಿಯಲ್ಲಿದ್ದೇವೆ. ಈ ಪ್ರಕರಣವು ಮೇ 7 ರಂದು ದೆಹಲಿ ಜೈಲಿನಲ್ಲಿ ಪ್ರಾರಂಭವಾಗಲಿದೆ. ಇಡೀ ನಾಟಕವು ಸುಮಾರು ಒಂದು ತಿಂಗಳ ಅವಧಿಯಲ್ಲಿ ಪೂರ್ಣಗೊಳ್ಳುತ್ತದೆ. ಚಿಂತಿಸಲು ಹೆಚ್ಚೇನೂ ಇಲ್ಲ. ನೀವು ಇಲ್ಲಿಗೆ ಬಂದಿದ್ದೀರಿ, ವಕೀಲರೊಂದಿಗೆ ಮಾತನಾಡಿದ್ದೀರಿ ಮತ್ತು ನನ್ನನ್ನೂ ನೋಡಲು ಪ್ರಯತ್ನಿಸಿದ್ದೀರಿ ಎಂದು ನಾನು ತಿಳಿದುಕೊಂಡಿದ್ದೇನೆ, ಆದರೆ ಆಗ ಎಲ್ಲಾ ವ್ಯವಸ್ಥೆಗಳನ್ನು ಮಾಡಲು ಸಾಧ್ಯವಾಗಲಿಲ್ಲ. ನಾನು ಮೊನ್ನೆ ಬಟ್ಟೆಗಳನ್ನು ಸ್ವೀಕರಿಸಿದ್ದೇನೆ. ನೀವು ಬಂದಾಗಲೆಲ್ಲಾ, ಭೇಟಿಯಾಗಲು ಸಾಧ್ಯವಿದೆ ಎಂದು ನಾನು ಭಾವಿಸುತ್ತೇನೆ. ವಕೀಲರು ಇತ್ಯಾದಿಗಳು ನಿರ್ದಿಷ್ಟವಾಗಿ ಅಗತ್ಯವಿಲ್ಲ. ಒಂದು ಅಥವಾ ಎರಡು ವಿಷಯಗಳ ಬಗ್ಗೆ ನಾನು ನಿಮ್ಮ ಅಭಿಪ್ರಾಯವನ್ನು ಪಡೆಯುತ್ತೇನೆ, ಆದರೂ ಅವು ಮುಖ್ಯವಲ್ಲ. ಅನಗತ್ಯವಾಗಿ, ಹೆಚ್ಚು ತೊಂದರೆ ತೆಗೆದುಕೊಳ್ಳಬೇಡಿ. ನೀವು ನನ್ನನ್ನು ನೋಡಲು ಬಂದರೆ, ಒಬ್ಬಂಟಿಯಾಗಿ ಬನ್ನಿ, ತಾಯಿಯನ್ನು ಕರೆದುಕೊಂಡು ಬರಬೇಡಿ. ಅವಳು ಅನಗತ್ಯವಾಗಿ ಅಳುತ್ತಾಳೆ ಮತ್ತು ಅದು ಖಂಡಿತವಾಗಿಯೂ ನನಗೂ ತೊಂದರೆಯಾಗುತ್ತದೆ. ಖಂಡಿತವಾಗಿಯೂ, ನಾನು ನಿಮ್ಮನ್ನು ನೋಡಿದಾಗ ಮನೆಯಲ್ಲಿರುವ ಎಲ್ಲ ವಿಷಯಗಳನ್ನು ತಿಳಿದುಕೊಳ್ಳುತ್ತೇನೆ.

ಸಾಧ್ಯವಾದರೆ, ನೆಪೋಲಿಯನ್ ಅವರ ವಿವರವಾದ ಜೀವನಚರಿತ್ರೆ ಮತ್ತು ಕೆಲವು ಇಂಗ್ಲಿಷ್ ಕಾದಂಬರಿಗಳನ್ನು ದಯವಿಟ್ಟು ತಂದಿರಿ. ಬಹುಶಃ, ಕೆಲವು ಕಾದಂಬರಿಗಳು ದ್ವಾರಕಾ ದಾಸ್ ಗ್ರಂಥಾಲಯದಲ್ಲಿಯೂ ಲಭ್ಯವಿರಬಹುದು. ಏನೇ ಇರಲಿ, ನೀವೇ ನೋಡಿ. ಗೌರವಾನ್ವಿತ ತಾಯಿ, *ಭಾಭಿ, ಮಾತಾಜಿ* (ಅಜ್ಜಿ) ಮತ್ತು ಆಂಟಿಗೆ ನನ್ನ ವಿನಮ್ರ ಶುಭಾಶಯಗಳನ್ನು ತಿಳಿಸಿ. ರಣವೀರ್ ಸಿಂಗ್ ಮತ್ತು ಕುಲ್ತಾರ್ ಸಿಂಗ್ ಅವರಿಗೆ *ನಮಸ್ತೆ*. ದಯವಿಟ್ಟು *ಬಾಪೂಜಿ* (ಅಜ್ಜ) ಅವರ ಪಾದಗಳಿಗೆ ನನ್ನ ವಿನಮ್ರ ನಮಸ್ಕಾರವನ್ನು ತಿಳಿಸಿ. ಈ ಸಮಯದಲ್ಲಿ ನಾವು ಪೊಲೀಸ್ ಲಾಕಪ್ ಮತ್ತು ಜೈಲಿನಲ್ಲಿ ಉತ್ತಮ ಚಿಕಿತ್ಸೆಯನ್ನು ಪಡೆಯುತ್ತಿದ್ದೇವೆ. ಯಾವುದೇ ರೂಪದಲ್ಲಿ ಚಿಂತಿಸಬೇಡಿ. ನಿಮ್ಮ ವಿಳಾಸ ನನಗೆ ಗೊತ್ತಿಲ್ಲ, ಆದ್ದರಿಂದ ನಾನು ಈ ವಿಳಾಸದಲ್ಲಿ (ಕಾಂಗ್ರೆಸ್ ಕಚೇರಿ) ಬರೆಯುತ್ತಿದ್ದೇನೆ.

ನಿಮ್ಮದು ವಿಧೇಯತೆಯಿಂದ,
ಭಗತ್ ಸಿಂಗ್."

ಜೈಲಿನಲ್ಲಿ ತನ್ನ ತಂದೆಯನ್ನು ಭೇಟಿಯಾಗುವುದು

ಭಗತ್ ಸಿಂಗ್ ಅವರನ್ನು ಭೇಟಿಯಾಗಲು ಸರ್ದಾರ್ ಕಿಶನ್ ಸಿಂಗ್ ಅವರು ಅರ್ಜಿಯಲ್ಲಿ ಕಳುಹಿಸಿದ್ದರು, ಆದರೆ ಅನುಮತಿ ನೀಡಲಿಲ್ಲ. ನಂತರ ಅವರು ತಮ್ಮ ವಕೀಲ ಆಸಿಫ್ ಅಲಿ ಮೂಲಕ ಅರ್ಜಿ ಸಲ್ಲಿಸಿದರು. ನಂತರ ಅವರು ಅನುಮತಿ ಪಡೆದರು. ನಂತರ ಮೇ 3 ರಂದು ತಂದೆ ಮತ್ತು ಮಗ ಭೇಟಿಯಾದರು. ಈ ಸಂದರ್ಭದಲ್ಲಿ ಅವರಿಬ್ಬರ ನಡುವಿನ ಸಂಭಾಷಣೆ ಹೀಗಿತ್ತು:

ತಂದೆ: ಮೇ 1 ರಂದು ನಾನು ಲಾಹೋರ್ ಗೆ ಮರಳಿದಾಗ, ಕೇವಲ ಹತ್ತು ಹನ್ನೊಂದು ವರ್ಷ ವಯಸ್ಸಿನ ಮತ್ತು ಐದನೇ ತರಗತಿಯಲ್ಲಿ ಓದುತ್ತಿರುವ ನಿನ್ನ ಕಿರಿಯ ಸಹೋದರನನ್ನು ಪೊಲೀಸರು ಬಂಧಿಸಿದ್ದಾರೆ ಎಂದು ವೃತ್ತಪತ್ರಿಕೆಯಿಂದ ತಿಳಿದುಬಂದಿದೆ.

ಭಗತ್ ಸಿಂಗ್: ಹುಡುಗನನ್ನು ಏಕೆ ಬಂಧಿಸಲಾಗಿದೆ?

ತಂದೆ: ದುರದೃಷ್ಟವಶಾತ್ ಅವನು ನನ್ನ ಮಗ ಮತ್ತು ನಿನ್ನ ಸಹೋದರ. ನನ್ನನ್ನು ಬಂಧಿಸುವ ಸಾಧ್ಯತೆಯಿದೆ. ಜೈ ದೇವ್ ಅವರ ಆರೋಗ್ಯ ಸರಿಯಿಲ್ಲ, ಮತ್ತು ಸುಖ ದೇವ್ ...

ಭಗತ್ ಸಿಂಗ್: ಪೊಲೀಸರು ರಾಕ್ಷಸರು. ಕಕೋರಿ ಪ್ರಕರಣದಲ್ಲಿ ಅವರು ಮುಗ್ಧ ಜನರನ್ನು ಗಲ್ಲಿಗೇರಿಸಿದ್ದಾರೆ. ಸಾಂಡರ್ಸ್ ಹತ್ಯೆಯ ಪ್ರಕರಣದಲ್ಲಿ ಅವರು ನನ್ನನ್ನು ಲಾಹೋರ್ ಗೆ ಎಳೆಯುತ್ತಾರೆ. ಪ್ರತಿಯೊಬ್ಬರೂ ಸರ್ಕಾರಿ ಸಾಕ್ಷಿಯಾಗಿದ್ದಾರೆ ಎಂದು ಹೇಳುವ ಮೂಲಕ ಅವರು ನನ್ನನ್ನು ಮತ್ತು ದತ್ ಅವರನ್ನು ಮೋಸಗೊಳಿಸಲು ಪ್ರಯತ್ನಿಸಿದ್ದಾರೆ. *ಪಿತಾಜಿ*, ದಯವಿಟ್ಟು ನನ್ನನ್ನು ರಕ್ಷಿಸಲು ಹಣವನ್ನು ವ್ಯರ್ಥ ಮಾಡಬೇಡಿ.

ತಂದೆ: ಮನೆಯಲ್ಲಿರುವ ಹೆಂಗಸರು ನಿನ್ನನ್ನು ನೋಡಲು ಬಯಸುತ್ತಾರೆ. ಆದರೆ ನಿನ್ನ ಸಲಹೆಯಂತೆ ನಾನು ಅವರನ್ನು ನನ್ನೊಂದಿಗೆ ಕರೆದುಕೊಂಡು ಬಂದಿಲ್ಲ.

ಭಗತ್ ಸಿಂಗ್: ನೀವು ಆದಷ್ಟು ಬೇಗ ಲಾಹೋರ್ ಗೆ ಮರಳಬೇಕು ಮತ್ತು ಕರ್ತಾರ್ ಸಿಂಗ್ ಅವರನ್ನು ಏಕೆ ಬಂಧಿಸಲಾಗಿದೆ ಎಂದು ಕಂಡುಕೊಳ್ಳಬೇಕು.

ಏತನ್ಮಧ್ಯೆ, ಭೇಟಿಯ ಸಮಯ ಮುಗಿದಿತ್ತು. ಆದ್ದರಿಂದ, ಜೈಲರ್ ಅವರನ್ನು ಮಾತನಾಡದಂತೆ ತಡೆದರು ಮತ್ತು ಸರ್ದಾರ್ ಕಿಶನ್ ಸಿಂಗ್ ಹಿಂತಿರುಗಿದರು.

ಸರ್ದಾರ್ ಕಿಶನ್ ಸಿಂಗ್ ಅವರ ಮಗನನ್ನು ಭೇಟಿಯಾಗಲು ಅನುಮತಿ ನೀಡುವಲ್ಲಿ ಕೆಲವು ಸುಳಿವುಗಳನ್ನು ಪಡೆಯುವುದು ಪೊಲೀಸರ ಆಟದ ಯೋಜನೆಯಾಗಿತ್ತು. ಪೊಲೀಸ್ ಅಧಿಕಾರಿಯೇ ಮೇ 4ರ ತನ್ನ ವರದಿಯಲ್ಲಿ ಇದನ್ನು ಒಪ್ಪಿಕೊಂಡಿದ್ದಾರೆ. ಈ ಸಭೆಯಲ್ಲಿ ಆಸಿಫ್ ಅಲಿ ಮತ್ತು ಜೈಲರ್ ಸಹ ಉಪಸ್ಥಿತರಿದ್ದರು.

ಸರ್ದಾರ್ ಕಿಶನ್ ಸಿಂಗ್ (Sardar Kishan Singh) ಈ ಪ್ರಕರಣವನ್ನು ತನ್ನ ಎಲ್ಲ ಸಂಪನ್ಮೂಲಗಳೊಂದಿಗೆ ಹೋರಾಡಲು ಬಯಸಿದ್ದರು. ಆದರೆ ಭಗತ್ ಸಿಂಗ್ ತಮ್ಮ ಸಮರ್ಥನೆಯಲ್ಲಿ ಈ ಪ್ರಕರಣದ ವಿರುದ್ಧ ಹೋರಾಡಲು ಬಯಸಲಿಲ್ಲ. ಅವರು ಅಲ್ಲಿಯೇ ಆಸಿಫ್ ಅಲಿಯಿಂದ ಕೆಲವು ಕಾನೂನು ಸಹಾಯವನ್ನು ಪಡೆದರು.

❐

5

ಪ್ರಕರಣದ ವಿಚಾರಣೆ

ಅಸೆಂಬ್ಲಿ ಬಾಂಬ್ ಸ್ಫೋಟ ಪ್ರಕರಣದಲ್ಲಿ ಭಗತ್ ಸಿಂಗ್ ಮತ್ತು ಬಟುಕೇಶ್ವರ ದತ್ ವಿರುದ್ಧ ನ್ಯಾಯದ ಚಕಮಕಿ ಪ್ರಾರಂಭವಾಯಿತು. ವಿಚಾರಣೆಯನ್ನು 1929ರ ಮೇ 7ರಂದು ಹೆಚ್ಚುವರಿ ಮ್ಯಾಜಿಸ್ಟ್ರೇಟ್ ಶ್ರೀ ಪೂಲ್ ಅವರ ಮುಂದೆ ಜೈಲಿನಲ್ಲಿಯೇ ನಡೆಸಲಾಯಿತು. ಆರೋಪಿಗಳ ಸಂಬಂಧಿಕರು ಮತ್ತು ವಕೀಲರ ಹತ್ತಿರವಿರುವ ಕೆಲವು ಪ್ರಮುಖ ವರದಿಗಾರರನ್ನು ಹೊರತುಪಡಿಸಿ ಯಾರಿಗೂ ನ್ಯಾಯಾಲಯಕ್ಕೆ ಪ್ರವೇಶಿಸಲು ಅವಕಾಶವಿರಲಿಲ್ಲ. ದೆಹಲಿ ಗೇಟ್ ಪೊಲೀಸ್ ಠಾಣೆಯ ಸಬ್ ಇನ್ಸ್ ಪೆಕ್ಟರ್ ಶೇಖ್ ಅಬ್ದುಲ್ ರೆಹಮಾನ್ ಅವರು ಪತ್ರಕರ್ತರು ಮತ್ತು ಆರೋಪಿಗಳ ಸಂಬಂಧಿಕರನ್ನು ಎಚ್ಚರಿಕೆಯಿಂದ ಶೋಧಿಸಿದರು. ಭದ್ರತೆಯ ಕಟ್ಟುನಿಟ್ಟಿನ ವ್ಯವಸ್ಥೆಗಳನ್ನು ಮಾಡಲಾಗಿತ್ತು. ಹಿಂದೂಸ್ತಾನ್ *ಟೈಮ್ಸ್* ನ ವಿಶೇಷ ವರದಿಗಾರರು ಈ ಭದ್ರತಾ ವ್ಯವಸ್ಥೆಗಳ ಬಗ್ಗೆ ಬರೆದಿದ್ದಾರೆ: "*ಲಾರಿಗಳೊಂದಿಗೆ* ಶಸ್ತ್ರಸಜ್ಜಿತವಾದ ಪೊಲೀಸರನ್ನು ರಾಜ್ ಪುರ ರಸ್ತೆ ನಿವಾಸದಿಂದ ಜೈಲಿಗೆ ಮತ್ತು ಜೈಲಿಗೆ ಹೋಗುವ ಎಲ್ಲಾ ರಸ್ತೆಗಳಿಗೆ ನಿಯೋಜಿಸಲಾಗಿತ್ತು. ಸರಳ ಬಟ್ಟೆಗಳನ್ನು ಧರಿಸಿದ ಸಿಐಡಿ ಪುರುಷರು ಬೈಸಿಕಲ್ ಗಳಲ್ಲಿ ಮತ್ತು ಮುಖ್ಯ ರಸ್ತೆಗಳಲ್ಲಿ ಸವಾರಿ ಮಾಡುತ್ತಿರುವುದು ಕಂಡುಬಂದಿತ್ತು. ಜೈಲಿನ ಕಾಂಪೌಂಡ್ ಅನ್ನು ಸಂಪೂರ್ಣವಾಗಿ ಭದ್ರಪಡಿಸಲಾಗಿತ್ತು. ಟ್ರಾಫಿಕ್ ಇನ್ಸ್ ಪೆಕ್ಟರ್ ಶ್ರೀ ಜಾನ್ಸನ್ ಮತ್ತು ಅವರ ಮೂವರು ಸಾರ್ಜೆಂಟ್ ಗಳನ್ನು ಜೈಲಿನ ಗೇಟ್ ನಲ್ಲಿ ನೇಮಿಸಲಾಯಿತು, ಆದರೆ ಆಂತರಿಕ ಭದ್ರತೆಯನ್ನು ಸಹಾಯಕ ಪೊಲೀಸ್ ವರಿಷ್ಠಾಧಿಕಾರಿ ಶ್ರೀ ಆರ್ ಬಿ ಮಲಿಕ್, ಶ್ರೀ ಅಲಿ, ಉಪ ಸೂಪರಿಂಟೆಂಡೆಂಟ್ ಶ್ರೀ ದೇವಿ ದಯಾಳ್, ಪಂಡಿತ್ ರಾಮ್ ಮಾಧವ್ ಮತ್ತು ಜೈಲರ್ ನೋಡಿಕೊಂಡರು."

ಶ್ರೀ ಆಸಿಫ್ ಅಲಿ ಅವರು ಪ್ರತಿವಾದಿಗಳ ಪರ ವಕೀಲರಾಗಿದ್ದರು ಮತ್ತು ಶ್ರೀ ಆರ್ .ಬಿ. ಸೂರಜ್ ನಾರಾಯಣ್ ಅವರು ಸರ್ಕಾರಿ ವಕೀಲರಾಗಿದ್ದರು. ಮ್ಯಾಜಿಸ್ಟ್ರೇಟ್ ಶ್ರೀ ಎಫ್ .ಬಿ. ಪೂಲ್ ಬೆಳಿಗ್ಗೆ 9.30 ಕ್ಕೆ ನ್ಯಾಯಾಲಯವನ್ನು ತಲುಪಿದರು. ಆಗ ನ್ಯಾಯಾಲಯದ ಕೊಠಡಿಯು ಜನರಿಂದ ತುಂಬಿತ್ತು. ವಕೀಲರು ಮತ್ತು ವರದಿಗಾರರ ಜೊತೆಗೆ ಭಗತ್ ಸಿಂಗ್ ಅವರ ತಾಯಿ ಮತ್ತು ತಂದೆ, ಶ್ರೀಮತಿ ಆಸಿಫ್ ಅಲಿ ಮತ್ತು ಅವರ ಚಿಕ್ಕಮ್ಮ ಉಪಸ್ಥಿತರಿದ್ದರು. ಇದಲ್ಲದೆ, ಇಬ್ಬರು ಟ್ರೈನಿ ಮ್ಯಾಜಿಸ್ಟ್ರೇಟ್ ಗಳೂ ಇದ್ದರು.

ಭಗತ್ ಸಿಂಗ್ ಮತ್ತು ಬಟುಕೇಶ್ವರ ದತ್ ಅವರನ್ನು ಬೆಳಿಗ್ಗೆ 10.08 ಕ್ಕೆ ನ್ಯಾಯಾಲಯಕ್ಕೆ ಕರೆತರಲಾಯಿತು. ಭಗತ್ ಸಿಂಗ್ ಅವರು ನ್ಯಾಯಾಲಯವನ್ನು ತಲುಪಿದ ಕೂಡಲೇ *'ಇಂಕ್ವಾಲಾಬ್ ಜಿಂದಾಬಾದ್ '* ಮತ್ತು

ಬಟುಕೇಶ್ವರ ದತ್ 'ನೌಕರ್ ಶಾಹಿ ಮುರ್ದಾಬಾದ್' (ಅಧಿಕಾರಶಾಹಿಯೊಂದಿಗೆ!) ಎಂದು ಕೂಗಿದರು. ನ್ಯಾಯಾಲಯದ ಆದೇಶದ ಮೇರೆಗೆ ಸಮಾಧಾನಕರ ವಾತಾವರಣ ಸೃಷ್ಟಿಯಾಯಿತು ಮತ್ತು ಅವರ ಕೈ ಕಟ್ಟಿ ಹಾಕಲಾಗಿತ್ತು. ಅವರನ್ನು ಉಕ್ಕಿನ ಪಂಜರದ ಹಿಂಭಾಗದ ಬೆಂಚಿನ ಮೇಲೆ ಕುಳಿತುಕೊಳ್ಳುವಂತೆ ಮಾಡಲಾಯಿತು. ಕೆಲವು ಸಿಐಡಿ ಪುರುಷರು ಮತ್ತು ಜೈಲು ಅಧಿಕಾರಿಗಳು ಅವರ ಹಿಂದೆ ಕುಳಿತರು. ಇಬ್ಬರು ಕ್ರಾಂತಿಕಾರಿಗಳ ಮುಖದಲ್ಲಿ ಯಾವುದೇ ರೀತಿಯ ನಿರಾಶೆಯನ್ನು ಯಾರೂ ಗಮನಿಸಲಿಲ್ಲ. ಅವರು ಸಂತೋಷದಿಂದ ಕಾಣುತ್ತಿದ್ದರು. ಇದರ ನಂತರ ಹನ್ನೊಂದು ರಾಜ್ಯ ಸಾಕ್ಷಿಗಳನ್ನು ಹಾಜರುಪಡಿಸಲಾಯಿತು. ಊಟಕ್ಕೆ ಸ್ವಲ್ಪ ಮೊದಲು, ಭಗತ್ ಸಿಂಗ್ ಅವರಿಗೆ ಈ ದಿನ ಪೊಲೀಸ್ ಅಧಿಕಾರಿಯ ಸಮ್ಮುಖದಲ್ಲಿ ತನ್ನ ತಾಯಿ, ತಂದೆ ಮತ್ತು ಚಿಕ್ಕಮ್ಮನನ್ನು ಭೇಟಿಯಾಗಲು ಅನುಮತಿ ನೀಡಲಾಯಿತು. ಈ ಸಭೆಯ ಸಮಯದಲ್ಲಿ ಭಗತ್ ಸಿಂಗ್ ತನ್ನ ತಂದೆಗೆ ಹಲವು ಬಾರಿ "ನನಗೆ ಮರಣದಂಡನೆ ವಿಧಿಸಲು ಸರ್ಕಾರ ಮುಂದಾಗಿದೆ. ಆದ್ದರಿಂದ, ನೀವು ಚಿಂತಿಸಬೇಡಿ",ಎಂದು ಹೇಳುವುದನ್ನು ಕೇಳಲಾಯಿತು.

ಮಧ್ಯಾಹ್ನ ನ್ಯಾಯಾಲಯದ ಊಟದ ಸಮಯಕ್ಕೆ, ಭಗತ್ ಸಿಂಗ್ ಅವರು ಪತ್ರಿಕೆಗಾಗಿ ತಮ್ಮ ಬೇಡಿಕೆಯನ್ನು ಮುಂದಿಟ್ಟರು, ಆದರೆ ರಾಜಕೀಯ ಕೈದಿಗಳಿಗೆ ಈ ಸೌಲಭ್ಯ ಲಭ್ಯವಿದ್ದರೂ ಅದನ್ನು ತಿರಸ್ಕರಿಸಲಾಯಿತು. ಆ ದಿನ ಸಂಜೆ 4.10 ಕ್ಕೆ ನ್ಯಾಯಾಲಯ ಸಜ್ಜಾಯಿತು.

ಮರುದಿನ, ಮೇ 8, 1929 ರಂದು ನ್ಯಾಯಾಲಯದ ವಿಚಾರಣೆಗಳು ಕಟ್ಟುನಿಟ್ಟಾದ ಭದ್ರತಾ ವ್ಯವಸ್ಥೆಯಲ್ಲಿ ಪ್ರಾರಂಭವಾದವು. ಭಗತ್ ಸಿಂಗ್ ಮತ್ತು ಬಟುಕೇಶ್ವರ ದತ್ ಅವರನ್ನು ಮತ್ತೆ ಬೆಳಿಗ್ಗೆ 10.20 ಕ್ಕೆ ಕರೆತರಲಾಯಿತು. ನ್ಯಾಯಾಲಯದ ಕೋಣೆಗೆ ಪ್ರವೇಶಿಸಿದ ತಕ್ಷಣ ಇಬ್ಬರೂ ಹಿಂದಿನ ದಿನ ಮಾಡಿದಂತೆ *'ಇಂಕ್ವಾಲಾಬ್ ಜಿಂದಾಬಾದ್'* ಮತ್ತು *'ನೌಕರ್ ಶಾಹಿ ಮುರ್ದಾಬಾದ್' ಎಂಬ* ಘೋಷಣೆಗಳನ್ನು ಕೂಗಿದರು. ಕೆಲವು ಸಾಕ್ಷಿಗಳ ಈ ಹೇಳಿಕೆಗಳನ್ನು ದಾಖಲಿಸಿದ ನಂತರ, ಭಗತ್ ಸಿಂಗ್ ಮತ್ತು ಬಟುಕೇಶ್ವರ ದತ್ ಅವರನ್ನು ಹೇಳಿಕೆಗಳನ್ನು ನೀಡುವಂತೆ ಕೇಳಲಾಯಿತು. ಇಬ್ಬರೂ ನಿರಾಕರಿಸಿದರು. ಹೆಚ್ಚಿನ ಮನವೊಲಿಕೆ ಮತ್ತು ಒತ್ತಾಯದ ಮೇರೆಗೆ ಭಗತ್ ಸಿಂಗ್ ಅವರು ನ್ಯಾಯಾಲಯದ ಪ್ರಶ್ನೆಗೆ ಉತ್ತರಿಸಲು ಒಪ್ಪಿಕೊಂಡರು. ನ್ಯಾಯಾಲಯ ಮತ್ತು ಭಗತ್ ಸಿಂಗ್ ನಡುವೆ ಈ ಕೆಳಗಿನ ಪ್ರಶ್ನೆ ಮತ್ತು ಉತ್ತರಗಳನ್ನು ವಿನಿಮಯ ಮಾಡಿಕೊಳ್ಳಲಾಯಿತು:

ನ್ಯಾಯಾಲಯ: ನಿಮ್ಮ ವೃತ್ತಿ?

ಭಗತ್ ಸಿಂಗ್: ಏನೂ ಇಲ್ಲ

ನ್ಯಾಯಾಲಯ: ನಿಮ್ಮ ವಾಸಸ್ಥಳ?

ಭಗತ್ ಸಿಂಗ್: ಲಾಹೋರ್

ನ್ಯಾಯಾಲಯ: ಮೊಹಲ್ಲಾ?

ಭಗತ್ ಸಿಂಗ್: ನಾವು ಒಂದು ಸ್ಥಳದಿಂದ ಇನ್ನೊಂದಕ್ಕೆ ಬರುತ್ತಲೇ ಇರುತ್ತೇವೆ.

ನ್ಯಾಯಾಲಯ: ನೀವು ಏಪ್ರಿಲ್ 8ರಂದು ವಿಧಾನಸಭೆಗೆ ಹಾಜರಾಗಿದ್ದೀರಾ?

ಭಗತ್ ಸಿಂಗ್: ಈ ಪ್ರಕರಣಕ್ಕೆ ಸಂಬಂಧಿಸಿದಂತೆ, ಪ್ರಸ್ತುತ ಯಾವುದೇ ಹೇಳಿಕೆ ನೀಡುವ ಅಗತ್ಯ ನನಗೆ ಅರ್ಥವಾಗುತ್ತಿಲ್ಲ.

ನ್ಯಾಯಾಲಯ: ನೀವು ನಿನ್ನೆ ಕೋರ್ಟ್ ಕೋಣೆಗೆ ಪ್ರವೇಶಿಸಿದಾಗ ನೀವು ಎತ್ತಿದ ಘೋಷಣೆಯಾದ *'ಇಂಕ್ವಾಲಾಬ್ ಜಿಂದಾಬಾದ್'* ಎಂದರೇನು?

ಈ ಪ್ರಶ್ನೆಗೆ ಪ್ರತಿವಾದಿ ವಕೀಲ ಶ್ರೀ ಆಸಿಫ್ ಅಲಿ ಆಕ್ಷೇಪ ವ್ಯಕ್ತಪಡಿಸಿದರು. ನ್ಯಾಯಾಲಯವು ಆಕ್ಷೇಪಣೆಯನ್ನು ಸ್ವೀಕರಿಸಬೇಕಾಯಿತು. ಅಂತೆಯೇ, ಬಟುಕೇಶ್ವರ ದತ್ ಅವರು ನ್ಯಾಯಾಲಯದ ಪ್ರಶ್ನೆಗಳಿಗೆ ಉತ್ತರಿಸಿದರು ಮತ್ತು ಯಾವುದೇ ಹೇಳಿಕೆ ನೀಡಲು ನಿರಾಕರಿಸಿದರು. ನಂತರ ರಕ್ಷಣಾ ವಕೀಲ ಆಸಿಫ್ ಅಲಿ ಈ ಪ್ರಕರಣವನ್ನು ಸುಮಾರು ನಲವತ್ತು ನಿಮಿಷಗಳ ಕಾಲ ತಾರ್ಕಿಕ ರೀತಿಯಲ್ಲಿ ವಾದಿಸಿದರು.

ಈ ವಾದಗಳನ್ನು ಆಲಿಸಿದ ನಂತರ, ನ್ಯಾಯಾಲಯವು ಭಾರತೀಯ ದಂಡ ಸಂಹಿತೆಯ ಸೆಕ್ಷನ್ 307 ರ ಅಡಿಯಲ್ಲಿ ಇಬ್ಬರ ವಿರುದ್ಧವೂ ಆರೋಪಗಳನ್ನು ರೂಪಿಸಿತು, ಇಬ್ಬರೂ ಅನೇಕ ಜನರನ್ನು ಕೊಲ್ಲುವ ಉದ್ದೇಶದಿಂದ ವಿಧಾನಸಭೆಯಲ್ಲಿ ಬಾಂಬ್ ಗಳನ್ನು ಎಸೆದರು ಎಂದು ಹೇಳಿತು. "ಈ ವಿಷಯದಲ್ಲಿ ನೀವು ಯಾವುದೇ ಹೇಳಿಕೆ ನೀಡಲು ಬಯಸುವಿರಾ?" ಎಂದು ನ್ಯಾಯಾಲಯವು ಅವರಿಬ್ಬರನ್ನು ಮತ್ತೆ ಕೇಳಿತು. ಈ ಕುರಿತು ಇಬ್ಬರೂ, "ನಾವು ನಂತರ ನಿರ್ಧರಿಸುತ್ತೇವೆ" ಎಂದು ಹೇಳಿದರು. ನ್ಯಾಯಾಲಯವು ನಂತರ ಈ ಪ್ರಕರಣವನ್ನು ಸೆಷನ್ಸ್ ನ್ಯಾಯಾಲಯಕ್ಕೆ ಹಸ್ತಾಂತರಿಸಿತು.

ಸೆಷನ್ಸ್ ನ್ಯಾಯಾಲಯದಲ್ಲಿ ಭಗತ್ ಸಿಂಗ್ ಅವರ ಐತಿಹಾಸಿಕ ಹೇಳಿಕೆ

ಈ ಪ್ರಕರಣದ ವಿಚಾರಣೆಗಳು 1929ರ ಜೂನ್ 4ರಂದು ಸೆಷನ್ಸ್ ನ್ಯಾಯಾಲಯದಲ್ಲಿ ಪ್ರಾರಂಭವಾದವು. ಸೆಷನ್ಸ್ ನ್ಯಾಯಾಧೀಶ ಶ್ರೀ ಮಿಡಲ್ಟನ್ ಅವರು ದೆಹಲಿ ಜೈಲಿನಲ್ಲಿ ಇದನ್ನು ಕೇಳಿದರು. ರಾಜ್ಯದ ಸಾಕ್ಷಿಗಳು ಮತ್ತು ಸಲಹೆಗಾರರ ಹೇಳಿಕೆಗಳನ್ನು ಪೂರ್ಣಗೊಳಿಸಿದ ನಂತರ ಭಗತ್ ಸಿಂಗ್ ಅವರು ಹೇಳಿಕೆ ನೀಡುವ ಸಮಯ ಬಂದಿದೆ ಎಂದು ಅರಿತುಕೊಂಡರು. ಆದ್ದರಿಂದ ಅವರು ಸ್ವತಃ ತಮ್ಮದೇ ಆದ ಮತ್ತು ಬಟುಕೇಶ್ವರ ದತ್ ಅವರ ಹೇಳಿಕೆಯನ್ನು ಸಿದ್ಧಪಡಿಸಿದರು. ಇದು ಲಿಖಿತ ಹೇಳಿಕೆಯಾಗಿದ್ದು ಅವರು ಕಠಿಣ ಶ್ರಮದಿಂದ ಸಿದ್ಧಪಡಿಸಿದ್ದರು. ಅವರು ಈ ಮಹತ್ವದ, ಐತಿಹಾಸಿಕ ಹೇಳಿಕೆಯನ್ನು 6 ಜೂನ್, 1929 ರಂದು ದೆಹಲಿ ಜೈಲಿನ ಸೆಷನ್ಸ್ ನ್ಯಾಯಾಲಯದಲ್ಲಿ ನ್ಯಾಯಾಧೀಶ ಶ್ರೀ ಮಿಡಲ್ಟನ್ ಅವರ ಮುಂದೆ ಓದಿದರು. ಅದು ಈ ಕೆಳಗಿನಂತಿದೆ.

"ನಮ್ಮ ವಿರುದ್ಧ ಗಂಭೀರ ಆರೋಪಗಳನ್ನು ರೂಪಿಸಲಾಗುತ್ತಿದೆ. ನಾವು ನಮ್ಮ ನಡವಳಿಕೆಯನ್ನು ಸ್ಪಷ್ಟಪಡಿಸಲು ಬಯಸುತ್ತೇವೆ. ಈ ಸಂದರ್ಭದಲ್ಲಿ ಈ ಕೆಳಗಿನ ಪ್ರಶ್ನೆಗಳು ಉದ್ಭವಿಸುತ್ತವೆ:

(i) ಬಾಂಬ್ ಗಳನ್ನು ಸದನದಲ್ಲಿ ಎಸೆಯಲಾಗಿದೆಯೇ? ಹಾಗಿದ್ದಲ್ಲಿ, ಅದರ ಹಿಂದಿನ ಕಾರಣವೇನು?

(ii) ಕೆಳ ನ್ಯಾಯಾಲಯವು ರೂಪಿಸಿದ ಆರೋಪವು ಸರಿಯಾಗಿದೆಯೇ?

ನಾವು ಮೊದಲ ಪ್ರಶ್ನೆಯ ಮೊದಲಾರ್ಧಕ್ಕೆ ನಂತರದಲ್ಲಿ ಉತ್ತರಿಸುತ್ತೇವೆ. ಆದರೆ ಕೆಲವು ಸ್ನೇಹಿತರು ಘಟನೆಯ ತಪ್ಪಾದ ಆವೃತ್ತಿಯನ್ನು ಪ್ರಸ್ತುತಪಡಿಸಿದ್ದಾರೆ. ಬಾಂಬ್ ಎಸೆಯುವ ಜವಾಬ್ದಾರಿಯನ್ನು ನಾವು ಸ್ವೀಕರಿಸುತ್ತೇವೆ. ಆದ್ದರಿಂದ, ನಮ್ಮ ಈ ಕ್ರಮವನ್ನು ನ್ಯಾಯಯುತವಾಗಿ ಮೌಲ್ಯಮಾಪನ ಮಾಡಲಾಗುವುದು ಎಂದು ನಾವು ನಿರೀಕ್ಷಿಸುತ್ತೇವೆ. ಉದಾಹರಣೆಗೆ, ಆರೋಪಿಸಿದಂತೆ ಅವರು ನಮ್ಮಲ್ಲಿ ಒಬ್ಬರ ಕೈಯಿಂದ ಪಿಸ್ತೂಲ್ ಅನ್ನು

ವಶಪಡಿಸಿಕೊಂಡಿದ್ದಾರೆ ಎಂದು ನಾವು ಸೂಚಿಸಲು ಬಯಸುತ್ತೇವೆ. ಇದು ಉದ್ದೇಶಪೂರ್ವಕವಾಗಿ ಹೇಳಲಾದ ಸುಳ್ಳು. ವಾಸ್ತವವಾಗಿ, ನಾವು ಶರಣಾದಾಗ, ನಮ್ಮಲ್ಲಿ ಯಾರ ಬಳಿಯೂ ಪಿಸ್ತೂಲ್ ಇರಲಿಲ್ಲ. ನಾವು ಬಾಂಬ್ ಎಸೆಯುವುದನ್ನು ತಾವು ನೋಡಿದ್ದೇವೆ ಎಂದು ಹೇಳಿರುವ ಸ್ನೇಹಿತರು, ಅಸಂಬದ್ಧವಾದ ಸುಳ್ಳನ್ನು ಹೇಳುವುದನ್ನು ನಿಲ್ಲಿಸಿಲ್ಲ. ನ್ಯಾಯದ ನಿಷ್ಪಕ್ಷಪಾತ ಮತ್ತು ಪರಿಶುದ್ಧತೆಯನ್ನು ಕಾಪಾಡಿಕೊಳ್ಳುವುದು ಜನರ ಗುರಿಯಾಗಿದೆ ಎಂದು ನಾವು ಭಾವಿಸುತ್ತೇವೆ. ಅವರು ಸ್ವತಃ ಈ ಸಂಗತಿಗಳಿಂದ ತೀರ್ಮಾನಗಳನ್ನು ತೆಗೆದುಕೊಳ್ಳುತ್ತಾರೆ. ಇದಲ್ಲದೆ, ಸರ್ಕಾರದ ನ್ಯಾಯಾಲಯವು ನ್ಯಾಯದ ತತ್ವ ಮತ್ತು ಹಾದಿಗೆ ಬದ್ಧವಾಗಿದೆ ಎಂದು ನಾವು ಒಪ್ಪಿಕೊಳ್ಳುತ್ತೇವೆ.

ಮೊದಲ ಪ್ರಶ್ನೆಯ ಉತ್ತರಾರ್ಧವನ್ನು ಸ್ವಲ್ಪ ವಿವರವಾಗಿ ಉತ್ತರಿಸಲು ನಾವು ಬಯಸುತ್ತೇವೆ, ಇದರಿಂದಾಗಿ ಈ ಘಟನೆಗೆ ಕಾರಣವಾದ ಮತ್ತು ಈಗ ಐತಿಹಾಸಿಕ ರೂಪವನ್ನು ಪಡೆದಿರುವ ಕಾರಣಗಳು ಮತ್ತು ಸಂದರ್ಭಗಳನ್ನು ನಾವು ಬಹಿರಂಗವಾಗಿ ಮತ್ತು ಸ್ಪಷ್ಟವಾಗಿ ಪ್ರಸ್ತುತಪಡಿಸಬಹುದು. ಜೈಲಿನಲ್ಲಿ ಕೆಲವು ಪೊಲೀಸ್ ಅಧಿಕಾರಿಗಳು ನಮ್ಮನ್ನು ಭೇಟಿಯಾದರು. ಪರಿಗಣನೆಯಲ್ಲಿರುವ ಘಟನೆಯ ನಂತರ ಲಾರ್ಡ್ ಇರ್ವಿನ್ ಅವರು ಉಭಯ ಸದನಗಳ ಜಂಟಿ ಅಧಿವೇಶನವನ್ನುದ್ದೇಶಿಸಿ ಮಾತನಾಡಿ, ನಾವು ಈ ಬಾಂಬ್ ಎಸೆಯುವ ಮೂಲಕ ವ್ಯಕ್ತಿಯ ಮೇಲೆ ದಾಳಿ ಮಾಡಿಲ್ಲ, ಆದರೆ ಸಂವಿಧಾನದ ಮೇಲೆ ದಾಳಿ ಮಾಡಿದ್ದೇವೆ ಎಂದು ಅವರಲ್ಲಿ ಕೆಲವರು ಈಗ ನಮಗೆ ತಿಳಿಸಿದ್ದಾರೆ. ಸರಿಯಾದ ಮೌಲ್ಯಮಾಪನ ಅಥವಾ ಘಟನೆಯ ಸರಿಯಾದ ಪರಿಣಾಮವನ್ನು ಮಾಡಲಾಗಿಲ್ಲ ಎಂದು ನಾವು ತಕ್ಷಣವೇ ಭಾವಿಸಿದ್ದೇವೆ.

ನಾವು ಮನುಷ್ಯರನ್ನು ಇತರರಿಗಿಂತ ಕಡಿಮೆ ಪ್ರೀತಿಸುವುದಿಲ್ಲ. ಆದ್ದರಿಂದ, ಯಾರಿಗೂ ವಿರೋಧಿ ಎಂಬ ಪ್ರಶ್ನೆಯೇ ಇಲ್ಲ. ಇದಕ್ಕೆ ತದ್ವಿರುದ್ಧವಾಗಿ, ಮಾನವ ಜೀವನವು ನಮ್ಮ ದೃಷ್ಟಿಯಲ್ಲಿ ಎಷ್ಟು ಪವಿತ್ರವಾಗಿದೆ ಎಂದರೆ ಅದರ ಪಾವಿತ್ರ್ಯವನ್ನು ಪದಗಳಲ್ಲಿ ವರ್ಣಿಸಲು ಸಾಧ್ಯವಿಲ್ಲ. ಭೂಗತ ಸಮಾಜವಾದಿ ದಿವಾನ್ ಚಮನ್ ಲಾಲ್ ನಮ್ಮನ್ನು ಅತ್ಯಂತ ಕೆಳಮಟ್ಟದ ಆಕ್ರಮಣಕಾರರು ಮತ್ತು ದೇಶಕ್ಕೆ ಅವಮಾನ ಎಂದು ಕರೆದಿದ್ದಾರೆ. ಅಂತೆಯೇ, ನಾವು ಕಾನೂನುಬಾಹಿರ ವ್ಯಕ್ತಿಗಳು ಎಂದು ಕೆಲವು ಜನರು ಮತ್ತು ಲಾಹೋರ್ ನ *ಟ್ರಿಬ್ಯೂನ್* ಪತ್ರಿಕೆಯ ಚಿಂತನೆಯು ತಪ್ಪಾಗಿದೆ.

ನಮ್ಮ ಇತಿಹಾಸ, ನಮ್ಮ ದೇಶದ ಪರಿಸ್ಥಿತಿಗಳು ಮತ್ತು ಮಾನವ ನಿರೀಕ್ಷೆಗಳನ್ನು ನಾವು ಗಂಭೀರವಾಗಿ ಅಧ್ಯಯನ ಮಾಡಿದ್ದೇವೆ ಎಂದು ನಾವು ಎಲ್ಲ ವಿನಮ್ರತೆಯಿಂದ ಹೇಳಿಕೊಳ್ಳುತ್ತೇವೆ. ನಾವು ಬೂಟಾಟಿಕೆಯನ್ನು ದ್ವೇಷಿಸುತ್ತೇವೆ.

ಆರಂಭದಿಂದಲೂ ಅದರ ನಿಷ್ಪ್ರಯೋಜಕತೆಯನ್ನು ಅಸ್ಪಷ್ಟವಾಗಿ ತೋರಿಸಿದ ಸಂಸ್ಥೆಗೆ ನಮ್ಮ ವಿರೋಧವನ್ನು ಪ್ರಾಯೋಗಿಕವಾಗಿ ವ್ಯಕ್ತಪಡಿಸುವುದು ನಮ್ಮ ಗುರಿಯಾಗಿದೆ, ಆದರೆ ಹಾನಿಗೊಳಗಾಗುವ ಅದರ ಸ್ಥಿರ ಶಕ್ತಿಯನ್ನು ಸಹ ತೋರಿಸುತ್ತದೆ. ನಾವು ಅದರ ಬಗ್ಗೆ ಹೆಚ್ಚು ಯೋಚಿಸಿದ್ದೇವೆ, ಈ ಸಂಸ್ಥೆಯ (ಅಸೆಂಬ್ಲಿ) ಅಸ್ತಿತ್ವದ ಉದ್ದೇಶವು ಭಾರತದ ಅವಮಾನ ಮತ್ತು ಅಸಹಾಯಕತೆಯನ್ನು ಜಗತ್ತಿಗೆ ಪ್ರದರ್ಶಿಸುವುದು ಮತ್ತು ಅದು ಬೇಜವಾಬ್ದಾರಿಯುತ ಮತ್ತು ನಿರಂಕುಶಾಧಿಕಾರಿ ಆಡಳಿತದ ದಬ್ಬಾಳಿಕೆಯ ಶಕ್ತಿಯ ಸಂಕೇತವಾಗಿ ತನ್ನನ್ನು ತಗ್ಗಿಸಿಕೊಂಡಿದೆ ಎಂಬ ಈ ತೀರ್ಮಾನಕ್ಕೆ ನಾವು ಹೆಚ್ಚು ಪ್ರೇರೇಪಿಸಲ್ಪಟ್ಟಿದ್ದೇವೆ.

ಜನರ ಪ್ರತಿನಿಧಿಗಳ ಬೇಡಿಕೆಗಳನ್ನು ಪದೇ ಪದೇ ತ್ಯಾಜ್ಯ ಕಾಗದದ ಬುಟ್ಟಿಗೆ ಎಸೆಯಲಾಗುತ್ತಿದೆ. ಸದನವು ಅಂಗೀಕರಿಸಿದ ಧಾರ್ಮಿಕ ನಿರ್ಣಯಗಳನ್ನು ಭಾರತೀಯ ಸಂಸತ್ತು ಎಂದು ಕರೆಯಲ್ಪಡುವ ನೆಲದ ಮೇಲೆ ಅವಹೇಳನಕಾರಿಯಾಗಿ ತುಳಿಯಲಾಗುತ್ತಿದೆ. ದಮನಕಾರಿ ಮತ್ತು ನಿರಂಕುಶಾಧಿಕಾರಿ ಕಾನೂನುಗಳನ್ನು ರದ್ದುಗೊಳಿಸುವುದಕ್ಕೆ ಸಂಬಂಧಿಸಿದ ನಿರ್ಣಯಗಳು ಅತ್ಯಂತ ಅವಮಾನಕರವಾಗಿ ನಿರ್ಲಕ್ಷಿಸಲ್ಪಟ್ಟಿವೆ ಮತ್ತು ಸಾರ್ವಜನಿಕ ಪ್ರತಿನಿಧಿಗಳು ತಿರಸ್ಕರಿಸಿದ ಸರ್ಕಾರಿ ಕಾನೂನುಗಳು ಮತ್ತು ನಿರ್ಣಯಗಳನ್ನು ಸರ್ಕಾರವು ಅತ್ಯಂತ ವಿಚಿತ್ರ ರೀತಿಯಲ್ಲಿ ಅಂಗೀಕರಿಸುತ್ತದೆ.

ಇದರ ಪರಿಣಾಮವಾಗಿ, ಗವರ್ನರ್ ಜನರಲ್ ಅವರ ಕಾರ್ಯನಿರ್ವಾಹಕ ಮಂಡಳಿಯ ಮಾಜಿ ಕಾನೂನು ಸದಸ್ಯರಾದ ದಿವಂಗತ ಶ್ರೀ ಸಿ .ಆರ್ .ದಾಸ್ ಅವರ ಮಾತುಗಳಿಂದ ನಾವು ಸ್ಫೂರ್ತಿ ಪಡೆದಿದ್ದೇವೆ. ಅವರು ತಮ್ಮ ಮಗನಿಗೆ ಬರೆದ ಪತ್ರದಲ್ಲಿ ಇಂಗ್ಲೆಂಡ್ ಅನ್ನು ಅದರ ದುಃಸ್ವಪ್ನದಿಂದ ಎಚ್ಚರಗೊಳಿಸಲು ಬಾಂಬ್ ಅತ್ಯಗತ್ಯ ಎಂದು ಅರ್ಥೈಸಿದರು. ಮತ್ತು ಅವರ ಹೃದಯಸ್ಪರ್ಶಿ ಕಥೆಯನ್ನು ಹೇಳಲು ಯಾವುದೇ ಪರ್ಯಾಯವಿಲ್ಲದ ಜನರ ಪರವಾಗಿ ವಿರೋಧವನ್ನು ವ್ಯಕ್ತಪಡಿಸಲು ನಾವು ವಿಧಾನಸಭೆಯ ನೆಲದ ಮೇಲೆ ಬಾಂಬ್ ಎಸೆದಿದ್ದೇವೆ. ನಮ್ಮ ಧ್ವನಿಯನ್ನು ಕಿವುಡರಿಂದ ಕೇಳಿಸಿಕೊಳ್ಳುವುದು ಮತ್ತು ಅದನ್ನು ನಿರ್ಲಕ್ಷಿಸುವವರಿಗೆ ಸಮಯದ ಎಚ್ಚರಿಕೆಯನ್ನು ತಿಳಿಸುವುದು ನಮ್ಮ ಏಕೈಕ ಗುರಿಯಾಗಿತ್ತು. ಇತರ ಜನರು ಸಹ ನಮ್ಮ ಮಾರ್ಗದಲ್ಲಿ ಯೋಚಿಸುತ್ತಿದ್ದಾರೆ ಮತ್ತು ಮೇಲ್ಮೈಯಲ್ಲಿರುವ ಭಾರತೀಯ ಸಮುದಾಯವು ಶಾಂತ ಸಾಗರದಂತೆ ತೋರುತ್ತಿದ್ದರೂ, ಭೀಕರ ಚಂಡಮಾರುತದೊಳಗೆ ಕುದಿಯುತ್ತಿದೆ ಮತ್ತು ಸ್ಫೋಟಗೊಳ್ಳಲು ಕಾಯುತ್ತಿದೆ. ಬರಲಿರುವ ಗಂಭೀರ ಸನ್ನಿವೇಶಗಳ ಬಗ್ಗೆ ಕಾಳಜಿ ವಹಿಸದೆ, ಕೇವಲ ವೇಗವಾಗಿ ಚಲಿಸುತ್ತಿರುವವರಿಗೆ ನಾವು ಎಚ್ಚರಿಕೆಯ ಗಂಟೆಗಳನ್ನು ನೀಡಿದ್ದೇವೆ. ಹೊಸ ಪೀಳಿಗೆಯ ಮನಸ್ಸಿನಲ್ಲಿ ನಿಸ್ಸಂದೇಹವಾಗಿ ಉಳಿದಿರುವ ಅಪ್ರಸ್ತುತತೆಯ ಬಗ್ಗೆ ನಾವು ಆ ಕಾಲ್ಪನಿಕ ಅಹಿಂಸೆಯ ಅಂತ್ಯವನ್ನು ಘೋಷಿಸಿದ್ದೇವೆ. ನಮ್ಮ ಕೋಟ್ಯಂತರ ದೇಶವಾಸಿಗಳಂತೆ ನಾವು ಸ್ಪಷ್ಟವಾಗಿ ಮುನ್ಸೂಚಿಸಿರುವ ಮಾನವಕುಲದ ಭೀಕರ ಅಪಾಯಗಳಿಗೆ ಪ್ರಾಮಾಣಿಕ ಸದ್ಭಾವನೆಯ ಹಿತದೃಷ್ಟಿಯಿಂದ ಮತ್ತು ವಿರುದ್ಧವಾಗಿ ಎಚ್ಚರಿಸಲು ನಾವು ಈ ಮಾರ್ಗವನ್ನು ಅನುಸರಿಸಿದ್ದೇವೆ.

ಹಿಂದಿನ ಪ್ಯಾರಾಗಳಲ್ಲಿ ನಾವು 'ಕಾಲ್ಪನಿಕ ಅಹಂಕಾರ' ಪದಗಳನ್ನು ಬಳಸಿದ್ದೇವೆ. ನಾವು ಅವುಗಳನ್ನು ವಿವರಿಸಲು ಬಯಸುತ್ತೇವೆ. ನಮ್ಮ ಪ್ರಕಾರ, ಆಕ್ರಮಣಶೀಲತೆಯ ವಿಧಾನವಾಗಿ ಬಳಸಲಾಗುವ ಮತ್ತು ನಮ್ಮ ದೃಷ್ಟಿಯಲ್ಲಿ ಹಿಂಸಾಚಾರವಾಗಿರುವ ಪರಿಸ್ಥಿತಿಯಲ್ಲಿ ಬಲಪ್ರಯೋಗವು ಅನ್ಯಾಯವಾಗಿದೆ. ಆದರೆ ಒಂದು ನಿರ್ದಿಷ್ಟ ಉದ್ದೇಶವನ್ನು ಅರಿತುಕೊಳ್ಳಲು ಬಲವನ್ನು ಬಳಸಿದಾಗ ಅದು ಕೇವಲ ನೈತಿಕ ದೃಷ್ಟಿಕೋನದಿಂದ ಆಗುತ್ತದೆ. ಬಲವನ್ನು ಸಂಪೂರ್ಣವಾಗಿ ತ್ಯಜಿಸುವುದು ಕೇವಲ ಕಾಲ್ಪನಿಕ ಭ್ರಮೆ. ಈ ದೇಶವು ನಾವು ಈಗಾಗಲೇ ಮುಂಗಡ ನೋಟಿಸ್ ನೀಡಿರುವ ಚಳವಳಿಯಲ್ಲಿ ಬೆಳೆದಿದೆ. ಈ ಆಂದೋಲನವು ಗುರು ಗೋವಿಂದ್ ಸಿಂಗ್ ಮತ್ತು ಶಿವಾಜಿ, ಕಮಲ್ ಪಾಷಾ ಮತ್ತು ರಿಜಾ ಖಾನ್, ವಾಷಿಂಗ್ಟನ್ ಮತ್ತು ಗರಿಬಾಲ್ಡಿ, ಲಾ ಫೆಯೆಟೆ ಮತ್ತು ಲೆನಿನ್ ಅವರ ಚಟುವಟಿಕೆಗಳಿಂದ ಸ್ಫೂರ್ತಿ ಪಡೆಯುತ್ತದೆ.

ಅನ್ಯಲೋಕದ ಸರ್ಕಾರ ಮತ್ತು ಭಾರತದ ಸಾರ್ವಜನಿಕ ಮುಖಂಡರು ಈ ಆಂದೋಲನದತ್ತ ತಮ್ಮ

ಕಣ್ಣುಗಳನ್ನು ಮುಚ್ಚಿದ್ದಾರೆ ಮತ್ತು ಅದರ ಧ್ವನಿ ಅವರ ಕಿವಿಯನ್ನು ತಲುಪಿಲ್ಲ ಎಂದು ನಮಗೆ ತೋರುತ್ತದೆ. ಆದ್ದರಿಂದ, ನಮ್ಮ ಧ್ವನಿಯು ಕೇಳಿಸದಂತಹ ಸ್ಥಳಗಳಲ್ಲಿ ನಾವು ಎಚ್ಚರಿಸುವುದು ನಮ್ಮ ಕರ್ತವ್ಯವೆಂದು ನಾವು ಭಾವಿಸಿದ್ದೇವೆ.

ಈ ಘಟನೆಯ ಹಿಂದಿನ ಅಂತರ್ಗತ ಯೋಜನೆಯನ್ನು ನಾವು ಇಲ್ಲಿಯವರೆಗೆ ಚರ್ಚಿಸಿದ್ದೇವೆ. ಈಗ ನಾವು ನಮ್ಮ ಉದ್ದೇಶಗಳ ನ್ಯಾಯಸಮ್ಮತತೆ ಮತ್ತು ಸಭ್ಯತೆಯ ಬಗ್ಗೆ ಏನನ್ನಾದರೂ ಹೇಳಲು ಬಯಸುತ್ತೇವೆ.

ಘಟನೆಯ ಸಮಯದಲ್ಲಿ ಸಣ್ಣಪುಟ್ಟ ಗಾಯಗಳಿಂದ ಬಳಲುತ್ತಿರುವ ಜನರ ವಿರುದ್ಧ ನಮಗೆ ಯಾವುದೇ ವೈಯಕ್ತಿಕ ಅಸೂಯೆ ಅಥವಾ ದ್ವೇಷವಿರಲಿಲ್ಲ. ಅಷ್ಟೇ ಅಲ್ಲ, ವಿಧಾನಸಭೆಯಲ್ಲಿ ಹಾಜರಿರುವ ಯಾವುದೇ ವ್ಯಕ್ತಿಯ ವಿರುದ್ಧ ನಾವು ಯಾವುದೇ ಅಸೂಯೆಯನ್ನು ಹೊಂದಿರುವುದಿಲ್ಲ. ನಾವು ಮಾನವ ಜೀವನವನ್ನು ಎಷ್ಟು ಪವಿತ್ರವೆಂದು ಪರಿಗಣಿಸುತ್ತೇವೆಂದರೆ ಅದನ್ನು ನಾವು ಪದಗಳಲ್ಲಿ ವಿವರಿಸಲು ಸಾಧ್ಯವಿಲ್ಲ, ಮತ್ತು ಯಾರಿಗಾದರೂ ಹಾನಿ ಮಾಡುವ ಬದಲು ಮಾನವಕುಲದ ಸೇವೆಯಲ್ಲಿ ನಮ್ಮ ಜೀವನವನ್ನು ತ್ಯಜಿಸಲು ನಾವು ಸಿದ್ಧರಿದ್ದೇವೆ ಎಂದು ಹೇಳುವ ಮಟ್ಟಿಗೆ ನಾವು ಹೋಗಬಹುದು. ನಾವು ಕೊಲ್ಲುವಿಕೆಯನ್ನು ಆನಂದಿಸುವ ಸಾಮ್ರಾಜ್ಯಶಾಹಿ ಸೈನ್ಯದ ಕೂಲಿ ಸೈನಿಕರಂತೆ ಅಲ್ಲ. ಇದಕ್ಕೆ ತದ್ವಿರುದ್ಧವಾಗಿ, ನಾವು ಜನರ ಜೀವನವನ್ನು ರಕ್ಷಿಸಲು ಪ್ರಯತ್ನಿಸುತ್ತೇವೆ. ಇದೆಲ್ಲವನ್ನೂ ಹೇಳಿದ ನಂತರ, ನಾವು ಉದ್ದೇಶಪೂರ್ವಕವಾಗಿ ಅಸೆಂಬ್ಲಿ ಕಟ್ಟಡದ ಮೇಲೆ ಬಾಂಬ್ ಗಳನ್ನು ಎಸೆದಿದ್ದೇವೆ ಎಂದು ನಾವು ಒಪ್ಪಿಕೊಳ್ಳುತ್ತೇವೆ. ಈ ಸತ್ಯವು ಸ್ವತಃ ಮಾತನಾಡುತ್ತದೆ ಮತ್ತು ನಮ್ಮ ಕಾರ್ಯಗಳ ಫಲಿತಾಂಶಗಳ ಬೆಳಕಿನಲ್ಲಿ ನಮ್ಮ ಉದ್ದೇಶಗಳನ್ನು ನಿರ್ಣಯಿಸಬೇಕೆಂದು ನಾವು ವಿನಂತಿಸುತ್ತೇವೆ ಮತ್ತು ಕಾಲ್ಪನಿಕ ಸಂದರ್ಭಗಳು ಮತ್ತು ಹಿಂದಿನ ಚಿಂತನೆಯ ಆಧಾರದ ಮೇಲೆ ಅಲ್ಲ. ಸರ್ಕಾರಿ ತಜ್ಞರು ಸಲ್ಲಿಸಿದ ಸಾಕ್ಷ್ಯಗಳ ಹೊರತಾಗಿಯೂ, ನಾವು ವಿಧಾನಸಭೆಯಲ್ಲಿ ಎಸೆದ ಬಾಂಬ್ ಗಳು ಒಂದು ಖಾಲಿ ಬೆಂಚ್ ಗೆ ಸಣ್ಣ ಪ್ರಮಾಣದ ಹಾನಿಯನ್ನುಂಟುಮಾಡಿದವು ಮತ್ತು ಡಜನ್ ಗಿಂತ ಕಡಿಮೆ ಜನರು ಸಣ್ಣ ಗೀರುಗಳನ್ನು ಅನುಭವಿಸಿದರು. ಸರ್ಕಾರಿ ವಿಜ್ಞಾನಿಗಳು ಇದನ್ನು ಪವಾಡ ಎಂದು ಕರೆದಿದ್ದಾರೆ, ಆದರೆ ನಮ್ಮ ಪ್ರಕಾರ ಇದು ಕೇವಲ ಉತ್ತಮ ವೈಜ್ಞಾನಿಕ ಪ್ರಕ್ರಿಯೆ. ಮೊದಲನೆಯದು, ಬೆಂಚುಗಳು ಮತ್ತು ಮೇಜುಗಳ ನಡುವಿನ ಖಾಲಿ ಜಾಗದಲ್ಲಿ ಎರಡು ಬಾಂಬುಗಳು ಸ್ಫೋಟಗೊಂಡವು. ಎರಡನೆಯ ವಿಷಯವೆಂದರೆ, ಸ್ಫೋಟದ ಸ್ಥಳದಿಂದ ಕೇವಲ ಎರಡು ಅಡಿ ದೂರದಲ್ಲಿರುವ ಶ್ರೀ ರಾವ್, ಶ್ರೀ ಶಂಕರ್ ರಾವ್ ಮತ್ತು ಶ್ರೀ ಜಾರ್ಜ್ ಶುಸ್ಟರ್ ಅವರಂತಹ ವ್ಯಕ್ತಿಗಳು ಸಹ ಯಾವುದೇ ಗಾಯಕ್ಕೆ ಒಳಗಾಗಲಿಲ್ಲ ಅಥವಾ ಕೇವಲ ಸಣ್ಣ ಗೀರುಗಳಿಗೂ ಒಳಗಾಗಲಿಲ್ಲ. ಬಾಂಬ್ ಗಳು ಪೊಟ್ಯಾಸಿಯಮ್ ಕ್ಲೋರೇಟ್ ಮತ್ತು ಪಿಕರೇಟ್ ನಂತಹ ಪರಿಣಾಮಕಾರಿ ರಾಸಾಯನಿಕಗಳಿಂದ ತುಂಬಿದ್ದರೆ ಅವು ಅಡೆತಡೆಗಳನ್ನು ಮುರಿದು ಸ್ಫೋಟದ ಸ್ಥಳದಿಂದ ಹಲವು ಗಜಗಳಷ್ಟು ದೂರದಲ್ಲಿರುವ ವ್ಯಕ್ತಿಗಳು ಗಂಭೀರವಾಗಿ ಗಾಯಗೊಳ್ಳುತ್ತಿದ್ದರು ಮತ್ತು ಬಾಂಬ್ ಗಳಲ್ಲಿ ಹೆಚ್ಚು ಪರಿಣಾಮಕಾರಿ ಮತ್ತು ಸ್ಫೋಟಕ ಒಳಹರಿವು ಇದ್ದಿದ್ದರೆ ವಿಧಾನಸಭೆಯ ಬಹುಪಾಲು ಸದಸ್ಯರು ಪ್ರಾಣ ಕಳೆದುಕೊಳ್ಳುತ್ತಿದ್ದರು. ಅನೇಕ ಪ್ರಮುಖ ವ್ಯಕ್ತಿಗಳು ಕುಳಿತಿದ್ದ ಖಜಾನೆ ಪೆಟ್ಟಿಗೆಗಳ ಮೇಲೆ ನಾವು ಬಾಂಬ್ ಗಳನ್ನು ಎಸೆದಿದ್ದೇವೆ ಮತ್ತು ಅಂತಿಮವಾಗಿ, ಆ ಸಮಯದಲ್ಲಿ ಸ್ಪೀಕರ್ ಗ್ಯಾಲರಿಯಲ್ಲಿ ಕುಳಿತಿದ್ದ ಸರ್ ಜಾನ್ ಸೈಮನ್ ಅವರನ್ನು ನಾವು ನೋಯಿಸಿದ್ದೇವೆ. ಅವರ ದುರದೃಷ್ಟಕರ

ಆಯೋಗವನ್ನು ದೇಶದ ಎಲ್ಲ ಸರಿಯಾದ ಚಿಂತಕರು ದ್ವೇಷಿಸುತ್ತಾರೆ. ಆದರೆ ಇವೆಲ್ಲವೂ ನಮ್ಮ ಉದ್ದೇಶವಾಗಿರಲಿಲ್ಲ. ನಮ್ಮ ಬಾಂಬ್ ಗಳು ಯಾವ ಉದ್ದೇಶಕ್ಕಾಗಿ ಜೋಡಿಸಲ್ಪಟ್ಟಿವೆಯೋ ಅದಕ್ಕಿಂತ ಹೆಚ್ಚಿನದನ್ನು ಮಾಡಲಿಲ್ಲ. ಅದು ಪವಾಡವಾಗಿರಲಿಲ್ಲ. ಎಲ್ಲ ಜನರ ಜೀವನವು ಸುರಕ್ಷಿತವಾಗಿದೆ ಎಂದು ನಾವು ಉದ್ದೇಶಪೂರ್ವಕವಾಗಿ ಈ ಉದ್ದೇಶದ ಮೇಲೆ ನಿರ್ಧರಿಸಿದ್ದೇವೆ.

ಇದರ ನಂತರ, ನಮ್ಮ ಕ್ರಿಯೆಯ ಪರಿಣಾಮವಾಗಿ ಶಿಕ್ಷೆಯನ್ನು ಅನುಭವಿಸುವ ಸಲುವಾಗಿ, ನಾವು ಸ್ವಯಂಪ್ರೇರಣೆಯಿಂದ ನಮ್ಮನ್ನು ಪ್ರಸ್ತುತಪಡಿಸಿದ್ದೇವೆ/ಶರಣಾಗಿದ್ದೇವೆ ಮತ್ತು ಸಾಮ್ರಾಜ್ಯಶಾಹಿ ಶೋಷಕರಿಗೆ ಅವರು ವ್ಯಕ್ತಿಗಳನ್ನು ಹತ್ತಿಕ್ಕಬಹುದು ಎಂದು ಪ್ರದರ್ಶಿಸಿದ್ದೇವೆ, ಆದರೆ ಅವರು ಆಲೋಚನೆಗಳನ್ನು ಕೊಲ್ಲಲು ಸಾಧ್ಯವಿಲ್ಲ. ಇಬ್ಬರು ಮುಖ್ಯವಲ್ಲದ ವ್ಯಕ್ತಿಗಳನ್ನು ಹತ್ತಿಕ್ಕುವ ಮೂಲಕ, ರಾಷ್ಟ್ರವನ್ನು ಹತ್ತಿಕ್ಕಲು ಸಾಧ್ಯವಿಲ್ಲ. ಲೆಟರ್ಸ್ *ಡಿ ಕ್ಯಾಚೆಟ್* ಮತ್ತು ವೆಲ್ಲೆಸ್ಸೈಲ್ಸ್ ಘಟನೆಗಳು ಕ್ರಾಂತಿಕಾರಿ ಚಳವಳಿಯನ್ನು ಹತ್ತಿಕ್ಕಲು ಸಾಧ್ಯವಿಲ್ಲ ಎಂಬ ಈ ಐತಿಹಾಸಿಕ ತೀರ್ಮಾನಕ್ಕೆ ನಾವು ಒತ್ತು ನೀಡಲು ಬಯಸುತ್ತೇವೆ ಮತ್ತು ನೇಣು ಹಾಕುವ ಕುಣಿಕೆವು ಇಡೀ ಸೈಬೀರಿಯಾದಾದ್ಯಂತ ಹರಡಿದ್ದರೂ, ಅದು ಆಧುನಿಕ ಕ್ರಾಂತಿಯ ಜ್ವಾಲೆಗಳನ್ನು ತಗ್ಗಿಸಲು ಸಾಧ್ಯವಾಗಲಿಲ್ಲ. ಅಂತೆಯೇ, ಈ ಸುಗ್ರೀವಾಜ್ಞೆಗಳು ಮತ್ತು ಸುರಕ್ಷತಾ ಮಸೂದೆಯು ಭಾರತದ ಸ್ವಾತಂತ್ರ್ಯದ ಜ್ವಾಲೆಗಳನ್ನು ತಳ್ಳುತ್ತದೆ ಎಂಬುದು ಅಸಾಧ್ಯ. ಪಿತೂರಿಗಳನ್ನು ಪತ್ತೆಹಚ್ಚುವ ಮೂಲಕ ಅವುಗಳನ್ನು ಬಲವಾದ ಮಾತುಗಳಲ್ಲಿ ಖಂಡಿಸುವ ಮೂಲಕ ಮತ್ತು ಉನ್ನತ ಆದರ್ಶಗಳ ಕನಸು ಕಾಣುವ ಎಲ್ಲ ಯುವಕರನ್ನು ಗಲ್ಲಿಗೇರಿಸುವ ಮೂಲಕ ನೀವು ಕ್ರಾಂತಿಯ ಚಲನೆಯನ್ನು ನಿಲ್ಲಿಸಲು ಸಾಧ್ಯವಿಲ್ಲ. ನಮ್ಮ ಈ ಎಚ್ಚರಿಕೆಯನ್ನು ನಿರ್ಲಕ್ಷಿಸದಿದ್ದರೆ, ಜೀವಹಾನಿ ಮತ್ತು ವ್ಯಾಪಕ ಚಿತ್ರಹಿಂಸೆಯನ್ನು ತಡೆಯಲು ಇದು ಸಹಾಯಕವಾಗಬಹುದು. ಈ ಎಚ್ಚರಿಕೆಯನ್ನು ನೀಡುವ ಹೊಣೆಯನ್ನು ನಾವೇ ಹೊತ್ತುಕೊಂಡಿದ್ದೇವೆ ಮತ್ತು ನಮ್ಮ ಕರ್ತವ್ಯವನ್ನು ನಿರ್ವಹಿಸಿದ್ದೇವೆ.

ಹತ್ಯಾಕಾಂಡವು ಕ್ರಾಂತಿಯ ಅನಿವಾರ್ಯ ಸ್ಥಿತಿಯಲ್ಲ; ಮತ್ತು ಕ್ರಾಂತಿಯು ವೈಯಕ್ತಿಕ ಸೇಡು ತೀರಿಸಿಕೊಳ್ಳುವುದಿಲ್ಲ. ಕ್ರಾಂತಿಯು ಬಾಂಬ್ ಗಳು ಮತ್ತು ಪಿಸ್ತೂಲ್ ಗಳ ಸಂಸ್ಕೃತಿಯಲ್ಲ. ಕ್ರಾಂತಿಯ ಅರ್ಥವೇನೆಂದರೆ, ಅನ್ಯಾಯವನ್ನು ಆಧರಿಸಿದ ಪ್ರಸ್ತುತ ಆರ್ಥಿಕ ಕ್ರಮವು ಬದಲಾಗಬೇಕು. ಉತ್ಪಾದಕರು ಮತ್ತು ಕಾರ್ಮಿಕರು ಸಮಾಜದ ಅತ್ಯಗತ್ಯ ಅಂಶಗಳಾಗಿವೆ, ಆದರೆ ಶೋಷಕರು ತಮ್ಮ ಶ್ರಮ ಮತ್ತು ಮೂಲಭೂತ ಹಕ್ಕುಗಳ ಫಲವನ್ನು ಕಸಿದುಕೊಳ್ಳುತ್ತಾರೆ. ಒಂದೆಡೆ, ಇಡೀ ಜಗತ್ತಿಗೆ ಬಟ್ಟೆಯನ್ನು ಪೂರೈಸುವ ರೈತರ ಕುಟುಂಬಗಳು ತಮ್ಮ ದೇಹಗಳನ್ನು ಮತ್ತು ತಮ್ಮ ಮಕ್ಕಳ ದೇಹಗಳನ್ನು ಮುಚ್ಚಲು ಕಷ್ಟಪಡುತ್ತವೆ. ಇತರರಿಗೆ ಅರಮನೆಯ ಕಟ್ಟಡಗಳನ್ನು ನಿರ್ಮಿಸುವ, ಕೊಳೆಗೇರಿಗಳಲ್ಲಿ ವಾಸಿಸುವ ಮತ್ತು ಅಪರಿಚಿತರಾಗಿ ಸಾಯುವ ಕಮ್ಮಾರರು, ಬಡಗಿಗಳು. ಮತ್ತೊಂದೆಡೆ, ಬಂಡವಾಳಶಾಹಿಗಳು, ಶೋಷಕರು ಮತ್ತು ಇತರ ಪರಾವಲಂಬಿ ವ್ಯಕ್ತಿಗಳು ತಮ್ಮ ವ್ಯಾಮೋಹ ಮತ್ತು ಹುಚ್ಚಾಟಿಕೆಗಳನ್ನು ಪೂರೈಸಲು ಕೋಟ್ಯಂತರ ರೂಪಾಯಿಗಳನ್ನು ಖರ್ಚು ಮಾಡುತ್ತಿದ್ದಾರೆ. ಈ ಭೀಕರ ಅಸಮಾನತೆಗಳು ಮತ್ತು ಅಭಿವೃದ್ಧಿಯ ಕೃತಕ ಸಮಾನತೆಗಳು ಸಮಾಜವನ್ನು ಅರಾಜಕತೆಗೆ ತಳ್ಳುತ್ತಿವೆ. ಈ ಪರಿಸ್ಥಿತಿಯು ಶಾಶ್ವತವಾಗಿ ಉಳಿಯಲು ಸಾಧ್ಯವಿಲ್ಲ ಮತ್ತು ಪ್ರಸ್ತುತ ಸಾಮಾಜಿಕ ವ್ಯವಸ್ಥೆ ಜ್ವಾಲಾಮುಖಿಯ ತಲೆಯ

ಮೇಲೆ ಕುಳಿತಿದ್ದರೂ ಆರಾಮದಾಯಕವಾಗಿದೆ ಎಂದು ಸ್ಪಷ್ಟವಾಗುತ್ತದೆ ಮತ್ತು ಶೋಷಕರ ಮುಗ್ಧ ಮಕ್ಕಳು ಅಪಾಯಕಾರಿ ವಿಭಜನೆಯ ಅಂಚಿನಲ್ಲಿ ನಿಂತಿದ್ದಾರೆ ಎಂದು ನಾವು ಇಷ್ಟಪಡುತ್ತೇವೆ. ನಾಗರಿಕತೆಯ ರಚನೆಯನ್ನು ಸಮಯಕ್ಕೆ ಸರಿಯಾಗಿ ಉಳಿಸದಿದ್ದರೆ ಅದು ನಾಶವಾಗುತ್ತದೆ. ಆದ್ದರಿಂದ, ಕ್ರಾಂತಿಕಾರಿ ಬದಲಾವಣೆ ಅಗತ್ಯ ಮತ್ತು ಈ ಬದಲಾವಣೆಯ ಅಗತ್ಯವನ್ನು ಅರಿತುಕೊಂಡವರು ಸಮಾಜವನ್ನು ಸಮಾಜವಾದಿ ತಳಹದಿಯ ಮೇಲೆ ಮರುಸಂಘಟಿಸಲು ಕರ್ತವ್ಯನಿರತರಾಗಿದ್ದಾರೆ. ಇದನ್ನು ಸಾಧಿಸುವವರೆಗೆ, ಒಂದು ದೇಶ ಇನ್ನೊಂದನ್ನು ಶೋಷಿಸುವುದನ್ನು ಮುಂದುವರಿಸುತ್ತದೆ ಮತ್ತು ಇದನ್ನು ಸಾಮ್ರಾಜ್ಯಶಾಹಿ ಎಂದು ಕರೆಯಬಹುದು ಮತ್ತು ಅಂತಹ ಸಮಯದವರೆಗೆ ಎಲ್ಲಾ ಚರ್ಚೆಗಳು ಸಂಪೂರ್ಣ ಬೂಟಾಟಿಕೆಯಾಗಿವೆ. ಇದು ಮಾನವೀಯತೆಗೆ ಸಾರ್ವತ್ರಿಕ ಶಾಂತಿಯ ಅವಧಿಯು ಸಾಮ್ರಾಜ್ಯಶಾಹಿಯಿಂದ ಉಂಟಾಗುವ ನೋವುಗಳು ಮತ್ತು ಅವಮಾನಗಳಿಂದ ಹೊರಹೊಮ್ಮುತ್ತದೆ ಎಂದು ಹೇಳುತ್ತದೆ. ನಮ್ಮ ಕ್ರಾಂತಿಯ ಅರ್ಥವೆಂದರೆ ಈ ವೈವಿಧ್ಯಮಯ ಮಾರಣಾಂತಿಕ ಅಪಾಯಗಳನ್ನು ಎದುರಿಸಬೇಕಾಗಿಲ್ಲ ಮತ್ತು ಇದರಲ್ಲಿ ಇಲ್ಲದವರ ಸಾರ್ವಭೌಮತ್ವವನ್ನು ಗುರುತಿಸಲಾಗಿದೆ. ಇದರ ಫಲಿತಾಂಶವೆಂದರೆ, ವಿಶ್ವ ಒಕ್ಕೂಟವು ಮಾನವ ಜನಾಂಗವನ್ನು ಬಂಡವಾಳಶಾಹಿಯ ಬಂಧನದಿಂದ ಮತ್ತು ಯುದ್ಧದಿಂದ ಉಂಟಾಗುವ ತೊಂದರೆಗಳು ಮತ್ತು ವಿನಾಶಗಳಿಂದ ರಕ್ಷಿಸಲು ಸಾಧ್ಯವಾಗುತ್ತದೆ. ಇದು ನಮ್ಮ ಆದರ್ಶವಾಗಿದೆ ಮತ್ತು ಈ ಆದರ್ಶದಿಂದ ಸ್ಫೂರ್ತಿ ಪಡೆದು ನಾವು ಸಮರ್ಪಕ, ಪರಿಣಾಮಕಾರಿ ಮತ್ತು ಸಮಯೋಚಿತ ಎಚ್ಚರಿಕೆಯನ್ನು ನೀಡಿದ್ದೇವೆ. ಇದನ್ನು ನಿರ್ಲಕ್ಷಿಸಿದರೆ ಮತ್ತು ಪ್ರಸ್ತುತ ಆಡಳಿತಾತ್ಮಕ ಆದೇಶವು ನೈಸರ್ಗಿಕ ಶಕ್ತಿಗಳ ಹಾದಿಗೆ ಅಡ್ಡಿಯುಂಟುಮಾಡಿದರೆ, ತೀವ್ರವಾದ ಕಲಹದ ಏರಿಕೆಯು ನಿಶ್ಚಿತವಾಗಿದೆ, ಇದು ಕ್ರಾಂತಿಯ ಉದ್ದೇಶಗಳನ್ನು ಅರಿತುಕೊಳ್ಳಲು ಎಲ್ಲಾ ಅಡೆತಡೆಗಳನ್ನು ಬೇರುಸಹಿತ ಕಿತ್ತುಹಾಕುತ್ತದೆ ಮತ್ತು ಎಸೆಯುತ್ತದೆ ಮತ್ತು ಇಲ್ಲದಿರುವವರ ಅಧಿಕಾರವನ್ನು ಸ್ಥಾಪಿಸುತ್ತದೆ. ಕ್ರಾಂತಿ ಮಾನವ ಜನಾಂಗದ ಜನ್ಮಸಿದ್ಧ ಹಕ್ಕು. ಸ್ವಾತಂತ್ರ್ಯವು ಎಲ್ಲ ಪುರುಷರ ಜನ್ಮಸಿದ್ಧ ಹಕ್ಕು. ಅದನ್ನು ಯಾವುದೇ ಸಂದರ್ಭದಲ್ಲೂ ಕಸಿದುಕೊಳ್ಳಲು ಸಾಧ್ಯವಿಲ್ಲ. ಕಾರ್ಮಿಕ ವರ್ಗವು ಸಮಾಜದ ನಿಜವಾದ ಆಧಾರವಾಗಿದೆ. ಕಾರ್ಮಿಕರ ಅಂತಿಮ ಗುರಿಯು ಪ್ರಜಾಪ್ರಭುತ್ವ (ಜನರ ಶಕ್ತಿ) ಸ್ಥಾಪನೆಯಾಗುವುದು. ಈ ಆದರ್ಶಗಳಿಗಾಗಿ ಮತ್ತು ಈ ನಂಬಿಕೆಗಾಗಿ, ಈ ನ್ಯಾಯಾಲಯವು ನಮಗೆ ನೀಡುವ ಎಲ್ಲ ನೋವುಗಳನ್ನು ನಾವು ಸ್ವಾಗತಿಸುತ್ತೇವೆ. ಈ ಬಲಿಪೀಠದ ಮೇಲೆ ಧೂಪದ್ರವ್ಯದಂತೆ ನಮ್ಮ ಯೌವನವನ್ನು ಸುಡಲು ನಾವು ಸಿದ್ಧರಿದ್ದೇವೆ. ಈ ಮಹಾನ್ ಉದ್ದೇಶಕ್ಕೆ ಯಾವುದೇ ತ್ಯಾಗವು ತುಂಬಾ ದೊಡ್ಡದಲ್ಲ. ಕ್ರಾಂತಿಯ ಉಲ್ಕಾಪಾತಕ್ಕಾಗಿ ನಾವು ತಾಳ್ಮೆಯಿಂದ ಕಾಯುತ್ತೇವೆ ...'*ಇಂಕ್ವಾಲಾಬ್ ಜಿಂದಾಬಾದ್*."

ಮಿಡಲ್ಟನ್ ನ ಸೆಸಿಯಸ್ ನ್ಯಾಯಾಧೀಶರ ಅಭಿಪ್ರಾಯದಲ್ಲಿ, ಈ ಹೇಳಿಕೆಯ ಕೆಲವು ಭಾಗಗಳು ಆಕ್ಷೇಪಾರ್ಹವಾಗಿದ್ದವು. ಆದ್ದರಿಂದ ಮರುದಿನ ಅವರು ರಕ್ಷಣಾ ವಕೀಲ ಆಸಿಫ್ ಅಲಿ ಮತ್ತು ಪಬ್ಲಿಕ್ ಪ್ರಾಸಿಕ್ಯೂಟರ್ ಅವರನ್ನು ಕರೆದು ಆಕ್ಷೇಪಾರ್ಹ ಭಾಗಗಳನ್ನು ಹೊರಹಾಕುವ ಬಯಕೆಯನ್ನು ವ್ಯಕ್ತಪಡಿಸಿದರು. ಆಸಿಫ್ ಅಲಿ ಅವರೊಂದಿಗೆ ಒಪ್ಪಿದರು ಮತ್ತು ಭಗತ್ ಸಿಂಗ್ ಅವರೊಂದಿಗೆ ಒಪ್ಪಿಕೊಳ್ಳಲು ಮನವೊಲಿಸಿದರು. ಆದ್ದರಿಂದ ಹೇಳಿಕೆಯ ಪ್ರತಿಯನ್ನು ಮಾರ್ಪಡಿಸಿದ ನಂತರ ನ್ಯಾಯಾಲಯದ ದಾಖಲೆಯಲ್ಲಿ ಇರಿಸಲಾಗಿತ್ತು. ಶೀಘ್ರದಲ್ಲೇ ದೆಹಲಿಯ ಆಯುಕ್ತರು ಭಗತ್ ಸಿಂಗ್ ಅವರ ಈ ಉಪನ್ಯಾಸವನ್ನು ಯಾವುದೇ ಪತ್ರಿಕೆ ಪ್ರಕಟಿಸುವುದಿಲ್ಲ ಎಂದು ಆದೇಶಗಳನ್ನು

ಹೊರಡಿಸಿದರು, ಆದರೆ ಆದೇಶಗಳನ್ನು ಹೊರಡಿಸುವ ಮೊದಲು *ದಿ ಪಯೋನೀರ್* ಅದನ್ನು ತನ್ನ ಮೂಲ ರೂಪದಲ್ಲಿ ಪ್ರಕಟಿಸಿತ್ತು. ನಂತರ ಉಪನ್ಯಾಸದ ಮಾರ್ಪಡಿಸಿದ ಪ್ರತಿಯನ್ನು ಪತ್ರಿಕೆಗಳಿಗೆ ಕಳುಹಿಸಲಾಯಿತು, ಅದನ್ನು ಅವರು ಪ್ರಕಟಿಸಿದರು. ಅಷ್ಟೇ ಅಲ್ಲ, ವಿದೇಶಿ ಪತ್ರಿಕೆಗಳು ಇದನ್ನು ಪ್ರಖ್ಯಾತ ಪತ್ರಿಕೆಯಲ್ಲಿ ಪ್ರಕಟಿಸಿದವು. ಇದು ಕ್ರಾಂತಿಕಾರಿಗಳ ಆಲೋಚನೆಗಳನ್ನು ಇಡೀ ಪ್ರಪಂಚದ ಮುಂದೆ ತಂದಿತು. ಭಗತ್ ಸಿಂಗ್ ಕೂಡ ತಮ್ಮ ಆಲೋಚನೆಗಳನ್ನು ಜಗತ್ತಿಗೆ ತಿಳಿಯಬೇಕೆಂದು ಬಯಸಿದ್ದರು.

ಭಗತ್ ಸಿಂಗ್ ಸ್ವತಃ ನ್ಯಾಯಾಲಯದಲ್ಲಿ ಈ ಹೇಳಿಕೆಯನ್ನು ಓದಿದರು. ವಕೀಲರಾದ ಶ್ರೀ ಆಸಿಫ್ ಅಲಿ, ಬಟುಕೇಶ್ವರ ದತ್ ಪರವಾಗಿ ಇದನ್ನು ಓದಿದರು. ಈ ಹೇಳಿಕೆಯು ಭಗತ್ ಸಿಂಗ್ ಕಡೆಗೆ ದೇಶದ ಗಮನವನ್ನು ಸೆಳೆಯಿತು. ಅತ್ಯುನ್ನತ ಅಂಶವೆಂದರೆ, ಈ ಇಬ್ಬರು ಕೆಚ್ಚೆದೆಯ ವ್ಯಕ್ತಿಗಳು ತಮ್ಮನ್ನು ತಾವು ರಕ್ಷಿಸಿಕೊಳ್ಳಲು ಏನನ್ನೂ ಮಾಡಲಿಲ್ಲ. ಅಂತಿಮವಾಗಿ, 1929ರ ಜೂನ್ 10ರಂದು ಪ್ರಕರಣದ ವಿಚಾರಣೆ ಮುಕ್ತಾಯಗೊಂಡಿತು ಮತ್ತು ಜೂನ್ 12ರಂದು ಸೆಷನ್ಸ್ ನ್ಯಾಯಾಧೀಶರು ತಮ್ಮ 41 ಪುಟಗಳ ತೀರ್ಪನ್ನು ಘೋಷಿಸಿದರು. ಇದರಲ್ಲಿ ಭಗತ್ ಸಿಂಗ್ ಮತ್ತು ಬಟುಕೇಶ್ವರ ದತ್ ಇಬ್ಬರಿಗೂ ಭಾರತೀಯ ದಂಡ ಸಂಹಿತೆಯ ಸೆಕ್ಷನ್ 307ರ ಅಡಿಯಲ್ಲಿ ಮತ್ತು ಸ್ಫೋಟಕ ಪದಾರ್ಥಗಳ ಕಾಯ್ದೆಯ ಸೆಕ್ಷನ್ 3ರ ಅಡಿಯಲ್ಲಿ ಜೀವಾವಧಿ ಶಿಕ್ಷೆ ವಿಧಿಸಲಾಯಿತು. ಇದಾದ ಕೂಡಲೇ ಭಗತ್ ಸಿಂಗ್ ಅವರನ್ನು ಪಂಜಾಬ್ ನ ಕುಖ್ಯಾತ ಮಿಯಾನ್ವಾಲಿ ಜೈಲಿಗೆ ಮತ್ತು ಬಟುಕೇಶ್ವರ ದತ್ ಅವರನ್ನು ಲಾಹೋರ್ ಕೇಂದ್ರ ಕಾರಾಗೃಹಕ್ಕೆ ಕಳುಹಿಸಲಾಯಿತು.

ಹೈಕೋರ್ಟ್ ನಲ್ಲಿ ಮೇಲ್ಮನವಿ

ಈ ಇಬ್ಬರು ಕೆಚ್ಚೆದೆಯ ವ್ಯಕ್ತಿಗಳು ಕೆಳ ನ್ಯಾಯಾಲಯದಿಂದಲೇ ತಮ್ಮನ್ನು ತಾವು ಸಮರ್ಥಿಸಿಕೊಳ್ಳುವುದನ್ನು ವಿರೋಧಿಸಿದ್ದರು ಎಂಬುದು ಸ್ಪಷ್ಟವಾಗಿದೆ. ಅವರು ತಮ್ಮ ಆಲೋಚನೆಗಳನ್ನು ಹೆಚ್ಚು ಹೆಚ್ಚು ಜನರಿಗೆ ತಿಳಿಸಲು ಬಯಸಿದ್ದರು. ಆದ್ದರಿಂದ, ಸೆಷನ್ಸ್ ನ್ಯಾಯಾಧೀಶರ ತೀರ್ಪಿನ ವಿರುದ್ಧ ಅವರು ಲಾಹೋರ್ ಹೈಕೋರ್ಟ್ ನಲ್ಲಿ ಮೇಲ್ಮನವಿ ಸಲ್ಲಿಸಿದರು. ನ್ಯಾಯಮೂರ್ತಿ ಫೋರ್ಡ್ ಮತ್ತು ನ್ಯಾಯಮೂರ್ತಿ ಅಡಿಸನ್ ಈ ಮನವಿಯನ್ನು ಆಲಿಸಿದರು. ಇಲ್ಲಿ ಭಗತ್ ಸಿಂಗ್ ತಮ್ಮ ಎರಡನೇ ಮಹತ್ವದ ಹೇಳಿಕೆಯನ್ನು ನೀಡಿದ್ದಾರೆ. ಇದು ಹೀಗಿದೆ:

ಮೈ ಲಾರ್ಡ್. ನಾವು ಇಂಗ್ಲಿಷ್ ಭಾಷೆಯ ವಕೀಲರು ಅಥವಾ ತಜ್ಞರಲ್ಲ. ನಮ್ಮಲ್ಲಿ ಸೋಲು-ಗೆಲುವು ಇಲ್ಲ. ಆದ್ದರಿಂದ, ದಯೆಯಿಂದ ನಮ್ಮಿಂದ ದೊಡ್ಡ ಉಪನ್ಯಾಸಗಳನ್ನು ನಿರೀಕ್ಷಿಸಬೇಡಿ. ಭಾಷೆಗೆ ಸಂಬಂಧಿಸಿದ ತಪ್ಪುಗಳನ್ನು ನಿರ್ಲಕ್ಷಿಸಿ, ನಮ್ಮ ಹೇಳಿಕೆಯ ನೈಜ ಉದ್ದೇಶವನ್ನು ಅರ್ಥಮಾಡಿಕೊಳ್ಳಲು ಪ್ರಯತ್ನಿಸಬೇಕು ಎಂದು ನಾವು ಪ್ರಾರ್ಥಿಸುತ್ತೇವೆ. ಇತರ ಎಲ್ಲ ಸಮಸ್ಯೆಗಳನ್ನು ನನ್ನ ವಕೀಲರಿಗೆ ಬಿಟ್ಟರೆ, ನಾನು ಒಂದು ವಿಷಯದ ಬಗ್ಗೆ ಮಾತ್ರ ನನ್ನ ಅಭಿಪ್ರಾಯಗಳನ್ನು ವ್ಯಕ್ತಪಡಿಸುತ್ತೇನೆ. ಈ ಸಂದರ್ಭದಲ್ಲಿ ಈ ವಿಷಯವು ಬಹಳ ಮುಖ್ಯವಾಗಿದೆ. ನಮ್ಮ ಉದ್ದೇಶಗಳು ಯಾವುವು ಮತ್ತು ನಾವು ಎಷ್ಟರ ಮಟ್ಟಿಗೆ ಅಪರಾಧಿಗಳಾಗಿದ್ದೇವೆ ಎಂಬುದು ಅತ್ಯಂತ ಮುಖ್ಯವಾಗಿದೆ.

"ಸಮಸ್ಯೆ ತುಂಬಾ ಸಂಕೀರ್ಣವಾಗಿದೆ. ಆದ್ದರಿಂದ, ಯಾವುದೇ ವ್ಯಕ್ತಿಯು ಒಂದು ನಿರ್ದಿಷ್ಟ ರೀತಿಯಲ್ಲಿ

ಯೋಚಿಸಲು ಮತ್ತು ಕಾರ್ಯನಿರ್ವಹಿಸಲು ನಮ್ಮ ಮೇಲೆ ಪ್ರಭಾವ ಬೀರಿದ ಎತ್ತರವನ್ನು ನಿಮ್ಮ ಪ್ರಭುತ್ವದ ಮುಂದೆ ಸಲ್ಲಿಸಲು ಸಾಧ್ಯವಿಲ್ಲ. ಇದನ್ನು ಗಮನದಲ್ಲಿಟ್ಟುಕೊಂಡು ನಮ್ಮ ಉದ್ದೇಶಗಳು ಮತ್ತು ನಮ್ಮ ಅಪರಾಧಗಳನ್ನು ಮೌಲ್ಯಮಾಪನ ಮಾಡಬೇಕೆಂದು ನಾವು ಬಯಸುತ್ತೇವೆ. ಪ್ರಸಿದ್ಧ ಕಾನೂನು ಲೂಮಿನರಿ ಸೊಲೊಮನ್ ಪ್ರಕಾರ, ಒಬ್ಬ ವ್ಯಕ್ತಿಯು ತನ್ನ ಉದ್ದೇಶಗಳು ತಿಳಿಯುವವರೆಗೆ ಮತ್ತು ಆ ಉದ್ದೇಶಗಳು ಕಾನೂನುಬಾಹಿರ ನಡವಳಿಕೆಯೆಂದು ಸಾಬೀತಾಗುವವರೆಗೆ ಶಿಕ್ಷಿಸಬಾರದು.

"ಸೆಷನ್ಸ್ ನ್ಯಾಯಾಧೀಶರ ನ್ಯಾಯಾಲಯದಲ್ಲಿ ನಾವು ನೀಡಿದ ಹೇಳಿಕೆಯು ನಮ್ಮ ಉದ್ದೇಶಗಳನ್ನು ವಿವರಿಸಿದೆ ಮತ್ತು ಆ ರೂಪದಲ್ಲಿ ನಮ್ಮ ಉದ್ದೇಶಗಳನ್ನು ಸಹ ವಿವರಿಸಿದೆ. ಆದರೆ ಗೌರವಾನ್ವಿತ ಸೆಷನ್ಸ್ ನ್ಯಾಯಾಧೀಶರು ಸಾಮಾನ್ಯವಾಗಿ ಆರೋಪಿಗಳ ನಡವಳಿಕೆಯಲ್ಲಿ ಚಾಲ್ತಿಯಲ್ಲಿರುವ ವಿಷಯಗಳು ಕಾನೂನಿನ ಕೆಲಸದ ಮೇಲೆ ಪರಿಣಾಮ ಬೀರುವುದಿಲ್ಲ ಮತ್ತು ಈ ದೇಶದಲ್ಲಿ ಉದ್ದೇಶಗಳು ಮತ್ತು ಉದ್ದೇಶಗಳನ್ನು ಚರ್ಚಿಸುವುದು ಅಪರೂಪ ಎಂದು ಈ ವೀಕ್ಷಣೆಯನ್ನು ಮಾಡುವ ಮೂಲಕ ನಮ್ಮ ಎಲ್ಲ ಪ್ರಯತ್ನಗಳನ್ನು ನಿಷ್ಪ್ರಯೋಜಕಗೊಳಿಸಿದರು.

ಮೈ ಲಾರ್ಡ್. ಪ್ರಕರಣದ ಸಂದರ್ಭಗಳಲ್ಲಿ ಕಲಿತ ನ್ಯಾಯಾಧೀಶರು ಫಲಿತಾಂಶಗಳ ಬೆಳಕಿನಲ್ಲಿ ನಮ್ಮ ಅಪರಾಧವನ್ನು ನಿರ್ಣಯಿಸುವುದು ಅಥವಾ ನಮ್ಮ ಹೇಳಿಕೆಯ ಸಹಾಯದಿಂದ ಮಾನಸಿಕ ಉಪಕ್ರಮವನ್ನು ನಿರ್ಧರಿಸುವುದು ಸೂಕ್ತವಾಗಿದೆ. ಆದರೆ ಅವರು ಈ ಎರಡೂ ಕೆಲಸಗಳನ್ನು ಮಾಡಲಿಲ್ಲ.

"ಮೊದಲನೆಯದು, ನಾವು ವಿಧಾನಸಭೆಯಲ್ಲಿ ಎಸೆದ ಬಾಂಬ್ ಗಳಿಂದ ಯಾರೂ ದೈಹಿಕವಾಗಿ ಅಥವಾ ಮಾನಸಿಕವಾಗಿ ಗಾಯಗೊಂಡಿಲ್ಲ. ಹೀಗಾಗಿ ಶಿಕ್ಷೆಯನ್ನು ನೀಡುವಾಗ ನಮ್ಮ ಪ್ರೇರಣೆ ಮತ್ತು ಉದ್ದೇಶಗಳನ್ನು ಗಣನೆಗೆ ತೆಗೆದುಕೊಳ್ಳಬೇಕು. ಆರೋಪಿಯ ಮನೋವಿಜ್ಞಾನವನ್ನು ತಿಳಿಯದೆ, ಅವನ ಉದ್ದೇಶಗಳು ಮತ್ತು ನಿಜವಾದ ಪ್ರೇರಣೆಗಳನ್ನು ತಿಳಿಯಲು ಸಾಧ್ಯವಿಲ್ಲ. ಅಂತೆಯೇ, ಉದ್ದೇಶಗಳನ್ನು ನಿರ್ಲಕ್ಷಿಸಿದರೆ, ಯಾವುದೇ ವ್ಯಕ್ತಿಗೆ ನ್ಯಾಯ ಸಿಗುವುದಿಲ್ಲ, ಏಕೆಂದರೆ ಉದ್ದೇಶವನ್ನು ಗಮನದಲ್ಲಿರಿಸಿಕೊಳ್ಳದಿದ್ದರೆ ಉನ್ನತ ಜನರಲ್ ಗಳು ಮತ್ತು ಕಮಾಂಡರ್ ಗಳು ಸಾಮಾನ್ಯ ಅಪರಾಧಿಗಳನ್ನು ಕೊಲೆಗಾರರಂತೆ ಕಾಣುತ್ತಾರೆ. ಸರ್ಕಾರಿ ತೆರಿಗೆಗಳ ಹೆಚ್ಚಿನ ಸಂಗ್ರಾಹಕರು ಕಳ್ಳರು ಮತ್ತು ನಕಲಿಗಾರರಂತೆ ಕಾಣಿಸಿಕೊಳ್ಳುತ್ತಾರೆ ಮತ್ತು ನ್ಯಾಯಾಧೀಶರನ್ನು ಸಹ ಕೊಲೆಗಾಗಿ ವಿಚಾರಣೆಗೆ ಒಳಪಡಿಸಲಾಗುತ್ತದೆ. ಈ ರೀತಿಯಾಗಿ ಸಾಮಾಜಿಕ ಸುವ್ಯವಸ್ಥೆ ಮತ್ತು ಸಂಸ್ಕೃತಿಯನ್ನು ರಕ್ತಪಾತ, ಕಳ್ಳತನ ಮತ್ತು ಖೋಟಾ ಕೃತ್ಯಗಳಿಗೆ ಇಳಿಸಲಾಗುತ್ತದೆ.

"ಉದ್ದೇಶಗಳನ್ನು ನಿರ್ಲಕ್ಷಿಸಿದರೆ, ಆಡಳಿತವು ವ್ಯಕ್ತಿಗಳನ್ನು ನ್ಯಾಯಸಮ್ಮತವಾಗಿರಲು ಯಾವ ಹಕ್ಕನ್ನು ಕೇಳಬೇಕು?ಉದ್ದೇಶಗಳನ್ನು ನಿರ್ಲಕ್ಷಿಸಿದರೆ ಧರ್ಮದ ಬೋಧನೆಯು ಸುಳ್ಳಿನ ಬೋಧನೆಯಾಗಿ ಗೋಚರಿಸುತ್ತದೆ ಮತ್ತು ಕೋಟ್ಯಂತರ ಮುಗ್ಧ ಮತ್ತು ಅಜ್ಞಾನಿ ಪುರುಷರನ್ನು ದಾರಿತಪ್ಪಿಸಿದ್ದಕ್ಕಾಗಿ ಪ್ರತಿಯೊಬ್ಬ ಪ್ರವಾದಿಯನ್ನೂ ವಿಚಾರಣೆಗೆ ಒಳಪಡಿಸಲಾಗುತ್ತದೆ. ಉದ್ದೇಶಗಳನ್ನು ನಿರ್ಲಕ್ಷಿಸಿದರೆ, ಭಗವಾನ್ ಯೇಸು ಕ್ರಿಸ್ತನು ತೊಂದರೆಗೆ ಕಾರಣವಾಗುತ್ತಾನೆ, ಶಾಂತಿಗೆ ಭಂಗ ತರುತ್ತಾನೆ ಮತ್ತು ದಂಗೆಯನ್ನು ಹರಡುತ್ತಾನೆ ಮತ್ತು ಕಾನೂನಿನ ಮಾತುಗಳಲ್ಲಿ ಅವನನ್ನು ಅಪಾಯಕಾರಿ ವ್ಯಕ್ತಿ ಎಂದು ಪರಿಗಣಿಸಲಾಗುತ್ತದೆ. ಆದರೆ ನಾವು ಅವನನ್ನು ಪೂಜಿಸುತ್ತೇವೆ. ನಮ್ಮ ಹೃದಯಗಳಲ್ಲಿ ನಾವು ಅವರ ಬಗ್ಗೆ ಅಪಾರ ಗೌರವವನ್ನು ಹೊಂದಿದ್ದೇವೆ. ಅವರ ಚಿತ್ರಣವು ನಮ್ಮ ಹೃದಯಗಳಲ್ಲಿ ಆಧ್ಯಾತ್ಮಿಕತೆಯನ್ನು ಪ್ರೇರೇಪಿಸುತ್ತದೆ. ಇದು ಏಕೆ? ಏಕೆಂದರೆ ಅವರ ಪ್ರಯತ್ನಗಳ ಚಾಲಕನು ಉನ್ನತ ಆದೇಶದ ಉದ್ದೇಶವಾಗಿತ್ತು. ಆ ಯುಗದ ಆಡಳಿತಗಾರರು ಅವನ ಉದ್ದೇಶಗಳನ್ನು ಗುರುತಿಸಲಿಲ್ಲ,

ಅವರು ಅವನ ಬಾಹ್ಯ ನಡವಳಿಕೆಯನ್ನು ಮಾತ್ರ ನೋಡಿದರು. ಆದರೆ ಅವನ ಕಾಲದಿಂದ ಇಂದಿನವರೆಗೆ 20 ಶತಮಾನಗಳು ಕಳೆದಿವೆ. ಅಂದಿನಿಂದ ನಾವು ಯಾವುದೇ ಪ್ರಗತಿಯನ್ನು ಸಾಧಿಸಿಲ್ಲವೇ? ನಾವು ಅದೇ ತಪ್ಪುಗಳನ್ನು ಪುನರಾವರ್ತಿಸಬೇಕೆ? ಇದು ಹಾಗಿದ್ದಲ್ಲಿ, ಮಾನವೀಯತೆಯ ತ್ಯಾಗಗಳು ಮತ್ತು ಮಹಾನ್ ಹುತಾತ್ಮರ ಪ್ರಯತ್ನಗಳು ವ್ಯರ್ಥವಾಗಿವೆ ಮತ್ತು ನಾವು ಇಪ್ಪತ್ತು ಶತಮಾನಗಳ ಹಿಂದೆ ಇದ್ದ ಅದೇ ಹಂತದಲ್ಲಿದ್ದೇವೆ.

"ಕಾನೂನಿನ ದೃಷ್ಟಿಕೋನದಿಂದ ವಸ್ತುನಿಷ್ಠತೆಯ ಪ್ರಶ್ನೆಯು ವಿಶೇಷ ಮಹತ್ವವನ್ನು ಹೊಂದಿದೆ. ಜನರಲ್ ಡೈಯರ್ ಅವರ ಉದಾಹರಣೆಯನ್ನು ತೆಗೆದುಕೊಳ್ಳಿ. ಅವನು ನೂರಾರು ಮುಗ್ಧ ಮತ್ತು ನಿರಾಯುಧ ಜನರನ್ನು ಗುಂಡಿಕ್ಕಿ ಕೊಂದನು, ಆದರೆ ನ್ಯಾಯಾಲಯದ ಸಮರವು ಅವನನ್ನು ಗುಂಡಿಕ್ಕಿ ಕೊಲ್ಲುವಂತೆ ಆದೇಶಿಸುವ ಬದಲು ಅವನಿಗೆ ಲಕ್ಷಾಂತರ ರೂಪಾಯಿಗಳನ್ನು ಬಹುಮಾನವಾಗಿ ನೀಡಿತು. ದಯವಿಟ್ಟು ಇನ್ನೂ ಒಂದು ಉದಾಹರಣೆಯನ್ನು ಪರಿಗಣಿಸಿ. ಯುವ ಗೂರ್ಖಾ ಶ್ರೀ ಖಡಾಗ್ ಬಹದ್ದೂರ್ ಸಿಂಗ್ ಅವರು ಕಲ್ಕತ್ತಾದಲ್ಲಿ ಈಟಿಯಿಂದ ಶ್ರೀಮಂತ ಮಾರ್ವಾಡಿಯನ್ನು ಕೊಂದರು. ಉದ್ದೇಶವನ್ನು ಬದಿಗಿಟ್ಟರೆ, ಖಡಾಗ್ ಬಹದ್ದೂರ್ ಸಿಂಗ್ ಅವರಿಗೆ ಮರಣದಂಡನೆ ವಿಧಿಸಬೇಕು, ಆದರೆ ಅವರಿಗೆ ಕೆಲವು ವರ್ಷಗಳ ಜೈಲು ಶಿಕ್ಷೆ ವಿಧಿಸಲಾಯಿತು ಮತ್ತು ಅವರ ಅವಧಿ ಮುಗಿಯುವ ಮೊದಲೇ ಅವರನ್ನು ಬಿಡುಗಡೆ ಮಾಡಲಾಯಿತು. ಅವನಿಗೆ ಮರಣದಂಡನೆ ವಿಧಿಸದಿರಲು ಕಾನೂನಿನಲ್ಲಿ ಬಿರುಕು ಇದೆಯೇ? ಅಥವಾ ಕೊಲೆ ಪ್ರಕರಣವು ಅವನ ವಿರುದ್ಧ ಸಾಬೀತಾಗಿಲ್ಲವೇ? ಅವರು ನಮ್ಮಂತೆಯೇ ತಮ್ಮ ಅಪರಾಧವನ್ನು ಒಪ್ಪಿಕೊಂಡರು ಆದರೆ ಅವರ ಜೀವವನ್ನು ಉಳಿಸಲಾಗಿದೆ ಮತ್ತು ಅವರು ಈಗ ಸ್ವತಂತ್ರರಾಗಿದ್ದಾರೆ. ಗಲ್ಲಿಗೇರಿಸುವ ಶಿಕ್ಷೆಯನ್ನು ಏಕೆ ನೀಡಲಿಲ್ಲ ಎಂದು ನಾನು ಕೇಳುತ್ತೇನೆ? ಅವನ ಕ್ರಿಯೆಯನ್ನು ಸರಿಪಡಿಸಲಾಯಿತು, ಅಳೆಯಲಾಯಿತು. ಅವರು ಸಂಕೀರ್ಣ ರೀತಿಯಲ್ಲಿ ಸಿದ್ಧತೆಗಳನ್ನು ಮಾಡಿಕೊಂಡಿದ್ದರು. ವಸ್ತುನಿಷ್ಠ ದೃಷ್ಟಿಕೋನದಿಂದ ಅವರ ಕ್ರಮವು ಹೆಚ್ಚು ಅಪಾಯಕಾರಿ ಮತ್ತು ರಕ್ತಸಿಕ್ತವಾಗಿತ್ತು. ಅವನ ಉದ್ದೇಶವು ಉತ್ತಮವಾಗಿದ್ದರಿಂದ ಅವನಿಗೆ ಕಡಿಮೆ ಶಿಕ್ಷೆ ಸಿಕ್ಕಿತು. ಅವರು ಅನೇಕ ಸುಂದರ ಹುಡುಗಿಯರ ರಕ್ತವನ್ನು ಹೀರಿದ ಸೋರಿಕೆಯ ಸಮಾಜವನ್ನು ತೊಡೆದುಹಾಕಿದರು. ಕಾನೂನಿನ ಪ್ರತಿಷ್ಠೆಯನ್ನು ಉಳಿಸಲು ಶ್ರೀ ಖಡಾಗ್ ಬಹದ್ದೂರ್ ಸಿಂಗ್ ಅವರಿಗೆ ಕೆಲವು ವರ್ಷಗಳ ಶಿಕ್ಷೆಯನ್ನು ನೀಡಲಾಯಿತು. ಇದು ತತ್ವಗಳ ಸಂಘರ್ಷವನ್ನು ಮಾತ್ರ ಪ್ರತಿಬಿಂಬಿಸುತ್ತದೆ, ಅದು ಹೀಗಿದೆ: "ಕಾನೂನು ಮನುಷ್ಯನಿಗಾಗಿ, ಮನುಷ್ಯನು ಕಾನೂನಿಗೆ ಅಲ್ಲ." ಈ ಸಂದರ್ಭಗಳಲ್ಲಿ, ಶ್ರೀ ಖಡಾಗ್ ಭದೂರ್ ಸಿಂಗ್ ಅವರಿಗೆ ಲಭ್ಯವಿರುವ ರಿಯಾಯಿತಿಗಳನ್ನು ನಮಗೆ ನಿಷೇಧಿಸುವ ಕಾರಣಗಳು ಯಾವುವು? ಅವರಿಗೆ ಲಘು ಶಿಕ್ಷೆಯನ್ನು ನೀಡುವಾಗ ಅವರ ಉದ್ದೇಶವನ್ನು ಮನಸ್ಸಿನಲ್ಲಿಟ್ಟುಕೊಳ್ಳಲಾಯಿತು. ಇಲ್ಲದಿದ್ದರೆ, ಇನ್ನೊಬ್ಬ ವ್ಯಕ್ತಿಯನ್ನು ಕೊಲೆ ಮಾಡಿದ ವ್ಯಕ್ತಿಯು ನೇಣು ಬಿಗಿದ ಶಿಕ್ಷೆಯಿಂದ ಪಾರಾಗಲು ಸಾಧ್ಯವಿಲ್ಲ. ಹಾಗಾದರೆ ನಾವು ಸಾಮಾನ್ಯ ಕಾನೂನು ಹಕ್ಕನ್ನು ಏಕೆ ಪಡೆಯುತ್ತಿಲ್ಲ? ನಮ್ಮ ಕ್ರಮವು ಸರ್ಕಾರದ ವಿರುದ್ಧ ನಿರ್ದೇಶಿಸಲ್ಪಟ್ಟಿದ್ದರಿಂದ ಮಾತ್ರವೇ? ಅಥವಾ ನಮ್ಮ ಕ್ರಿಯೆಗೆ ರಾಜಕೀಯ ಪ್ರಾಮುಖ್ಯತೆ ಇದೆಯೇ?

ಮೈ ಲಾರ್ಡ್. ಒಬ್ಬ ವ್ಯಕ್ತಿಯ ಸ್ವಾಭಾವಿಕ ಹಕ್ಕನ್ನು ಕಸಿದುಕೊಳ್ಳುವ ಸರ್ಕಾರವಾದ ಬೇಸ್ ಅಭ್ಯಾಸಗಳಲ್ಲಿ ಆಶ್ರಯ ಪಡೆಯುವ ಹಕ್ಕನ್ನು ಆ ಸರ್ಕಾರವು ಹೊಂದಿಲ್ಲ ಎಂದು ಹೇಳಲು ದಯವಿಟ್ಟು ನನಗೆ ಅವಕಾಶ ನೀಡಿ. ಅದು

ಇನ್ನೂ ಅಸ್ತಿತ್ವದಲ್ಲಿದ್ದರೆ, ಅದು ತಾತ್ಕಾಲಿಕ ರೀತಿಯಲ್ಲಿರುತ್ತದೆ ಮತ್ತು ಸಾವಿರಾರು ಮುಗ್ಧ ವ್ಯಕ್ತಿಗಳ ರಕ್ತವನ್ನು ಅದರ ತಲೆಯ ಮೇಲೆ ಹೊತ್ತೊಯ್ಯುತ್ತದೆ. ಕಾನೂನು ಉದ್ದೇಶಗಳನ್ನು ನೋಡದಿದ್ದರೆ, ಅದು ನ್ಯಾಯವನ್ನು ನೀಡಲು ಸಾಧ್ಯವಿಲ್ಲ, ಅಥವಾ ಶಾಶ್ವತ ಶಾಂತಿಯನ್ನು ಸ್ಥಾಪಿಸಲು ಸಹಾಯ ಮಾಡಲು ಸಾಧ್ಯವಿಲ್ಲ.

"ಇಲಿಗಳನ್ನು ಕೊಲ್ಲುವುದು ಉದ್ದೇಶವಾಗಿದ್ದರೆ ಹಿಟ್ಟಿನಲ್ಲಿ ವಿಷವನ್ನು ಬೆರೆಸುವುದು ಅಪರಾಧವಲ್ಲ, ಆದರೆ ಅದು ಮನುಷ್ಯನನ್ನು ಕೊಂದರೆ ಅದು ಕೊಲೆ ಅಪರಾಧವಾಗುತ್ತದೆ. ಆದ್ದರಿಂದ, ಶ್ರೇಷ್ಠ, ಉದಾತ್ತ ಮತ್ತು ಬೌದ್ಧಿಕ ವ್ಯಕ್ತಿಗಳು ತರ್ಕದ ಪರೀಕ್ಷೆಯನ್ನು ಸಹಿಸದ ಮತ್ತು ನ್ಯಾಯವನ್ನು ವಿರೋಧಿಸುವ ಕಾನೂನುಗಳ ವಿರುದ್ಧ ದಂಗೆ ಎದ್ದಿದ್ದಾರೆ.

"ನಮ್ಮ ಪ್ರಕರಣದ ಸಂಗತಿಗಳು ತುಂಬಾ ಸರಳವಾಗಿವೆ. ಏಪ್ರಿಲ್ 8, 29 ರಂದು ನಾವು ಸೆಂಟ್ರಲ್ ಅಸೆಂಬ್ಲಿಯ ಮೇಲೆ ಎರಡು ಬಾಂಬ್ ಗಳನ್ನು ಎಸೆದಿದ್ದೇವೆ. ಅವರ ಸ್ಫೋಟಗಳು ಕೆಲವು ವ್ಯಕ್ತಿಗಳಿಗೆ ಸಣ್ಣ ಗೀರುಗಳನ್ನು ಉಂಟುಮಾಡಿದವು. ಸದನದಲ್ಲಿ ಗದ್ದಲ ಉಂಟಾಯಿತು; ಸಾವಿರಾರು ಸಂದರ್ಶಕರು ಮತ್ತು ಸದಸ್ಯರು ಹೊರಬಂದರು. ಸ್ವಲ್ಪ ಸಮಯದ ನಂತರ ಅಲ್ಲಿ ಮೌನ ಕುಸಿಯಿತು. ನನ್ನ ಸಹವರ್ತಿ ಬಿ .ಕೆ .ದತ್ ಮತ್ತು ನಾನು ಸಂದರ್ಶಕರ ಗ್ಯಾಲರಿಯಲ್ಲಿ ಸದ್ದಿಲ್ಲದೆ ಕುಳಿತಿದ್ದೆವು ಮತ್ತು ನಾವು ಬಂಧನಕ್ಕೆ ಮುಂದಾದೆವು. ನಮ್ಮನ್ನು ಬಂಧಿಸಲಾಯಿತು. ಪ್ರಕರಣ ದಾಖಲಾಗಿದ್ದು, ಕೊಲೆಗೆ ಸಂಬಂಧಿಸಿದಂತೆ ನಮಗೆ ಶಿಕ್ಷೆ ವಿಧಿಸಲಾಗಿದೆ. ಕೇವಲ ನಾಲ್ಕು ಅಥವಾ ಐದು ಜನರು ಮಾತ್ರ ಸಣ್ಣಪುಟ್ಟ ಗಾಯಗಳಾದವು ಮತ್ತು ಈ ಅಪರಾಧವನ್ನು ಮಾಡಿದವರು ಯಾವುದೇ ರೀತಿಯ ಹಸ್ತಕ್ಷೇಪವಿಲ್ಲದೆ ಬಂಧನಕ್ಕೆ ಮುಂದಾದರು. ನಾವು ಓಡಿಹೋಗಲು ಬಯಸಿದರೆ ನಾವು ಹಾಗೆ ಮಾಡಬಹುದಿತ್ತು ಎಂದು ಸೆಷನ್ಸ್ ನ್ಯಾಯಾಧೀಶರು ಒಪ್ಪಿಕೊಂಡಿದ್ದಾರೆ. ನಾವು ನಮ್ಮ ಅಪರಾಧವನ್ನು ಒಪ್ಪಿಕೊಂಡಿದ್ದೇವೆ ಮತ್ತು ನಮ್ಮ ನಿಲುವನ್ನು ಸ್ಪಷ್ಟಪಡಿಸಲು ಹೇಳಿಕೆಗಳನ್ನು ನೀಡಿದ್ದೇವೆ. ನಾವು ಶಿಕ್ಷೆಗೆ ಹೆದರುವುದಿಲ್ಲ. ಆದರೆ ನಾವು ತಪ್ಪಾಗಿ ಅರ್ಥಮಾಡಿಕೊಳ್ಳಲು ಬಯಸುವುದಿಲ್ಲ. ನಮ್ಮ ಹೇಳಿಕೆಯ ಕೆಲವು ಪ್ಯಾರಾಗಳನ್ನು (ಸೆಷನ್ಸ್ ನ್ಯಾಯಾಧೀಶರ ಮುಂದೆ) ಹೊರಹಾಕಲಾಗಿದೆ. ಇದು ನೈಜ ಪರಿಸ್ಥಿತಿಯ ದೃಷ್ಟಿಯಿಂದ ಹಾನಿಕಾರಕವಾಗಿದೆ.

"ಒಟ್ಟಾರೆಯಾಗಿ ತೆಗೆದುಕೊಂಡಾಗ, ಈ ಸಮಯದಲ್ಲಿ ನಮ್ಮ ದೇಶವು ನಿರ್ಣಾಯಕ ಅವಧಿಯನ್ನು ದಾಟುತ್ತಿದೆ ಎಂದು ನಮ್ಮ ಹೇಳಿಕೆಯು ಹೇರಳವಾಗಿ ಸ್ಪಷ್ಟಪಡಿಸುತ್ತದೆ. ಈ ದೇಶಕ್ಕೆ ದೊಡ್ಡ ಧ್ವನಿಯಲ್ಲಿ ಎಚ್ಚರಿಕೆಯ ಅಗತ್ಯವಿದೆ ಮತ್ತು ನಮ್ಮ ದೃಷ್ಟಿಕೋನದಿಂದ ನಾವು ಆ ಎಚ್ಚರಿಕೆಯನ್ನು ನೀಡಿದ್ದೇವೆ. ನಾವು ತಪ್ಪು ಮಾಡುತ್ತಿರಬಹುದು, ನಮ್ಮ ಆಲೋಚನಾ ವಿಧಾನವು ಗೌರವಾನ್ವಿತ ನ್ಯಾಯಾಧೀಶರ ಆಲೋಚನಾ ವಿಧಾನಕ್ಕಿಂತ ಭಿನ್ನವಾಗಿರಬಹುದು, ಆದರೆ ಇದರರ್ಥ ನಮ್ಮನ್ನು ವ್ಯಕ್ತಪಡಿಸಲು ನಮಗೆ ಅನುಮತಿ ಇಲ್ಲ ಮತ್ತು ತಪ್ಪು ವಿಷಯಗಳು ನಮ್ಮೊಂದಿಗೆ ಸಂಬಂಧ ಹೊಂದಿವೆ ಎಂದಲ್ಲ.

"ನಮ್ಮ ಹೇಳಿಕೆಯಲ್ಲಿ 'ಇಂಕ್ವಾಲಾಬ್ *ಜಿಂದಾಬಾದ್*' ಮತ್ತು ಸಾಮ್ರಾಜ್ಯವಾದ *ಮುರ್ದಾಬಾದ್*' ಗೆ ಸಂಬಂಧಿಸಿದಂತೆ ನಾವು ನೀಡಿದ ವಿವರಣೆಯನ್ನು ತೆಗೆದುಹಾಕಲಾಗಿದೆ, ಆದರೂ ಇದು ನಮ್ಮ ಉದ್ದೇಶಗಳ ಪ್ರಮುಖ ಭಾಗವಾಗಿದೆ. *'ಇಂಕ್ವಾಲಾಬ್, ಜಿಂದಾಬಾದ್'* ಮೂಲಕ ನಾವು ಸಾಮಾನ್ಯವಾಗಿ ತಪ್ಪಾದ ರೀತಿಯಲ್ಲಿ ಏನನ್ನು ಭಾವಿಸುತ್ತೇವೆ ಎಂದು ಅರ್ಥವಲ್ಲ. ಬಾಂಬುಗಳು ಮತ್ತು ಪಿಸ್ತೂಲ್ ಗಳು ಇಂಕ್ವಾಲಾಬ್ ಅನ್ನು ತರುವುದಿಲ್ಲ. ಆದರೆ

ಇಂಕ್ವಾಲಾಬ್ ನ ಖಡ್ಗವು ಚಿಂತನೆಯ ಚಕ್ರದ ಮೇಲೆ ತೀಕ್ಷ್ಣಗೊಳಿಸುತ್ತದೆ ಮತ್ತು ನಾವು ವ್ಯಕ್ತಪಡಿಸಲು ಬಯಸಿದ ವಿಷಯ ಇದಾಗಿದೆ. ಬಂಡವಾಳಶಾಹಿ ಯುದ್ಧಗಳಿಂದ ಉಂಟಾಗುವ ದುಃಖಗಳನ್ನು ಕೊನೆಗೊಳಿಸುವುದು ನಮ್ಮ ಇಂಕ್ವಾಲಾಬ್ ನ ಅರ್ಥವಾಗಿದೆ. ಯಾವುದಾದರೂ ವಿಷಯದ ಬಗ್ಗೆ ಮೊದಲು ಅವುಗಳ ಹಿಂದಿನ ಮುಖ್ಯ ಉದ್ದೇಶಗಳು ಮತ್ತು ಅವುಗಳನ್ನು ಸಾಧಿಸುವ ಪ್ರಕ್ರಿಯೆಯನ್ನು ಅರ್ಥಮಾಡಿಕೊಳ್ಳದೆ ತೀರ್ಪು ನೀಡುವುದು ಅಪೇಕ್ಷಣೀಯವಲ್ಲ. ನಮ್ಮೊಂದಿಗೆ ತಪ್ಪು ವಿಷಯಗಳನ್ನು ಸಂಯೋಜಿಸುವುದು ಚದರ ಅನ್ಯಾಯವಾಗಿದೆ.

"ಈ ಎಚ್ಚರಿಕೆಯನ್ನು ಉಚ್ಚರಿಸುವುದು ಬಹಳ ಅಗತ್ಯವಾಗಿತ್ತು. ದಿನದಿಂದ ದಿನಕ್ಕೆ ಚಡಪಡಿಕೆ ಹೆಚ್ಚುತ್ತಿದೆ. ಸರಿಯಾದ ಚಿಕಿತ್ಸೆಯನ್ನು ನೀಡದಿದ್ದರೆ ಅನಾರೋಗ್ಯವು ಅಪಾಯಕಾರಿ ರೂಪವನ್ನು ತೆಗೆದುಕೊಳ್ಳಬಹುದು. ಯಾವುದೇ ಮಾನವ ಶಕ್ತಿಯು ಅದನ್ನು ನಿರ್ವಹಿಸಲು ಸಾಧ್ಯವಾಗುವುದಿಲ್ಲ. ಚಂಡಮಾರುತದ ದಿಕ್ಕನ್ನು ಬದಲಾಯಿಸಲು ನಾವು ಈ ವ್ಯಾಯಾಮವನ್ನು ಕೈಗೊಂಡಿದ್ದೇವೆ. ನಾವು ಇತಿಹಾಸದ ಗಂಭೀರ ವಿದ್ಯಾರ್ಥಿಗಳು. ಸರಿಯಾದ ಸಮಯದಲ್ಲಿ ಸರಿಯಾದ ಕ್ರಮಗಳನ್ನು ತೆಗೆದುಕೊಂಡರೆ, ರಕ್ತಸಿಕ್ತ ಕ್ರಾಂತಿಗಳು ಫ್ರಾನ್ಸ್ ಮತ್ತು ರಷ್ಯಾದ ಮೇಲೆ ಇಳಿಯುತ್ತಿರಲಿಲ್ಲ ಎಂದು ನಾವು ನಂಬುತ್ತೇವೆ. ವಿಶ್ವದ ಅನೇಕ ಶಕ್ತಿಶಾಲಿ ಸರ್ಕಾರಗಳು ಆಲೋಚನೆಗಳ ಉಬ್ಬರವಿಳಿತವನ್ನು ಉಂಟುಮಾಡುವ ಪ್ರಕ್ರಿಯೆಯಲ್ಲಿ ರಕ್ತಪಾತಕ್ಕೆ ಒಳಗಾಗಿವೆ. ಅಧಿಕಾರದಲ್ಲಿರುವ ಜನರು ಸಂದರ್ಭಗಳ ಪರಿಣಾಮಗಳನ್ನು ಬದಲಾಯಿಸಬಹುದು. ನಾವು ಎಚ್ಚರಿಕೆಯನ್ನು ಮುಂಚಿತವಾಗಿ ನೀಡಲು ಬಯಸಿದ್ದೇವೆ. ನಾವು ಕೆಲವು ವ್ಯಕ್ತಿಗಳನ್ನು ಕೊಲ್ಲಲು ಬಯಸಿದ್ದರೆ, ನಮ್ಮ ಮುಖ್ಯ ಉದ್ದೇಶಗಳಲ್ಲಿ ನಾವು ವಿಫಲರಾಗುತ್ತಿದ್ದೆವು.

ಮೈ ಲಾರ್ಡ್, ನಮ್ಮ ಮುಂದಿರುವ ಉದ್ದೇಶ ಮತ್ತು ಪ್ರೇರಣೆಗಳನ್ನು ಗಮನದಲ್ಲಿಟ್ಟುಕೊಂಡು ನಾವು ಕಾರ್ಯನಿರ್ವಹಿಸಿದ್ದೇವೆ ಮತ್ತು ಈ ಚಟುವಟಿಕೆಯ ನಮ್ಮ ಹೇಳಿಕೆಗಳು ನಮಗೆ ಬೆಂಬಲ ನೀಡುತ್ತವೆ. ಒಂದು ಅಂಶದ ವಿವರಣೆಯನ್ನು ಕರೆಯಲಾಗುತ್ತದೆ. ಬಾಂಬ್ ಗಳ ಶಕ್ತಿ (ಸ್ಫೋಟಕ ಸಾಮರ್ಥ್ಯ) ನಮಗೆ ತಿಳಿದಿಲ್ಲದಿದ್ದರೆ, ಪಂಡಿತ್ ಮೋತಿ ಲಾಲ್ ನೆಹರು, ಶ್ರೀ ಕೇಸರ್ಕರ್, ಶ್ರೀ ಜಯಕರ್ ಮತ್ತು ಶ್ರೀ ಜಿನ್ನಾ ಅವರಂತಹ ಗೌರವಾನ್ವಿತ ರಾಷ್ಟ್ರೀಯ ನಾಯಕರ ಸಮ್ಮುಖದಲ್ಲಿ ನಾವು ಹೇಗೆ ಬಾಂಬ್ ಎಸೆಯಬಹುದೇ? ನಾಯಕರ ಜೀವಕ್ಕೆ ನಾವು ಹೇಗೆ ಅಪಾಯವನ್ನುಂಟು ಮಾಡಬಹುದು? ನಾವು ಹುಚ್ಚರಲ್ಲ. ನಾವು ಹುಚ್ಚರಾಗಿದ್ದರೆ, ಆ ಸಂದರ್ಭದಲ್ಲಿ ನಮ್ಮನ್ನು ಜೈಲಿನಲ್ಲಿ ಬಂಧಿಸುವ ಬದಲು ಮಾನಸಿಕ ಆಶ್ರಯದಲ್ಲಿ ಇರಿಸಬಹುದಿತ್ತು. ಬಾಂಬ್ ಗಳ ಬಗ್ಗೆ ನಮಗೆ ಖಚಿತವಾದ ಮಾಹಿತಿ ಇತ್ತು. ಅದಕ್ಕಾಗಿಯೇ ನಾವು ಇದನ್ನು ಮಾಡಲು ಧೈರ್ಯ ಮಾಡಿದ್ದೇವೆ. ಪುರುಷರು ಆಕ್ರಮಿಸಿಕೊಂಡಿರುವ ಬೆಂಚುಗಳ ಮೇಲೆ ಬಾಂಬ್ ಗಳನ್ನು ಎಸೆಯುವುದು ಬಹಳ ಕಷ್ಟದ ಕೆಲಸವಾಗಿತ್ತು. ಬಾಂಬ್ ಗಳನ್ನು ಎಸೆದ ನಾವು ನಮ್ಮ ಇಂದ್ರಿಯಗಳಲ್ಲಿ ಇಲ್ಲದಿದ್ದಲ್ಲಿ ಅಥವಾ ಅಸಮತೋಲಿತ ಮನಸ್ಸನ್ನು ಹೊಂದಿದ್ದರೆ, ಖಾಲಿ ಬೆಂಚುಗಳಿಗಿಂತ ಪುರುಷರ ಮೇಲೆ ಬಾಂಬ್ ಗಳನ್ನು ಎಸೆಯುತ್ತಿದ್ದೆವು. ಬಾಂಬ್ ಸ್ಫೋಟಕ್ಕೆ ಖಾಲಿ ಜಾಗವನ್ನು ಆಯ್ಕೆ ಮಾಡುವ ಧೈರ್ಯವನ್ನು ತೋರಿಸಿದ್ದಕ್ಕಾಗಿ ನಮಗೆ ಬಹುಮಾನ ನೀಡಬೇಕು ಎಂದು ನಾನು ಹೇಳುತ್ತೇನೆ. ಈ ಪರಿಸ್ಥಿತಿಗಳಲ್ಲಿ, ಮೈ ಲಾರ್ಡ್, ನಮಗೆ ಸರಿಯಾಗಿ ಅರ್ಥವಾಗಲಿಲ್ಲ ಎಂದು ನಾವು ಭಾವಿಸುತ್ತೇವೆ. ನಮ್ಮ ವಾಕ್ಯಗಳನ್ನು ಕಡಿಮೆ ಮಾಡಲು ಅಲ್ಲ, ನಮ್ಮ ಸ್ಥಾನವನ್ನು ಸ್ಪಷ್ಟಪಡಿಸಲು ನಾವು ನಿಮ್ಮ ಗೌರವಗಳ ಮುಂದೆ ಬಂದಿದ್ದೇವೆ. ಯಾವುದೇ ಅನುಚಿತ

ಚಿಕಿತ್ಸೆಯನ್ನು ನಮಗೆ ನೀಡಬಾರದು ಮತ್ತು ನಮ್ಮ ಬಗ್ಗೆ ಯಾವುದೇ ಅನುಚಿತ ಅಭಿಪ್ರಾಯವನ್ನು ಪ್ರಸಾರ ಮಾಡಬಾರದು ಎಂದು ನಾವು ಬಯಸುತ್ತೇವೆ. ಶಿಕ್ಷೆಯ ಪ್ರಶ್ನೆಯು ನಮಗೆ ದ್ವಿತೀಯಕವಾಗಿದೆ."

ಭಗತ್ ಸಿಂಗ್ ಅವರು ಭಾರತ ಮಾತೆಯ ನಿಜವಾದ ಪುತ್ರರಾಗಿದ್ದರು. ಭಾರತದ ಗುಲಾಮಗಿರಿಯಿಂದ ಅವರು ತಮ್ಮ ಹೃದಯದಲ್ಲಿ ಅನುಭವಿಸಿದ ನೋವಿನಿಂದಾಗಿ ಅವರು ಕ್ರಾಂತಿಕಾರಿಯಾಗಿದ್ದರು. ಅವರ ಹೇಳಿಕೆಯಲ್ಲಿ ಏನೂ ತಪ್ಪಿಲ್ಲ, ಆದರೂ ಇಂಗ್ಲಿಷ್ ಜನರಿಂದ ನ್ಯಾಯವನ್ನು ನಿರೀಕ್ಷಿಸುವುದು ಮರಳಿನಿಂದ ತೈಲವನ್ನು ಸೆಳೆಯುವಂತಿತ್ತು. ಶ್ರೀ ಆಸಿಫ್ ಅಲಿ ಈ ಪ್ರಕರಣವನ್ನು ಎರಡು ದಿನಗಳ ಕಾಲ ವಾದಿಸಿದರು, ಸರ್ಕಾರದ ವಕೀಲರು ಅರ್ಧ ದಿನದ ನಂತರ ಉತ್ತರವಾಗಿ ಮೀಸಲಿಟ್ಟರು. ಭಗತ್ ಸಿಂಗ್ ಕೂಡ ಮಧ್ಯಂತರವಾಗಿ ವಾದಿಸಿದರು. ಅಂತಿಮವಾಗಿ, ಜನವರಿ 13, 1930 ರಂದು, ಸೆಷನ್ಸ್ ನ್ಯಾಯಾಲಯದ ತೀರ್ಪನ್ನು ಸ್ವೀಕರಿಸಿದ ಹೈಕೋರ್ಟ್, ಮೇಲ್ಮನವಿಯನ್ನು ವಜಾಗೊಳಿಸಿತು.

6

ಲಾಹೋರ್ ಜೈಲಿನಲ್ಲಿ ಹಸಿವಿನಿಂದ ಮುಷ್ಕರ

ದೆಹಲಿಯಲ್ಲಿ ನಡೆದ ಅಸೆಂಬ್ಲಿ ಬಾಂಬ್ ಕಾಂಡ್ (ಈವೆಂಟ್) ನಲ್ಲಿ ಭಗತ್ ಸಿಂಗ್ ಮತ್ತು ಬಟುಕೇಶ್ವರ ದತ್ ವಿರುದ್ಧದ ಪ್ರಕರಣದಲ್ಲಿ ಅವರನ್ನು ಯುರೋಪಿಯನ್ ವರ್ಗದ ಜೈಲಿನಲ್ಲಿ ಇರಿಸಲಾಗಿತ್ತು ಮತ್ತು ಉತ್ತಮ ಚಿಕಿತ್ಸೆ ಪಡೆದರು, ಆದರೆ ಇತರ ಜೈಲುಗಳಲ್ಲಿರುವ ಇತರ ಕೈದಿಗಳ ಪ್ರಕರಣವು ವಿಭಿನ್ನವಾಗಿತ್ತು. ಅಲ್ಲದೆ, ಸಾಂಡರ್ಸ್ ಕೊಲೆ ಪ್ರಕರಣದಲ್ಲಿ ಅವರನ್ನು ಒಳಗೊಳ್ಳಲು ಸರ್ಕಾರ ಪ್ರಯತ್ನಿಸುತ್ತಿತ್ತು. ಇದಕ್ಕಾಗಿ ಸಾಕ್ಷಿಗಳ ಅನುಮೋದನೆಯನ್ನೂ ಅದು ಪಡೆದುಕೊಂಡಿತ್ತು. ಈ ಕಾರಣಕ್ಕಾಗಿಯೇ ಅವರನ್ನು ಮಿಯಾನ್ವಾಲಿ ಜೈಲಿಗೆ ವರ್ಗಾಯಿಸಲಾಯಿತು. ಇಲ್ಲಿ ಅವರು 1914-15ರ *'ಗದರ್ ಆಂದೋಲನ*, *'ಸಮರ ಕಾನೂನು* ಆಂದೋಲನ' ಮತ್ತು 'ಬಬ್ಬರ್ ಅಕಾಲಿ ಆಂದೋಲನ' *ದಲ್ಲಿ ಭಾಗವಹಿಸಿದ್ದಕ್ಕಾಗಿ ಜೀವಾವಧಿ ಶಿಕ್ಷೆಗೆ ಒಳಗಾದ ಬಹಳಷ್ಟು ರಾಜಕೀಯ ಕೈದಿಗಳನ್ನು ಭೇಟಿಯಾದರು.* ಇಲ್ಲಿ ಭಗತ್ ಸಿಂಗ್ ಅವರು ರಾಜಕೀಯ ಕೈದಿಗಳ ಮೇಲೆ ನಡೆದ ದೌರ್ಜನ್ಯಗಳನ್ನು ನೋಡಿದ್ದಾರೆ ಮತ್ತು ಕೇಳಿದ್ದಾರೆ. ಅಂತಿಮವಾಗಿ ಅವರು ಉಪವಾಸ ಸತ್ಯಾಗ್ರಹ ನಡೆಸುವ ತೀರ್ಮಾನಕ್ಕೆ ಬಂದರು. ಇಲ್ಲಿ ಎಲ್ಲ ಕೈದಿಗಳನ್ನು ಉದ್ದೇಶಿಸಿ ಮಾತನಾಡಿದ ಅವರು:

ಸ್ನೇಹಿತರೆ ನಾವು ಜೈಲಿನಿಂದ ಹೊರಗೆ ಇದ್ದಿದ್ದರೆ, ಸ್ವಾತಂತ್ರ್ಯಕ್ಕಾಗಿ ಹೋರಾಟವನ್ನು ಮುಂದುವರೆಸುತ್ತಾ ಸಾಯುತ್ತಿದ್ದೆವು. ದೇಶಭಕ್ತರ ಆರೋಗ್ಯ ಮತ್ತು ನಿರ್ಣಯವನ್ನು ದುರ್ಬಲಗೊಳಿಸುವ ಉದ್ದೇಶದಿಂದ ಬ್ರಿಟಿಷ್ ಸರ್ಕಾರವು ಈ ಜೈಲು ರಚಿಸಿದೆ. ಇಲ್ಲಿ ಮನುಷ್ಯನನ್ನು ಮನುಷ್ಯನೆಂದು ಪರಿಗಣಿಸಲಾಗುವುದಿಲ್ಲ ಮತ್ತು ಆದ್ದರಿಂದ, ಅವನನ್ನು ಹಾಗೆ ಪರಿಗಣಿಸಲಾಗುವುದಿಲ್ಲ."

ನಂತರ ಅವರು ಉಪವಾಸ ಸತ್ಯಾಗ್ರಹವನ್ನು ಸೂಚಿಸಿದರು. ಎಲ್ಲಾ ಕೈದಿಗಳು ಅವರ ಸಲಹೆಯನ್ನು ಒಪ್ಪಿಕೊಂಡರು. ಆದ್ದರಿಂದ, ಅವರು ಜೂನ್ 15, 1929 ರಂದು ಉಪವಾಸ ಸತ್ಯಾಗ್ರಹವನ್ನು ಪ್ರಾರಂಭಿಸಿದರು ಮತ್ತು ಜೂನ್ 17, 1929 ರಂದು ಅವರು ಪಂಜಾಬ್ ನ ಕಾರಾಗೃಹಗಳ ಇನ್ಸ್ ಪೆಕ್ಟರ್ ಜನರಲ್ ಗೆ ಈ ಕೆಳಗಿನ ಪತ್ರವನ್ನು ಬರೆದರು:

ಇವರಿಗೆ,

ಇನ್ಸ್ ಪೆಕ್ಟರ್ ಜನರಲ್, ಜೈಲು,

ಪಂಜಾಬ್ ಜೈಲುಗಳು, ಲಾಹೋರ್.

ಮಾನ್ಯರೇ,

ಸತ್ಯವು ಇದಕ್ಕೆ ವಿರುದ್ಧವಾಗಿದ್ದರೂ ಸಹ, ಸಾಂಡರ್ಸ್ ಕೊಲೆ ಪ್ರಕರಣದಲ್ಲಿ ಬಂಧನಕ್ಕೊಳಗಾದ ಇತರ ಯುವಕರೊಂದಿಗೆ ನನ್ನನ್ನು ವಿಚಾರಣೆಗೆ ಒಳಪಡಿಸಲಾಗುವುದು ಎಂಬ ಊಹೆಯಡಿಯಲ್ಲಿ ನನ್ನನ್ನು ದೆಹಲಿಯ ಮಿಯಾನ್ವಾಲಿ ಜೈಲಿಗೆ ವರ್ಗಾಯಿಸಲಾಗಿದೆ. ಆ ಪ್ರಕರಣವನ್ನು ಜೂನ್ 26, 1929 ರಿಂದ ವಿಚಾರಣೆಗೆ ಒಳಪಡಿಸುವ ಸಾಧ್ಯತೆಯಿದೆ. ಈ ಸ್ಥಳಕ್ಕೆ ನನ್ನ ವರ್ಗಾವಣೆಯ ಹಿಂದಿನ ಪ್ರೇರಣೆ ಏನು ಎಂಬುದು ನನಗೆ ಅರ್ಥವಾಗುತ್ತಿಲ್ಲ.

ಕಾರಣ ಏನೇ ಇರಲಿ, ಪ್ರಕರಣವನ್ನು ಸಿದ್ಧಪಡಿಸಲು ಮತ್ತು ಹೋರಾಡಲು ಅಗತ್ಯವಿರುವ ಸೌಲಭ್ಯಗಳನ್ನು ಪ್ರತಿ ಆರೋಪಿತರು ಪಡೆಯಬೇಕೆಂದು ನ್ಯಾಯವು ಒತ್ತಾಯಿಸುತ್ತದೆ. ಆದರೆ ಇಲ್ಲಿ ವಾಸಿಸುತ್ತಿರುವ ನಾನು ನನ್ನ ವಕೀಲರನ್ನು ಹೇಗೆ ಸಂಪರ್ಕಿಸಬಹುದು? ಏಕೆಂದರೆ ನನ್ನ ಪೋಷಕರು ಮತ್ತು ಇತರ ಸಂಬಂಧಿಕರೊಂದಿಗೆ ಸಂಪರ್ಕದಲ್ಲಿರುವುದು ನನಗೆ ತುಂಬಾ ಕಷ್ಟಕರವಾಗಿದೆ.ಈ ಸ್ಥಳವು ಸಾಕಷ್ಟು ಪ್ರತ್ಯೇಕವಾಗಿದೆ, ಮಾರ್ಗವು ಸಾಕಷ್ಟು ಒರಟಾಗಿದೆ ಮತ್ತು ಇದು ಲಾಹೋರ್ ನಿಂದ ಸಾಕಷ್ಟು ದೂರದಲ್ಲಿದೆ.

ನನ್ನ ಪ್ರಕರಣವನ್ನು ಸಿದ್ಧಪಡಿಸಲು ಮತ್ತು ಹೋರಾಡಲು ಸರಿಯಾದ ಸೌಲಭ್ಯಗಳನ್ನು ಪಡೆಯಲು ದಯವಿಟ್ಟು ನನ್ನನ್ನು ಲಾಹೋರ್ ಗೆ ಕಳುಹಿಸಿ ಎಂದು ನಾನು ವಿನಂತಿಸುತ್ತೇನೆ. ನೀವು ಅದನ್ನು ಆದಷ್ಟು ಬೇಗ ನೋಡುತ್ತೀರಿ ಎಂದು ನಾನು ಭಾವಿಸುತ್ತೇನೆ.

ನಿಮ್ಮ
ಭಗತ್ ಸಿಂಗ್

ದಿನಾಂಕ: 17.6.1929. ಜೀವಾವಧಿ ಕೈದಿ, ಮಿಯಾನ್ವಾಲಿ ಜೈಲು.

ಅಪ್ಲಿಕೇಶನ್ ಅಪೇಕ್ಷಿತ ಪರಿಣಾಮವನ್ನು ಹೊಂದಿತ್ತು. ಸುಮಾರು ಒಂದು ವಾರದ ಅವಧಿಯಲ್ಲಿ ಅವರನ್ನು ಲಾಹೋರ್ ಜೈಲಿಗೆ ಕಳುಹಿಸಲಾಯಿತು. ಬಟುಕೇಶ್ವರ ದತ್ ಕೂಡ ಅಲ್ಲಿದ್ದರು. ಅವರು ಉಪವಾಸ ಸತ್ಯಾಗ್ರಹಕ್ಕೂ ಸೇರಿಕೊಂಡರು. ಸುಖ್ ದೇವ್, ಜತೀಂದ್ರ ನಾಥ್ ದಾಸ್, ಅಜಯ್ ಘೋಷ್, ಶಿವ ವರ್ಮಾ, ಗಯಾ ಪ್ರಸಾದ್, ಜೈ ದೇವ್ ಕುಮಾರ್, ರಾಜ್ ಗುರು ಮತ್ತು ಕೆ.ಕೆ.ಸಿನ್ಹಾ ಅವರನ್ನು ಸೌಂಡರ್ಸ್ ಹತ್ಯೆಗಾಗಿ ವಿಚಾರಣೆಗೆ ಒಳಪಡಿಸಲಾಯಿತು. ಅವರೆಲ್ಲರೂ ಲಾಹೋರ್ ನ ಬೋಸ್ಟಲ್ ಜೈಲಿನಲ್ಲಿ ಇದ್ದರು. ಭಗತ್ ಸಿಂಗ್ ಅವರ ಉಪವಾಸ ಸತ್ಯಾಗ್ರಹದ ಸುದ್ದಿಯನ್ನು ಕೇಳಿದ ದತ್ ಅವರು 1929 ರ ಜೂನ್ 15 ರಿಂದ ಉಪವಾಸ ಸತ್ಯಾಗ್ರಹವನ್ನು ಪ್ರಾರಂಭಿಸಿದರು. ನಾಲ್ಕು ದಿನಗಳ ನಂತರ ಈ ಮುಷ್ಕರದಲ್ಲಿ ಜತೀಂದ್ರ ನಾಥ್ ದಾಸ್ ಅವರೊಂದಿಗೆ ಸೇರಿಕೊಂಡರು. ಈ ಉಪವಾಸ ಮುಷ್ಕರದಿಂದಾಗಿ ಭಗತ್ ಸಿಂಗ್ ವೇಗವಾಗಿ ತೂಕವನ್ನು ಕಳೆದುಕೊಳ್ಳಲು ಪ್ರಾರಂಭಿಸಿದರು. ಅವರು ಜೂನ್ 15, 1929 ರಂದು ಉಪವಾಸ ಸತ್ಯಾಗ್ರಹವನ್ನು ಪ್ರಾರಂಭಿಸಿದಾಗ 133 ಪೌಂಡ್ ಗಳಾಗಿದ್ದರು, ಆದರೆ ಜುಲೈ 9, 1929 ರ ಹೊತ್ತಿಗೆ

ಅವರು 14 ಪೌಂಡ್ ಗಳನ್ನು ಕಳೆದುಕೊಂಡಿದ್ದರು. ಅದೇ ರೀತಿ ಇತರ ಸ್ನೇಹಿತರು ಸಹ ತೂಕವನ್ನು ಕಳೆದುಕೊಂಡರು, ಆದರೆ ಎಲ್ಲರೂ ಮುಷ್ಕರವನ್ನು ಮುಂದುವರೆಸಿದರು. ಸುದ್ದಿ ಪತ್ರಿಕೆಗಳಲ್ಲಿ ಇದು ವರದಿಯಾಯಿತು. ಸರ್ಕಾರದ ನಡವಳಿಕೆಯನ್ನು ವಿರೋಧಿಸಿ ಜನರು ವಿವಿಧ ಸ್ಥಳಗಳಲ್ಲಿ ಸಭೆಗಳನ್ನು ನಡೆಸಲು ಪ್ರಾರಂಭಿಸಿದರು. ಜೂನ್ 30, 1929 ರಂದು ಅಮೃತಸರದ ಜಲಿಯನ್ ವಾಲಾ ಬಾಗ್ ನಲ್ಲಿ ನಗರ ಕಾಂಗ್ರೆಸ್ ಮತ್ತು 'ನೌಜವಾನ್ ಭಾರತ್ ಸಭೆಯ' ಜಂಟಿ ಸಭೆ ನಡೆಯಿತು. ಈ ಸಭೆಯ ಅಧ್ಯಕ್ಷತೆಯನ್ನು ಡಾ. ಕಿಚ್ಲು ವಹಿಸಿದ್ದರು. *'ಇಂಕ್ವಾಲಾಬ್ ಜಿಂದಾಬಾದ್'*, *'ಸಾಮ್ರಾಜ್ಯವಾದ್ ಕಾ ನಾಶ್ ಹೋ*- ಭಗತ್ ಸಿಂಗ್ ಅವರಿಗೆ ಪ್ರಿಯವಾದ ಘೋಷಣೆಗಳನ್ನು ಕೂಗಲಾಯಿತು. ಭಗತ್ ಸಿಂಗ್ ಮತ್ತು ಅವರ ಚಟುವಟಿಕೆಗಳನ್ನು ಶ್ಲಾಘಿಸಲಾಯಿತು. ದೇವ್ಕಿ ನಂದನ್ ಚರಣ್ ಮತ್ತು ಮಾಸ್ಟರ್ ಮೋತಾ ಸಿಂಗ್ ಅವರಿಗೆ ಶುಭಾಶಯಗಳನ್ನು ಕೋರಿದರು. ಕೊನೆಯಲ್ಲಿ, ಶ್ರೀ ಹಸನ್-ಉದ್-ದಿನ್ ಅವರು ಮಂಡಿಸಿದ ನಿರ್ಣಯವನ್ನು ಸರ್ವಾನುಮತದಿಂದ ಅಂಗೀಕರಿಸಲಾಯಿತು:

"ಅಮೃತಸರದ ನಾಗರಿಕರ ಈ ಸಭೆಯು ಜೈಲಿನಲ್ಲಿದ್ದ ರಾಜಕೀಯ ಕೈದಿಗಳೊಂದಿಗಿನ ಕೆಟ್ಟ ವರ್ತನೆಯನ್ನು ವಿರೋಧಿಸಿ ಭಗತ್ ಸಿಂಗ್ ಮತ್ತು ಬಟುಕೇಶ್ವರ ದತ್ ಅವರು ಕಳೆದ ಹದಿನಾಲ್ಕು ದಿನಗಳಿಂದ ನಡೆಸಿದ ಉಪವಾಸ ಸತ್ಯಾಗ್ರಹವನ್ನು ಶ್ಲಾಘಿಸುತ್ತದೆ ಮತ್ತು ಅವರ ಬಗ್ಗೆ ಸಹಾನುಭೂತಿ ವ್ಯಕ್ತಪಡಿಸುತ್ತದೆ, ಅವರ ಜೀವನವು ಕೆಲವು ಅಪಾಯಗಳಿಗೆ ಸಿಲುಕಿದರೆ ಅದು ಸಂಪೂರ್ಣವಾಗಿ ಜವಾಬ್ದಾರವಾಗಿರುತ್ತದೆ ಎಂದು ಬ್ಯೂರೋಕ್ರಸಿಯನ್ನು ಎಚ್ಚರಿಸುತ್ತದೆ."

1929ರ ಜುಲೈ 21ರಂದು 'ನೌಜವಾನ್ ಭಾರತ್ ಸಭಾ' ಭಗತ್ ಸಿಂಗ್ ದಿನವನ್ನು ಆಚರಿಸಿತು. ಇದರಲ್ಲಿ ಹತ್ತು ಸಾವಿರ ಜನರು ಭಾಗವಹಿಸಿದ್ದರು.

ಸಾರ್ವಜನಿಕರ ತೀವ್ರ ಪ್ರತಿಭಟನೆಯ ಹೊರತಾಗಿಯೂ ಸರ್ಕಾರದ ಮನೋಭಾವವು ಉಪವಾಸ ಸತ್ಯಾಗ್ರಹಿಗಳ ಕಡೆಗೆ ಬದಲಾಗಲಿಲ್ಲ. ಬಲವಂತದ ಆಹಾರವನ್ನು ಪ್ರಯತ್ನಿಸಲಾಯಿತು, ಆದರೆ ಅವರು ಅದನ್ನು ವಿರೋಧಿಸಿದರು.

ಸೌಂಡರ್ಸ್ ಕೊಲೆ ಪ್ರಕರಣದ ವಿಚಾರಣೆ ಜುಲೈ 10 ರಂದು ಲಾಹೋರ್ ನ ಮ್ಯಾಜಿಸ್ಟ್ರೇಟ್ ಶ್ರೀ ಕೃಷ್ಣ ಅವರ ನ್ಯಾಯಾಲಯದ ಮುಂದೆ ಪ್ರಾರಂಭವಾಯಿತು. ನ್ಯಾಯಾಲಯವು ಜೈಲಿನ ಆವರಣದಲ್ಲಿತ್ತು ಭಗತ್ ಸಿಂಗ್ ಮತ್ತು ಬಟುಕೇಶ್ವರ ದತ್ ಅವರನ್ನು ನ್ಯಾಯಾಲಯದ ಸೆಲ್ ನಿಂದ ಸ್ಟ್ರೆಚರ್ ಗಳಲ್ಲಿ ಕರೆತರಲಾಯಿತು. ಇಲ್ಲಿ ಅವರು ತಮ್ಮ ಇತರ ಸಹವರ್ತಿಗಳಾದ ಸುಖ್ ದೇವ್ ಮತ್ತು ಶಿವ ವರ್ಮಾ ಅವರನ್ನು ಭೇಟಿಯಾದರು. ನಂತರ ಜುಲೈ 12 ರಂದು, ಭಗತ್ ಸಿಂಗ್ ಅವರನ್ನು ಬೆಂಬಲಿಸಿ ಬೋಸ್ಟಲ್ ಜೈಲಿನಲ್ಲಿ ಎರಡನೇ ಬ್ಯಾಚ್ ಕೈದಿಗಳು ಉಪವಾಸ ಸತ್ಯಾಗ್ರಹ ನಡೆಸುತ್ತಿದ್ದಾರೆ ಎಂದು ಜೈ ದೇವ್ ನ್ಯಾಯಾಲಯಕ್ಕೆ ತಿಳಿಸಿದರು.

ಜುಲೈ 14, 1929 ರಂದು ಭಗತ್ ಸಿಂಗ್ ಅವರು ಗೃಹ ಇಲಾಖೆಯ ಸದಸ್ಯರಿಗೆ ಪತ್ರವೊಂದನ್ನು ಬರೆದರು.ಭಾರತ ಸರ್ಕಾರ ಜೈಲಿನಲ್ಲಿರುವ ಕೈದಿಗಳಿಗೆ ಅವರು ಈ ಕೆಳಗಿನವುಗಳನ್ನು ಒತ್ತಾಯಿಸಿದರು:

(i) ರಾಜಕೀಯ ಕೈದಿಗಳಾಗಿ ನಾವು ಉತ್ತಮ ಆಹಾರವನ್ನು ಪಡೆಯಬೇಕು. ನಮ್ಮ ಆಹಾರದ ಗುಣಮಟ್ಟವು ಯುರೋಪಿಯನ್ ಖೈದಿಗಳಂತೆಯೇ ಇರಬೇಕು. ನಾವು ಒಂದೇ ಆಹಾರವನ್ನು ಬಯಸುವುದಿಲ್ಲ, ಆದರೆ ಸ್ಟ್ಯಾಂಡರ್ಡ್ ಒಂದೇ ಆಗಿರಬೇಕು.

(ii) ಕಾರ್ಮಿಕರ ಹೆಸರಿನಲ್ಲಿ ಅವಮಾನಕರ ಕೆಲಸ ಮಾಡಲು ನಾವು ಜೈಲಿನಲ್ಲಿ ಒತ್ತಾಯಿಸಬಾರದು.

(iii) ಅನುಮತಿಯ ಮೇರೆಗೆ, ನಾವು ಪುಸ್ತಕಗಳು ಮತ್ತು ಬರಹ ಸಾಮಗ್ರಿಗಳಿಗೆ ಯಾವುದೇ ಅಡೆತಡೆಯಿಲ್ಲದೆ ಪ್ರವೇಶವನ್ನು ಹೊಂದಿರಬೇಕು.

(iv) ಪ್ರತಿ ಕೈದಿಯೂ ಪ್ರತಿದಿನ ಕನಿಷ್ಠ ಒಂದು ದಿನಪತ್ರಿಕೆಯನ್ನು ಹೊಂದಿರಬೇಕು.

(v) ಪ್ರತಿ ಜೈಲಿನಲ್ಲಿ ರಾಜಕೀಯ ಕೈದಿಗಳಿಗೆ ವಿಶೇಷ ವಾರ್ಡ್ ಇರಬೇಕು ಮತ್ತು ಯುರೋಪಿಯನ್ ಕೈದಿಗಳಂತೆ ಅವರಿಗೆ ಅಗತ್ಯವಿರುವ ಎಲ್ಲವನ್ನೂ ಒದಗಿಸಬೇಕು. ಜೈಲಿನಲ್ಲಿರುವ ಎಲ್ಲ ರಾಜಕೀಯ ಕೈದಿಗಳನ್ನು ಅವರ ವಿಶೇಷ ವಾರ್ಡ್ ನಲ್ಲಿ ಇರಿಸಬೇಕು.

(vi) ಸ್ನಾನ ಮಾಡಲು ಸೌಲಭ್ಯಗಳು ಇರಬೇಕು.

(vii) ಉತ್ತಮ ಬಟ್ಟೆಗಳನ್ನು ನೀಡಬೇಕು.

(viii) ರಾಜಕೀಯ ಕೈದಿಗಳನ್ನು ಉತ್ತಮ ವರ್ಗದ ಕೈದಿಗಳಂತೆ ಪರಿಗಣಿಸಬೇಕು ಎಂದು ಶ್ರೀ ಜಗತ್ ನಾರಾಯಣ್ ಮತ್ತು ಖಾನ್ ಬಹದ್ದೂರ್ ಹಫೀಜ್ ಹಿದಾಯತ್ ಹುಸೇನ್ ಅವರ ಯುಪಿ ಜೈಲು ಮರುಪೂರಣ ಸಮಿತಿಯ ಶಿಫಾರಸನ್ನು ನಮಗೆ ಅನ್ವಯಿಸಬೇಕು.

ಈ ಉಪವಾಸ ಸತ್ಯಾಗ್ರಹವು ಭಗತ್ ಸಿಂಗ್ ಅವರ ಜೀವನದ ವಿಚಿತ್ರ ಪರೀಕ್ಷೆಯಾಗಿತ್ತು. ಅವರು ದೈಹಿಕವಾಗಿ ದುರ್ಬಲರಾಗಿದ್ದರೂ, ಅವರನ್ನು ನ್ಯಾಯಾಲಯದ ಕೈಕೋಳಕ್ಕೆ ಕರೆದೊಯ್ಯಲಾಯಿತು. ಒಮ್ಮೆ, ಜುಲೈ 17, 1929 ರಂದು ಈ ಕೈದಿಗಳಿಗೆ ಕೈಕೋಳ ನೀಡಲು ನಿರಾಕರಿಸಲಾಯಿತು. ಭಗತ್ ಸಿಂಗ್ ಅವರನ್ನು ಸ್ಟ್ರೆಚರ್ ಮೇಲೆ ಕರೆತರಲಾಯಿತು. ಅವರು ತುಂಬಾ ದುರ್ಬಲರಾಗಿದ್ದರೂ, ಅವರು ನ್ಯಾಯಾಲಯದಲ್ಲಿ ಎದ್ದು ನಿಂತರು. ಮ್ಯಾಜಿಸ್ಟ್ರೇಟ್ ಗೆ ಸಲಹೆ ನೀಡಿದ ಅವರು, "ನಮ್ಮನ್ನು ಪೊಲೀಸರು ಕೈಕೋಳ ಹಾಕಿರುವುದು ಅವಮಾನಕರವೆಂದು ನಾವು ಪರಿಗಣಿಸುತ್ತೇವೆ ಮತ್ತು ನೀವು ನಮ್ಮೊಂದಿಗೆ ನ್ಯಾಯ ಒದಗಿಸಬೇಕೆಂದು ನಾವು ನಿರೀಕ್ಷಿಸುತ್ತೇವೆ. ನಮ್ಮ ಯಾವುದೇ ದೂರುಗಳನ್ನು ನೀವು ಪರಿಗಣಿಸಿಲ್ಲ. ನಿಮ್ಮ ಮೇಲೆ ನಮಗೆ ಯಾವುದೇ ವಿಶ್ವಾಸವಿಲ್ಲ. ನೀವು ಎಲ್ಲದರಲ್ಲೂ ಪೊಲೀಸರ ಟ್ಯೂನ್ ಗೆ ನೃತ್ಯ ಮಾಡುತ್ತಿದ್ದೀರಿ. ನಾವು ಕೈಕೋಳ ಹಾಕಿದರ ಪ್ರಕರಣಕ್ಕೆ ಸಂಬಂಧಿಸಿದಂತೆ ನಾವು ಒಬ್ಬರಿಗೊಬ್ಬರು ಹೇಗೆ ಮಾತನಾಡಬಹುದು? ಈ ನ್ಯಾಯಾಲಯದಿಂದ ನಮ್ಮ ಪ್ರಕರಣದಲ್ಲಿ ನ್ಯಾಯವನ್ನು ನಾವು ನಿರೀಕ್ಷಿಸುವುದಿಲ್ಲ. ಹಾಗಾದರೆ ಈ ನಾಟಕ ಏಕೆ? ನೀವು ಅಥವಾ ಕೆ.ಬಿ.ಅಬ್ದುಲ್ ಐಜಾಜ್ ಪೊಲೀಸ್ ಅಧಿಕಾರಿಗಳ ನ್ಯಾಯಾಲಯದ ಅಧ್ಯಕ್ಷತೆ ವಹಿಸುತ್ತೀರಾ?

ಭಗತ್ ಸಿಂಗ್ ಅವರ ಈ ನಡವಳಿಕೆಯನ್ನು ಮ್ಯಾಜಿಸ್ಟ್ರೇಟ್ ಆಕ್ಷೇಪಿಸಿದರು ಮತ್ತು ಇದು ಅವಮಾನಕರ ಮತ್ತು ದುರುದ್ದೇಶಪೂರಿತ ಕೃತ್ಯ ಎಂದು ಬಣ್ಣಿಸಿದರು. ಭಗತ್ ಸಿಂಗ್ ವಿರುದ್ಧ ಶಿಸ್ತು ಕ್ರಮ ಕೈಗೊಳ್ಳುವಂತೆ ಅವರು ಜೈಲು ಅಧೀಕ್ಷಕರಿಗೆ ಸಲಹೆ ನೀಡಿದರು.

ಲಾಹೋರ್ ನ ಕೇಂದ್ರ ಕಾರಾಗೃಹದ ಅಧೀಕ್ಷಕರು ಜುಲೈ 15, 1929 ರಂದು ಪಂಜಾಬ್ ನ ಜೈಲುಗಳ ಇನ್ಸ್ ಪೆಕ್ಟರ್ ಜನರಲ್ ಗೆ ವರದಿಯನ್ನು ಕಳುಹಿಸಿದರು. ಅದರ ಪ್ರಕಾರ ಭಗತ್ ಸಿಂಗ್ ಮತ್ತು ಬಟುಕೇಶ್ವರ ದತ್ ಅವರಿಗೆ ವಿಶೇಷ ರೀತಿಯ ಆಹಾರವನ್ನು ನೀಡಲಾಯಿತು. ಆದರೆ ಭಗತ್ ಸಿಂಗ್ ಅದನ್ನು ನಿರಾಕರಿಸಿದರು. ಕೈದಿಗಳಿಗೆ ನೀಡಲಾಗುವ ಆಹಾರದ ಪ್ರಮಾಣವನ್ನು ಸರ್ಕಾರಿ ಗೆಜೆಟ್ ನಲ್ಲಿ ತಿಳಿಸಬೇಕು ಮತ್ತು ಇದು ಎಲ್ಲಾ ರಾಜಕೀಯ ಕೈದಿಗಳಿಗೆ ಅನ್ವಯವಾಗಬೇಕು ಎಂದು ಅವರು ಹೇಳಿದರು.

ಈ ಉಪವಾಸ ಸತ್ಯಾಗ್ರಹವು ಸರ್ಕಾರಕ್ಕೆ ಸವಾಲಾಗಿ ಪರಿಣಮಿಸಿತು. ಜುಲೈ 30 ರವರೆಗೆ, ಭಗತ್ ಸಿಂಗ್ ಅವರ ತೂಕವು ವಾರಕ್ಕೆ 5 ಪೌಂಡುಗಳ ದರದಲ್ಲಿ ಇಳಿಮುಖವಾಯಿತು ಮತ್ತು ನಂತರ ಸ್ಥಿರವಾಯಿತು.

ಹಸಿವಿನಿಂದ ಬಳಲುತ್ತಿರುವವರ ಸ್ಥಿತಿ ಹದಗೆಡುತ್ತಿದೆ

ಉಪವಾಸ ಸತ್ಯಾಗ್ರಹದಲ್ಲಿರುವ ಕೈದಿಗಳ ಆರೋಗ್ಯವು ದಿನದಿಂದ ದಿನಕ್ಕೆ ಹದಗೆಡುತಿತ್ತು. ಆದರೆ ಜೈಲು ಅಧಿಕಾರಿಗಳು ಅವರ ಬೇಡಿಕೆಗಳನ್ನು ಸ್ವೀಕರಿಸುವ ಬದಲು, ಅವರಿಗೆ ಬಲವಂತವಾಗಿ ಆಹಾರ ನೀಡಲು ಪ್ರಯತ್ನಿಸಿದರು. ಮತ್ತೊಂದೆಡೆ, ಭಾರತ ಮಾತೆಯ ಈ ಅಮೂಲ್ಯ ಆಭರಣಗಳನ್ನು ವಿಭಿನ್ನ ವಸ್ತುಗಳಿಂದ ತಯಾರಿಸಲಾಗಿದೆ. ಕಿಶೋರಿ ಲಾಲ್ ಅವರು ಕೆಂಪು ಮೆಣಸಿನಕಾಯಿಯನ್ನು ಬಿಸಿ ನೀರಿನಿಂದ ನುಂಗುತ್ತಿದ್ದರು. ಇದರಿಂದ, ಟ್ಯೂಬ್ ಮೂಲಕ ಬಲವಂತವಾಗಿ ಆಹಾರವನ್ನು ಪ್ರಯತ್ನಿಸಿದಾಗ, ಅವರು ಎಷ್ಟು ಹಿಂಸಾತ್ಮಕವಾಗಿ ಕೂಗಿದರು ಎಂದರೆ ಟ್ಯೂಬ್ ಅನ್ನು ಹೊರತೆಗೆಯಬೇಕಾಯಿತು, ಇಲ್ಲದಿದ್ದರೆ ಅವರು ಉಸಿರುಗಟ್ಟುವಿಕೆಯಿಂದ ಸಾಯುತ್ತಿದ್ದರು. ಅಂತೆಯೇ, ಅಜಯ್ ಘೋಷ್, ಬಲವಂತವಾಗಿ ಆಹಾರ ನೀಡಿದ ಕೂಡಲೇ ನೊಣಗಳನ್ನು ನುಂಗಿದರು. ಇದರಿಂದ ಅವರು ತೆಗೆದುಕೊಂಡ ಎಲ್ಲವನ್ನೂ ವಾಂತಿ ಮಾಡಿದರು. ಮುಷ್ಕರವನ್ನು ನಿಲ್ಲಿಸುವಂತೆ ಒತ್ತಾಯಿಸಲು ಹಸಿವಿನಿಂದ ಬಳಲುತ್ತಿರುವವರ ಕೊಠಡಿಗಳಲ್ಲಿ ನೀರಿನ ಬದಲು ಹಾಲಿನಿಂದ ತುಂಬಿದ ಪಿಚರ್ ಗಳನ್ನು ಇರಿಸಲಾಯಿತು. ಇದು ಎಲ್ಲಾ ಪರೀಕ್ಷೆಗಳಲ್ಲಿ ಅತ್ಯಂತ ಕಠಿಣವಾಗಿತ್ತು. ಬಾಯಾರಿಕೆಯಿಂದಾಗಿ ಸ್ಟ್ರೈಕರ್ ಗಳು ಹತಾಶರಾದಾಗ ಪಿಚರ್ ಗಳನ್ನು ಒಡೆದು ಹಾಕಿದರು. ಜೈಲರ್, ಸಂದರ್ಭಗಳಲ್ಲಿ, ಸ್ಟ್ರೈಕರ್ ಗಳ ಕೊಠಡಿಗಳಲ್ಲಿ ವಾಟರ್ ಪಿಚರ್ ಗಳನ್ನು ಇರಿಸಲು ಒತ್ತಾಯಿಸಲಾಯಿತು. ಆಹಾರವನ್ನು ಔಷಧಿಗಳ ರೂಪದಲ್ಲಿಯೂ ಪ್ರಯತ್ನಿಸಲಾಯಿತು, ಆದರೆ ಇದನ್ನೂ ವಿರೋಧಿಸಲಾಯಿತು. ವಿಶೇಷ ಆಹಾರದ ರುಚಿಕರವಾದ ಭಕ್ಷ್ಯಗಳನ್ನು, ಉತ್ತಮ ವಾಸನೆಯನ್ನು ಕಳುಹಿಸಿ, ಖೈದಿಗಳ ಕೊಠಡಿಗಳಲ್ಲಿ ಇರಿಸಲಾಯಿತು, ಇದರಿಂದ ಅವರು ತಿನ್ನಲು ಪ್ರಲೋಭನೆಗೆ ಒಳಗಾಗಬಹುದು. ಆದರೆ ಕೈದಿಗಳು ಅವರನ್ನು ಹೊರಹಾಕಿದರು. ಜೈಲು ಅಧಿಕಾರಿಗಳ ಎಲ್ಲಾ ತಂತ್ರಗಳು ವಿಫಲವಾದವು.

ಜತಿನ್ ದಾಸ್ ಹುತಾತ್ಮ

ಜತಿನ್ ದಾಸ್ ಯಾವ ವಸ್ತುಗಳನ್ನು ತಯಾರಿಸಿದ್ದಾರೆ ಎಂಬುದು ಯಾರಿಗೂ ತಿಳಿದಿಲ್ಲ. ಅವನಿಗೆ ಸಾಧ್ಯವಿರುವ ಎಲ್ಲ ರೀತಿಯಲ್ಲಿ ಆಹಾರವನ್ನು ನೀಡುವ ಪ್ರಯತ್ನಗಳು ವಿಫಲವಾಗಿವೆ. ಜೈಲಿನಲ್ಲಿರುವ ಎಲ್ಲ ಕೈದಿಗಳಿಗೆ ಪಂಜಾಬಿ ಆಹಾರವನ್ನು ನೀಡಲಾಯಿತು. ಆದರೆ ಬಂಗಾಳದ ರುಚಿಕರವಾದ ಮೀನು ಮತ್ತು ಅಕ್ಕಿಯನ್ನು ಜತಿನ್ ದಾಸ್ ಅವರನ್ನು ಪ್ರಲೋಭಿಸಲು ನೀಡಲಾಯಿತು. ಇದು ಕೂಡ ಅವನ ಮೇಲೆ ಯಾವುದೇ ಪರಿಣಾಮ ಬೀರಲಿಲ್ಲ. ಸಿಂಹವು ಪಂಜರದಲ್ಲಿದ್ದರೂ ಹುಲ್ಲನ್ನು ತಿನ್ನುವುದಿಲ್ಲ. ಜುಲೈ 24ರಂದು ಅವರನ್ನು ಆಸ್ಪತ್ರೆಗೆ ಕರೆದೊಯ್ಯಲಾಯಿತು. ಆಸ್ಪತ್ರೆಯ ವೈದ್ಯರು ಕೂಡ ಅವರಿಗೆ ಆಹಾರ ನೀಡುವಲ್ಲಿ ಯಶಸ್ವಿಯಾಗಲಿಲ್ಲ. ಅವರು ಭಗತ್ ಸಿಂಗ್ ಅವರೊಂದಿಗೆ ಈ ರೀತಿ ಮಾತನಾಡಿದರು:

ಜತಿನ್ ದಾಸ್: ನೀವು ಬಲವಂತದ ಆಹಾರವನ್ನು ಏಕೆ ಸ್ವೀಕರಿಸುತ್ತೀರಿ?

ಭಗತ್ ಸಿಂಗ್: ನಾನು ಅದನ್ನು ಸಾಧ್ಯವಾದಷ್ಟು ವಿರೋಧಿಸಿದೆ, ಆದರೆ ಅವರು ನನಗೆ ಬಲವಂತವಾಗಿ ಆಹಾರ ನೀಡುವಲ್ಲಿ ಯಶಸ್ವಿಯಾಗಿದ್ದಾರೆ. ಇದು ಎರಡು ವರ್ಷಗಳವರೆಗೆ ಮುಂದುವರಿಯಬಹುದು. ನನಗೆ ದೊಡ್ಡ ಮೂಗು ಇದೆ, ಅದರಲ್ಲಿ ಅವರು ಅನುಕೂಲಕರವಾಗಿ ಟ್ಯೂಬ್ ಮೂಲಕ ಫೀಡ್ ಮಾಡಬಹುದು.

ಜತಿನ್ ದಾಸ್ ಪಕ್ಷಿಯಂತೆ ಸಣ್ಣ ಮೂಗು ಹೊಂದಿದ್ದರು. ಅವರು ಔಷಧಿ ತೆಗೆದುಕೊಳ್ಳಲು ನಿರಾಕರಿಸಿದಾಗ

ಡಾ. ಗೋಪಿ ಚಂದ್ರ ಭಾರ್ಗವ (ನಂತರ ಅವರು ಪಂಜಾಬ್ ನ ಮುಖ್ಯಮಂತ್ರಿಯಾದರು) 1929ರ ಆಗಸ್ಟ್ ನಲ್ಲಿ ಸ್ಟ್ರೈಕರ್ ಗಳನ್ನು ಜೈಲಿನಲ್ಲಿ ನೋಡಲು ಬಂದರು. ಅವರು ಔಷಧ, ನೀರು ಇತ್ಯಾದಿಗಳನ್ನು ಏಕೆ ತೆಗೆದುಕೊಳ್ಳಲಿಲ್ಲ ಎಂದು ಜತಿನ್ ದಾಸ್ ಅವರನ್ನು ಕೇಳಿದಾಗ ಅವರ ಉತ್ತರ ಹೀಗಿತ್ತು:

"ನಾನು ಸಾಯಲು ಬಯಸುತ್ತೇನೆ."

"ಏಕೆ?"

"ನನ್ನ ದೇಶಕ್ಕಾಗಿ ಮತ್ತು ರಾಜಕೀಯವಾಗಿ ಆರೋಪಿತರ ಪರಿಸ್ಥಿತಿಗಳನ್ನು ಸುಧಾರಿಸಲು."

1929ರ ಆಗಸ್ಟ್ 6 ಮತ್ತು 9ರಂದು ಪಂಜಾಬ್ ಸರ್ಕಾರವು ರಾಜಕೀಯ ಕೈದಿಗಳಿಗೆ ಕೆಲವು ರಿಯಾಯಿತಿಗಳನ್ನು ಘೋಷಿಸಿತು. ಅದರ ಪ್ರಕಾರ ವಿಭಿನ್ನ ರೀತಿಯ ಆಹಾರವನ್ನು ಒದಗಿಸಲು ಒಪ್ಪಿಕೊಳ್ಳಲಾಯಿತು. ಹೊರಗಿನಿಂದಲೂ ಆಹಾರವನ್ನು ಪಡೆಯುವ ಸೌಲಭ್ಯವನ್ನು ಅವರಿಗೆ ಅನುಮತಿಸಲಾಯಿತು ಮತ್ತು ಇತರ ಸಾಮಾನ್ಯ ನಾಗರಿಕರಂತೆ ಉಡುಪು ಧರಿಸಲು ಅವರಿಗೆ ಅನುಮತಿ ನೀಡಲಾಯಿತು. ಈ ರಿಯಾಯಿತಿಗಳು ಸ್ಟ್ರೈಕರ್ ಗಳ ಎಲ್ಲಾ ಬೇಡಿಕೆಗಳನ್ನು ಪೂರೈಸಲಿಲ್ಲ. ಹೀಗಾಗಿ, ಉಪವಾಸ ಸತ್ಯಾಗ್ರಹ ಮುಂದುವರಿಯಿತು.

ಜತಿನ್ ದಾಸ್ ಅವರ ಸ್ಥಿತಿಯನ್ನು ನೋಡಿದ ಭಗತ್ ಸಿಂಗ್ ಅವರು ಕನಿಷ್ಠ ಹಾಲು ಕುಡಿಯುವಂತೆ ಅನೇಕ ಬಾರಿ ಒತ್ತಾಯಿಸಿದರು. ಆದರೆ ದಾಸ್ ಕದಲಲಿಲ್ಲ, ಸ್ವೀಕರಿಸಲಿಲ್ಲ. ಭಗತ್ ಸಿಂಗ್ ಪದೇ ಪದೇ ಒತ್ತಾಯಿಸಿದರು. ನಂತರ ಅವರು ಭವಿಷ್ಯದಲ್ಲಿ ಒದಗಿಸಿದ ಔಷಧಿಗಳನ್ನು ತೆಗೆದುಕೊಳ್ಳುವುದಾಗಿ ಮಾತ್ರ ಒಪ್ಪಿಕೊಂಡರು. ಭಗತ್ ಸಿಂಗ್ ಕೂಡ ಏನನ್ನೂ ಒತ್ತಾಯಿಸುವುದಿಲ್ಲ ಮತ್ತು ಡಾ. ಗೋಪಿ ಚಂದ್ರ ಭಾರ್ಗವ ಅವರಿಗೆ ನೀಡಿದರೆ ಮಾತ್ರ ಅವರು ಔಷಧಿ ತೆಗೆದುಕೊಳ್ಳುತ್ತಾರೆ. ನಂತರ ಡಾ. ಭಾರ್ಗವ ಅವರು ಜತಿನ್ ದಾಸ್ ಅವರಿಗೆ, "ನಾನು ನಿಮಗೆ ಔಷಧಿಗಳನ್ನು ನೀಡಲು ಪ್ರತಿದಿನ ಬರುತ್ತೇನೆ. ನಾನು ಮೇಜರ್ ಚೋಪ್ರಾ (ಅಧೀಕ್ಷಕ, ಜೈಲು) ಅವರೊಂದಿಗೆ ಸಮಾಲೋಚಿಸಿ ಇದನ್ನು ಆಯೋಜಿಸುತ್ತೇನೆ." ಆದರೆ ಮರುದಿನವೇ ಜತಿನ್ ದಾಸ್ ಮತ್ತೆ ಮನಸ್ಸನ್ನು ಬದಲಾಯಿಸಿದರು ಮತ್ತು ಔಷಧಿ ತೆಗೆದುಕೊಳ್ಳಲು ಸಹ ನಿರಾಕರಿಸಿದರು. ಡಾ. ಗೋಪಿ ಚಂದ್ರ ಭಾರ್ಗವ ಅವರ ಸಲಹೆಯ ಮೇರೆಗೆ ಮೊಟ್ಟೆಯ ಹಳದಿ ಲೋಳೆ ಮತ್ತು ನೀರಿನಲ್ಲಿ ಬೆರೆಸಿದ ಗ್ಲೂಕೋಸ್ ಅನ್ನು ಅವರಿಗೆ ಮೋಸದಿಂದ ನೀಡಲಾಯಿತು.

ಆಗಸ್ಟ್ 21, 1929 ರಂದು ಡಾ. ಗೋಪಿ ಚಂದ್ರ ಭಾರ್ಗವ ರಾಜರ್ಷಿ ಪುರುಷೋತ್ತಮ್ ದಾಸ್ ಟಂಡನ್ ಅವರೊಂದಿಗೆ ಮತ್ತೆ ಜತಿನ್ ದಾಸ್ ಅವರನ್ನು ನೋಡಲು ಬಂದರು. ಶ್ರೀ ಟಂಡನ್ ಅವರು ಜತಿನ್ ದಾಸ್ ಅವರಿಗೆ, "ನಿಮ್ಮ ಜೀವನವನ್ನು ಹೆಚ್ಚು ಬದುಕಲು ನೀವು ಪ್ರಯತ್ನಿಸಬೇಕು ಎಂದು ನಾನು ಬಯಸುತ್ತೇನೆ" ಎಂದು ಹೇಳಿದರು.

ದಾಸ್ ಹೇಳಿದರು, "ನಾನು ಜೀವಿಸುತ್ತಿದ್ದೇನೆ."

ಟಂಡನ್: "ಔಷಧಿ ಮತ್ತು ಆಹಾರವಿಲ್ಲದೆ ನೀವು ಹೇಗೆ ಬದುಕಬಹುದು?"

ದಾಸ್: "ನನ್ನ ಇಚ್ಛಾಶಕ್ತಿಯಿಂದ."

ಡಾ. ಭಾರ್ಗವ: "ನೀವು ಅದನ್ನು ಮಾಡಬಹುದು ಎಂದು ನಾನು ಭಾವಿಸುವುದಿಲ್ಲ. ನೀವು ನಿಮ್ಮ ಆದರ್ಶಗಳನ್ನು ಬಿಟ್ಟುಕೊಡಲು ನಾನು ಬಯಸುವುದಿಲ್ಲ. ನಿಮ್ಮ ಉಪವಾಸ ಮುಷ್ಕರವನ್ನು ಸಹ ಕೈಬಿಡಬೇಡಿ. ಆದರೆ ನಿಮ್ಮ ಜೀವನವನ್ನು ಮುಂದುವರಿಸಲು ಔಷಧಿ ಇತ್ಯಾದಿಗಳನ್ನು ತೆಗೆದುಕೊಳ್ಳಿ. ನಿಮ್ಮ ಕಷ್ಟದ ಫಲಿತಾಂಶಗಳನ್ನು ತಿಳಿಯಲು ದಯವಿಟ್ಟು ಇನ್ನೂ ಹದಿನೈದು ದಿನಗಳ ಕಾಲ ಬದುಕಿರಿ. ನಂತರ, ನಿಮ್ಮ ಬೇಡಿಕೆಗಳು ಈಡೇರಿಲ್ಲ ಎಂದು ನೀವು ಕಂಡುಕೊಂಡರೆ, ನೀವು ಔಷಧಿಗಳನ್ನು ತೆಗೆದುಕೊಳ್ಳುವುದನ್ನು ನಿಲ್ಲಿಸಬಹುದು."

ದಾಸ್: "ನನಗೆ ಸರ್ಕಾರದ ಮೇಲೆ ಯಾವುದೇ ವಿಶ್ವಾಸವಿಲ್ಲ. ಈಗ ನಾನು ಹಿಂದಕ್ಕೆ ಹೋಗಲು ಸಾಧ್ಯವಿಲ್ಲ. ನನ್ನ ಇಚ್ಛಾಶಕ್ತಿಯಿಂದ ನಾನು ಖಂಡಿತವಾಗಿಯೂ ಬದುಕಬಲ್ಲೆ."

ಆಗಸ್ಟ್ 30 ರಂದು ಭಗತ್ ಸಿಂಗ್ ಅವರ ತಂದೆ ಸರ್ದಾರ್ ಕಿಶನ್ ಸಿಂಗ್ ಜತಿನ್ ದಾಸ್ ಅವರನ್ನು ನೋಡಲು ಬಂದರು. ಜತಿನ್ ದಾಸ್ ಅವರನ್ನು ಮನವೊಲಿಸಲು ಅವರು ಸಾಧ್ಯವಿರುವ ಎಲ್ಲ ಪ್ರಯತ್ನಗಳನ್ನು ಮಾಡಿದರು, ಆದರೆ ಯಶಸ್ವಿಯಾಗಲಿಲ್ಲ.

ಜತಿನ್ ದಾಸ್ ಅವರ ಉಪವಾಸ ಸತ್ಯಾಗ್ರಹದ 52ನೇ ದಿನದಂದು, ಪಂಡಿತ್ ಮೋತಿ ಲಾಲ್ ನೆಹರು ಅವರು ತಮ್ಮ ಗಂಭೀರ ಸ್ಥಿತಿಯನ್ನು ಈ ರೀತಿಯ ಉಪನ್ಯಾಸದಲ್ಲಿ ವಿವರಿಸಿದರು:

"ಇಂದು ಉಪವಾಸ ಸತ್ಯಾಗ್ರಹದ 52ನೇ ದಿನ. ಈ ಉಪವಾಸ ಸತ್ಯಾಗ್ರಹವನ್ನು ಸಾರ್ವಜನಿಕ (ಸಾಮಾನ್ಯ) ಕಾರಣಕ್ಕಾಗಿ ಕೈಗೊಳ್ಳಲಾಗಿದೆ, ಆದರೆ ಅವರ ವೈಯಕ್ತಿಕ ಲಾಭಕ್ಕಾಗಿ ಅಲ್ಲ. ಬಲವಂತದ ಆಹಾರ ಸೇವನೆಯ ಸಮಯದಲ್ಲಿ ಅವರ ಮೇಲೆ ಉಂಟಾದ ಗಾಯಗಳ ಗುರುತುಗಳನ್ನು ಶ್ರೀ ವಿದ್ಯಾರ್ಥಿಯೇ ನೋಡಿದ್ದಾರೆ."

ಪಂಡಿತ್ ಜವಾಹರ್ ಲಾಲ್ ನೆಹರೂ ಕೂಡ ಈ ಹಸಿವಿನಿಂದ ಬಳಲುತ್ತಿರುವವರನ್ನು ನೋಡಲು ಬಂದರು. ಜತಿನ್ ದಾಸ್ ಅವರನ್ನು ಭೇಟಿಯಾದ ನಂತರ, ಅವರು ಅವರ ಬಗ್ಗೆ ಈ ಕೆಳಗಿನ ಅವಲೋಕನವನ್ನು ಮಾಡಿದರು:

"ಜತಿನ್ ದಾಸ್ ಅವರ ಸ್ಥಿತಿ ತುಂಬಾ ಗಂಭೀರವಾಗಿದೆ. ಅವನು ತುಂಬಾ ನಿಧಾನವಾಗಿ ಮಾತನಾಡುತ್ತಾನೆ. ಅವನು ಖಂಡಿತವಾಗಿಯೂ ನಿಧಾನವಾಗಿ ತನ್ನ ಸಾವಿನತ್ತ ಸಾಗುತ್ತಿದ್ದಾನೆ. ಈ ಕೆಚ್ಚೆದೆಯ ವ್ಯಕ್ತಿಗಳ ಸಂಕಟವನ್ನು ನೋಡಿ ನನಗೆ ತುಂಬಾ ದುಃಖವಾಯಿತು. ರಾಜಕೀಯ ಕೈದಿಗಳನ್ನು ರಾಜಕೀಯ ಕೈದಿಗಳಂತೆ ಪರಿಗಣಿಸಬೇಕು ಎಂದು ಮಾತ್ರ ಅವರು ಬಯಸುತ್ತಾರೆ. ಅವರ ಸ್ವಯಂ ತ್ಯಾಗವು ಯಶಸ್ವಿಯಾಗುತ್ತದೆ ಎಂದು ನನಗೆ ಸಂಪೂರ್ಣ ವಿಶ್ವಾಸವಿದೆ."

ಈ ಲಾಹೋರ್ *ಕಂಡ್* ಪ್ರಕರಣದ ವಿಚಾರಣೆಗಳನ್ನು ಉಪವಾಸ ಸತ್ಯಾಗ್ರಹದಿಂದಾಗಿ ಅನೇಕ ಸಂದರ್ಭಗಳಲ್ಲಿ ಅಮಾನತುಗೊಳಿಸಬೇಕಾಯಿತು. ವೈದ್ಯರ ವರದಿಯ ಪ್ರಕಾರ, ಆಗಸ್ಟ್ 26ರಂದು ಜತಿನ್ ದಾಸ್ ಗೊಣಗಬಹುದು. ಅವನ ದೇಹದ ವಿವಿಧ ಭಾಗಗಳು ಪ್ರಜ್ಞಾಶೂನ್ಯವಾಗಿ ಬೆಳೆಯುತ್ತಿದ್ದವು. ಅವನಿಗೆ ತನ್ನ ದೇಹದ ಕೆಳಗಿನ ಭಾಗಗಳನ್ನು ಮೇಲಕ್ಕೆತ್ತಲು ಸಾಧ್ಯವಾಗಲಿಲ್ಲ. ಪರಿಸ್ಥಿತಿ ತುಂಬಾ ಗಂಭೀರವಾಗಿತ್ತು. ಈ ಉಪವಾಸ ಮುಷ್ಕರವನ್ನು ಬೆಂಬಲಿಸಿ ಇಡೀ ದೇಶದಲ್ಲಿ ಸಾಂಕೇತಿಕ ಉಪವಾಸ ಸತ್ಯಾಗ್ರಹವನ್ನು ಆಚರಿಸಲಾಯಿತು. ನಂತರ ಸರ್ಕಾರವು ತನ್ನ ಸೋಲನ್ನು

ಒಪ್ಪಿಕೊಂಡಿತು ಮತ್ತು ಸೆಪ್ಟೆಂಬರ್ 2 ರಂದು ಪಂಜಾಬ್ ಕಾರಾಗೃಹಗಳ ತನಿಖಾ ಸಮಿತಿಯನ್ನು ನೇಮಿಸಲಾಯಿತು. ಈ ಸಮಿತಿಯ ನಾಲ್ವರು ಸದಸ್ಯರು ಜೈಲಿನಲ್ಲಿ ಉಪವಾಸ ಸತ್ಯಾಗ್ರಹಿಗಳನ್ನು ಭೇಟಿ ಮಾಡಿ, ಉಪವಾಸ ಸತ್ಯಾಗ್ರಹವನ್ನು ಕೊನೆಗೊಳಿಸುವಂತೆ ಮನವಿ ಮಾಡಿದರು. ಆದ್ದರಿಂದ, ಸೆಪ್ಟೆಂಬರ್ 2, 1929 ರಂದು, ಜತಿನ್ ದಾಸ್ ಹೊರತುಪಡಿಸಿ ಇತರ ಎಲ್ಲ ಕೈದಿಗಳು ಉಪವಾಸ ಸತ್ಯಾಗ್ರಹವನ್ನು ಕೊನೆಗೊಳಿಸಿದರು. ಈ ದಿನ ಭಗತ್ ಸಿಂಗ್ ಮತ್ತು ಬಟುಕೇಶ್ವರ ದತ್ 81 ದಿನಗಳನ್ನು ಮತ್ತು ಇತರರು 51 ದಿನಗಳ ಉಪವಾಸ ಸತ್ಯಾಗ್ರಹವನ್ನು ಪೂರ್ಣಗೊಳಿಸಿದ್ದರು. ಜತಿನ್ ದಾಸ್ ಅವರ ಸ್ಥಿತಿ ಮತ್ತಷ್ಟು ಹದಗೆಟ್ಟಿತು. ಆದ್ದರಿಂದ ಇತರ ಸಹವರ್ತಿಗಳು ಸರ್ಕಾರಕ್ಕೆ ತಲೆಬಾಗಿದರೂ ಅದನ್ನು ತಮ್ಮದೇ ಸೋಲು ಎಂದು ಪರಿಗಣಿಸಿದರು. ಹಸಿವಿನಿಂದಾಗಿ ಅವರಲ್ಲಿ ಒಬ್ಬರು ಸಾವಿನ ದವಡೆಗೆ ಚಲಿಸುತ್ತಿರುವುದನ್ನು ನೋಡಿದಾಗ ಅವರು ಆಹಾರವನ್ನು ತೆಗೆದುಕೊಳ್ಳಲು ತಮ್ಮನ್ನು ತಾವು ತರಲು ಸಾಧ್ಯವಾಗಲಿಲ್ಲ. ಅವರ ಆತ್ಮಗಳು ಅವರನ್ನು ಚುಚ್ಚಿದವು. ಆದ್ದರಿಂದ, ಭಗತ್ ಸಿಂಗ್, ಬಟುಕೇಶ್ವರ ದತ್ ಮತ್ತು ಅವರ ಮೂವರು ಸಹಚರರು ಜತಿನ್ ದಾಸ್ ಅವರನ್ನು ಬೇಷರತ್ತಾಗಿ ಮರುಪರಿಶೀಲಿಸಲು ಮತ್ತು ಇಲ್ಲಿಯವರೆಗೆ ಶಿಕ್ಷೆಗೊಳಗಾಗದ ಕೈದಿಗಳ ನಡುವೆ ಭೇಟಿಯಾಗಲು ಸೆಪ್ಟೆಂಬರ್ 4 ರಂದು (ಅವರು ಅದನ್ನು ಕೊನೆಗೊಳಿಸಿದ ಕೇವಲ ಎರಡು ದಿನಗಳ ನಂತರ) ಮತ್ತೆ ಉಪವಾಸ ಸತ್ಯಾಗ್ರಹವನ್ನು ಪ್ರಾರಂಭಿಸಿದರು.

ಜತಿನ್ ದಾಸ್ ಅವರನ್ನು ಬೇಷರತ್ತಾಗಿ ಬಿಡುಗಡೆ ಮಾಡುವ ಬೇಡಿಕೆಯನ್ನು ಸರ್ಕಾರ ತಿರಸ್ಕರಿಸಿತು. ಜಾಮೀನಿನ ಮೇಲೆ ಅವರನ್ನು ಬಿಡುಗಡೆ ಮಾಡಲು ಸರ್ಕಾರ ಸಿದ್ಧವಿತ್ತು, ಆದರೆ ಇದು ಜತಿನ್ ದಾಸ್ ಗೆ ಸ್ವೀಕಾರಾರ್ಹವಲ್ಲ. ವೈದ್ಯರ ವರದಿಯ ಪ್ರಕಾರ, ಜತಿನ್ ದಾಸ್ ಅವರ ಜೀವನದ ಕೊನೆಯ ಕೆಲವು ದಿನಗಳಲ್ಲಿ ಅವರ ಸ್ಥಿತಿ ಹೀಗಿತ್ತು:

4 ಸೆಪ್ಟೆಂಬರ್, 1929 – ನಾಡಿ ದುರ್ಬಲ, ನಿಧಾನ ಮತ್ತು ಕಡಿಮೆ/ಕಡಿಮೆ.

ಸೆಪ್ಟೆಂಬರ್ 9, 29 – ನಾಡಿಮಿಡಿತ ಫಾಸ್ಟ್, ಮಧ್ಯಂತರ ನಿಲುಗಡೆ.

12 ಸೆಪ್ಟೆಂಬರ್, 1929 – ನಾಡಿಮಿಡಿತ, ಒಮ್ಮೆ ತುಂಬಾ ನಿಧಾನ,. ಅವನು ಔಷಧಿಗಳನ್ನು ತೆಗೆದುಕೊಳ್ಳಲು ನಿರಾಕರಿಸುತ್ತಾನೆ.

ಜತಿನ್ ದಾಸ್ ಅವರ ಆರೋಗ್ಯವನ್ನು ಗಮನದಲ್ಲಿಟ್ಟುಕೊಂಡು ಅವರನ್ನು ಬಿಡುಗಡೆ ಮಾಡಲು ಜೈಲು ಸಮಿತಿಯು ಶಿಫಾರಸು ಮಾಡಿತು, ಆದರೆ ಅದು ಸರ್ಕಾರದ ಕಿವುಡ ಕಿವಿಗಳ ಮೇಲೆ ಬಿದ್ದಿತು. ಸೆಪ್ಟೆಂಬರ್ ಮೊದಲ ವಾರದಲ್ಲಿ ಅವರು ನಿಧನರಾಗುತ್ತಾರೆ ಎಂದು ಗೃಹ ಇಲಾಖೆ ಅಂದಾಜು ಮಾಡಿತ್ತು. ಅಂತಿಮ ವಿಧಿವಿಧಾನಗಳ ಬಗ್ಗೆ ತನ್ನ ಅಭಿಪ್ರಾಯಗಳನ್ನು ತಿಳಿದುಕೊಳ್ಳಲು ಇಲಾಖೆ ಈಗಾಗಲೇ ಬಂಗಾಳ ಸರ್ಕಾರಕ್ಕೆ ಪತ್ರ ಬರೆದಿತ್ತು. ಅವರ ಮೃತದೇಹವನ್ನು ಬಂಗಾಳಕ್ಕೆ ಕಳುಹಿಸಬಾರದು ಅಥವಾ ಅವರ ಸಂಬಂಧಿಕರಿಗೆ ನೀಡಬಾರದು ಎಂದು ಬಂಗಾಳ ಸರ್ಕಾರ ಬಯಸಿತು. ಆತನನ್ನು ಲಾಹೋರ್ ನಲ್ಲಿ ಅಂತ್ಯಕ್ರಿಯೆ ಮಾಡಬೇಕು. ಆದರೆ ಭಾರತ ಸರ್ಕಾರವು ಬಂಗಾಳ ಸರ್ಕಾರದ ಈ ನಿಲುವನ್ನು ಒಪ್ಪಲಿಲ್ಲ ಮತ್ತು ಅವರ ಮೃತ ದೇಹವನ್ನು ರೈಲಿನಲ್ಲಿ ಬಂಗಾಳಕ್ಕೆ ಕಳುಹಿಸಲು ನಿರ್ಧರಿಸಿತು. ಆದರೆ ರೈಲ್ವೆ ಇಲಾಖೆಯು ತನ್ನ ನಿಯಮಗಳನ್ನು ಗಮನದಲ್ಲಿಟ್ಟುಕೊಂಡು ತನ್ನ ಅಸಮರ್ಥತೆಯನ್ನು ವ್ಯಕ್ತಪಡಿಸಿತು.

ಅಂತಿಮವಾಗಿ, ಸೆಪ್ಟೆಂಬರ್ 13, 1929 ರಂದು ಮರಣವು ಈ ನಿರಂತರ, ವಿಶಿಷ್ಟ ದೇಶಭಕ್ತ ಮತ್ತು ಭಾರತ ಮಾತೆಯ ಅಪರೂಪದ ಪುತ್ರನನ್ನು ತನ್ನ ಕ್ರೂರ ಆರಾಧನೆಗೆ ಒಳಪಡಿಸಿತು. ಅವರ ಹುತಾತ್ಮತೆಯ ಸುದ್ದಿ ಇಡೀ ದೇಶಾದ್ಯಂತ ಕಾಡ್ಗಿಚ್ಚಿನಂತೆ ಹರಡಿತು. ಡಾ. ಕಿಚ್ಲು, ಸರ್ದಾರ್ ಕಿಶನ್ ಸಿಂಗ್ ಮತ್ತು ಇತರ ಹಲವು ಕಾಂಗ್ರೆಸ್ ನಾಯಕರು ಜೈಲಿಗೆ ಧಾವಿಸಿದರು. ನಾಲ್ಕು ದಿಕ್ಕುಗಳೂ '*ಜತಿನ್ ದಾಸ್ ಜಿಂದಾಬಾದ್*', '*ಇಂಕ್ವಾಲಾಬ್ ಜಿಂದಾಬಾದ್*', *ನೌಕರ್ ಶಾಹಿ ಕಾ ನಾಶ್ ಹೋ*' ಮತ್ತು ಸಾಮ್ರಾಜ್ಯವಾಡ *ಮುರ್ದಾಬಾದ್*' *ಎಂಬ ಘೋಷಣೆಗಳೊಂದಿಗೆ ಪ್ರತಿಧ್ವನಿಸಿದವು.* ಅವರ ದೇಹವನ್ನು ಮರಣೋತ್ತರ ಪರೀಕ್ಷೆಗೆ ಒಳಪಡಿಸಲಾಗಿಲ್ಲ. ಸಿವಿಲ್ ಸರ್ಜನ್ ಅವರು ಹಸಿವಿನಿಂದ ಸಾವನ್ನಪ್ಪಿದ್ದಾರೆ ಎಂಬ ಜೈಲು ದಾಖಲೆಯನ್ನು ಪರಿಶೀಲಿಸುವ ಮೂಲಕ ಮರಣ ಪ್ರಮಾಣಪತ್ರವನ್ನು ನೀಡಿದರು. ಆದ್ದರಿಂದ, ಮರಣೋತ್ತರ ಪರೀಕ್ಷೆಯ ಅಗತ್ಯವಿರಲಿಲ್ಲ. ಇದಕ್ಕಿಂತ ದೊಡ್ಡ ಕಾನೂನಿನ ಹಾಸ್ಯವನ್ನು ನೀವು ಯೋಚಿಸಬಹುದೇ?

ಇಡೀ ದೇಶವು ದುಃಖದಲ್ಲಿ ಮುಳುಗಿತು, ಕಣ್ಣೀರಿನಿಂದ ಮುಳುಗಿತು. ಪ್ರತಿಯೊಬ್ಬ ಭಾರತೀಯನ ಹೃದಯವು ನೋವಿನಿಂದ ಅಳುತ್ತಿತ್ತು. ಭಗತ್ ಸಿಂಗ್ ಮತ್ತು ಅವರ ಸಹಚರರು ಅಸಹನೀಯ ನೋವನ್ನು ಅನುಭವಿಸಿದರು. ಬ್ರಿಟಿಷರ ವಿರುದ್ಧ ಪ್ರತಿಭಟಿಸಿ ದೇಶದ ಎಲ್ಲ ಭಾಗಗಳಲ್ಲಿ ಬಿರುಗಾಳಿ ಬೀಸಲಾರಂಭಿಸಿತು. ಬ್ರಿಟಿಷ್ ಸಾಮ್ರಾಜ್ಯವು ತನ್ನ ಸ್ಥಾನ ಅಲುಗಾಡಿಸುವುದನ್ನು ಕಂಡಿತು. ನೇತಾಜಿ ಸುಭಾಷ್ ಚಂದ್ರ ಬೋಸ್ ಅವರು ತಮ್ಮ ಸೋದರ ಶ್ರೀ ಕೆ.ಸಿ.ದಾಸ್ ಅವರಿಗೆ ಆರು ನೂರು ರೂಪಾಯಿಗಳನ್ನು ಮೃತ ದೇಹವನ್ನು ಲಾಹೋರ್ ನಿಂದ ಕಲ್ಕತ್ತಾಗೆ ಕೊಂಡೊಯ್ಯಲು ರವಾನಿಸಿದರು. ಮೃತ ದೇಹವನ್ನು ಶ್ರೀ ಕೆ.ಸಿ.ದಾಸ್ ಅವರಿಗೆ ಹಸ್ತಾಂತರಿಸಲಾಯಿತು. ಮೃತ ದೇಹವನ್ನು ಬೋರ್ಸ್ಟಲ್ ಜೈಲಿನಿಂದ ಸಂಜೆ 4.00 ಕ್ಕೆ ಮೆರವಣಿಗೆಯ ರೂಪದಲ್ಲಿ ಹೊರತೆಗೆಯಲಾಯಿತು. ಇದರಲ್ಲಿ ಸಾವಿರಾರು ಜನರು ಭಾಗವಹಿಸಿದ್ದರು. ಪ್ರಸಿದ್ಧ ವ್ಯಕ್ತಿಗಳು, ಅಂದರೆ. ಡಾ. ಗೋಪಿ ಚಂದ್ರ ಭಾರ್ಗವ, ಡಾ. ಕಿಚ್ಲು, ಸರ್ದಾರ್ ಕಿಶನ್ ಸಿಂಗ್ ಮತ್ತು ಶಾರ್ದೂಲ್ ಸಿಂಗ್ ನೇತೃತ್ವ ವಹಿಸಿದ್ದರು. ಮೆರವಣಿಗೆ ರಾತ್ರಿ 8.30 ಕ್ಕೆ ದೆಹಲಿ ಗೇಟ್ ತಲುಪಿತು. ಲಿಟ್ಟನ್ ರಸ್ತೆ, ಅನಾರ್ಕಲಿ, ಲಾಹೋರ್ ಗೇಟ್, ಪೇಪರ್ ಮಂಡಿ, ಮಚಿಹಾಟಾ, ರಂಗ್ ಮಹಲ್, ಡಬ್ಬಿ ಬಜಾರ್ ಮತ್ತು ಹಳೆಯ ಪೊಲೀಸ್ ಠಾಣೆ ಮೂಲಕ ಮೆರವಣಿಗೆ ನಡೆಯಿತು. ಶ್ರೀ ಮೊಹಮ್ಮದ್ ಅವರ ಅಧ್ಯಕ್ಷತೆಯಲ್ಲಿ ಇಲ್ಲಿ ಸಂತಾಪ ಸಭೆ ಆಯೋಜಿಸಲಾಗಿತ್ತು. ಆಲಂ. ಅಗಲಿದ ಆತ್ಮಕ್ಕೆ ಗೌರವ ಸಲ್ಲಿಸಲಾಯಿತು. ಇದರ ನಂತರ ಮೃತ ದೇಹವನ್ನು ಶಹೀದ್ ಗಂಜ್ ನ ನೌಲಖಾ ಪೊಲೀಸ್ ಠಾಣೆಗೆ ಕರೆದೊಯ್ಯಲಾಯಿತು. ಅದನ್ನು ಶವಪೆಟ್ಟಿಗೆಯಲ್ಲಿ ಸುತ್ತಿ ಲಾಹೋರ್ ರೈಲ್ವೆ ನಿಲ್ದಾಣಕ್ಕೆ ಕರೆದೊಯ್ಯಲಾಯಿತು. ಇಲ್ಲಿ ಲಕ್ಷಾಂತರ ಜನರು ಅಗಲಿದ ಆತ್ಮಕ್ಕೆ ಗೌರವ ಸಲ್ಲಿಸಿದರು. ಮೃತ ದೇಹವನ್ನು ಮರುದಿನ ಅಂದರೆ ಸೆಪ್ಟೆಂಬರ್ 14, 1929 ರಂದು ಬೆಳಿಗ್ಗೆ 6.00 ರ ಹೊತ್ತಿಗೆ ಕಲ್ಕತ್ತಾಗೆ ಕೊಂಡೊಯ್ಯಲಾಯಿತು. ಮರುದಿನ, ಸೆಪ್ಟೆಂಬರ್ 15, ಸಂಜೆ 7.50 ಕ್ಕೆ ಹೌರಾ ತಲುಪಿತು. ತಮ್ಮ ಆತ್ಮೀಯ ನಾಯಕನ ಕೊನೆಯ ಝಳಿಗೆಗೆ ನಿಲ್ದಾಣದ ಒಳಗೆ ಮತ್ತು ಹೊರಗೆ ಲಕ್ಷಾಂತರ ಜನರು ಕಾಯುತ್ತಿದ್ದರು. ಶವಸಂಸ್ಕಾರದ ಮೈದಾನದವರೆಗೆ ಆರು ಲಕ್ಷ ಜನರು ಮೆರವಣಿಗೆಯಲ್ಲಿ ಸೇರಿಕೊಂಡರು.

ಜತಿನ್ ದಾಸ್ ಅವರ ಈ ಹುತಾತ್ಮತೆಯ ಕುರಿತು ಇಡೀ ದೇಶದಾದ್ಯಂತ ಅಸಮಾಧಾನದ ಅಲೆಗಳು ಎದ್ದವು.

ಬ್ರಿಟಿಷರ ಈ ದುಷ್ಕೃತ್ಯವನ್ನು ವಿರೋಧಿಸಲು ವಿವಿಧ ಸ್ಥಳಗಳಲ್ಲಿ ಸಭೆಗಳನ್ನು ನಡೆಸಲಾಯಿತು. ಜನರು ಜತಿನ್ ದಾಸ್ ಅವರಿಗೆ ಗೌರವ ಸಲ್ಲಿಸಿದರು. ಜತಿನ್ ದಾಸ್ ಅವರ ಸಾವಿನ ಬಗ್ಗೆ ಭಗತ್ ಸಿಂಗ್ ಅತ್ಯಂತ ಅಸಂತೋಷಿತ ವ್ಯಕ್ತಿಯಾಗಿದ್ದರು, ಏಕೆಂದರೆ ಅವರು ಕಲ್ಕತ್ತಾದಿಂದ ಪಂಜಾಬ್ ಗೆ ಕರೆತಂದ ವ್ಯಕ್ತಿ. ಅವರು ಜತಿನ್ ದಾಸ್ ಅವರ ಸಾವಿನ ಬಗ್ಗೆ ಕವಿತೆಯನ್ನೂ ಬರೆದರು. ಅದನ್ನು ಅವರು ಪದೇ ಪದೇ ತಮ್ಮ ಸ್ನೇಹಿತರಿಗೆ ಓದಿದರು.

ಜತಿನ್ ದಾಸ್ ಅವರ ಹುತಾತ್ಮತೆ ಮತ್ತು ಕೈದಿಗಳಿಗೆ ನೀಡಲಾದ ಕಳಪೆ ಚಿಕಿತ್ಸೆಯ ಬಗ್ಗೆ ಸದಸ್ಯರ ಗಮನ ಸೆಳೆಯಲು ಪಂಡಿತ್ ಮೋತಿ ಲಾಲ್ ನೆಹರು ಅವರು 1929ರ ಸೆಪ್ಟೆಂಬರ್ 14ರಂದು ವಿಧಾನಸಭೆಯಲ್ಲಿ ಮುಂದೂಡಿಕೆ ನಿರ್ಣಯವನ್ನು ಮಂಡಿಸಿದರು. ಆ ಸಂದರ್ಭದಲ್ಲಿ ಮಾತನಾಡಿದ ಅವರು, ಸರ್ಕಾರಕ್ಕೆ ಸಂಪೂರ್ಣವಾಗಿ ಮಾನವೀಯತೆಯ ಕೊರತೆಯಿದೆ. ಜತಿನ್ ದಾಸ್ ಅವರ ಸಾವಿನವರೆಗೂ ಸರ್ಕಾರದ ಮೌನವು ರೋಮ್ ಉರಿಯುತ್ತಿರುವಾಗ ನೀರೋ ಅವರ ಹುಚ್ಚಾಟಿಕೆಯಂತಿತ್ತು. ಈ ಸಂದರ್ಭದಲ್ಲಿ ಮಾತನಾಡಿದ ಪಂಡಿತ್ ಮದನ್ ಮೋಹನ್ ಮಾಳವೀಯ ಅವರು ಭಗತ್ ಸಿಂಗ್ ಮತ್ತು ಇತರ ಕ್ರಾಂತಿಕಾರಿಗಳ ಕಾರ್ಯಗಳನ್ನು ಶ್ಲಾಘಿಸಿದರು. ಈ ನಿರ್ಣಯವನ್ನು ಬೆಂಬಲಿಸಿ, ವಿಧಾನಸಭೆಯ ಇನ್ನೊಬ್ಬ ಸದಸ್ಯರಾದ ಶ್ರೀ ಅಮರ್ ನಾಥ್ ದತ್ ಹೀಗೆ ಹೇಳಿದರು:

"ಆಂಗ್ಲರು ನಾಶವಾಗುತ್ತಾರೆ. ಅವರು ಚೆಲ್ಲಿದ ರಕ್ತದಲ್ಲಿ ಅದನ್ನು ಬರೆಯಿರಿ. ಹತಾಶೆ ಮತ್ತು ದ್ವೇಷವು ಕಣ್ಮರೆಯಾಗುತ್ತದೆ. ಅವರು ಹೆಚ್ಚು ಚಿತ್ರಹಿಂಸೆ ನೀಡಿದಂತೆ, ಅವರು ಹೆಚ್ಚು ನಾಶವಾಗುತ್ತಾರೆ."

ಅವರು ತಮ್ಮ ಭಾಷಣದ ಮುಕ್ತಾಯದ ಭಾಗದಲ್ಲಿ ರವೀಂದ್ರ ನಾಥ್ ಠಾಗೋರ್ ಅವರ ಕವಿತೆಯ ಈ ಕೆಳಗಿನ ಸಾಲುಗಳನ್ನು ಓದಿದರು:

"ಬೋಜಾ ಟೋರ್ ಭಾರಿ ಹೋಲ್

ದೂಬ್ ತಾರಿ ಖಾನ್."

(ನಿಮ್ಮ ಪಾಪಗಳ ತೂಕವು ಹೆಚ್ಚಾದಾಗ, ನಿಮ್ಮ ಹಡಗು ಮುಳುಗುತ್ತದೆ.)

ಸೆಂಟ್ರಲ್ ಅಸೆಂಬ್ಲಿಯಲ್ಲಿ ಮೊಹಮ್ಮದ್ ಅಲಿ ಜಿನ್ನಾ ಅವರು ಜತಿನ್ ದಾಸ್ ಅವರಿಗೆ ಗೌರವ ಸಲ್ಲಿಸಿದರು. ಈ ಸಂದರ್ಭದಲ್ಲಿ, ಕಾನೂನು ಸದಸ್ಯ ಸರ್ ಬಿ .ಎಲ್. ಮಿತ್ತಲ್ ಅವರನ್ನು ಉದ್ದೇಶಿಸಿ ಅವರು ಹೀಗೆ ಹೇಳಿದರು:

"ಇದು ತಮಾಷೆಯಲ್ಲ. ಉಪವಾಸ ಮುಷ್ಕರದಿಂದ ಸಾಯುವುದು ಪ್ರತಿಯೊಬ್ಬರ ಕಪ್ ಚಹಾವಲ್ಲ ಎಂದು ಗೌರವಾನ್ವಿತ ಕಾನೂನು ಸದಸ್ಯರು ಅರ್ಥಮಾಡಿಕೊಳ್ಳಬೇಕೆಂದು ನಾನು ಬಯಸುತ್ತೇನೆ. ನೀವು ಅದನ್ನು ನೀವೇ ಪ್ರಯತ್ನಿಸಿ, ನಿಮಗೆ ತಿಳಿಯುತ್ತದೆ. ಹಸಿವಿನಿಂದ ಬಳಲುತ್ತಿರುವ ವ್ಯಕ್ತಿಗೆ ಆತ್ಮವೂ ಇದೆ. ಅವನು ಆ ಆತ್ಮದಿಂದ ಸ್ಫೂರ್ತಿ ಪಡೆದಿದ್ದಾನೆ ಮತ್ತು ಅವನ ಉದ್ದೇಶಗಳ ಸ್ವಾಮ್ಯತೆಯನ್ನು ನಂಬುತ್ತಾನೆ. ಇಂದು ಯುವಕರು ಸರಿ ಅಥವಾ ತಪ್ಪು ಎಂದು ಯೋಚಿಸದೆ ಆಕ್ರೋಶಗೊಂಡಿದ್ದಾರೆ ಎಂದು ನಾನು ವಿಷಾದಿಸುತ್ತೇನೆ. ನೀವು ಮೂವತ್ತು ಕೋಟಿ ಜನರನ್ನು ಹೊಂದಿರುವಾಗ, ನೀವು ಇದನ್ನು ನಿಲ್ಲಿಸಲು ಸಾಧ್ಯವಿಲ್ಲ, ನೀವು ನಿಲ್ಲಿಸಲು ಖಂಡಿತ ಅಸಾಧ್ಯ. ನೀವು ಇಷ್ಟಪಡುವಷ್ಟು

ನೀವು ಅವರನ್ನು ಖಂಡಿಸಬಹುದು ಮತ್ತು ಅವರ ದಾರಿತಪ್ಪಿಸಬಹುದು. ಆದರೆ ನೆನಪಿಡಿ, ನಿಮ್ಮ ಚಟುವಟಿಕೆಗಳು ತತ್ವಗಳಿಗೆ ವಿರುದ್ಧವಾಗಿವೆ ಮತ್ತು ಜೈಲಿನ ಹೊರಗೆ ಸಾವಿರಾರು ಯುವಕರನ್ನು ಸಹ ನಾವು ಹೊಂದಿದ್ದೇವೆ ಎಂಬುದನ್ನು ನೆನಪಿನಲ್ಲಿಡಿ.

ಈ ಹೃದಯಸ್ಪರ್ಶಿ ಸಾವನ್ನು ವಿವರಿಸಿದ ಶ್ರೀ ಎಂ .ಆರ್ .ಜೈಕರ್ ಅವರು, ಜತಿನ್ ದಾಸ್ ಅವರ ಸಾವಿನ ಬಗ್ಗೆ ಹೀಗೆ ಹೇಳಿದರು:

"ಅವರು ನಿಧಾನವಾಗಿ ಮತ್ತು ನಿಧಾನವಾಗಿ, ತುಂಡು ತುಂಡುಗಳಾಗಿ ನಿಧನರಾದರು. ಆಹಾರದ ಅನುಪಸ್ಥಿತಿಯಲ್ಲಿ ಒಂದು ಕೈ ಪಾರ್ಶ್ವವಾಯುವಿಗೆ ಒಳಗಾಯಿತು. ಪೌಷ್ಟಿಕಾಂಶದ ಕೊರತೆಯಿಂದಾಗಿ ಇನ್ನೊಂದು ಕೈ ನಿಷ್ಪ್ರಯೋಜಕವಾಯಿತು. ಮೊದಲಿಗೆ, ಒಂದು ಕಾಲನ್ನು ನಿಷ್ಪ್ರಯೋಜಕಗೊಳಿಸಲಾಯಿತು, ನಂತರ ಇನ್ನೊಂದು, ನಂತರ ಪ್ರಕೃತಿಯ ಕೊನೆಯ ಉಡುಗೊರೆ - ದೃಷ್ಟಿ ಕಳೆದುಹೋಯಿತು. ಅವನ ಕಣ್ಣುಗಳ ಹೊಳಪು ನಿಧಾನವಾಗಿ ಮಸುಕಾಯಿತು. ತುಂಡು ತುಂಡಾಗಿ, ನೇತಾಡುವ ಕುಣಿಕೆ ತ್ವರಿತ ಸಾವು ಅಲ್ಲ, ಆದರೆ ನಿಧಾನವಾಗಿ ಪ್ರಕೃತಿಯ ಸಾಮಾನ್ಯ ಸೃಷ್ಟಿ ಮತ್ತು ಕಾಲ ಕ್ರಮವನ್ನು ಅಳವಡಿಸಿಕೊಂಡಂತೆ."

ದೇಶದ ದುಃಖದ ಈ ವ್ಯಾಪಕ ವಾತಾವರಣದಲ್ಲಿ, ಅನೇಕ ದೇಶಭಕ್ತಿಯ ಪತ್ರಿಕೆಗಳು ಸಂಪಾದಕೀಯಗಳು, ಲೇಖನಗಳನ್ನು ಬರೆದವು ಮತ್ತು ಜತಿನ್ ದಾಸ್ ಅವರಿಗೆ ಗೌರವ ಸಲ್ಲಿಸಿದವು ಮತ್ತು ಅವರನ್ನು ಶ್ರೇಷ್ಠ ದೇಶಭಕ್ತ, ಕೆಚ್ಚೆದೆಯ ಮತ್ತು ಹುತಾತ್ಮ ಎಂದು ಬಣ್ಣಿಸಿದವು. ಲಾಹೋರ್ ನಿಂದ ಪ್ರಕಟವಾದ *'ದಿ ಟ್ರಿಬ್ಯೂನ್'* ತನ್ನ ಸಂಪಾದಕೀಯದಲ್ಲಿ ಹೀಗೆ ಬರೆದಿದೆ:

"ಒಬ್ಬ ವ್ಯಕ್ತಿಯು ಉನ್ನತ ಆದರ್ಶಗಳಿಗೆ ಧೈರ್ಯಶಾಲಿ ಮತ್ತು ಶೂರನಾಗಿದ್ದರೆ, ಆ ವ್ಯಕ್ತಿ ಜತಿನ್ ದಾಸ್, ಮತ್ತು ಹುತಾತ್ಮರ ರಕ್ತವು ಎಲ್ಲಾ ತಲೆಮಾರುಗಳಿಗೆ ಅತ್ಯುತ್ತಮ ಬೀಜ ಮತ್ತು ದೇಶದ ಅತ್ಯುತ್ತಮ ಜೀವನವನ್ನು ಸಾಬೀತುಪಡಿಸಿದೆ. ಒಬ್ಬರು, ಸಾಮಾಜಿಕ ಮತ್ತು ರಾಜಕೀಯ ಸ್ಥಿತಿಯನ್ನು ಸುಧಾರಿಸಿದ್ದಾರೆ."

ಲಾಹೋರ್ ಪಿತೂರಿ ಪ್ರಕರಣದಲ್ಲಿ ಜತಿನ್ ದಾಸ್ ಅವರನ್ನು ಬಂಧಿಸಲಾಯಿತು. ಈ ಸಂದರ್ಭದಲ್ಲಿ ಸರ್ಕಾರದ ಸಲಹೆಗಾರರೂ ಜತಿನ್ ದಾಸ್ ಅವರಿಗೆ ಗೌರವ ಸಲ್ಲಿಸಿದರು. ಜತಿನ್ ದಾಸ್ ಅವರ ನಿಧನದ ನಂತರ, ಸೆಪ್ಟೆಂಬರ್ 24 ರಂದು ಈ ಪ್ರಕರಣದ ಮೊದಲ ವಿಚಾರಣೆಯಲ್ಲಿ ಅವರು ಹೀಗೆ ಹೇಳಿದರು: "ನ್ಯಾಯಾಲಯದ ಅನುಮತಿಯೊಂದಿಗೆ, ನಾನು ನನ್ನ ಸಹೋದ್ಯೋಗಿಗಳ ಪರವಾಗಿ ಮತ್ತು ನನ್ನ ಪರವಾಗಿ ನ್ಯಾಯಾಲಯದ ಕೊನೆಯ ಅಧಿವೇಶನದಲ್ಲಿ ಸಂಭವಿಸಿದ ಆ ನೋವಿನ ಘಟನೆಗೆ ಗೌರವ ಸಲ್ಲಿಸುತ್ತೇನೆ. ಎಲ್ಲರ ಪರವಾಗಿ ಜತಿನ್ ದಾಸ್ ಅವರ ನಿಧನಕ್ಕೆ ನನ್ನ ಹೃತ್ಪೂರ್ವಕ ಸಂತಾಪವನ್ನು ವ್ಯಕ್ತಪಡಿಸುತ್ತೇನೆ. ಆ ವ್ಯಕ್ತಿಯು ಕೆಲವು ವಿಶೇಷತೆಗಳನ್ನು ಹೊಂದಿದ್ದು, ಅದನ್ನು ಮೆಚ್ಚಲು ಸಾಧ್ಯವಿಲ್ಲ. ಅವು ಆದರ್ಶವನ್ನು ಪೂರೈಸಲು ದೃಢವಾಗಿ ಮತ್ತು ಧೈರ್ಯಶಾಲಿಯಾಗಿ ಉಳಿಯುವುದು. ಅವರು ಅಳವಡಿಸಿಕೊಂಡ ವಿಚಾರಗಳಲ್ಲಿ ನಾವು ಪಾಲುದಾರರಾಗಲು ಸಾಧ್ಯವಿಲ್ಲವಾದರೂ, ಅವರ ಉದ್ದೇಶಗಳನ್ನು ಅರಿತುಕೊಳ್ಳುವಲ್ಲಿ ಅವರ ಬಲವಾದ ಧೈರ್ಯ ಮತ್ತು ಸ್ಥಿರತೆಯನ್ನು ನಾವು ಪ್ರಶಂಸಿಸುತ್ತೇವೆ "ಎಂದು ಹೇಳಿದರು.

ಭಗತ್ ಸಿಂಗ್ ಸ್ಥಾಪಿಸಿದ 'ಭಾರತೀಯ ನೌಜವಾನ್ ಸಭಾ' ತನ್ನ ಅಖಿಲ ಭಾರತ ಸಭೆಯನ್ನು ಸೆಪ್ಟೆಂಬರ್ 26 ಮತ್ತು 27 ರಂದು ಲಾಹೋರ್ ನಲ್ಲಿ ನಡೆಸಿತು. ಸಹೋದ್ಯೋಗಿ ಸುಹಾಸಿನಿ ನಂಬಿಯಾರ್ ಅಧ್ಯಕ್ಷತೆ ವಹಿಸಿದ್ದರು. ಅದು ಈ ಕೆಳಗಿನ ನಿರ್ಣಯವನ್ನು ಅಂಗೀಕರಿಸಿತು:

"ಈ ಸಭೆಯು ಹುತಾತ್ಮ ಜತೀಂದ್ರ ದಾಸ್ ಅವರ ಆದರ್ಶ ಸ್ವಯಂ ತ್ಯಾಗಕ್ಕೆ ಗೌರವ ಸಲ್ಲಿಸುತ್ತದೆ ಮತ್ತು ಸರ್ಕಾರದ ಮೇಲೆ ತನ್ನ ಜವಾಬ್ದಾರಿಯನ್ನು ನಿಗದಿಪಡಿಸುತ್ತದೆ."

ಐರ್ಲೆಂಡ್ ನಲ್ಲಿ ಶ್ರೀ ಟೆರೇಸ್ ಮೆಕ್ ಸ್ವೀನಿಹ್ ಅವರು ತಮ್ಮ ಮಾತೃಭೂಮಿಗಾಗಿ ತಮ್ಮನ್ನು ತಾವು ತ್ಯಾಗ ಮಾಡಿಕೊಂಡಿದ್ದರು. ಅವರ ಪತ್ನಿ ಶ್ರೀಮತಿ ಮೇರಿ ಅವರು ಜತಿನ್ ದಾಸ್ ಅವರ ಕುಟುಂಬಕ್ಕೆ ಸಂತಾಪದ ಸಂದೇಶವನ್ನು ಕಳುಹಿಸಿದ್ದಾರೆ. ಅದು ಹೀಗೆ ಓದುತ್ತದೆ:

"ಟೆರೇಸ್ ಮೆಕ್ ಸ್ವೀನಿ ಅವರ ಕುಟುಂಬವು ಜತಿನ್ ದಾಸ್ ಅವರ ನಿಧನದ ದುಃಖ ಮತ್ತು ಹೆಮ್ಮೆಯ ಸಮಯದಲ್ಲಿ ದೇಶಭಕ್ತಿಯ ಭಾರತೀಯರ ಪರವಾಗಿ ನಿಂತಿದೆ. ಸ್ವಾತಂತ್ರ್ಯವು ಖಂಡಿತವಾಗಿಯೂ ಬರಲಿದೆ."

ಒಂದು ಕಡೆ ಜತಿನ್ ದಾಸ್ ಅವರ ನಿಧನದ ಬಗ್ಗೆ ಇಡೀ ದೇಶವೇ ದುಃಖದಲ್ಲಿ ಮುಳುಗಿತ್ತು. ಮತ್ತೊಂದೆಡೆ ಪಂಜಾಬ್ ರಾಜ್ಯಪಾಲರು ಕ್ರೂರತೆಯ ಮಿತಿಗಳನ್ನು ದಾಟಿದ್ದರು. ದಾಸ್ ಸೆಪ್ಟೆಂಬರ್ 13, 1929 ರಂದು ಮಧ್ಯಾಹ್ನ 1.15 ಕ್ಕೆ ನಿಧನರಾದರು. ಅದೇ ದಿನ ರಾಜ್ಯಪಾಲರು ಸಿಮ್ಲಾದಿಂದ ಹಿಂದಿರುಗಿದರು ಮತ್ತು ಸಂಜೆ ಉದ್ಯಾನ ಪಾರ್ಟಿಯನ್ನು ವಿಸ್ತರಿಸಿದರು. ಹೆಚ್ಚಿನ ಭಾರತೀಯ ಸದಸ್ಯರು ಅವರ ಆಹ್ವಾನವನ್ನು ಸ್ವೀಕರಿಸಲಿಲ್ಲ. ಅಂತಹ ಸರಾಸರಿ ಕ್ರಿಯೆಯನ್ನು ನೀವು ಏಕೆ ಕರೆಯುತ್ತೀರಿ? "ರೋಮ್ ಉರಿಯುತ್ತಿರುವಾಗ ನೀರೋ ಚಡಪಡಿಸಿದಂತೆ."

ಈಗ, ಉಪವಾಸ ಸತ್ಯಾಗ್ರಹವನ್ನು ಆದಷ್ಟು ಬೇಗ ಕೊನೆಗೊಳಿಸಬೇಕೆಂದು ಇಡೀ ದೇಶ ಬಯಸಿದೆ. ಸಾರ್ವಜನಿಕರು ಮತ್ತು ನಾಯಕರು ಇಬ್ಬರೂ ಅದನ್ನು ಕೊನೆಗೊಳಿಸಲು ತಮ್ಮದೇ ಆದ ರೀತಿಯಲ್ಲಿ ಪ್ರಯತ್ನಿಸುತ್ತಿದ್ದರು. ಈ ಸಮಯದಲ್ಲಿಯೇ ಜೈಲುಗಳ ಸುಧಾರಣಾ ಸಮಿತಿಯು ತನ್ನ ಶಿಫಾರಸುಗಳನ್ನು ಸರ್ಕಾರಕ್ಕೆ ಕಳುಹಿಸಿತು. ಅವರ ಹೆಚ್ಚಿನ ಬೇಡಿಕೆಗಳನ್ನು ಸ್ವೀಕರಿಸಲಾಗುವುದು ಎಂದು ಭಗತ್ ಸಿಂಗ್ ಅಭಿಪ್ರಾಯಪಟ್ಟರು. ಆದ್ದರಿಂದ, ಅವರು ತನ್ನ ಸಹಚರರಿಗೆ, "ಸದ್ಯಕ್ಕೆ, ಇದು ಸಾಕು. ಈ ಶಿಫಾರಸುಗಳಿಗೆ ಸರ್ಕಾರ ಹೇಗೆ ಪ್ರತಿಕ್ರಿಯಿಸುತ್ತದೆ ಎಂಬುದನ್ನು ನೋಡೋಣ." ಆದ್ದರಿಂದ, ಅವರು ತಮ್ಮ ಮುಷ್ಕರವನ್ನು ಕೊನೆಗೊಳಿಸಲು ಒಪ್ಪಿಕೊಂಡರು. ಇದರಿಂದ ಜೈಲಿನ ಅಥಾರಿಟಿಗಳು ಬಹಳ ನಿರಾಳವಾದವು. ಎಲ್ಲರಿಗೂ ಹಣ್ಣಿನ ರಸವನ್ನು ಸಿದ್ಧಪಡಿಸಲಾಯಿತು, ಆದರೆ ಭಗತ್ ಸಿಂಗ್ *ಫುಲ್ಕಾ (ಲಘು ಚಪಾತಿ)* ಮತ್ತು *ದಾಲ್ ತೆಗೆದುಕೊಳ್ಳುವ ಮೂಲಕ ತಮ್ಮ ಮುಷ್ಕರವನ್ನು ಕೊನೆಗೊಳಿಸಲು ಬಯಸಿದ್ದರು.* ಹಲವು ದಿನಗಳವರೆಗೆ ಹೊಟ್ಟೆ ಖಾಲಿಯಾಗಿರುವುದರಿಂದ *ಫುಲ್ಕಾ* ತೆಗೆದುಕೊಳ್ಳುವುದು ಸೂಕ್ತವಲ್ಲ ಎಂದು ವೈದ್ಯರು ಹೇಳಿದರೂ, ಕ್ರಾಂತಿಕಾರಿಗಳು ತಮ್ಮ ಬಂದೂಕುಗಳಿಗೆ ಅಂಟಿಕೊಂಡಿದ್ದರು. ಆದ್ದರಿಂದ, ಬಲವಂತವಾಗಿ, ಜೈಲು ಅಧಿಕಾರಿಗಳು ಶರಣಾಗಬೇಕಾಯಿತು. ಅಕ್ಟೋಬರ್ 15 ರಂದು, ಅಂತಿಮವಾಗಿ, ಉಪವಾಸ ಸತ್ಯಾಗ್ರಹವು ಕೊನೆಗೊಂಡಿತು.

ಸುಧಾರಣಾ ಸಮಿತಿಯ ಶಿಫಾರಸುಗಳನ್ನು ಅನುಷ್ಠಾನಗೊಳಿಸುವಲ್ಲಿ ಸರ್ಕಾರ ದುರ್ಬಲವಾಗಿದೆ. ಆದ್ದರಿಂದ, ಭಗತ್ ಸಿಂಗ್ ಅವರು ಸರ್ಕಾರದ ಈ ಕ್ರಮವನ್ನು ಬಲವಾಗಿ ವಿರೋಧಿಸಿದರು ಮತ್ತು ವಿಶೇಷ ಮ್ಯಾಜಿಸ್ಟ್ರೇಟ್ ಮೂಲಕ ಭಾರತ ಸರ್ಕಾರದ ಗೃಹ ಸಚಿವರಿಗೆ ಟೆಲಿಗ್ರಾಮ್ ಕಳುಹಿಸಿದರು. ಸರ್ಕಾರವು ಶಿಫಾರಸುಗಳನ್ನು ಹಿಂತೆಗೆದುಕೊಳ್ಳುತ್ತಿದೆ ಎಂದು ಅದು ಎಚ್ಚರಿಸಿದೆ ಮತ್ತು ಕಾರ್ಯನಿರ್ವಹಿಸಲು ಒಂದು ವಾರದ ಕಾಲಾವಕಾಶವನ್ನು ನೀಡಿತು. ಭಗತ್ ಸಿಂಗ್ ಸತ್ಯದಿಂದ ಹಿಂದೆ ಸರಿಯುವ ವ್ಯಕ್ತಿಯಾಗಿರಲಿಲ್ಲ. ಆದ್ದರಿಂದ, ಅವರು ಸ್ವತಃ 1930 ರ ಜನವರಿ 20 ರಂದು ಭಾರತ ಸರ್ಕಾರದ ಗೃಹ ಸಚಿವರಿಗೆ ಅರ್ಜಿಯನ್ನು ಬರೆದರು:

"ರಾಜಕೀಯ ಕೈದಿಗಳೊಂದಿಗೆ ಉತ್ತಮ ನಡವಳಿಕೆಯ ವಿಷಯವನ್ನು ಶೀಘ್ರದಲ್ಲೇ ನಮ್ಮ ತೃಪ್ತಿಗಾಗಿ ಪರಿಹರಿಸಲಾಗುವುದು ಎಂದು ಸುಧಾರಣಾ ಸಮಿತಿಯಿಂದ ಈ ಭರವಸೆಯ ಮೇರೆಗೆ ನಾವು ನಮ್ಮ ಉಪವಾಸ ಮುಷ್ಕರವನ್ನು ಕೊನೆಗೊಳಿಸಿದ್ದೇವೆ. ಅಖಿಲ ಭಾರತ ಕಾಂಗ್ರೆಸ್ ಸಮಿತಿ ಮಾಡಿದ ಉಪವಾಸ ಸತ್ಯಾಗ್ರಹಗಳಿಗೆ ಸಂಬಂಧಿಸಿದಂತೆ ಜೈಲು ಅಧಿಕಾರಿಗಳು ಶಿಫಾರಸುಗಳ ಮೇಲೆ ಕುಳಿತುಕೊಳ್ಳುತ್ತಿದ್ದಾರೆ. ಕೈದಿಗಳನ್ನು ನೋಡಲು ಕಾಂಗ್ರೆಸ್ಸಿಗರಿಗೆ ಅನುಮತಿ ನಿರಾಕರಿಸಲಾಗಿದೆ. ಪಿತೂರಿ ಪ್ರಕರಣಕ್ಕೆ (ಪ್ರಯೋಗಗಳ ಅಡಿಯಲ್ಲಿ) ಸಂಬಂಧಿಸಿರುವ ವ್ಯಕ್ತಿಗಳನ್ನು ಉನ್ನತ ಪೊಲೀಸ್ ಅಧಿಕಾರಿಗಳ ಆದೇಶದ ಮೇರೆಗೆ ಅಕ್ಟೋಬರ್ 23 ಮತ್ತು 24ರಂದು ನಿರ್ದಯವಾಗಿ ಥಳಿಸಲಾಯಿತು.

ಎಸ್ ಡಿ/ ಭಗತ್ ಸಿಂಗ್, ದತ್ ಮತ್ತು ಇತರರು."

ಈ ಅಪ್ಲಿಕೇಶನ್ ಸರ್ಕಾರವನ್ನು ತಲುಪಿತು. ಆದರೆ ಬಹುಶಃ ಇದನ್ನು ಹೊರಗಿನ ರಾಜಕಾರಣಿಗಳ ಒತ್ತಡದಿಂದ ಬರೆಯಲಾಗಿದೆ ಎಂದು ಸರ್ಕಾರ ಭಾವಿಸಿತ್ತು. ಪಿತೂರಿ ಪ್ರಕರಣದ ಕೈದಿಗಳ ಹೊಡೆತಕ್ಕೆ ಸಂಬಂಧಿಸಿದಂತೆ ಪೊಲೀಸರು ತಪ್ಪಿತಸ್ಥರಲ್ಲ ಎಂದು ಸರ್ಕಾರ ಪರಿಗಣಿಸಿತು. ಸರ್ಕಾರದ ಅಭಿಪ್ರಾಯದಲ್ಲಿ, ಈ ಜನರನ್ನು ಬಲವಂತವಾಗಿ ನ್ಯಾಯಾಲಯಕ್ಕೆ ಕರೆತರಲಾಯಿತು ಮತ್ತು ಯಾವುದೇ ಹೊಡೆತಗಳು ಸಂಭವಿಸಲಿಲ್ಲ. ಭಗತ್ ಸಿಂಗ್ ಮತ್ತು ಅವರ ಸಹಚರರು ಸರ್ಕಾರದ ಕುಂಟ ಮನ್ನಣೆಗಳಿಂದ ಸಂಪೂರ್ಣವಾಗಿ ಅಸಮಾಧಾನಗೊಂಡಿದ್ದರು. ಆದ್ದರಿಂದ, ಅವರು ತಮ್ಮ ಸಹಚರರೊಂದಿಗೆ 1930ರ ಫೆಬ್ರವರಿಯಲ್ಲಿ ಮತ್ತೆ ಎರಡು ವಾರಗಳ ಕಾಲ ಉಪವಾಸ ಸತ್ಯಾಗ್ರಹವನ್ನು ಪ್ರಾರಂಭಿಸಿದರು. ಆದ್ದರಿಂದ, ಸರ್ಕಾರವು ಅಂತಿಮವಾಗಿ ಸಮಿತಿಯ ಮುಖ್ಯ ಶಿಫಾರಸುಗಳನ್ನು ಒಳಗೊಂಡ ಕಾನೂನನ್ನು ಜಾರಿಗೆ ತರಬೇಕಾಯಿತು. ಅಪಾರ ಯಾತನೆಗಳು ಮತ್ತು ಚಿತ್ರಹಿಂಸೆ ಮತ್ತು ಜತಿನ್ ದಾಸ್ ಅವರ ತ್ಯಾಗದ ನಂತರ ಕೈದಿಗಳು ಈ ಸೌಲಭ್ಯಗಳನ್ನು ಪಡೆದರು.

❒

7

ಲಾಹೋರ್ ಪಿತೂರಿ ಪ್ರಕರಣ

ಸಾಂಡರ್ಸ್ ಕೊಲೆ ಪ್ರಕರಣದ ವಿಚಾರಣೆ ಜುಲೈ 10 ರಂದು ಲಾಹೋರ್ ನ ಮ್ಯಾಜಿಸ್ಟ್ರೇಟ್ ಶ್ರೀ ಕೃಷ್ಣ ಅವರ ನ್ಯಾಯಾಲಯದಲ್ಲಿ ಪ್ರಾರಂಭವಾಯಿತು ಮತ್ತು ಜೈಲು ಆವರಣದಲ್ಲಿ ನ್ಯಾಯಾಲಯದ ವಿಚಾರಣೆಗಳು ನಡೆದವು ಎಂದು ಹಿಂದಿನ ಅಧ್ಯಾಯದಲ್ಲಿ ತಿಳಿಸಲಾಗಿದೆ. ಭಗತ್ ಸಿಂಗ್ ಮತ್ತು ಬಟುಕೇಶ್ವರ ದತ್ ಆ ಸಮಯದಲ್ಲಿ ಉಪವಾಸ ಸತ್ಯಾಗ್ರಹದಲ್ಲಿದ್ದರು. ಈ ಎಲ್ಲಾ 24 ವ್ಯಕ್ತಿಗಳಲ್ಲಿ ಚಂದ್ರಶೇಖರ್ ಆಜಾದ್, ಭಗವಾನ್ ದಾಸ್, ಕೈಲಾಶ್ ಪಾಟಿ, ಭಗವತಿ ಚರಣ್ ವೋಹ್ರಾ,ಯಶ್ ಪಾಲ್ ಮತ್ತು ಸತ್ಗುರು ಬಂಧಿಸಲಾಗದವರನ್ನು ಪರಾರಿಯಾಗಿದ್ದಾರೆ ಎಂದು ಘೋಷಿಸಲಾಯಿತು. ಅಜಯ್ ಘೋಷ್, ಯತೀಂದ್ರ ನಾಥ್ ಸನ್ಯಾಲ್ ಮತ್ತು ದೇವ್ ರಾಜ್ ಎಂಬ ಮೂವರು ವ್ಯಕ್ತಿಗಳನ್ನು ಕಾನೂನಿನ ವಿವಿಧ ವಿಭಾಗಗಳ ಆಧಾರದ ಮೇಲೆ ಬಿಡುಗಡೆ ಮಾಡಲಾಯಿತು. ಉಳಿದ ಹದಿನೈದು ಮಂದಿಯನ್ನು ವಿಚಾರಣೆಗೆ ಒಳಪಡಿಸಲಾಯಿತು. ಅವರಲ್ಲದೆ, ಇತರ ಏಳು ವ್ಯಕ್ತಿಗಳು ಸರ್ಕಾರಿ ಸಾಕ್ಷಿಗಳಾದರು. ಅವರ ಹೆಸರುಗಳು ರಾಮ್ ಸರನ್ ದಾಸ್, ಬ್ರಹ್ಮ ದತ್, ಜೈ ಗೋಪಾಲ್, ಫನೀಂದ್ರ ನಾಥ್ ಘೋಷ್, ಮನ್ ಮೋಹನ್ ಬ್ಯಾನರ್ಜಿ, ಹನ್ಸ್ ರಾಜ್ ವೋಹ್ರಾ ಮತ್ತು ಲಲಿತ್ ಕುಮಾರ್ ಮುಖರ್ಜಿ. ಅವರಲ್ಲಿ, ರಾಮ್ ಸರನ್ ದಾಸ್ ಮತ್ತು ಬ್ರಹ್ಮ ದತ್ ಅವರನ್ನು ವಿಶ್ವಾಸಾರ್ಹರೆಂದು ಪರಿಗಣಿಸಲಾಗಿಲ್ಲ. ಪ್ರಕರಣದಲ್ಲಿ ಉಳಿದ ಐವರನ್ನು ಕರೆಸಲಾಯಿತು.

ಈ ಪ್ರಕರಣದ ಫಲಿತಾಂಶವು ಬ್ರಿಟಿಷ್ ಸರ್ಕಾರವು ಬಯಸಿದಂತೆಯೇ ಇರುತ್ತದೆ ಎಂದು ಎಲ್ಲ ಯುವಕರು ನಂಬಿದ್ದರು. ಉಳಿದವರು ನ್ಯಾಯದ ವೇಷ ತೊಟ್ಟಿದ್ದರು. ಆದ್ದರಿಂದ ಅವರು ಪ್ರಕರಣದಲ್ಲಿ ಆಸಕ್ತಿಯನ್ನು ಕಳೆದುಕೊಂಡರು. ಭಗತ್ ಸಿಂಗ್ ಮತ್ತು ಅವರ ಸಹಚರರು ನ್ಯಾಯಾಲಯದ ವಿಚಾರಣೆಯನ್ನು ತಡೆಯಲು ಮತ್ತೊಂದು ಮಾರ್ಗವನ್ನು ಕಂಡುಕೊಂಡರು. ಅವರು ನ್ಯಾಯಾಲಯವನ್ನು ತಲುಪಿದ ಕೂಡಲೇ, ಅವರು ಸುತ್ತಲೂ ನೋಡುತ್ತಾರೆ ಮತ್ತು ನಂತರ *'ಇಂಕ್ವಾಲಾಬ್ ಜಿಂದಾಬಾದ್' ಎಂಬ ಘೋಷಣೆಯನ್ನು ಕೂಗಿದರು.* ಇದರ ನಂತರ ಅವರು *'ವಂದೇ ಮಾತರಂ' ಹಾಡುತ್ತಾರೆ,* ಅಥವಾ ಅವರು ಸ್ವಾಧೀನಪಡಿಸಿಕೊಂಡಿರುವಂತೆ ಉನ್ಮಾದದಿಂದ ಹಾಡುತ್ತಾರೆ:

'ಸರ್ಫರೋಶಿ ಕಿ ತಮನ್ನಾ ಅಬ್ ಹಮಾರೆ ದಿಲ್ ಮೈನ್ ಹೈ

ದೇಖ್ನಾ ಹೈ ಝೋರ್ ಕಿಟ್ನಾ ಬಾಜು-ಇ-ಕ್ವಾಟಿಲ್ ಮೈನ್ ಹೈ.

ವಕ್ತ್ ಆನೆ ದೇ ಬಾಟಾ ಡೆಂಗೆ ತುಜೆ ಐ ಆಸ್ಮಾನ್

ಹಮ್ ಅಭೀ ಸೆ ಕ್ಯಾ ಬಟಾಯೆನ್ ಕ್ಯಾ ಹಮಾರೆ ದಿಲ್ ಮೈನ್ ಹೈ

ಐ ಶಹೀದೆ ಮುಲ್ಕೊ ಮಿಲ್ಲಟ್ ಮುಖ್ಯ ತೇರಿ ಅಪ್ರ್ ನಿಸಾರ್

ಅಬ್ ಮೆರಿ ಕಿಸ್ಮತ್ ಕಾ ಚರ್ಚಾ ಔರ್ ಕಿ ಮೆಫಿಲ್ ಮೇ ಹೈ

ಸರ್ಫೋರ್ಶಿ ಕಿ ತಮನ್ನಾ ಅಬ್ ಹಮಾರಿ ದಿಲ್ ಮೇ ಹೈ'.

(ಈಗ ನಮ್ಮ ಹೃದಯದಲ್ಲಿರುವ ಬಯಕೆ ಎಂದರೆ ನಮ್ಮ ತಲೆಯನ್ನು ಮಾರಾಟ ಮಾಡುವುದು.

ಕೊಲೆಗಾರನ ತೋಳುಗಳು ಎಷ್ಟು ಪ್ರಬಲವಾಗಿವೆ ಎಂಬುದನ್ನು ನಾವು ನೋಡಲು ಬಯಸುತ್ತೇವೆ.

ಆಕಾಶವೇ, ಸಮಯ ಬರಲಿ, ನಾವು ನಿಮಗೆ ಹೇಳುತ್ತೇವೆ.

ನಮ್ಮ ಹೃದಯದಲ್ಲಿ ಏನಿದೆ ಎಂಬುದನ್ನು ನಾವು ಈಗ ಏಕೆ ಹೇಳಬೇಕು.

ದೇಶ ಮತ್ತು ಸಮಾಜದ ಹುತಾತ್ಮರೇ, ನಾನು ನಿಮ್ಮ ಮೇಲೆ ನನ್ನನ್ನು ತ್ಯಾಗ ಮಾಡುತ್ತೇನೆ.

ಈಗ ನನ್ನ ಹಣೆಬರಹದ ಚರ್ಚೆಯು ಇತರರ ನ್ಯಾಯಾಲಯಗಳಲ್ಲಿದೆ.

ಈಗ ನಮ್ಮ ಹೃದಯದಲ್ಲಿರುವ ಬಯಕೆ ನಮ್ಮ ತಲೆಯನ್ನು ಮಾರಾಟ ಮಾಡುವುದು.)

'ಇಂಕ್ವಾಲಾಬ್ ಜಿಂದಾಬಾದ್.' ಕ್ರಾಂತಿಕಾರಿಗಳ ಈ ದಬ್ಬಾಳಿಕೆಗೆ ಮುಂಚೆಯೇ ಮ್ಯಾಜಿಸ್ಟ್ರೇಟ್ ಶ್ರೀ ಕೃಷ್ಣ ವರ್ಮಾ ಅವರು ಬುದ್ಧಿವಂತರಾಗಿದ್ದರು. ಈ ನ್ಯಾಯಾಲಯವು ಆ ದಿನಗಳಲ್ಲಿ ಲಾಹೋರ್ ನಲ್ಲಿ ಪ್ರಮುಖ ಸ್ಥಳವಾಗಿತ್ತು. ನ್ಯಾಯಾಲಯದ ಮುಖ್ಯ ದ್ವಾರವು ರಸ್ತೆಗೆ ಮುಖಮಾಡಿತ್ತು. ಶಾಲೆ ಮತ್ತು ಕಾಲೇಜುಗಳ ವಿದ್ಯಾರ್ಥಿಗಳು ಬಿಡುವಿದ್ದಾಗ ಅಲ್ಲಿ ಸೇರುತ್ತಿದ್ದರು. ನ್ಯಾಯಾಲಯದ ಹೊರಗೆ ದೊಡ್ಡ ಜನಸಮೂಹ ಜಮಾಯಿಸುತ್ತಿತ್ತು. ಭಗತ್ ಸಿಂಗ್ ಅವರು ಗಟ್ಟಿಯಾದ ಧ್ವನಿಯನ್ನು ಹೊಂದಿದ್ದರು. ಹೊರಗಿನ ಜನಸಮೂಹವು ಅದನ್ನು ಕೇಳುವಂತೆ ಅವರು ಜೋರಾಗಿ ಮಾತನಾಡಿದರು. ಹೊರಗಿನ ಜನಸಮೂಹವು ಈ ಕೆಚ್ಚೆದೆಯ ಪುರುಷರು ಹಾಡಿದ ಕ್ರಾಂತಿಕಾರಿ ಗೀತೆ ಅಥವಾ ರಾಷ್ಟ್ರಗೀತೆಯನ್ನು ಪುನರಾವರ್ತಿಸಿತು. ಕವಿ ಓಂ ಪ್ರಕಾಶ್ ಶರ್ಮಾ ಅವರ ಈ ಕೆಳಗಿನ ಹಾಡು ಆ ದಿನಗಳಲ್ಲಿ ಬಹಳ ಜನಪ್ರಿಯವಾಗಿತ್ತು. ಜನರು ಇದನ್ನು ತಮ್ಮ ಮನೆಗಳಲ್ಲಿ ಹಾಡಿದರು:

'ಕಭಿ ವೋ ದಿನ್ ಭಿ ಆಯೆಗಾ ಕಿ ಅಜಾದ್ ಹಮ್ ಹಂ ಹಂ ಹಂ.

ಯೆ ಅಪ್ನಿ ಹಾಯ್ ಜಮೀನ್ ಹೊಗಿ, ಯೆ ಅಪ್ನಾ ಆಸ್ಮಾನ್ ಹೋಗಾ.

ಶಹೀದಾನ್ ಕಿ ಚಿಟಾಂವ್ ಪಾರ್ ಜುಡೆಂಗೆ ಹರ್ ಬರಾಸ್ ಮೆಲೆ

ವತನ್ ಪಾರ್ ಮಾರ್ನೆ ವಾಲೋನ್ ಕಾ ಯಾಹಿ ಬಾಕಿ ನಿಶಾನ್ ಹೊಗಾ'.

(ಭವಿಷ್ಯದಲ್ಲಿ ನಾವು ಸ್ವತಂತ್ರರಾಗುವ ದಿನ ಬರುತ್ತದೆ.

ಅದು ನಮ್ಮ ಭೂಮಿಯಾಗಿರುತ್ತದೆ, ಅದು ನಮ್ಮ ಆಕಾಶವಾಗಿರುತ್ತದೆ.

ಹುತಾತ್ಮರನ್ನು ಬೆಂಕಿ ಹಚ್ಚುವ ಸ್ಥಳದಲ್ಲಿ ಪ್ರತಿವರ್ಷ ಮೇಳಗಳು ನಡೆಯುತ್ತವೆ.

ಇದು ತಮ್ಮ ದೇಶಕ್ಕಾಗಿ ಪ್ರಾಣತ್ಯಾಗ ಮಾಡಿದ ಜನರ ಕೊನೆಯ ಕುರುಹು).

ಮ್ಯಾಜಿಸ್ಟ್ರೇಟ್ ನ್ಯಾಯಾಲಯಕ್ಕೆ ಪ್ರವೇಶಿಸಿದ ಕೂಡಲೇ, ನ್ಯಾಯಾಲಯದ ಕೊಠಡಿ ರಾಷ್ಟ್ರೀಯ ಮತ್ತು

ಕ್ರಾಂತಿಕಾರಿ ಹಾಡುಗಳ ರಾಗಗಳು ಮತ್ತು ತರಂಗಗಳೊಂದಿಗೆ ಪ್ರತಿಧ್ವನಿಸಲು ಪ್ರಾರಂಭವಾದವು. ನಂತರ ನ್ಯಾಯಾಲಯದ ಕೋಣೆಯಲ್ಲಿ ವಿಚಿತ್ರ ಗುಟ್ಟು ಕೇಳಿಬರುತ್ತದೆ. ಎಲ್ಲರೂ ಮೌನವಾಗಿರುತ್ತಾರೆ. ನ್ಯಾಯಾಧೀಶರು ತಮ್ಮ ಕುರ್ಚಿಯಲ್ಲಿ ತಲೆ ಬಾಗಿದಂತೆ ಮೌನವಾಗಿ ಕುಳಿತುಕೊಳ್ಳುತ್ತಾರೆ. ವಕೀಲರು ಮೂಕ ವಿಸ್ಮಯಕ್ಕೆ ಒಳಗಾಗುತ್ತಾರೆ. ಪ್ಯೂನ್ ಅಥವಾ ಇತರ ಸೇವಕರು ಬಾಗಿದ ತಲೆಗಳೊಂದಿಗೆ ಕುಳಿತುಕೊಳ್ಳುತ್ತಿದ್ದರು ಅಥವಾ ನಿಂತಿದ್ದರು. ನ್ಯಾಯಾಲಯಕ್ಕೆ ಬಂದ ಕ್ರಾಂತಿಕಾರಿಗಳ ಸಂಬಂಧಿಕರ ಮುಖವು ಅಪರಿಚಿತ ಮತ್ತು ವಿಚಿತ್ರ ಪ್ರಶಾಂತತೆಯನ್ನು ಪ್ರತಿಬಿಂಬಿಸುತಿತ್ತು. ಭಗತ್ ಸಿಂಗ್ ಮತ್ತು ಅವರ ಸಹಚರರು ಈ ನ್ಯಾಯಾಲಯದ ಆವರಣವನ್ನು ವಶಪಡಿಸಿಕೊಂಡಂತೆ ತೋರುತ್ತಿತ್ತು. ಇಡೀ ಆವರಣವು ದೇಶಭಕ್ತಿಯ ಬಣ್ಣದಲ್ಲಿ ಹುದುಗಿರುವಂತೆ ತೋರುತ್ತಿತ್ತು.

1930 ರ ನಂ .3 ರ ಸುಗ್ರೀವಾಜ್ಞೆಯನ್ನು ಮೇ 1, 1930 ರಿಂದ ಜಾರಿಗೊಳಿಸಲಾಯಿತು. ಇದರ ಅಡಿಯಲ್ಲಿ ವಿಶೇಷ ರೀತಿಯ ನ್ಯಾಯಮಂಡಳಿಯನ್ನು ರಚಿಸಲಾಯಿತು. ಆದ್ದರಿಂದ ಈ ಲಾಹೋರ್ ಪ್ರಕರಣವನ್ನು ಸಹ ಈ ಸುಗ್ರೀವಾಜ್ಞೆಯ ಅಡಿಯಲ್ಲಿ ಮುಂದುವರಿಸಲಾಯಿತು. ನ್ಯಾಯಮೂರ್ತಿ ಜೆ. ಕೋಲ್ಡ್ ಸ್ಟ್ರೀಮ್ ಇದರ ಅಧ್ಯಕ್ಷರಾಗಿದ್ದರು. ಅಘಾ ಹೈದರ್ ಮತ್ತು ಜಿಸಿ ಹಿಲ್ಟನ್ ಸದಸ್ಯರಾಗಿದ್ದರು. ವಾಸ್ತವವಾಗಿ, ಮೊದಲ ವಿಶ್ವಯುದ್ಧದ ಸಮಯದಲ್ಲಿ ಪ್ರಕರಣಗಳನ್ನು ಈ ನ್ಯಾಯಮಂಡಳಿಗೆ ರವಾನಿಸಲಾಯಿತು. ಇಲ್ಲಿ ಮೂವರು ನ್ಯಾಯಾಧೀಶರನ್ನು ಲಾಹೋರ್ ಹೈಕೋರ್ಟ್ ನ ಮುಖ್ಯ ನ್ಯಾಯಮೂರ್ತಿ ನೇಮಕ ಮಾಡಿದರು. ಈ ನ್ಯಾಯಮಂಡಳಿಯನ್ನು ನಿರ್ದಿಷ್ಟ ಉದ್ದೇಶದಿಂದ ರಚಿಸಲಾಯಿತು. ಕ್ರಾಂತಿಕಾರಿಗಳು ಉದ್ದೇಶಪೂರ್ವಕವಾಗಿ ನ್ಯಾಯಾಲಯವನ್ನು ದಾರಿ ತಪ್ಪಿಸಲು ಪ್ರಯತ್ನಿಸಿದ್ದಾರೆ ಎಂದು ಸರ್ಕಾರ ಭಯಪಟ್ಟಿತು. ಆದ್ದರಿಂದ, ಈ ರೀತಿಯ ಪ್ರಕರಣಗಳನ್ನು ನಿಭಾಯಿಸಲು ನ್ಯಾಯಮಂಡಳಿಗೆ ವಿಶೇಷ ಹಕ್ಕುಗಳನ್ನು ನೀಡಲಾಯಿತು. ಆದ್ದರಿಂದ ಮೇ 5, 1930 ರಂದು ಲಾಹೋರ್ ನ ಪೂಂಚ್ ಹೌಸ್ ನಲ್ಲಿ ನ್ಯಾಯಮಂಡಳಿ ವಿಚಾರಣೆಗಳು ಪ್ರಾರಂಭವಾದವು. ಭಗತ್ ಸಿಂಗ್ ಅವರ ಪ್ರಕಾರ, ಅಂತಹ ನ್ಯಾಯಮಂಡಳಿಯ ಸಂವಿಧಾನವು ಕಾನೂನುಬಾಹಿರವಾಗಿತ್ತು. ಆದ್ದರಿಂದ ಅವರು ತಮ್ಮ ಅಭಿಪ್ರಾಯವನ್ನು ಸಾಬೀತುಪಡಿಸಲು ಹದಿನೈದು ದಿನಗಳ ಕಾಲಾವಕಾಶವನ್ನು ಕೋರಿದರು, ಆದರೆ ಅವರ ಮನವಿಯನ್ನು ತಿರಸ್ಕರಿಸಲಾಯಿತು. ಸರ್ಕಾರದ ವಕೀಲ ಕಾರ್ಡನ್ ನೋಡ್ ವಾದಗಳನ್ನು ಪ್ರಾರಂಭಿಸಿದರು ಮತ್ತು ಈ ಕೆಳಗಿನ ಮೂರು ಆರೋಪಗಳನ್ನು ರೂಪಿಸಿದರು:

(i) ಪಿತೂರಿ ಮತ್ತು ಕೊಲೆ.

(ii) ದೌರ್ಜನ್ಯ ಮತ್ತು ಬಾಂಬ್ ಗಳ ತಯಾರಿಕೆ.

(iii) ಬಾಂಬ್ ಗಳು ಮತ್ತು ಇತರ ವಿಧಾನಗಳ ಬಳಕೆಯ ಮೂಲಕ ಬ್ರಿಟಿಷ್ ಸಾಮ್ರಾಜ್ಯದ ವಿರುದ್ಧ ಯುದ್ಧ.

ಭಗತ್ ಸಿಂಗ್ ಅವರು ವಕೀಲರನ್ನು ತೊಡಗಿಸಿಕೊಳ್ಳಲು ನಿರಾಕರಿಸಿದರು, ಆದರೆ ಲಾಲಾ ದುನಿ ಚಂದ್ ಅವರನ್ನು ತಮ್ಮ ಕಾನೂನು ಸಲಹೆಗಾರರನ್ನಾಗಿ ತೆಗೆದುಕೊಳ್ಳಲು ಒಪ್ಪಿದರು. ಮೇ 12, 1930 ರಂದು ಭಗತ್ ಸಿಂಗ್ ಮತ್ತು ಅವರ ಇತರ ಕ್ರಾಂತಿಕಾರಿ ಸಹಚರರನ್ನು ನ್ಯಾಯಾಲಯಕ್ಕೆ ಕೈಕೋಳದೊಂದಿಗೆ ಕರೆತರಲಾಯಿತು. ಅವರು ಹಲ್ಲು ಮತ್ತು ಉಗುರನ್ನು ವಿರೋಧಿಸಿದರು ಮತ್ತು ಕೈಕೋಳಗಳನ್ನು ತೆಗೆಯುವವರೆಗೆ ಪೊಲೀಸ್ ಜೀಪಿನಿಂದ ಇಳಿಯಲು ನಿರಾಕರಿಸಿದರು. ನ್ಯಾಯಮಂಡಳಿಯ ಅಧ್ಯಕ್ಷರಾದ ಶ್ರೀ ಜೆ. ಕೋಲ್ಡ್ ಸ್ಟ್ರೀಮ್ ಅವರು ಜೀಪಿನಿಂದ ಬಲವಂತವಾಗಿ ಕೆಳಗಿಳಿಸುವಂತೆ ಪೊಲೀಸರಿಗೆ ಆದೇಶಿಸಿದರು. ಇವರೆಲ್ಲರೂ ಪೊಲೀಸ್ ಕ್ರಮದ ವಿರುದ್ಧ ನ್ಯಾಯಾಲಯದ ವಿಚಾರಣೆಯನ್ನು ಬಹಿಷ್ಕರಿಸಿದರು ಮತ್ತು ವಿಚಾರಣೆಯಲ್ಲಿ ಭಾಗವಹಿಸಲಿಲ್ಲ. ಮಧ್ಯಾಹ್ನ ಊಟದ ವಿರಾಮದ ಸಮಯದಲ್ಲಿ ಅವರ ಕೈಕೋಳಗಳನ್ನು ತೆಗೆದುಹಾಕಲಾಯಿತು, ಆದರೆ ಊಟದ ನಂತರ ನ್ಯಾಯಾಲಯದ ವಿಚಾರಣೆಗಳು ಪುನರಾರಂಭವಾದಾಗ ಪೊಲೀಸರು ಅವರನ್ನು ಮತ್ತೆ ಕೈಕೋಳ ಮಾಡಲು ಪ್ರಯತ್ನಿಸಿದರು.

ಕ್ರಾಂತಿಕಾರಿಗಳು ಅದನ್ನು ವಿರೋಧಿಸಿದರು. ಪರಿಸ್ಥಿತಿಯು ಹೊಡೆತಗಳಿಗೆ ಬರುವ ಹಂತಕ್ಕೆ ಹದಗೆಟ್ಟಿತು. ಭಗತ್ ಸಿಂಗ್ ಅವರನ್ನು ಲಾಠಿಚಾರ್ಜ್ ಮತ್ತು ಶೂಗಳಿಂದ ಹೊಡೆಯಲು ಪೊಲೀಸರಿಗೆ ಆದೇಶಿಸಲಾಯಿತು. ಈ ಹೊಡೆತದ ಸಮಯದಲ್ಲಿ ಪತ್ರಕರ್ತರು ಮತ್ತು ಇತರ ಸಂದರ್ಶಕರು ಉಪಸ್ಥಿತರಿದ್ದರು. ನ್ಯಾಯಮಂಡಳಿಯ ಭಾರತೀಯ ಸದಸ್ಯರಾದ ಆಘಾ ಹೈದರ್ ಈ ಘಟನೆಯಿಂದ ತುಂಬಾ ದುಃಖಿತರಾಗಿದ್ದರು. ಆದ್ದರಿಂದ ಅವರು ಆ ದಿನದ ನ್ಯಾಯಾಲಯದ ವಿಚಾರಣೆಗೆ ಸಹಿ ಹಾಕಲು ನಿರಾಕರಿಸಿದರು. ಈ ಘಟನೆಯಿಂದ ಸಾರ್ವಜನಿಕರು ಕೂಡ ತೀವ್ರ ಅಸಮಾಧಾನಗೊಂಡಿದ್ದರು. ಆದ್ದರಿಂದ, ಸಾರ್ವಜನಿಕ ಒತ್ತಡದಿಂದಾಗಿ ಶ್ರೀ ಕೋಲ್ಡ್ ಸ್ಟ್ರೀಮ್ ಅವರನ್ನು ದೀರ್ಘ ರಜೆ ಮೇಲೆ ಕಳುಹಿಸಲಾಗಿದೆ.

ಜೂನ್ 21, 1930 ರಂದು ಎರಡನೇ ವಿಶೇಷ ನ್ಯಾಯಮಂಡಳಿಯನ್ನು ರಚಿಸಲಾಯಿತು. ಶ್ರೀ ಕೋಲ್ಡ್ ಸ್ಟ್ರೀಮ್ ಮತ್ತು ಆಘಾ ಹೈದರ್ ಅದರಲ್ಲಿ ಸ್ಥಾನ ಪಡೆಯಲಿಲ್ಲ. ಅವರ ಬದಲಿಗೆ ನ್ಯಾಯಮೂರ್ತಿ ಜೆ .ಕೆ .ಕೆ .ಕೆಪ್ ಮತ್ತು ನ್ಯಾಯಮೂರ್ತಿ ಅಬ್ದುಲ್ ಕ್ವಾಡಿರ್ ಎಂಬ ಇಬ್ಬರು ಹೊಸ ಸದಸ್ಯರನ್ನು ನೇಮಿಸಲಾಯಿತು. ಮೂರನೇ ಸದಸ್ಯರಾದ ಜಿ .ಸಿ .ಹಿಲ್ಟನ್ ಅವರು ತಮ್ಮ ಹುದ್ದೆಯಲ್ಲಿ ಮುಂದುವರೆದರು.

ಭಗತ್ ಸಿಂಗ್ ಅವರು ಶಿಸ್ತು ಕ್ರಮವನ್ನು ಸೋಲಿಸಿದ್ದಾರೆ ಎಂದು ನ್ಯಾಯಾಲಯವು ಅಭಿಪ್ರಾಯಪಟ್ಟಿತು.ನ್ಯಾಯಾಲಯದ ಈ ಅನಾಗರಿಕ ಮತ್ತು ಭೀಕರ ಕೃತ್ಯವನ್ನು ಎಲ್ಲೆಡೆ ಖಂಡಿಸಲಾಯಿತು. ಈ ಸುದ್ದಿ ಪ್ರಪಂಚದಾದ್ಯಂತ ಹರಡಿತು. ಪೋಲೆಂಡ್, ಕೆನಡಾ, ಜಪಾನ್ ಮತ್ತು ದಕ್ಷಿಣ ಅಮೆರಿಕಾದಿಂದ ಈ ಕ್ರಾಂತಿಕಾರಿಗಳಿಗೆ ಹಣಕಾಸಿನ ನೆರವು ನೀಡಲಾಯಿತು. ಈ ನ್ಯಾಯಾಲಯದ ಕ್ರಮವನ್ನು ವಿರೋಧಿಸಿ ಭಗತ್ ಸಿಂಗ್ ದಿನವನ್ನು ದೇಶಾದ್ಯಂತ ಆಚರಿಸಲಾಯಿತು. ಸ್ವಾತಂತ್ರ್ಯ ಹೋರಾಟಗಾರರಾದ ಪಂಡಿತ್ ಮೋತಿ ಲಾಲ್ ನೆಹರು, ಪಂಡಿತ್ ಜವಾಹರ್ ಲಾಲ್ ನೆಹರು, ರಫಿ ಅಹ್ಮದ್ ಕಿದ್ವಾಯಿ, ಸುಭಾಷ್ ಚಂದ್ರ ಬೋಸ್, ಬಾಬಾ ಗುರು ದತ್ ಸಿಂಗ್, ಕಲಾ ಕಂಕರ್ ಆಡಳಿತಗಾರ, ಮೋಹನ್ ಲಾಲ್ ಸಕ್ಸೇನಾ ಮತ್ತು ನಾರಿಮನ್ ಅವರು ಕ್ರಾಂತಿಕಾರಿಗಳನ್ನು ಭೇಟಿಯಾಗಲು ಜೈಲಿಗೆ ಆಗಮಿಸಿದರು.

ಯತೀಂದ್ರ ನಾಥ್ ಸನ್ಯಾಲ್ ಕ್ರಾಂತಿಕಾರಿಗಳಲ್ಲಿ ಒಬ್ಬರಾಗಿದ್ದರು. ಅವರು ತಮ್ಮ ಕಡೆಯಿಂದ ಮತ್ತು ಮಹಾವೀರ್ ಸಿಂಗ್, ಬಟುಕೇಶ್ವರ ದತ್, ಡಾ. ಗಯಾ ಪ್ರಸಾದ್ ನಿಗಮ್ ಮತ್ತು ಕುಂದನ್ ಲಾಲ್ ಅವರ ಪರವಾಗಿ ನ್ಯಾಯಾಲಯಕ್ಕೆ ಏನನ್ನಾದರೂ ಹೇಳಲು ಎದ್ದರು. ಅವರು ತಮ್ಮ ಹೇಳಿಕೆಯನ್ನು ಬರೆದಿದ್ದರು. ಅವರು ಅದನ್ನು ಓದಲು ಪ್ರಾರಂಭಿಸಿದರು. ಅದರಲ್ಲಿ ಬ್ರಿಟಿಷ್ ಸರ್ಕಾರದ ರಾಜಕೀಯವನ್ನು ಅವರು ತೀವ್ರವಾಗಿ ಟೀಕಿಸಿದ್ದರು. ಅವರ ಹೇಳಿಕೆಯನ್ನು ಪೂರ್ಣಗೊಳಿಸಲು ಅವರಿಗೆ ಅವಕಾಶವಿರಲಿಲ್ಲ ಮತ್ತು ಅವರ ಲಿಖಿತ ಹೇಳಿಕೆಯನ್ನು ಅವರಿಂದ ಕಸಿದುಕೊಳ್ಳಲಾಯಿತು. ಅವರು ನ್ಯಾಯಾಲಯದ ಗಮನವನ್ನು ವಿಶೇಷವಾಗಿ ತಮ್ಮ ಕೊನೆಯ ಸಾಲುಗಳತ್ತ ಸೆಳೆಯಲು ಬಯಸಿದ್ದರು, ಅದು ಹೀಗಿದೆ:

"... ಈ ಕಾರಣಗಳಿಗಾಗಿ, ಈ ಏಕಪಕ್ಷೀಯ, ಮೋಸದ ಪ್ರದರ್ಶನವನ್ನು ಸ್ವೀಕರಿಸಲು ನಾವು ನಿರಾಕರಿಸುತ್ತೇವೆ ಮತ್ತು ಇದರ ನಂತರ ನಾವು ಈ ನ್ಯಾಯಾಲಯದ ಯಾವುದೇ ಪ್ರಕ್ರಿಯೆಗಳಲ್ಲಿ ಭಾಗವಹಿಸುವುದಿಲ್ಲ."

ಈ ಪ್ರಕರಣದಲ್ಲಿ ನ್ಯಾಯಾಲಯದ ವಿಚಾರಣೆಗಳು ಮತ್ತು ಜೈಲಿನಲ್ಲಿ ಕ್ರಾಂತಿಕಾರಿಗಳೊಂದಿಗೆ ಅಧಿಕಾರಿಗಳ ವರ್ತನೆಯು ಮೊದಲಿನಿಂದಲೂ ಅತೃಪ್ತಿಕರವಾಗಿತ್ತು. ಫೆಬ್ರವರಿ 11ರಂದು ಭಗತ್ ಸಿಂಗ್ ಅವರು ಬಟುಕೇಶ್ವರ ದತ್ ಮತ್ತು ಅವರ ಪರವಾಗಿ ಮ್ಯಾಜಿಸ್ಟ್ರೇಟ್ ಗೆ ಪತ್ರ ಬರೆದಿದ್ದರು:

"ಇತರ ಸಹ-ಆರೋಪಿಗಳು ವಿಭಿನ್ನ ಮತ್ತು ದೂರದ ರಾಜ್ಯಗಳ ನಿವಾಸಿಗಳು. ಆದ್ದರಿಂದ, ಅವರ ಪರಿಚಯಸ್ಥರನ್ನು ನೋಡಲು ಅವರಿಗೆ ಸೌಲಭ್ಯಗಳನ್ನು ನೀಡಬೇಕು. ಶ್ರೀ ಬಟುಕೇಶ್ವರ ದತ್ ಮತ್ತು ಕಮಲ್ ನಾಥ್ ತಿವಾರಿ ಅವರು ಮಿಸ್ ಲಜ್ಜಾವತಿಯನ್ನು ನೋಡುವ ಬಯಕೆಯನ್ನು ವ್ಯಕ್ತಪಡಿಸಿದ್ದರು, ಆದರೆ ಅವರು ತಮ್ಮ ಸಂಬಂಧಿಕರಲ್ಲ ಅಥವಾ ವಕೀಲರಲ್ಲ ಎಂಬ ಕಾರಣಕ್ಕೆ ಅವರನ್ನು ನೋಡಲು ಅವರಿಗೆ ಅವಕಾಶವಿರಲಿಲ್ಲ. ನಂತರ, ಪವರ್ ಆಫ್ ಅಟಾರ್ನಿ ಪಡೆದ ನಂತರವೂ, ಅವರಿಗೆ ಸಭೆಯ ಸೌಲಭ್ಯವನ್ನು ನೀಡಲಾಗಿಲ್ಲ. ಆರೋಪಿಗಳಿಗೆ ತಮ್ಮ ಸ್ಪಷ್ಟೀಕರಣಗಳನ್ನು ನೀಡಲು ಸಹ ಸರಿಯಾದ ಸೌಲಭ್ಯಗಳನ್ನು ನೀಡುತ್ತಿಲ್ಲ ಎಂಬುದು ಇದರಿಂದ ಸ್ಪಷ್ಟವಾಗುತ್ತದೆ. ಹೆಚ್ಚುವರಿಯಾಗಿ, ನಮ್ಮ ರಕ್ಷಣೆಗೆ ಬಹಳ ಉಪಯುಕ್ತವಾದ ಕೆಲಸವನ್ನು ಮಾಡುತ್ತಿರುವ ಶ್ರೀ ಕಾಂತಿ ಕುಮಾರ್ ಅವರನ್ನು ಸುಳ್ಳು ಪ್ರಕರಣದಲ್ಲಿ (ಸಾಸ್ನಲ್ಲಿ ಪಿಸ್ತೂಲ್ ಕಾರ್ಟ್ರಿಜ್ ಗಳನ್ನು ತರುವ) ಜೈಲಿಗೆ ಕಳುಹಿಸಲಾಗಿತ್ತು. ಇದು ಮಾತ್ರವಲ್ಲ ಆತನ ವಿರುದ್ಧ ಪ್ರಕರಣವನ್ನು ಉಳಿಸಿಕೊಳ್ಳಲು ಸಾಧ್ಯವಾಗದಿದ್ದಾಗ, ಗುರುದಾಸ್ಪುರದಲ್ಲಿ ಸೆಕ್ಷನ್ 124 ಎ ಅಡಿಯಲ್ಲಿ ಪ್ರಕರಣವನ್ನು ದಾಖಲಿಸಲಾಯಿತು.

"ನಾನು ಪೂರ್ಣ ಸಮಯದ ವಕೀಲರನ್ನು ತೊಡಗಿಸಿಕೊಳ್ಳಲು ಸಾಧ್ಯವಾಗಲಿಲ್ಲ. ಆದ್ದರಿಂದ, ನನ್ನ ಸಹಚರರು ನ್ಯಾಯಾಲಯದಲ್ಲಿಯೇ ಇರಬೇಕೆಂದು ನಾನು ಬಯಸುತ್ತೇನೆ, ಆದರೆ ಯಾವುದೇ ಕಾರಣವನ್ನು ನೀಡದೆ ಅದನ್ನು ತಿರಸ್ಕರಿಸುವ ಮೂಲಕ, ಲಾಲಾ ಅಮರ್ ದಾಸ್ ಅವರನ್ನು ವಕೀಲರನ್ನಾಗಿ ನೇಮಿಸಲಾಗಿದೆ. ನ್ಯಾಯದ ಹೆಸರಿನಲ್ಲಿ ಈ ನಾಟಕವನ್ನು ನಾವು ಇಷ್ಟಪಡುವುದಿಲ್ಲ, ಏಕೆಂದರೆ ಅದು ನಮ್ಮ ಸ್ಥಾನವನ್ನು ಸ್ಪಷ್ಟಪಡಿಸುವ ಯಾವುದೇ ಪ್ರಯೋಜನ ಅಥವಾ ಸೌಲಭ್ಯವನ್ನು ನಮಗೆ ನೀಡುವುದಿಲ್ಲ.

"ವೃತ್ತಪತ್ರಿಕೆಯನ್ನು ಸ್ವೀಕರಿಸದಿರುವುದು ಮತ್ತೊಂದು ದೊಡ್ಡ ದೂರು. ಲಾಕ್ ಅಪ್ ನಲ್ಲಿರುವ ಕೈದಿಗಳಿಗೆ ಶಿಕ್ಷೆ ಅನುಭವಿಸುತ್ತಿರುವ ಕೈದಿಗಳೊಂದಿಗೆ ಚಿಕಿತ್ಸೆ ನೀಡಲಾಗುವುದಿಲ್ಲ. ಅವರು ಪ್ರತಿದಿನ ಕನಿಷ್ಠ ಒಂದು ದಿನಪತ್ರಿಕೆಯನ್ನಾದರೂ ಪಡೆಯಬೇಕು. ಇಂಗ್ಲಿಷ್ ಓದಲು ಸಾಧ್ಯವಾಗದವರಿಗಾಗಿ ಒಂದು ಹಿಂದಿ ದಿನಪತ್ರಿಕೆಯನ್ನು ನಾವು ಬಯಸುತ್ತೇವೆ. ಆದ್ದರಿಂದ, ಪ್ರತಿಭಟನೆಯ ಮೂಲಕ ನಾವು *ಟ್ರಿಬ್ಯೂನ್* ಅನ್ನು ಸಹ ಹಿಂದಿರುಗಿಸುತ್ತಿದ್ದೇವೆ. ಈ ಕಾರಣಗಳಿಗಾಗಿ ನಾವು ಜನವರಿ 29, 1930 ರಂದು ನ್ಯಾಯಾಲಯಕ್ಕೆ ಹಾಜರಾಗುತ್ತಿಲ್ಲ ಎಂದು ಘೋಷಿಸಿದ್ದೇವೆ. ಈ ಅನಾನುಕೂಲತೆಗಳನ್ನು ತೆಗೆದುಹಾಕಿದ ನಂತರ, ನ್ಯಾಯಾಲಯಕ್ಕೆ ಹಾಜರಾಗಲು ನಮಗೆ ಯಾವುದೇ ಆಕ್ಷೇಪವಿಲ್ಲ."

ಭಗತ್ ಸಿಂಗ್ ಈ ಪ್ರಕರಣಕ್ಕೆ ಸಂಬಂಧಿಸಿದ ಎಲ್ಲಾ ವಿಚಾರಣೆಗಳನ್ನು ಕೇವಲ ಬ್ರಿಟಿಷರ ಪ್ರಹಸನವೆಂದು ಪರಿಗಣಿಸಿದ್ದಾರೆ ಎಂಬುದು ಸ್ಪಷ್ಟವಾಗಿದೆ. ಕಾನೂನು ಮತ್ತು ಸಂವಿಧಾನದ ಎಲ್ಲಾ ತಜ್ಞರು ಭಗತ್ ಸಿಂಗ್ ವಿರುದ್ಧದ ಈ ಪ್ರಕರಣವನ್ನು ಕೇವಲ ನ್ಯಾಯದ ಉಡುಪನ್ನು ಎಸೆದ ನಾಟಕವೆಂದು ಪರಿಗಣಿಸಿದ್ದಾರೆ. ಆದ್ದರಿಂದ, ಭಗತ್ ಸಿಂಗ್

ಒಂದು ಅರ್ಥದಲ್ಲಿ ಈ ಪ್ರಕರಣದಿಂದ ತನ್ನ ಮನಸ್ಸನ್ನು ದೂರವಿರಿಸಿದರು ಮತ್ತು ಪುಸ್ತಕಗಳನ್ನು ಓದುವಲ್ಲಿ ಮುಳುಗಿದರು. ಪುಸ್ತಕಗಳನ್ನು ಓದುವುದು ಬಹಳ ಹಿಂದಿನಿಂದಲೂ ಅವರ ಹೃದಯಕ್ಕೆ ಪ್ರಿಯವಾದ ಹವ್ಯಾಸವಾಗಿತ್ತು. ತನಗೆ ಪುಸ್ತಕಗಳನ್ನು ವ್ಯವಸ್ಥೆಗೊಳಿಸಲು ಮತ್ತು ಅವುಗಳನ್ನು ಸೆನ್ಸಾರ್ ಮಾಡಲು ಜೈಲು ಅಧಿಕಾರಿಗಳಿಗೆ ಚಿಂತೆಗೆ ಕಾರಣವಾಗುವಂತೆ ಅವರು ಪುಸ್ತಕಗಳನ್ನು ತುಂಬಾ ವೇಗವಾಗಿ ಓದಿದರು. ಆದ್ದರಿಂದ, ಜೈಲಿನಲ್ಲಿರುವ ಅವರ ಸಹಚರರು ಅವರನ್ನು 'ಪುಸ್ತಕ ಹುಳು' ಎಂದು ಕರೆದರು. ಅವರು ಜುಲೈ 24, 1930 ರಂದು ಜೈ ದೇವ್ ಅವರಿಗೆ ಪತ್ರವೊಂದನ್ನು ಬರೆದರು, ಅದರಲ್ಲಿ ಅವರು ತಮ್ಮ ಕಿರಿಯ ಸಹೋದರ ಕುಲ್ಬೀರ್ ಸಿಂಗ್ ಮೂಲಕ ಈ ಕೆಳಗಿನ ಪುಸ್ತಕಗಳನ್ನು ಕಳುಹಿಸಲು ವ್ಯವಸ್ಥೆ ಮಾಡುವಂತೆ ಶ್ರೀ ಗುಪ್ತಾ ಅವರನ್ನು ವಿನಂತಿಸಿದರು:

(i) ಮಿಲಿಟರಿಸಂ

(ii) ಪುರುಷರು ಏಕೆ ಹೋರಾಡುತ್ತಾರೆ?

(iii) ಕೆಲಸದಲ್ಲಿ ಸೋವಿಯತ್

(iv) ಎರಡನೇ ಅಂತರಾಷ್ಟ್ರೀಯ ಕುಸಿತ

(v) ಎಡಪಂಥೀಯ ಕಮ್ಯುನಿಸಂ

(vi) ಪರಸ್ಪರ ನೆರವು

(vii) ಕ್ಷೇತ್ರ ಕಾರ್ಖಾನೆಗಳು ಮತ್ತು ಕಾರ್ಯಾಗಾರ

(viii) ಫ್ರಾನ್ಸ್ ನಲ್ಲಿ ಅಂತರ್ಯುದ್ಧ

(ix) ರಷ್ಯಾದಲ್ಲಿ ಭೂ ಕ್ರಾಂತಿ

(x) ಐತಿಹಾಸಿಕ ಮಿಲಿಟರಿಸಂನ ಸಿದ್ಧಾಂತ

(xi) ಸಮೃದ್ಧಿ ಮತ್ತು ಸಾಲದಲ್ಲಿ ವಿಜೇತರು

ಈ ಪುಸ್ತಕಗಳ ಅಧ್ಯಯನವು ಭಗತ್ ಸಿಂಗ್ ಅವರು ಕಾರ್ಲ್ ಮಾರ್ಕ್ಸ್ ಮತ್ತು ರಷ್ಯಾದ ಕ್ರಾಂತಿಯಿಂದ ಹೆಚ್ಚು ಪ್ರಭಾವಿತರಾಗಿದ್ದರು ಎಂದು ಸೂಚಿಸುತ್ತದೆ. ನೇಣು ಹಾಕಿಕೊಳ್ಳುವ ಕೆಲವೇ ನಿಮಿಷಗಳ ಮೊದಲು ಅವರು ಪುಸ್ತಕಗಳಲ್ಲಿ ಕಳೆದುಹೋದರು ಎನ್ನುವುದಕ್ಕಿಂತ ಅವರ ಪುಸ್ತಕಗಳ ಪ್ರೀತಿಯ ಬಗ್ಗೆ ಇದಕ್ಕಿಂತ ದೊಡ್ಡ ಪುರಾವೆ ಇನ್ನೊಂದಿಲ್ಲ. ಅವರನ್ನು ಕೇಳಲಾಯಿತು, "ನೀವು ನಿಜವಾಗಿಯೂ ಈ ಎಲ್ಲ ಪುಸ್ತಕಗಳನ್ನು ಓದುತ್ತೀರಾ? ಇಷ್ಟೊಂದು ಪುಸ್ತಕಗಳನ್ನು ಹುಡುಕುವುದಕ್ಕೂ ನನಗೆ ಕಷ್ಟಕರವಾಗಿದೆ." ಇದಕ್ಕೆ ಭಗತ್ ಸಿಂಗ್ ಅವರ ಉತ್ತರ ಹೀಗಿತ್ತು, "ನಾನು ಅವುಗಳನ್ನು ಓದಿದ್ದೇನೆ. ನೀವು ಯಾವುದೇ ಪುಸ್ತಕವನ್ನು ತೆಗೆದುಕೊಳ್ಳಿ ಮತ್ತು ಎಲ್ಲಿಂದಲಾದರೂ ನನಗೆ ಪ್ರಶ್ನೆಯನ್ನು ಕೇಳಿ. ಏನು ಬರೆಯಲಾಗಿದೆ ಮತ್ತು ಎಲ್ಲಿ ಎಂದು ನಾನು ನಿಮಗೆ ಹೇಳುತ್ತೇನೆ."

ಭಗತ್ ಸಿಂಗ್ ಅವರನ್ನು ಮುಕ್ತಗೊಳಿಸಲು ಆಜಾದ್ ಅವರ ಪ್ರಯತ್ನಗಳು

ಭಗತ್ ಸಿಂಗ್ ವಿರುದ್ಧ ಪ್ರಕರಣ ನಡೆಯುತ್ತಿರುವಾಗ, 'ಹಿಂದೂಸ್ಥಾನ್ ಸಮಾಜವಾದಿ ಗಣತಂತ್ರ ಸಂಘ' ದ ಸಭೆ ನಡೆಯಿತು, ಇದರಲ್ಲಿ ಕ್ರಾಂತಿಕಾರಿಗಳು ತಮ್ಮ ಚಟುವಟಿಕೆಗಳನ್ನು ಮತ್ತಷ್ಟು ತೀವ್ರಗೊಳಿಸಲು ಮತ್ತು ಭಗತ್ ಸಿಂಗ್ ಅವರನ್ನು ಬಿಡುಗಡೆ ಮಾಡಲು ಕ್ರಮಗಳನ್ನು ತೆಗೆದುಕೊಳ್ಳಲು ನಿರ್ಧರಿಸಿದರು. 1930ರ ಡಿಸೆಂಬರ್ ನಲ್ಲಿ ವೈಸ್ರಾಯ್ ಅವರನ್ನು ದೆಹಲಿಗೆ ಕರೆದೊಯ್ಯುವ ವಿಶೇಷ ರೈಲನ್ನು ಸ್ಫೋಟಿಸಲು ಪ್ರಯತ್ನಗಳನ್ನು ಮಾಡಲಾಯಿತು. ಮುಂಭಾಗದಲ್ಲಿದ್ದ ಎರಡು ಬೋಗಿಗಳು (ಬೋಗಿ ಸಂಖ್ಯೆ 8 ಮತ್ತು 9) ಹಾನಿಗೊಳಗಾದವು, ಆದರೆ ವೈಸ್ರಾಯ್ ಯಾವುದೇ ಗಾಯಗಳಿಲ್ಲದೆ ಪಾರಾದರು. ಇದರ ನಂತರ ಭಗತ್ ಸಿಂಗ್ ಮತ್ತು ಬಟುಕೇಶ್ವರ ದತ್ ಅವರು ಪೊಲೀಸ್ ವ್ಯಾನ್ ಹತ್ತಲು ಜೈಲಿನಿಂದ ಹೊರಬಂದಾಗ ಅವರನ್ನು ಮುಕ್ತಗೊಳಿಸಲು ಅದರ ಮೇಲೆ ದಾಳಿ ಮಾಡಬೇಕು ಎಂದು ನಿರ್ಧರಿಸಲಾಯಿತು. ಈ ಯೋಜನೆಯನ್ನು 1930ರಲ್ಲಿ ರೂಪಿಸಲಾಯಿತು. ಯೋಜನೆಯ ಪೂರ್ವಾಭ್ಯಾಸಕ್ಕಾಗಿ ಕ್ರಾಂತಿಕಾರಿಗಳು ಮೇ 28 ರಂದು ರವಿ ನದಿಯ ದಡವನ್ನು ತಲುಪಿದರು. ಅಲ್ಲಿ ಅವರು ಬಾಂಬ್ ಪರೀಕ್ಷಿಸಿದರು, ಆದರೆ ಅದು ದುರದೃಷ್ಟಕರವೆಂದು ಸಾಬೀತಾಯಿತು, ಏಕೆಂದರೆ ಬಾಂಬ್ ಭಗವತಿ ಚರಣ್ ವೋಹ್ರಾ ಬಳಿ ಸ್ಫೋಟಗೊಂಡು ಅವನು ಕೊಲ್ಲಲ್ಪಟ್ಟನು. ಚಂದ್ರಶೇಖರ್ ಆಜಾದ್ ಅವರು ಭಗತ್ ಸಿಂಗ್ ಅವರನ್ನು ಬಿಡುಗಡೆ ಮಾಡಲು ನಿರಾಕರಿಸಿದ್ದರಿಂದ ಅವರ ಸಹಚರರ ಸಾವಿನಿಂದ ಹೃದಯ ಕಳೆದುಕೊಳ್ಳಲಿಲ್ಲ. ಯೋಜನೆಯ ಪ್ರಕಾರ ಅವರು 1930 ರ ಜೂನ್ ನಲ್ಲಿ ಲಾಹೋರ್ ತಲುಪಿದರು ಮತ್ತು ಈ ತಿಂಗಳ 23 ರಂದು ಕೇಂದ್ರ ಕಾರಾಗೃಹದ ಬಳಿ ಇದ್ದು ಅಲ್ಲಿ ಅವಕಾಶಕ್ಕಾಗಿ ಕಾಯುತ್ತಿದ್ದರು. ಈ ಹಿಂದೆ ಪೊಲೀಸ್ ವ್ಯಾನ್ ಜೈಲಿನ ಗೇಟ್ ನಿಂದ ಸ್ವಲ್ಪ ದೂರದಲ್ಲಿ ನಿಲುಗಡೆ ಮಾಡುತ್ತಿತ್ತು ಮತ್ತು ವಿಚಾರಣೆಗೆ ಒಳಗಾದವರು ಅದನ್ನು ಹತ್ತಿದರು. ಆದರೆ ಆ ದಿನ ಪೊಲೀಸ್ ವ್ಯಾನ್ ಜೈಲಿನ ಗೇಟ್ ಬಳಿ ನಿಲುಗಡೆ ಮಾಡಲಾಗಿತ್ತು. ಆದ್ದರಿಂದ, ಯೋಜನೆ ಸ್ಥಗಿತಗೊಂಡಿತು.

ಚಂದ್ರಶೇಖರ್ ಆಜಾದ್ ನಿಯಮಿತವಾಗಿ ಪಂಡಿತ್ ಮೋತಿಲಾಲ್ ನೆಹರೂ ಅವರನ್ನು ಭೇಟಿಯಾಗಿ ಪೊಲೀಸರನ್ನು ಮೋಸಗೊಳಿಸುತ್ತಿದ್ದರು ಎಂದು ಇಲ್ಲಿ ಉಲ್ಲೇಖಿಸಲು ಸಾಧ್ಯವಿಲ್ಲ. ಇದಕ್ಕೂ ಮೊದಲು, ಭಗತ್ ಸಿಂಗ್ ಸಾಂಡರ್ಸ್ ಹತ್ಯೆಯ ನಂತರ ಲಾಹೋರ್ ನಿಂದ ಪಲಾಯನ ಮಾಡಿದಾಗ ಆಜಾದ್ ಮೋತಿಲಾಲ್ ನೆಹರೂ ಅವರನ್ನು ಭೇಟಿ ಮಾಡುತ್ತಿದ್ದರು. ಬಹುಶಃ ಅವರು ಅವರಿಂದ ಸ್ವಲ್ಪ ಹಣಕಾಸಿನ ಸಹಾಯವನ್ನೂ ಪಡೆದಿರಬಹುದು.

ಭಗತ್ ಸಿಂಗ್ ಈ ಪ್ರಕರಣವನ್ನು ಸ್ವಾತಂತ್ರ್ಯದ ಬಗ್ಗೆ ತಮ್ಮ ಆಲೋಚನೆಗಳನ್ನು ಹರಡುವ ಸಾಧನವಾಗಿ ಪರಿಗಣಿಸಿದರು. ಇದಕ್ಕಿಂತ ಹೆಚ್ಚೇನೂ ಇಲ್ಲ. ಮತ್ತು ಅವರು ಇಂಗ್ಲಿಷ್ ಜನರಿಂದ ಯಾವುದೇ ನ್ಯಾಯವನ್ನು ಪಡೆಯುತ್ತಾರೆಂದು ನಿರೀಕ್ಷಿಸಿರಲಿಲ್ಲ. ಆದ್ದರಿಂದ, ಅವರು ಈ ಪ್ರಕರಣದಲ್ಲಿ ಯಾವುದೇ ಸ್ಪಷ್ಟೀಕರಣಗಳನ್ನು ನೀಡಲಿಲ್ಲ. ನ್ಯಾಯಾಲಯದ ವಿಚಾರಣೆಗಳು ಸುಮಾರು ಮೂರು ತಿಂಗಳ ಕಾಲ ಮುಂದುವರಿದವು. 1930ರ ಆಗಸ್ಟ್ 26ರೊಳಗೆ ನ್ಯಾಯಾಲಯದ ಕೆಲಸ ಪೂರ್ಣಗೊಂಡಿತ್ತು. ಇದರ ನಂತರ, ಕಾಗದದ ಕೆಲಸ ಮಾತ್ರ ಇತ್ತು. ಮರುದಿನ ಆರೋಪಿಗಳಿಗೆ ತಮ್ಮ ಆತ್ಮರಕ್ಷಣೆಗಾಗಿ ಅವರು ಬಯಸುವ ಯಾವುದನ್ನಾದರೂ ಸಲ್ಲಿಸುವಂತೆ ತಿಳಿಸಲಾಯಿತು.

ಅವರು ಬಯಸಿದಲ್ಲಿ ಅವರು ವಕೀಲರನ್ನು ಅಥವಾ ಪ್ರಸ್ತುತ ಸಾಕ್ಷಿಗಳನ್ನು ತೊಡಗಿಸಿಕೊಳ್ಳಬಹುದಿತ್ತು. ಆದರೆ ಎಲ್ಲಾ ಆರೋಪಿಗಳು ಅದನ್ನು ತಿರಸ್ಕರಿಸಿದರು, ಅದು ಯಾವುದೇ ರೀತಿಯಲ್ಲಿ ವ್ಯತ್ಯಾಸವನ್ನುಂಟು ಮಾಡುವುದಿಲ್ಲ ಎಂದು ತಿಳಿದಿತ್ತು. ಬಹುಶಃ ನ್ಯಾಯಮಂಡಳಿ ತನ್ನ ತೀರ್ಪನ್ನು ನೀಡಲು ತಯಾರಿ ನಡೆಸುತ್ತಿತ್ತು. ಭಗತ್ ಸಿಂಗ್ ಅವರು ಸೆಪ್ಟೆಂಬರ್ 16 ರಂದು ತಮ್ಮ ಸಹೋದರ ಕುಲ್ಬೀರ್ ಸಿಂಗ್ ಅವರಿಗೆ ಪತ್ರ ಬರೆದಿದ್ದಾರೆ:

"ಆತ್ಮೀಯ ಸಹೋದರ ಕುಲ್ಬಿರ್ಜಿ,

ಸತ್ ಶ್ರೀ ಅಕಲ್

ಆಶಾದಾಯಕವಾಗಿ ಅಧಿಕಾರಿಗಳ ಆಶಯದ ಪ್ರಕಾರ ನನ್ನ ಇತರರ ಭೇಟಿಯು ಕಡಿಮೆ ಮಾಡಲಾಗಿದೆ ಎಂದು ನಿಮಗೆ ತಿಳಿದಿದೆ. ಈ ಸಂದರ್ಭಗಳಲ್ಲಿ ಸಭೆ ಸಾಧ್ಯವಾಗದಿರಬಹುದು ಮತ್ತು ಶೀಘ್ರದಲ್ಲೇ ಪ್ರಕರಣವನ್ನು ಸಹ ನಿರ್ಧರಿಸಲಾಗುವುದು ಎಂದು ನಾನು ಭಾವಿಸುತ್ತೇನೆ. ಕೆಲವು ದಿನಗಳ ನಂತರ, ನನ್ನನ್ನು ಬೇರೆ ಯಾವುದೋ ಜೈಲಿಗೆ ಸ್ಥಳಾಂತರಿಸಬಹುದು. ಆದ್ದರಿಂದ ಒಂದು ದಿನ ಜೈಲಿಗೆ ಬಂದು ನನ್ನ ದಿಕ್ಸೂಚಿ, ಟಿಪ್ಪಣಿಗಳು ಮತ್ತು ಇತರ ವಸ್ತುಗಳನ್ನು ಸಂಗ್ರಹಿಸಿ. ನನ್ನ ಪಾತ್ರೆಗಳು, ಬಟ್ಟೆ, ದಿಕ್ಸೂಚಿ ಮತ್ತು ಇತರ ಸಂಬಂಧಿತ ಪೇಪರ್ ಗಳನ್ನು ಜೈಲು ಅಧೀಕ್ಷಕರ ಕಚೇರಿಗೆ ಕಳುಹಿಸಲಾಗುತ್ತದೆ. ಬಂದು ಸಂಗ್ರಹಿಸಿ. ಈ ವಾರದೊಳಗೆ ಅಥವಾ ಗರಿಷ್ಠ ಈ ತಿಂಗಳೊಳಗೆ ನನ್ನ ತೀರ್ಪು ಬರುತ್ತದೆ ಮತ್ತು ನನ್ನನ್ನು ಕಳುಹಿಸಲಾಗುತ್ತದೆ ಎಂದು ಈ ಆಲೋಚನೆಯು ನನಗೆ ಏಕೆ ಮತ್ತೆ ಮತ್ತೆ ಬರುತ್ತಿದೆ ಎಂದು ನನಗೆ ತಿಳಿದಿಲ್ಲ. ಈ ಸಂದರ್ಭಗಳಲ್ಲಿ ನಾವು ಬಹುಶಃ ಬೇರೆ ಯಾವುದಾದರೂ ಜೈಲಿನಲ್ಲಿ ಭೇಟಿಯಾಗಬಹುದು ಎಂದು ನಾನು ಭಾವಿಸುತ್ತೇನೆ. ನಾನು ಅದನ್ನು ಇಲ್ಲಿ ನಿರೀಕ್ಷಿಸುವುದಿಲ್ಲ.

ನಿಮಗೆ ಸಾಧ್ಯವಾದರೆ ವಕೀಲರನ್ನು ಕಳುಹಿಸಿ. ಪ್ರಿವಿ ಕೌನ್ಸಿಲ್ ಗೆ ಸಂಬಂಧಿಸಿದ ಒಂದು ಪ್ರಮುಖ ವಿಷಯದ ಕುರಿತು ನಾನು ಅವರನ್ನು ಸಂಪರ್ಕಿಸಲು ಬಯಸುತ್ತೇನೆ. ತಾಯಿಯನ್ನು ನೋಡಿಕೊಳ್ಳಿ ಮತ್ತು ಚಿಂತಿಸದಂತೆ ಆಕೆಗೆ ಭರವಸೆ ನೀಡಿ.

ನಿಮ್ಮ ಸಹೋದರ

ಭಗತ್ ಸಿಂಗ್."

ಭಗತ್ ಸಿಂಗ್ ಮತ್ತು ಅವರ ಸಹಚರರನ್ನು ಶಿಕ್ಷೆಗೊಳಗಾದ ಕೈದಿಗಳಿಗಾಗಿ ಜೈಲಿನಲ್ಲಿ ಇರಿಸಲಾಗಿತ್ತು. ಸಾಮಾನ್ಯ ಕೈದಿಗಳಿಗೆ ಮೀಸಲಾದ ಸೌಲಭ್ಯಗಳನ್ನು ಸಹ ಅವರಿಗೆ ನಿರಾಕರಿಸಲಾಯಿತು. ಪಂಡಿತ್ ಮೋತಿಲಾಲ್ ನೆಹರೂ ಅವರು ಭಗತ್ ಸಿಂಗ್ ಅವರನ್ನು ಅಪಾರವಾಗಿ ಪ್ರೀತಿಸುತ್ತಿದ್ದರು. ಈ ಸಮಯದಲ್ಲಿ ಅವರು ಗಂಭೀರವಾಗಿ ಅನಾರೋಗ್ಯದಿಂದ ಬಳಲುತ್ತಿದ್ದರು. ಆದರೆ ಅವರು ಭಗತ್ ಸಿಂಗ್ ಅವರನ್ನು ಜೈಲಿನಲ್ಲಿ ನೋಡಲು ಅವರಲ್ಲಿ ಒಬ್ಬರನ್ನು ಕಳುಹಿಸಿದರು. ಅವನ ಮೂಲಕ ದಾರಿಯಲ್ಲಿ ಅಡೆತಡೆಗಳನ್ನು ಹಾಕದಂತೆ ಭಗತ್ ಸಿಂಗ್ ಅವರಿಗೆ ತಿಳಿಸಿದರು. ಅವರು ಸ್ವಲ್ಪ ಸಮಯವನ್ನು ಹೊಂದಲು ಬಯಸಿದ್ದರು. ರಾಜಿಗಾಗಿ ನಡೆಯುತ್ತಿರುವ ಚರ್ಚೆಯು ಭಗತ್ ಸಿಂಗ್ ಅವರ ಜೀವವನ್ನು ಉಳಿಸಬಹುದು ಎಂದು ಅವರು ಯೋಚಿಸುತ್ತಿದ್ದರು. ಆದರೆ ಭಗತ್ ಸಿಂಗ್ ಈ ಸಮಸ್ಯೆಯನ್ನು ವಿಭಿನ್ನವಾಗಿ

ನೋಡಿದರು. ನೇಣು ಬಿಗಿದುಕೊಂಡು ಸಾವನ್ನಪ್ಪಿರುವುದು ದೇಶದ ಹಿತದೃಷ್ಟಿಯಿಂದ ಎಂದು ಅವರು ಭಾವಿಸಿದ್ದರು. ಇದು ದೇಶದ ಜನರನ್ನು ಪಾಠ ಕಲಿಯುವಂತೆ ಮಾಡುತ್ತದೆ ಮತ್ತು ಅವರು ಸ್ವಾತಂತ್ರ್ಯಕ್ಕಾಗಿ ಶ್ರಮಿಸುತ್ತಾರೆ. ಸರ್ಕಾರ ಒಂದೆಡೆ ಕಾಂಗ್ರೆಸ್ ನವರ ಕಡೆಗೆ ಸ್ನೇಹದ ಹಸ್ತ ಚಾಚುತ್ತಿತ್ತು. ಮತ್ತೊಂದೆಡೆ ಕ್ರಾಂತಿಕಾರಿಗಳನ್ನು ಹತ್ತಿಕ್ಕಲು ಮುಂದಾಗಿತ್ತು. ಆದ್ದರಿಂದ, ಭಗತ್ ಸಿಂಗ್ ಮತ್ತು ಇತರರನ್ನು ಗಲ್ಲಿಗೇರಿಸುವುದು ಬಹುತೇಕ ಖಚಿತವಾಗಿತ್ತು. ತೀರ್ಪಿನ ವಿರುದ್ಧ ಮೇಲ್ಮನವಿ ಸಲ್ಲಿಸಬೇಕು ಎಂದು ಅನೇಕ ಜನರು ಭಗತ್ ಸಿಂಗ್ ಅವರನ್ನು ವಿವಿಧ ರೀತಿಯಲ್ಲಿ ಮನವೊಲಿಸಿದರು. ಇದು ವಾಕ್ಯವನ್ನು ಕಡಿಮೆ ಮಾಡಬಹುದು ಅಥವಾ ಸ್ವಲ್ಪ ಸಮಯದವರೆಗೆ ನೇಣು ಹಾಕುವುದನ್ನು ಮುಂದೂಡಬಹುದಾಗಿತ್ತು. ಈ ರೀತಿಯಾಗಿ ಅವರು ತಮ್ಮ ಆಲೋಚನೆಗಳನ್ನು ಪ್ರಸಾರ ಮಾಡಲು ಹೆಚ್ಚಿನ ಸಮಯವನ್ನು ಪಡೆಯಬಹುದಾಗಿತ್ತು. ಸಾಕಷ್ಟು ಮನವೊಲಿಸುವಿಕೆ, ನಿರಂತರತೆ, ತಾರ್ಕಿಕತೆ ಮತ್ತು ಕಷ್ಟದಿಂದ ಅವರು ಮನವಿಗೆ ಸಹಿ ಹಾಕಲು ಒಪ್ಪಿಕೊಂಡರು. ಮೇಲ್ಮನವಿಯಲ್ಲಿ ಈ ಪ್ರಕರಣವನ್ನು ಸುಗ್ರೀವಾಜ್ಞೆಯ ಅಡಿಯಲ್ಲಿ ವಿಚಾರಣೆಗೆ ಒಳಪಡಿಸಬೇಕು ಮತ್ತು ಆದ್ದರಿಂದ ಪ್ರಾಧಿಕಾರದ ವ್ಯಾಪ್ತಿಗೆ ಮೀರಿದೆ ಎಂದು ಪ್ರಾರ್ಥಿಸಲಾಯಿತು. ಇಡೀ ದೇಶವೇ ಅವರ ಜೀವವನ್ನು ಉಳಿಸಲು ಕೂಗುತ್ತಿತ್ತು. ಭಗತ್ ಸಿಂಗ್ ಮತ್ತು ಅವರ ಸಹಚರರು ನ್ಯಾಯಾಲಯವನ್ನು ಬಹಿಷ್ಕರಿಸಿದ್ದರು. ಆದ್ದರಿಂದ, ಅವರ ಅನುಪಸ್ಥಿತಿಯಲ್ಲಿ ಎಲ್ಲಾ ವಿಚಾರಣೆಗಳನ್ನು ನಡೆಸಲಾಯಿತು.

1930 ರ ಸೆಪ್ಟೆಂಬರ್ 20 ರ ವೇಳೆಗೆ ಭಾಗರ್ ಸಿಂಗ್ ಅವರಿಗೆ ಮರಣದಂಡನೆ ವಿಧಿಸಲಾಗುವುದು ಎಂಬುದು ಸ್ಪಷ್ಟವಾಗಿತ್ತು. ಅವರು ತಮ್ಮ ಕಿರಿಯ ಸಹೋದರ ಕುಲ್ವೀರ್ ಸಿಂಗ್ ಅವರಿಗೆ ಸೆಪ್ಟೆಂಬರ್ 25, 1930 ರಂದು ಪತ್ರವೊಂದನ್ನು ಬರೆದರು:

"ಆತ್ಮೀಯ ಸಹೋದರ ಕುಲ್ವೀರ್ ಸಿಂಗ್ ಜಿ,

ಸತ್ ಶ್ರೀ ಅಕಲ್

ನೀವು ನನ್ನನ್ನು ನೋಡಲು ತಾಯಿಯೊಂದಿಗೆ ಬಹಳ ಹಿಂದೆಯೇ ಬಂದಿದ್ದೀರಿ ಮತ್ತು ನನ್ನನ್ನು ಭೇಟಿಯಾಗದ ಕಾರಣ ನಿರಾಶೆಯಿಂದ ಮರಳಿದ್ದೀರಿ ಎಂದು ತಿಳಿದು ನನಗೆ ತುಂಬಾ ದುಃಖವಾಯಿತು. ಸರಿ, ಜೈಲು ಅಧಿಕಾರಿಗಳು ಸಭೆಗೆ ಅನುಮತಿ ನೀಡಲಿಲ್ಲ ಎಂದು ನಿಮಗೆ ತಿಳಿದಿತ್ತು. ಹಾಗಾದರೆ ನೀವು ತಾಯಿಯನ್ನು ಏಕೆ ಕರೆತಂದಿರಿ? ಈ ಸಮಯದಲ್ಲಿ ಅವಳು ತುಂಬಾ ತೊಂದರೆಗೀಡಾಗಿದ್ದಾಳೆ ಎಂದು ನನಗೆ ತಿಳಿದಿದೆ. ಆದರೆ ಅನಾನುಕೂಲತೆ ಮತ್ತು ಚಿಂತೆಯ ಪ್ರಯೋಜನವೇನು? ಇದು ಖಂಡಿತವಾಗಿಯೂ ಹಾನಿಕಾರಕವಾಗಿದೆ. ಅವಳು ಅಳುತ್ತಿದ್ದಾಳೆ ಎಂದು ನನಗೆ ತಿಳಿದಾಗಿನಿಂದ ನಾನು ಸ್ವತಃ ಚಂಚಲನಾಗಿದ್ದೇನೆ. ಚಿಂತಿಸಲು ಏನೂ ಇಲ್ಲ. ಇದಲ್ಲದೆ, ಚಿಂತಿಸುವುದರಿಂದ ಯಾವುದೇ ಲಾಭವಿಲ್ಲ. ಎಲ್ಲರೂ ಪರಿಸ್ಥಿತಿಯನ್ನು ಧೈರ್ಯದಿಂದ ಎದುರಿಸಬೇಕು. ಎಲ್ಲಾ ನಂತರ, ವಿಶ್ವದ ಇತರ ವ್ಯಕ್ತಿಗಳು ಸಾವಿರಾರು ತೊಂದರೆಗಳಲ್ಲಿ ಸಿಲುಕಿದ್ದಾರೆ ಮತ್ತು ಒಂದು ವರ್ಷದ ಅವಧಿಯ ಸಭೆಗಳು ನಿಮ್ಮನ್ನು ತೃಪ್ತಿಪಡಿಸದಿದ್ದರೆ ಇನ್ನೂ ಕೆಲವು ಸಭೆಗಳು ಏನು ನೀಡುತ್ತವೆ? ತೀರ್ಪು ಮತ್ತು *ಚಲನ್* ನಂತರ, ಸಭೆಗಳನ್ನು ಅನುಕೂಲಕರವಾಗಿ ಅನುಮತಿಸಲಾಗುವುದು ಎಂಬುದು ನನ್ನ ಭಾವನೆ. ಆದರೆ ಆಗಲೂ ಸಭೆಗಳನ್ನು ಅನುಮತಿಸಲಾಗುವುದಿಲ್ಲವಾದರೆ ಆತಂಕವಾಗುವುದರಲ್ಲಿ ಏನು ಪ್ರಯೋಜನ?

ನಿಮ್ಮ

ಭಗತ್ ಸಿಂಗ್"

ಭಗತ್ ಸಿಂಗ್ ಅವರ ಮರಣದಂಡನೆಯನ್ನು ನಿರ್ಧರಿಸಿದಾಗ, ಅವರ ತಂದೆ ಸರ್ದಾರ್ ಕಿಶನ್ ಸಿಂಗ್ ಅವರ ಪ್ರಕರಣವನ್ನು ಆಲಿಸಿ, ಅವರ ಜೀವವನ್ನು ಉಳಿಸಲು ನ್ಯಾಯಮಂಡಳಿಗೆ ಅರ್ಜಿಯನ್ನು ಕಳುಹಿಸಿದರು. ಘಟನೆ ಸಂಭವಿಸಿದ ದಿನಾಂಕದಂದು ಭಗತ್ ಸಿಂಗ್ ಕಲ್ಕತ್ತಾದಲ್ಲಿದ್ದರು, ಲಾಹೋರ್ ನಲ್ಲಿ ಅಲ್ಲ ಎಂದು ಅವರು ಈ ಪತ್ರದ ಮೂಲಕ ಸಾಬೀತುಪಡಿಸಲು ಬಯಸಿದ್ದರು. ಅಪ್ಲಿಕೇಶನ್ ನ ಕೆಲವು ಸಾಲುಗಳು ಹೀಗಿವೆ:

"ಘಟನೆ ನಡೆದ ದಿನ ಭಗತ್ ಸಿಂಗ್ ಕಲ್ಕತ್ತಾದಲ್ಲಿದ್ದರು. ಅವರು ಆ ದಿನ ಖಾದಿ ಭಂಡಾರ್ ನ ವ್ಯವಸ್ಥಾಪಕರಿಗೆ ಪತ್ರವೊಂದನ್ನು ಬರೆದರು, ಅದು ಅಂಚೆ ಮೂಲಕ ಅವರನ್ನು ತಲುಪಿತು. ನಾನು ಪ್ರಾಮಾಣಿಕ ಮತ್ತು ಗೌರವಾನ್ವಿತ ವ್ಯಕ್ತಿ ಮತ್ತು ಘಟನೆಯ ದಿನಾಂಕದಂದು ಭಗತ್ ಸಿಂಗ್ ಕಲ್ಕತ್ತಾದಲ್ಲಿದ್ದರು ಎಂದು ಅಫಿಡವಿಟ್ ಸಲ್ಲಿಸಲು ನಾನು ಸಿದ್ಧನಿದ್ದೇನೆ. ನ್ಯಾಯದ ಹಿತದೃಷ್ಟಿಯಿಂದ ನನಗೆ ಅನುಮತಿ ನೀಡಿದರೆ ನಾನು ಅವರನ್ನು (ವ್ಯವಸ್ಥಾಪಕರನ್ನು) ನ್ಯಾಯಾಲಯಕ್ಕೆ ಹಾಜರುಪಡಿಸಬಹುದು. ಅಥವಾ ಪರ್ಯಾಯವಾಗಿ ನ್ಯಾಯ, ಸಮಾನತೆ ಮತ್ತು ಬುದ್ಧಿವಂತಿಕೆಯ ಹಿತದೃಷ್ಟಿಯಿಂದ ಅವರನ್ನು ನ್ಯಾಯಾಲಯದ ಸಾಕ್ಷಿಯಾಗಿ ಕರೆಸಿಕೊಳ್ಳಬಹುದು. ಈ ಸಂದರ್ಭದಲ್ಲಿ ಇದು ಜೀವನ ಮತ್ತು ಸಾವಿನ ವಿಷಯವಾಗಿದೆ. ತನ್ನನ್ನು ತಾನು ರಕ್ಷಿಸಿಕೊಳ್ಳುವ ಹಕ್ಕನ್ನು ಸಂಪೂರ್ಣವಾಗಿ ಬಳಸಿಕೊಳ್ಳಲು ಆರೋಪಿಗೆ ಸಂಪೂರ್ಣ ಅವಕಾಶವನ್ನು ನೀಡಬೇಕು. ಸಮರ್ಥಿಸಿಕೊಳ್ಳಲು ನನಗೆ ಅವಕಾಶ ನೀಡಿದರೆ ಸಾಕ್ಷ್ಯ ಕಾಯ್ದೆಯ ಸೆಕ್ಷನ್ 155 ರ ಪ್ರಕಾರ, ಸರ್ಕಾರಿ ಸಾಕ್ಷಿಗಳು ಯಾರು, ಅವರು ಸಮಾಜದಲ್ಲಿ ಯಾವ ಸ್ಥಾನಮಾನವನ್ನು ಹೊಂದಿದ್ದಾರೆ ಮತ್ತು ಸಾಕ್ಷಿಗಳಾಗಿ ಕಾರ್ಯನಿರ್ವಹಿಸುವಲ್ಲಿ ಅವರ ಉದ್ದೇಶಗಳು ಯಾವುವು ಎಂದು ನಾನು ನ್ಯಾಯಾಲಯಕ್ಕೆ ತಿಳಿಸುತ್ತೇನೆ. ಅವರನ್ನು ಹೇಗೆ ಮತ್ತು ಯಾವಾಗ ಸಾಕ್ಷಿಗಳನ್ನಾಗಿ ಪರಿವರ್ತಿಸಲಾಯಿತು? ಭಗತ್ ಸಿಂಗ್ ಅವರಿಗೆ ತಮ್ಮ ಸಮರ್ಥನೆಯನ್ನು ಮಂಡಿಸಲು ಅವಕಾಶ ನೀಡಬೇಕೆಂದು ನಾನು ವಿನಮ್ರವಾಗಿ ವಿನಂತಿಸುತ್ತೇನೆ."

ಜೈಲಿನಲ್ಲಿ ತನ್ನ ತಂದೆ ತೆಗೆದುಕೊಂಡ ಹೆಜ್ಜೆಯನ್ನು ತಿಳಿದು ಭಗತ್ ಸಿಂಗ್ ತುಂಬಾ ಕೋಪಗೊಂಡಿದ್ದರು. ಅವರು ತಮ್ಮ ತಂದೆಯ ಈ ಹೆಜ್ಜೆಯನ್ನು ವಿರೋಧಿಸಿದರು. ಅವರು ತಕ್ಷಣವೇ ತಮ್ಮ ತಂದೆಗೆ ಪತ್ರವೊಂದನ್ನು ಬರೆದರು ಮತ್ತು ಈ ಪತ್ರದ ಒಂದು ಪ್ರತಿಯನ್ನು ಪ್ರಕಟಣೆಗಾಗಿ *ದಿ ಟ್ರಿಬ್ಯೂನ್* ಗೆ ಕಳುಹಿಸಿದರು, ಇದರಿಂದಾಗಿ ಅವರ ಸಮರ್ಥನೆಯಲ್ಲಿ ಅವರ ತಂದೆ ಬರೆದ ಅರ್ಜಿಯೊಂದಿಗೆ ತನಗೆ ಯಾವುದೇ ಸಂಬಂಧವಿಲ್ಲ ಎಂದು ಎಲ್ಲರಿಗೂ ತಿಳಿದಿತ್ತು. ಈ ಪತ್ರವು ಅಕ್ಟೋಬರ್ 4, 1930 ರ *ದಿ ಟ್ರಿಬ್ಯೂನ್* ನಲ್ಲಿ ಹೊರಬಂದಿದೆ. ಕೆಲವು ಪ್ರಮುಖ ಸಾರಗಳು ಕೆಳಕಂಡಂತಿವೆ:

"...ನನ್ನ ರಕ್ಷಣೆಯಲ್ಲಿರುವ ವಿಶೇಷ ನ್ಯಾಯಮಂಡಳಿಗೆ ನೀವು ಅರ್ಜಿಯನ್ನು ಕಳುಹಿಸಿದ್ದೀರಿ ಎಂದು ತಿಳಿದು ನನಗೆ ಆಶ್ಚರ್ಯವಾಯಿತು. ಈ ಸುದ್ದಿ ಎಷ್ಟು ನೋವಿನಿಂದ ಕೂಡಿತ್ತು ಎಂದರೆ ನನಗೆ ಅದನ್ನು ಸದ್ದಿಲ್ಲದೆ ಸಹಿಸಿಕೊಳ್ಳಲು ಸಾಧ್ಯವಾಗಲಿಲ್ಲ. ಇದು ನನ್ನ ಮನಸ್ಸಿನ ಸಮತೋಲನವನ್ನು ಕೆಡಿಸಿದೆ. ಪ್ರಸ್ತುತ ಮಟ್ಟದಲ್ಲಿ ಮತ್ತು ಪ್ರಸ್ತುತ ಸಂದರ್ಭಗಳಲ್ಲಿ ನೀವು ಅದನ್ನೆಲ್ಲ ಏಕೆ ಯೋಚಿಸಿದ್ದೀರಿ ಎಂದು ನನಗೆ ಅರ್ಥಮಾಡಿಕೊಳ್ಳಲು ಸಾಧ್ಯವಾಗುತ್ತಿಲ್ಲ. ನಿಮ್ಮ ಮಗನಾಗಿರುವುದರಿಂದ ನಾನು ನಿಮ್ಮ (ತಂದೆಯ) ಭಾವನೆಗಳು ಮತ್ತು ಆಸೆಗಳನ್ನು ಗೌರವಿಸುತ್ತೇನೆ, ಆದರೆ

ಇದರೊಂದಿಗೆ ನನ್ನನ್ನು ಸಂಪರ್ಕಿಸದೆ ನನ್ನ ಬಗ್ಗೆ ಅಂತಹ ಅರ್ಜಿ ಸಲ್ಲಿಸಲು ನಿಮಗೆ ಯಾವುದೇ ಹಕ್ಕಿಲ್ಲ ಎಂದು ನಾನು ಅರ್ಥಮಾಡಿಕೊಂಡಿದ್ದೇನೆ. ರಾಜಕೀಯ ಕ್ಷೇತ್ರದಲ್ಲಿ ನಿಮ್ಮ ಮತ್ತು ನನ್ನ ನಡುವೆ ಯಾವಾಗಲೂ ವಿಚಾರಗಳ ಸಂಘರ್ಷವಿದೆ ಎಂದು ನಿಮಗೆ ತಿಳಿದಿದೆ. ನಿಮ್ಮ ಅನುಮೋದನೆ ಅಥವಾ ನಿರಾಕರಣೆಯ ಬಗ್ಗೆ ಕಾಳಜಿ ವಹಿಸದೆ ನಾನು ಯಾವಾಗಲೂ ಸ್ವಾತಂತ್ರ್ಯಕ್ಕಾಗಿ ಕೆಲಸ ಮಾಡುತ್ತಿದ್ದೇನೆ.

"ನಾನು ನನ್ನ ಪ್ರಕರಣವನ್ನು ಎಚ್ಚರಿಕೆಯಿಂದ ಮತ್ತು ತಿಳುವಳಿಕೆಯಿಂದ ಸ್ಪರ್ಧಿಸಿದ್ದೇನೆ ಮತ್ತು ನನ್ನ ಸಮರ್ಥನೆಯನ್ನು ಸರಿಯಾಗಿ ಪ್ರಸ್ತುತಪಡಿಸಿದ್ದೇನೆ ಎಂದು ನೀವು ಮೊದಲಿನಿಂದಲೂ ನನ್ನನ್ನು ಮನವೊಲಿಸುತ್ತಿದ್ದೀರಿ ಎಂದು ನೀವು ನೆನಪಿಸಿಕೊಳ್ಳುತ್ತೀರಿ ಎಂದು ನಾನು ಭಾವಿಸುತ್ತೇನೆ. ನಾನು ಇದನ್ನು ವಿರೋಧಿಸುತ್ತಿದ್ದೇನೆ ಎಂಬುದು ನಿಮ್ಮ ಜ್ಞಾನದಲ್ಲಿಯೂ ಇದೆ. ನಾನು ನನ್ನನ್ನು ಸಮರ್ಥಿಸಿಕೊಳ್ಳಲು ಎಂದಿಗೂ ಆಶಿಸಲಿಲ್ಲ, ಈ ವಿಷಯದ ಬಗ್ಗೆ ನಾನು ಗಂಭೀರವಾಗಿ ಯೋಚಿಸಲಿಲ್ಲ. ನನ್ನ ಸ್ಥಾನವನ್ನು ಸ್ಪಷ್ಟಪಡಿಸಲು ನನ್ನ ಬಳಿ ದೃಢವಾದ ಪ್ರಶ್ನೆಗಳಿವೆ ಎಂದು ಎಲ್ಲರೂ ಭಾವಿಸಿದ್ದರು. ಆದರೆ ಅದು ಪ್ರತ್ಯೇಕ ವಿಷಯವಾಗಿದೆ ಮತ್ತು ಅದನ್ನು ಈಗ ಇಲ್ಲಿ ತೆಗೆದುಕೊಳ್ಳಲಾಗುವುದಿಲ್ಲ.

"ಈ ಸಂದರ್ಭದಲ್ಲಿ ನಾವು ನಿರ್ದಿಷ್ಟ ನೀತಿಯನ್ನು ಅನುಸರಿಸುತ್ತಿದ್ದೇವೆ ಎಂಬುದು ನಿಮಗೆ ತಿಳಿದಿದೆ. ನನ್ನ ಪ್ರತಿಯೊಂದು ಹೆಜ್ಜೆಯೂ ಆ ನೀತಿಗಳು, ಕಾರ್ಯಕ್ರಮಗಳು ಮತ್ತು ನನ್ನ ನಿಯಮಗಳಿಗೆ ಅನುಗುಣವಾಗಿರಬೇಕು. ಪ್ರಸ್ತುತ ಕ್ಷಣದಲ್ಲಿ ಪರಿಸ್ಥಿತಿ ಸಂಪೂರ್ಣವಾಗಿ ಭಿನ್ನವಾಗಿದೆ. ಪರಿಸ್ಥಿತಿಯು ಇಂದಿನ ಪರಿಸ್ಥಿತಿಗೆ ವ್ಯತಿರಿಕ್ತವಾಗಿದ್ದರೆ ನನ್ನ ಬಗ್ಗೆ ಸ್ಪಷ್ಟೀಕರಣಗಳನ್ನು ನೀಡುವ ಕೊನೆಯ ವ್ಯಕ್ತಿ ನಾನೇ ಆಗಿರುತಿದ್ದೆ. ಈ ಪ್ರಕರಣದ ಸಮಯದಲ್ಲಿ ನನಗೆ ಕೇವಲ ಒಂದು ಉದ್ದೇಶವಿತ್ತು ಮತ್ತು ಅದು ನನ್ನ ವಿರುದ್ಧದ ಆರೋಪಗಳ ಗಂಭೀರ ಸ್ವರೂಪದ ಹಿನ್ನಲೆಯಲ್ಲಿ ಉದಾಸೀನತೆಯ ಮನೋಭಾವವನ್ನು ನಿರ್ವಹಿಸುವುದು. ರಾಜಕೀಯ ಕಾರ್ಯಕರ್ತರು ಬೇರ್ಪಡಬೇಕು ಮತ್ತು ನ್ಯಾಯಾಲಯಗಳಲ್ಲಿ ಕಾನೂನು ಹೋರಾಟಗಳ ಬಗ್ಗೆ ಎಂದಿಗೂ ಚಿಂತಿಸಬಾರದು ಎಂಬುದು ನನ್ನ ದೃಷ್ಟಿಕೋನವಾಗಿದೆ. ಅವರು ತಮ್ಮ ಆತ್ಮರಕ್ಷಣೆಯನ್ನು ಪ್ರಸ್ತುತಪಡಿಸಬಹುದು, ಆದರೆ ಯಾವಾಗಲೂ ಶುದ್ಧ ರಾಜಕೀಯ ಮಟ್ಟದಲ್ಲಿ ಮತ್ತು ವೈಯಕ್ತಿಕ ದೃಷ್ಟಿಕೋನದಿಂದ ಅಲ್ಲ. ಈ ಸಂದರ್ಭದಲ್ಲಿ ನಮ್ಮ ನೀತಿಯು ಈ ತತ್ವಕ್ಕೆ ಅನುಗುಣವಾಗಿದೆ. ನಾವು ಇದರಲ್ಲಿ ಯಶಸ್ವಿಯಾಗಬಹುದು ಅಥವಾ ಆಗದಿರಬಹುದು-ನಾನು ಇದನ್ನು ಯಾವುದೇ ತೀರ್ಪಿನಲ್ಲಿ ರವಾನಿಸಲು ಸಾಧ್ಯವಿಲ್ಲ. ನಾವು ನಮ್ಮ ಧರ್ಮವನ್ನು (ಅಭ್ಯಾಸ) ಸಂಪೂರ್ಣವಾಗಿ ನಿಸ್ವಾರ್ಥ ರೂಪದಲ್ಲಿ ಅನುಸರಿಸುತ್ತಿದ್ದೇವೆ.

"'ಲಾಹೋರ್ ಪಿತೂರಿ ಪ್ರಕರಣ ಸುಗ್ರೀವಾಜ್ಞೆ' ಯ ಸಂದರ್ಭದಲ್ಲಿ ವೈಸ್ರಾಯ್ ಅವರು ಪೋಷಕ ಹೇಳಿಕೆಯಲ್ಲಿ ಆ ಸಂದರ್ಭದಲ್ಲಿ ಆರೋಪಿಗಳು ಕಾನೂನು ಮತ್ತು ನ್ಯಾಯ ಎರಡನ್ನೂ ಅವಮಾನಿಸುತ್ತಿದ್ದಾರೆ ಎಂದು ಅಭಿಪ್ರಾಯಪಟ್ಟರು. ಈ ಪರಿಸ್ಥಿತಿಯಲ್ಲಿ ಅವರು ಕಾನೂನನ್ನು ಅವಮಾನಿಸುತ್ತಿದ್ದಾರೆ ಎಂದು ಸಾರ್ವಜನಿಕರಿಗೆ ತೋರಿಸಲು ಸರ್ಕಾರವು ನಮಗೆ ಅವಕಾಶವನ್ನು ಒದಗಿಸಿದೆ. ಈ ಅಂಶದ ಬಗ್ಗೆ ಜನರು ನಮ್ಮೊಂದಿಗೆ ಭಿನ್ನಾಭಿಪ್ರಾಯ ಹೊಂದಿರಬಹುದು. ನೀವು ಅವರಲ್ಲಿ ಒಬ್ಬರಾಗಿರಬಹುದು. ಆದರೆ ನನ್ನ ತಿಳುವಳಿಕೆ ಅಥವಾ ಜ್ಞಾನ ಅಥವಾ

ಬಯಕೆಯಿಲ್ಲದೆ ನೀವು ಈ ವಿಷಯದಲ್ಲಿ ಯಾವುದೇ ಹೆಜ್ಜೆ ಇಡುತ್ತೀರಿ ಎಂದು ಇದರ ಅರ್ಥವಲ್ಲ. ನೀವು ಅರ್ಥಮಾಡಿಕೊಂಡಂತೆ ನನ್ನ ಜೀವನವು ಅಮೂಲ್ಯವಲ್ಲ. ನನಗೆ ಸಂಬಂಧಪಟ್ಟಂತೆ ಜೀವನವು ಅಮೂಲ್ಯವಾದ ತತ್ವಗಳ ನಿಧಿಯನ್ನು ತ್ಯಾಗ ಮಾಡುವ ವೆಚ್ಚದಲ್ಲಿ ಉಳಿಸುವಷ್ಟು ಅಮೂಲ್ಯವಲ್ಲ. ನನಗೆ ಇತರ ಸಹವರ್ತಿಗಳೂ ಇದ್ದಾರೆ...ಅವರ ಪ್ರಕರಣವು ಅಷ್ಟೇ ಗಂಭೀರವಾಗಿದೆ. ನಾವು ಜಂಟಿ ನೀತಿಗೆ ಬದ್ಧರಾಗಿರುತ್ತೇವೆ. ವೈಯಕ್ತಿಕ ಮಟ್ಟದಲ್ಲಿ ನಾವು ಅದಕ್ಕೆ ಯಾವ ಬೆಲೆಯನ್ನು ನೀಡುತ್ತೇವೆ ಎಂಬುದು ಮುಖ್ಯವಲ್ಲ.

"*ಪಿತಾಜಿ*, ನಾನು ದೊಡ್ಡ ಸಂಕಷ್ಟದಲ್ಲಿದ್ದೇನೆ. ನನ್ನ ಮಾತು ಕಠೋರವಾಗಿರಬಹುದೆಂದು ನಾನು ಹೆದರುತ್ತೇನೆ ಮತ್ತು ನಿಮ್ಮ ಕ್ರಿಯೆಯನ್ನು ಖಂಡಿಸುವ ಪ್ರಕ್ರಿಯೆಯಲ್ಲಿ ಅಥವಾ (ಇದಕ್ಕಿಂತ ಹೆಚ್ಚು) ಸಂಸ್ಕೃತಿಯ ಮಿತಿಗಳನ್ನು ನಾನು ದಾಟಿರಬಹುದು. ಹಾಗಿದ್ದರೂ ಬೇರೆಯವರು ನನ್ನೊಂದಿಗೆ ಈ ರೀತಿ ವರ್ತಿಸಿದ್ದರೆ ನಾನು ಅದನ್ನು ದೇಶದ್ರೋಹಕ್ಕಿಂತ ಕಡಿಮೆಯಿಲ್ಲ ಎಂದು ನಾನು ಸ್ಪಷ್ಟವಾದ ಮಾತುಗಳಲ್ಲಿ ಹೇಳುತ್ತೇನೆ. ಆದರೆ, ನಿಮ್ಮ ಪರಿಸ್ಥಿತಿಯಲ್ಲಿ ನಾನು ಇದನ್ನು ಹೇಳಲು ಸಾಧ್ಯವಿಲ್ಲ. ನಾನು ಹೆಚ್ಚು ಸ್ಪಷ್ಟವಾಗಿ ಹೇಳುತ್ತೇನೆ. ನನ್ನ ಬೆನ್ನಿಗೆ ಚೂರಿ ಹಾಕಿದೆ ಎಂದು ಅನಿಸುತ್ತಿದೆ. ನಿಮ್ಮ ಸನ್ನಿವೇಶದಲ್ಲಿ ನಾನು ಇದನ್ನು ದೌರ್ಬಲ್ಯ-ಕಡಿಮೆ ಆರ್ಡರ್ ನ ದೌರ್ಬಲ್ಯ ಎಂದು ಕರೆಯುತ್ತೇನೆ.

"ನಮ್ಮಲ್ಲಿ ಪ್ರತಿಯೊಬ್ಬರನ್ನು ಪರೀಕ್ಷೆಗೆ ಒಳಪಡಿಸಿದ ಸಮಯ ಅದು. *ಪಿತಾಜಿ*, ನೀವು ಆ ಪರೀಕ್ಷೆಯಲ್ಲಿ ವಿಫಲರಾಗಿದ್ದೀರಿ ಎಂದು ನಾನು ಹೇಳಲು ಬಯಸುತ್ತೇನೆ. ಮಾನವೀಯವಾಗಿ ಸಾಧ್ಯವಾದಷ್ಟು ನೀವು ದೇಶಭಕ್ತರಾಗಿದ್ದೀರಿ ಎಂದು ನನಗೆ ತಿಳಿದಿದೆ. ಭಾರತದ ಸ್ವಾತಂತ್ರ್ಯಕ್ಕಾಗಿ ನೀವು ನಿಮ್ಮ ಇಡೀ ಜೀವನವನ್ನು ತ್ಯಾಗ ಮಾಡಿದ್ದೀರಿ ಎಂದು ನನಗೆ ತಿಳಿದಿದೆ. ಆದರೆ ಈ ಪ್ರಮುಖ ಕ್ಷಣದಲ್ಲಿ ನೀವು ಅಂತಹ ದೌರ್ಬಲ್ಯವನ್ನು ಏಕೆ ಪ್ರದರ್ಶಿಸಿದ್ದೀರಿ ಎಂದು ನನಗೆ ಅರ್ಥವಾಗುತ್ತಿಲ್ಲ.

"ಕೊನೆಯದಾಗಿ, ನೀವು ಕೈಗೊಂಡ ಕ್ರಮಗಳನ್ನು ನಾನು ಸ್ವೀಕರಿಸಲು ಸಾಧ್ಯವಿಲ್ಲ ಎಂದು ನಿಮ್ಮ ಗಮನಕ್ಕೆ ಮತ್ತು ನನ್ನ ಸ್ನೇಹಿತರು ಮತ್ತು ನನ್ನ ವಿಷಯದಲ್ಲಿ ಆಸಕ್ತಿ ಹೊಂದಿರುವ ಇತರರ ಗಮನಕ್ಕೆ ತರಲು ನಾನು ಬಯಸುತ್ತೇನೆ. ಈಗಲೂ ನನ್ನ ಸಮರ್ಥನೆಯನ್ನು ಪ್ರಸ್ತುತಪಡಿಸಲು ನಾನು ಒಲವು ತೋರುತ್ತಿಲ್ಲ. ನನ್ನ ಯಾವುದೇ ಆರೋಪಿ ಸಹಚರರು ಸಲ್ಲಿಸಿದ ಯಾವುದೇ ಅರ್ಜಿಯನ್ನು ನ್ಯಾಯಾಲಯ ಸ್ವೀಕರಿಸಿದರೂ, ನಾನು ನನ್ನ ವಾದವನ್ನು ಮಂಡಿಸುವುದಿಲ್ಲ. ನಾವು ಉಪವಾಸ ಸತ್ಯಾಗ್ರಹದಲ್ಲಿದ್ದಾಗ ಸಲ್ಲಿಸಿದ ಸಭೆಗಳಿಗೆ ಸಂಬಂಧಿಸಿದಂತೆ ನ್ಯಾಯಮಂಡಳಿಗೆ ನಾನು ಬರೆದ ಪತ್ರವನ್ನು ತಪ್ಪಾಗಿ ಅರ್ಥೈಸಲಾಗಿದೆ...

"ನಾನು ಇದನ್ನು ಪ್ರಕಟಿಸುವಂತೆ ವಿನಂತಿಸುತ್ತಿದ್ದೇನೆ ಏಕೆಂದರೆ ಜನರು ಈ ವಿಷಯದಲ್ಲಿ ವಿವರವಾಗಿ ತಿಳಿದುಕೊಳ್ಳಬೇಕೆಂದು ನಾನು ಬಯಸುತ್ತೇನೆ."

ಈ ಕ್ರಾಂತಿಕಾರಿಗಳು ತಮ್ಮ ಪ್ರಕರಣದ ತೀರ್ಪು ಏನೆಂದು ತಿಳಿದಿದ್ದರೂ ಸಂಪೂರ್ಣ ನಿರಾತಂಕದ ಮನಸ್ಥಿತಿಯ ಜೀವನವನ್ನು ನಡೆಸುತ್ತಿದ್ದರು. 1930ರ ಸೆಪ್ಟೆಂಬರ್ ನಲ್ಲಿ ಒಮ್ಮೆ ಕೈದಿಗಳಿಗೆ ರಾತ್ರಿಯಲ್ಲಿ ವಿಶೇಷ ಭೋಜನವನ್ನು ನೀಡಲಾಯಿತು. ಅದು ಅವರ ಜೀವನದಲ್ಲಿ ಕೊನೆಯ ಭೋಜನವಾಗಿತ್ತು. ಈ ಭೋಜನದಲ್ಲಿ ಕೆಲವು ಜೈಲು ಅಧಿಕಾರಿಗಳು ಸಹ ಆರೋಪಿಗಳೊಂದಿಗೆ ಸೇರಿಕೊಂಡರು. ಈ ಕೆಚ್ಚೆದೆಯ ಆತ್ಮಗಳು ಅವರ ಮುಖದಲ್ಲಿ

ಯಾವುದೇ ಆತಂಕದ ಕುರುಹುಗಳನ್ನು ತೋರಿಸಲಿಲ್ಲ. ಅವರು ಘೋರ ನಗೆಯನ್ನು ಹೊಂದಿದ್ದರು, ಅವರು ಒಬ್ಬರನ್ನೊಬ್ಬರು ಗೇಲಿ ಮಾಡಿದರು, ತಮಾಷೆಯಲ್ಲಿ ತೊಡಗಿದರು, ಘಟನೆಗಳು ಮತ್ತು ಹಾಸ್ಯಗಳನ್ನು ಹೇಳಿದರು ಮತ್ತು ಜೈಲಿನ ಅಧಿಕಾರಿಗಳೊಂದಿಗಿನ ಅವರ ನಡವಳಿಕೆಯು ಸಂಪೂರ್ಣವಾಗಿ ನಾಗರಿಕ, ಶಾಂತ ಮತ್ತು ಕುಟುಂಬ-ರೀತಿಯದ್ದಾಗಿತ್ತು. ಇದು ಜೈಲು ಅಧಿಕಾರಿಗಳನ್ನು ಗಂಭೀರವಾಗಿ ಪ್ರಭಾವಿಸಿದೆ.

ಭಗತ್ ಸಿಂಗ್ ವಿರುದ್ಧದ ಆರೋಪಗಳಲ್ಲಿ ಮೂರು ರೀತಿಯ ಸಾಕ್ಷಿಗಳು ಸಾಕ್ಷಿಯಾಗಿದ್ದರು:

1. ಅವನು ಸಾಂಡರ್ಸ್ ನನ್ನು ಕೊಲೆ ಮಾಡುವುದನ್ನು ನೋಡಿದ ಮತ್ತು ಕೊಲೆಯ ನಂತರ ಓಡಿಹೋಗುವುದನ್ನು ನೋಡಿದ ಮತ್ತು ಅವನನ್ನು ಗುರುತಿಸಿದ ಸ್ಪಾಟ್ ಸಾಕ್ಷಿಗಳು.

2. ಅನುಮೋದಕ ಸಾಕ್ಷಿಗಳಾದ ಜೈ ಗೋಪಾಲ್ ಮತ್ತು ಹನ್ಸ್ ರಾಜ್ ವೋಹ್ರಾ ಅವರು ಕೊಲೆಗೆ ಸಹಕರಿಸಿದ್ದರು.

3. ಭಗತ್ ಸಿಂಗ್ ಬರೆದ ಟಿಪ್ಪಣಿಗಳು, ಅವುಗಳನ್ನು 'ಕೈಬರಹ ತಜ್ಞರು' ಪ್ರಮಾಣೀಕರಿಸಿದ್ದಾರೆ.

ಜೈ ಗೋಪಾಲ್ ಅವರು ಸೌಂಡರ್ಸ್ ಹತ್ಯೆಯಲ್ಲಿ ಭಾಗವಹಿಸಿದ್ದರು, ಆದರೆ ಈಗ ಅವರು ಸರ್ಕಾರದ ಸಾಕ್ಷಿಯಾದ ಅನುಮೋದಕರಾಗಿರಾಗಿದ್ದಾರೆ. ಒಂದು ದಿನ, ಅವರು ಸಾಕ್ಷಿ ಪೆಟ್ಟಿಗೆಯಲ್ಲಿ ನಿಂತಿದ್ದಾಗ ಮತ್ತು ಅವರ ಸಹಚರರ ವಿರುದ್ಧ ಸಾಕ್ಷಿ ಹೇಳುತ್ತಿದ್ದಾಗ, ಅವರು ತಮ್ಮ ಸಹಚರರನ್ನು ನೋಡಿದರು ಮತ್ತು ಅವರ ಮೀಸೆಗಳನ್ನು ತೀಕ್ಷ್ಣಗೊಳಿಸಿದರು. ಈ ಅರ್ಥಪೂರ್ಣ ಆಚರಣೆಯಲ್ಲಿ ಅವನು ಪಾಲ್ಗೊಳ್ಳುವುದನ್ನು ಕಂಡ ಕ್ರಾಂತಿಕಾರಿಗಳ ರಕ್ತ ಕುದಿಯಿತು. ಪ್ರೇಮ್ ದತ್ ಕ್ರಾಂತಿಕಾರಿಗಳಲ್ಲಿ ಅತ್ಯಂತ ಕಿರಿಯರಾಗಿದ್ದರು. ಅವರಿಗೆ ತನ್ನನ್ನು ನಿಯಂತ್ರಿಸಿಕೊಳ್ಳಲು ಸಾಧ್ಯವಾಗಲಿಲ್ಲ, ಅವನು ತನ್ನ ಶೂ ತೆಗೆದು ಜೈ ಗೋಪಾಲ್ ಮೇಲೆ ಎಸೆದನು. ನ್ಯಾಯಾಲಯದಲ್ಲಿ ಹಾಲೂ-ಬಲೂ (ಪ್ಯಾಂಡೆಮೋನಿಯಂ) ಇತ್ತು. ಕ್ರಾಂತಿಕಾರಿಗಳಿಗೆ ಕೈಕೋಳ ಹಾಕುವಂತೆ ಮ್ಯಾಜಿಸ್ಟ್ರೇಟ್ ಆದೇಶಿಸಿದರು. ಕ್ರಾಂತಿಕಾರಿಗಳಿಗೆ ಇದ್ಯಾವುದೂ ಇರುವುದಿಲ್ಲ. ನ್ಯಾಯಾಲಯದಲ್ಲಿ ಭೂಕಂಪ ಸಂಭವಿಸಿದಂತೆ ತೋರುತ್ತಿತ್ತು. ನ್ಯಾಯಾಲಯದ ವಿಚಾರಣೆಯನ್ನು ಮುಂದೂಡಬೇಕಾಯಿತು.

ತೀರ್ಪು

ಅಂತಿಮವಾಗಿ ಬ್ರಿಟಿಷರ ನಾಟಕ ಕೊನೆಗೊಂಡಿತು. ಭಾರತ ದಂಡ ಸಂಹಿತೆಯ ಸೆಕ್ಷನ್ 120, 129, 302, ಸ್ಫೋಟಕ ವಸ್ತು ಕಾಯ್ದೆಯ ಸೆಕ್ಷನ್ 4 ಮತ್ತು ಸೆಕ್ಷನ್ 6 ಎಫ್ ಅಡಿಯಲ್ಲಿ ಭಗತ್ ಸಿಂಗ್ ತಪ್ಪಿತಸ್ಥರೆಂದು ನ್ಯಾಯಾಲಯವು ಕಂಡುಕೊಂಡಿತು ಮತ್ತು ಈ ಕೆಳಗಿನ ಶಿಕ್ಷೆಯನ್ನು ಓದಿತು:

"ಪಿತೂರಿಯ ಪ್ರಮುಖ ಸದಸ್ಯರಲ್ಲಿ ಒಬ್ಬರಾಗಿ ಅವರ ಸಾಮರ್ಥ್ಯದಲ್ಲಿ ಮತ್ತು ಅವರು ಭಾಗವಹಿಸಿದ ಉದ್ದೇಶಪೂರ್ವಕ ಮತ್ತು ಹೇಡಿತನದ ಹತ್ಯೆಯನ್ನು ಗಮನದಲ್ಲಿಟ್ಟುಕೊಂಡು ಅವರಿಗೆ ಗಲ್ಲಿಗೇರಿಸುವ ಮೂಲಕ ಮರಣದಂಡನೆ ವಿಧಿಸಲಾಗುತ್ತದೆ."

ಎಲ್ಲಾ ಕೆಚ್ಚೆದೆಯ ಯುವಕರು ನ್ಯಾಯಾಲಯಗಳನ್ನು ಬಹಿಷ್ಕರಿಸಿದ್ದರು ಎಂಬುದನ್ನು ನೆನಪಿನಲ್ಲಿಡಬೇಕು. ಆದ್ದರಿಂದ, ಅವರ ಅನುಪಸ್ಥಿತಿಯಲ್ಲಿ ಈ ತೀರ್ಪನ್ನು ಓದಲಾಯಿತು. ನ್ಯಾಯಾಲಯದ ಕೊರಿಯರ್ ಜೈಲಿಗೆ ತಲುಪಿತು. ಅವರು ಈ ತೀರ್ಪಿನ ಬಗ್ಗೆ ಅವರಿಗೆ ಮಾಹಿತಿ ನೀಡಿದರು. ತೀರ್ಪಿಗೆ ಒಂದು ದಿನ ಮೊದಲು ಸಶಸ್ತ್ರ ಪೊಲೀಸರನ್ನು ಜೈಲಿನ ಸುತ್ತಲೂ ನಿಯೋಜಿಸಲಾಗಿತ್ತು. ಎಲ್ಲದರಲ್ಲೂ ಮುನ್ನೆಚ್ಚರಿಕೆ ವಹಿಸಲಾಗಿತ್ತು. ಭಗತ್ ಸಿಂಗ್ ಸೇರಿದಂತೆ ಈ ಪ್ರಕರಣದಲ್ಲಿ ಹದಿನೈದು ಆರೋಪಿಗಳಿದ್ದರು. ಅವರು ಈ ಕೆಳಗಿನ ವಾಕ್ಯಗಳನ್ನು ಸ್ವೀಕರಿಸಿದ್ದರು:

ಭಗತ್ ಸಿಂಗ್, ಸುಖದೇವ್ ಮತ್ತು ರಾಜಗುರು ಅವರಿಗೆ ಮರಣದಂಡನೆ ವಿಧಿಸಲಾಯಿತು. ಏಳು ಮಂದಿಯನ್ನು ಜೀವಾವಧಿ ಗಡೀಪಾರು ಮಾಡಲಾಯಿತು. ಅವರು ಶಿವ ವರ್ಮಾ, ಕಿಶೋರಿ ಲಾಲ್, ಗಯಾ ಪ್ರಸಾದ್, ಜೈ ದೇವ್ ಕಪೂರ್, ವಿಜಯ್ ಕುಮಾರ್ ಸಿನ್ಹಾ, ಮಹಾವೀರ್ ಸಿಂಗ್ ಮತ್ತು ಕಮಲ್ ನಾಥ್ ತಿವಾರಿ. ಕುಂದನ್ ಲಾಲ್ ವರ್ಮಾ ಅವರಿಗೆ ಏಳು ವರ್ಷಗಳ ಜೈಲು ಶಿಕ್ಷೆ ಮತ್ತು ಪ್ರೇಮ್ ದತ್ ಅವರಿಗೆ ಐದು ವರ್ಷಗಳ ಜೈಲು ಶಿಕ್ಷೆ ವಿಧಿಸಲಾಯಿತು. ಅಜಯ್ ಘೋಷ್, ಜಿತೇಂದ್ರ ಲಾಲ್ ಸಿನ್ಹಾ ಮತ್ತು ದೇಶ್ ರಾಜ್ ವಿರುದ್ಧ ಯಾವುದೇ ಆರೋಪ ಸಾಬೀತಾಗಿಲ್ಲ. ಆದ್ದರಿಂದ ಅವರನ್ನು ಮುಕ್ತಗೊಳಿಸಲಾಯಿತು.

ಈ ತೀರ್ಪಿನ ಬಗ್ಗೆ ಸಾರ್ವಜನಿಕರಿಗೆ ತಿಳಿಯದಂತೆ ಎಲ್ಲ ಮುನ್ನೆಚ್ಚರಿಕೆಗಳನ್ನು ತೆಗೆದುಕೊಳ್ಳಲಾಗಿತ್ತು. ಆದರೆ ಅದು ಹೇಗೆ ಸಾಧ್ಯ? ಈ ಸುದ್ದಿ ಇಡೀ ದೇಶದಲ್ಲಿ ಕಾಡ್ಗಿಚ್ಚಿನಂತೆ ಹರಡಿತು. ನ್ಯಾಯಾಲಯವು 68 ಪುಟಗಳ ಆದೇಶದ ಹಿನ್ನೆಲೆಯಲ್ಲಿ ಸರ್ಕಾರವು ಲಾಹೋರ್ ನಲ್ಲಿ 144 ಸೆಕ್ಷನ್ ವಿಧಿಸಿ ಎಲ್ಲಾ ರೀತಿಯ ಸಭೆಗಳು ಮತ್ತು ಮೆರವಣಿಗೆಗಳನ್ನು ನಿಷೇಧಿಸಿತು. ಇದರ ಹೊರತಾಗಿಯೂ, ಇದನ್ನು ಘೋಷಿಸಲಾಗಿಲ್ಲ ಅಥವಾ ವಿವಿಧ ಸ್ಥಳಗಳಲ್ಲಿ ಪೋಸ್ಟರ್ ಗಳನ್ನು ಇರಿಸಲಾಗಿಲ್ಲ. ಪುರಸಭೆಯ ಮೈದಾನದಲ್ಲಿ ಜನರು ದೊಡ್ಡ ಸಂಖ್ಯೆಯಲ್ಲಿ ಜಮಾಯಿಸಿದರು. ವೈಸ್ರಾಯ್ ನ ಸುಗ್ರೀವಾಜ್ಞೆ, ಅದರ ಅಡಿಯಲ್ಲಿ ಏಕಪಕ್ಷೀಯ ಪ್ರಕರಣಗಳು ಮತ್ತು ಈ ಪ್ರಕರಣದಲ್ಲಿ ಕ್ರಾಂತಿಕಾರಿಗಳಿಗೆ ನೀಡಲಾದ ಕಠಿಣ ಶಿಕ್ಷೆಗಳನ್ನು ಜನರು ತೀವ್ರವಾಗಿ ಟೀಕಿಸಿದರು. ಸಶಸ್ತ್ರ ಪೊಲೀಸರು ಕಟ್ಟುನಿಟ್ಟಾದ ಗಸ್ತು ತಿರುಗುತ್ತಿದ್ದರೂ ಪತ್ರಕರ್ತರು ಹೇಗಾದರೂ ಭಗತ್ ಸಿಂಗ್ ಮತ್ತು ಅವರ ಸಹಚರರ ಹೊಸ ಛಾಯಾಚಿತ್ರಗಳ ಮೇಲೆ ಕೈ ಹಾಕಿದರು. ಪತ್ರಿಕೆಗಳು ತೀರ್ಪಿನ ಜೊತೆಗೆ ಅವುಗಳನ್ನು ಪ್ರಮುಖವಾಗಿ ಪ್ರಕಟಿಸಿದವು. ಸರ್ಕಾರ ಚಿಂತಿತವಾಯಿತು, ಅದರ ಸಂಪೂರ್ಣ ಸಿಐಡಿ ಗೊಂದಲಕ್ಕೊಳಗಾಯಿತು. ಕೂಟಗಳು ಮತ್ತು ಮೆರವಣಿಗೆಗಳ ಬಿರುಗಾಳಿ ಇಡೀ ದೇಶವನ್ನು ಆವರಿಸಿತು. ಅಕ್ಟೋಬರ್ 8ರಂದು ತೀರ್ಪಿನ ಎರಡನೇ ದಿನದಂದು, ಈ ತೀರ್ಪಿನಿಂದಾಗಿ ದೇಶದ ಜನಸಾಮಾನ್ಯರು ಸರ್ಕಾರದ ವಿರುದ್ಧ ಕೋಪಗೊಂಡರು. ವಿದ್ಯಾರ್ಥಿಗಳ ಒಕ್ಕೂಟವು ಲಾಹೋರ್ ನಾದ್ಯಂತ ಮುಷ್ಕರವನ್ನು ಆಚರಿಸಿತು.

ಬಹುತೇಕ ಎಲ್ಲಾ ಶಾಲಾ-ಕಾಲೇಜುಗಳು ತಾವಾಗಿಯೇ ಮುಚ್ಚಿದ್ದವು. ಮುಚ್ಚದವರನ್ನು ಜನರಿಂದ ಮುಚ್ಚಲಾಯಿತು ಮತ್ತು ಬಲವಂತವಾಗಿ ಮುಚ್ಚಲಾಯಿತು. ಸರ್ಕಾರವು ತ್ವರಿತ ಮತ್ತು ಸಾಮೂಹಿಕ ಬಂಧನಗಳನ್ನು ಆಶ್ರಯಿಸಿತು. ಅನೇಕ ವಿದ್ಯಾರ್ಥಿಗಳನ್ನು ಬಂಧಿಸಲಾಯಿತು. ಲಾಹೋರ್ ನ ಡಿ .ಎ .ವಿ. ಕಾಲೇಜಿನ ಕೆಲವು ವಿದ್ಯಾರ್ಥಿಗಳು ಮತ್ತು ಶಿಕ್ಷಕರು ಕೋಪಗೊಂಡು ಪೊಲೀಸರ ಮೇಲೆ ಹಲ್ಲೆ ನಡೆಸಿದರು. ಮೆರವಣಿಗೆಕಾರರನ್ನು ಇಡೀ ದೇಶದಲ್ಲಿ ಲಾಠಿ ಚಾರ್ಜ್ ಮಾಡಲಾಯಿತು.

ಒಂದು ಕಡೆ ಇಡೀ ದೇಶವು ಕೋಪದಿಂದ ಕೂಡಿತ್ತು. ಮತ್ತೊಂದೆಡೆ ಭಗತ್ ಸಿಂಗ್ ಏನೂ ಆಗಿಲ್ಲ ಎಂಬಂತೆ ಸುಮ್ಮನೆ ಕುಳಿತಿದ್ದರು. ಈ ಕ್ರಾಂತಿಕಾರಿಗಳು ನ್ಯಾಯಾಲಯವನ್ನು ಬಹಿಷ್ಕರಿಸಿದ್ದಾರೆ ಎಂದು ಈಗಾಗಲೇ ಹೇಳಲಾಗಿದೆ. ಆದ್ದರಿಂದ ಸರ್ಕಾರದ ವಕೀಲರು ಭಗತ್ ಸಿಂಗ್ ಮತ್ತು ಅವರ ಸಹಚರರನ್ನು ಇರಿಸಲಾಗಿರುವ ಜೈಲು ಕೋಶಗಳಿಗೆ ಹೋದರು ಮತ್ತು ಅಲ್ಲಿ ಅವರು ನ್ಯಾಯಾಲಯದ ತೀರ್ಪನ್ನು ಹೀಗೆ ಓದಿದರು:

"ಭಗತ್ ಸಿಂಗ್, ನ್ಯಾಯಾಲಯವು ನಿಮಗೆ ಮರಣದಂಡನೆ ವಿಧಿಸಿದೆ ಎಂದು ಬಹಳ ವಿಷಾದದಿಂದ ಹೇಳಬೇಕಾಗಿದೆ"

ಭಗತ್ ಸಿಂಗ್ ಅದರ ಬಗ್ಗೆ ಯಾವುದೇ ದುಃಖವನ್ನು ವ್ಯಕ್ತಪಡಿಸಲಿಲ್ಲ, ಏಕೆಂದರೆ ಅದು ಸಂಭವಿಸಲಿದೆ ಎಂದು ಅವರಿಗೆ ಮೊದಲೇ ತಿಳಿದಿತ್ತು. ಬ್ರಿಟಿಷ್ ಸರ್ಕಾರದ ಅಡಿಯಲ್ಲಿ ಬೇರೆ ಏನನ್ನು ನಿರೀಕ್ಷಿಸಬಹುದು? ಬಹುಶಃ ಈ ತೀರ್ಪನ್ನು ಓದಿದಾಗ ಸರ್ಕಾರದ ವಕೀಲರ ಆತ್ಮವೂ ಅಳುತ್ತಿತ್ತು. ಭಾವನಾತ್ಮಕವಾಗಿ ಅವರು, "ನೀವು ಧೈರ್ಯಶಾಲಿ ವ್ಯಕ್ತಿ. ನಿಮ್ಮ ಧೈರ್ಯವನ್ನು ನಾನು ಮೆಚ್ಚುತ್ತೇನೆ. ಆದರೆ ನಿಮ್ಮ ಚಿಕ್ಕ ವಯಸ್ಸು ಈ ಶಿಕ್ಷೆಗೆ ಅರ್ಹವಲ್ಲ. ಒಂದು ದಿನ ನೀವು ಉತ್ತಮ ರಾಜಕೀಯ ನಾಯಕರಾಗಬಹುದು..."

ಭಗತ್ ಸಿಂಗ್ ಕೊನೆವರೆಗೂ ಭಗತ್ ಸಿಂಗ್ ಆಗಿಯೇ ಉಳಿದಿದ್ದರು. ಸರ್ಕಾರದ ವಕೀಲರ ಈ ವೀಕ್ಷಣೆಯ ನಂತರವೂ ಅವರು ಅಸಮಾಧಾನಗೊಂಡಿದ್ದರು. ಅವನ ದೃಷ್ಟಿಯಲ್ಲಿ ಸಾವು ಅತ್ಯುನ್ನತ ಸಂತೋಷವನ್ನು ಸಾಧಿಸುವ ಸಾಧನವಾಗಿತ್ತು. ಅವರ ಅಭಿಪ್ರಾಯದಲ್ಲಿ ತಾಯ್ನಾಡಿನ ಸೇವೆಯಲ್ಲಿ ಯುವಕರು ಸಾಯುವುದು ಉತ್ತಮ ಆಯ್ಕೆಯಾಗಿದೆ. ವೃದ್ಧಾಪ್ಯದ ಶೋಚನೀಯ ಸ್ಥಿತಿಯಲ್ಲಿ ಸಾಯುವುದಕ್ಕಿಂತ ಇದು ಉತ್ತಮವಾಗಿತ್ತು. ಆದ್ದರಿಂದ, ಅವರು ಸರ್ಕಾರಿ ವಕೀಲರಿಗೆ, "ಒಬ್ಬರ ಯೌವನದಲ್ಲಿ ಈ ಶಿಕ್ಷೆಯನ್ನು ಪಡೆಯುವುದು ಅಪೇಕ್ಷಣೀಯವಾಗಿದೆ. ನನ್ನ ಪೂರ್ವಜರು ಹೇಳಿದರು :

ಜಿಸ್ ಮಾರ್ನೆ ಸೆ ಜಾಗ್ ಧೈರ್ಯ, ಕೇವಲ ಮನುಷ್ಯ ಆನಂದ್.

ಮಾರ್ನಿ ಹೈ ಪೈಯೇ ಪುರಾಣ ಪರಮಾನಂದ.

(ಇಡೀ ಪ್ರಪಂಚವು ಭಯಪಡುವ ಸಾವಿನಲ್ಲಿ ನನ್ನ ಹೃದಯವು ಸಂತೋಷವಾಗಿದೆ.

ಸಂಪೂರ್ಣ ಸಂತೋಷವನ್ನು ಸಾವಿನ ಮೂಲಕ ಮಾತ್ರ ಅನುಭವಿಸಲಾಗುತ್ತದೆ.)

ಇದರ ನಂತರ, ಸರ್ಕಾರದ ವಕೀಲರು ಅವರಿಗೆ ಮೇಲ್ಮನವಿ ಸಲ್ಲಿಸುವಂತೆ ಸಲಹೆ ನೀಡಿದರು, ಆದರೆ ಭಗತ್ ಸಿಂಗ್ ಅದನ್ನು ವಿರೋಧಿಸಿದರು. ಅವರು ಬ್ರಿಟಿಷ್ ಸರ್ಕಾರದಿಂದ ಯಾವುದೇ ನ್ಯಾಯವನ್ನು ನಿರೀಕ್ಷಿಸಿರಲಿಲ್ಲ. ಮನವಿಯನ್ನು ಸಲ್ಲಿಸುವುದನ್ನು ಅವರು ಇಂಗ್ಲಿಷ್ ಜನರಿಂದ ಭಿಕ್ಷಾಟನೆ ಮಾಡುತ್ತಿರುವಂತೆ ಪರಿಗಣಿಸಿದರು. ಅವರ ದೃಷ್ಟಿಯಲ್ಲಿ ಸಾಯುವುದು ಈ ರೀತಿಯ ಭಿಕ್ಷಾಟನೆಗಿಂತ ಉತ್ತಮವಾಗಿತ್ತು. ಆದ್ದರಿಂದ ಅವರು ಹೇಳಿದರು:

"ಇದರಿಂದ ಯಾವುದೇ ಪ್ರಯೋಜನವಿಲ್ಲ. ಈ ಸಾಮ್ರಾಜ್ಯಶಾಹಿ ನ್ಯಾಯಾಲಯಗಳಿಂದ ನಾವು ನ್ಯಾಯವನ್ನು ನಿರೀಕ್ಷಿಸುವುದಿಲ್ಲ. ಇಂದು ಬ್ರಿಟಿಷ್ ಅಧಿಕಾರಿಗಳು ಭಾರತೀಯ ಯುವಕರನ್ನು ಹತ್ತಿಕ್ಕುವ ಕಾರ್ಯದಲ್ಲಿ ನಿರತರಾಗಿದ್ದಾರೆ. ಇಲ್ಲಿ ಯಾವುದೇ ಕರುಣೆ ಇಲ್ಲ. ನಮಗೆ ಸಿಕ್ಕಿರುವುದು ಇಲ್ಲಿನ ಉಡುಗೊರೆ. ಶತ್ರುಗಳಿಂದ ಭಿಕ್ಷೆ ಬೇಡುವುದಕ್ಕಿಂತ ಧೈರ್ಯದಿಂದ ಸಾಯುವುದು ಉತ್ತಮ. ನಾನು ಸ್ವಾತಂತ್ರ್ಯದ ಜ್ವಾಲೆಯ ಪತಂಗವಾಗಿದ್ದೇನೆ."

ಇದರ ನಂತರ ಭಗತ್ ಸಿಂಗ್ ಮತ್ತು ಅವರ ಇಬ್ಬರು ಸಹಚರರಾದ ರಾಜ್ ಗುರು ಮತ್ತು ಸುಖ್ ದೇವ್ ಅವರನ್ನು ಸೆಲ್ ನಂ. 14ಕ್ಕೆ ಕಳುಹಿಸಲಾಯಿತು. ಈ ಸೆಲ್ ನಲ್ಲಿ ಶಿಕ್ಷೆಗೊಳಗಾದ ಕೈದಿಗಳು ಗಲ್ಲಿಗೇರಿಸುವ ಸಮಯದವರೆಗೆ ಉಳಿಯಬೇಕಿತ್ತು.

❑

8
ತೀರ್ಪಿನ ನಂತರ

ಭಗತ್ ಸಿಂಗ್, ರಾಜ್ ಗುರು ಮತ್ತು ಸುಖ್ ದೇವ್ ಅವರು ವಿದಾಯ ಹೇಳುವ ಮೊದಲು ತಮ್ಮ ವೈಯಕ್ತಿಕ ಸ್ನೇಹಿತರನ್ನು ಭೇಟಿಯಾದರು, ಅವರು ಕೆಲವು ನಿಮಿಷಗಳ ಕಾಲ ಮಾತನಾಡಿದರು. ನಂತರ ಭಗತ್ ಸಿಂಗ್ ಅವರಿಗೆ ತಮ್ಮ ಕೊನೆಯ ಸಂದೇಶವನ್ನು ನೀಡಿದರು:

ಸ್ನೇಹಿತರೆ, ವಿಭಜನೆಗಳು ಮತ್ತು ಕೂಟಗಳು ಜೀವನದ ಭಾಗವಾಗಿವೆ. ನಾವು ಮತ್ತೆ ಭೇಟಿಯಾಗಬಹುದು. ನಿಮ್ಮ ಅವಧಿಯನ್ನು ನೀವು ಪೂರೈಸಿದಾಗ, ಮನೆಗೆ ತಲುಪಿದ ನಂತರ ಪ್ರಾಪಂಚಿಕ ವ್ಯವಹಾರಗಳಲ್ಲಿ ಕಳೆದುಹೋಗಬೇಡಿ. ನೀವು ಬ್ರಿಟಿಷರುನ್ನು ಹೊರಹಾಕಿ ಸಮಾಜವಾದಿ ಗಣರಾಜ್ಯವನ್ನು ಸ್ಥಾಪಿಸುವವರೆಗೆ ಸುಮ್ಮನಿರಬೇಡಿ. ಇದು ನಿಮಗೆ ನನ್ನ ಕೊನೆಯ ಸಂದೇಶವಾಗಿದೆ."

ಪ್ರಿವಿ ಕೌನ್ಸಿಲ್ ನಲ್ಲಿ ಮೇಲ್ಮನವಿ

ಈ ತೀರ್ಪಿನ ನಂತರ ಪ್ರಿವಿ ಕೌನ್ಸಿಲ್ ನಲ್ಲಿ ಮೇಲ್ಮನವಿ ಸಲ್ಲಿಸಲು ರಕ್ಷಣಾ ಸಮಿತಿ ನಿರ್ಧರಿಸಿತು. ಪ್ರಿವಿ ಕೌನ್ಸಿಲ್ ಬ್ರಿಟಿಷ್ ಸಾಮ್ರಾಜ್ಯದ ಅತ್ಯುನ್ನತ ನ್ಯಾಯಾಲಯವಾಗಿದೆ. ಭಗತ್ ಸಿಂಗ್ ಅವರ ಪರವಾಗಿರಲಿಲ್ಲ. ಆದ್ದರಿಂದ, ಯಾವುದೇ ಆರೋಪಿಗಳು ಅದನ್ನು ಸಂಪರ್ಕಿಸಲಿಲ್ಲ, ಅಥವಾ ಅವರ ವಕೀಲರನ್ನು ಕಳುಹಿಸಲಿಲ್ಲ. ಅಲ್ಲಿ ಯಾವುದೇ ಚರ್ಚೆಗಳು ಅಥವಾ ವಾದಗಳು ನಡೆದಿಲ್ಲ. ಸರ್ಕಾರ ರೂಪಿಸಿದ ಆರೋಪಗಳಿಗೆ ಮಾತ್ರ ಉತ್ತರಿಸಲಾಗಿದೆ. ದೇಶದ ಪರಿಸ್ಥಿತಿಯ ಹಿನ್ನೆಲೆಯಲ್ಲಿ ಭಗತ್ ಸಿಂಗ್ ಅವರನ್ನು ಗಲ್ಲಿಗೇರಿಸಬೇಕೆಂದು ಬಯಸಿದ್ದರು. ಇದು ಗುಲಾಮರ ದೇಶದ ನಾಗರಿಕರಿಗೆ ಏನಾಗುತ್ತದೆ ಎಂಬುದರ ಕುರಿತು ಭಾರತೀಯರಿಗೆ ಕನಿಷ್ಠ ಪಾಠವನ್ನು ಕಲಿಸುತ್ತದೆ. ಆದ್ದರಿಂದ, ಗಲ್ಲಿಗೇರಿಸುವಿಕೆಯನ್ನು ಜೀವಾವಧಿ ಜೈಲು ಶಿಕ್ಷೆಯಾಗಿ ಬದಲಾಯಿಸಿದರೆ, ಪ್ರಿವಿ ಕೌನ್ಸಿಲ್ ತೀರ್ಪನ್ನು ಬದಲಾಯಿಸಿದರೆ ಅವರು ತನ್ನ ಹೃದಯದಲ್ಲಿ ಸ್ವಲ್ಪ ಭಯಭೀತರಾಗಿದ್ದನು. ಅದು ತನಗೆ ಹಾನಿಕಾರಕವೆಂದು ಅವರು ಭಾವಿಸಿದರು. ವಾಸ್ತವವಾಗಿ, ಪ್ರಿವಿ ಕೌನ್ಸಿಲ್ ನಿಷ್ಪಕ್ಷಪಾತ ತೀರ್ಪು ನೀಡಿದ್ದರೆ ಹೀಗೆ ಆಗುತ್ತಿತ್ತು.

ಅವರ ಸಹವರ್ತಿ ಬಟುಕೇಶ್ವರ ದತ್ ಅವರಿಗೆ ಜೀವಾವಧಿ ಶಿಕ್ಷೆ ವಿಧಿಸಲಾಯಿತು.

ಈ ಸಮಯದಲ್ಲಿ ಅವರು ಮುಲ್ತಾನ್ ಜೈಲಿನಲ್ಲಿದ್ದರು. ಭಗತ್ ಸಿಂಗ್ ಅವರಿಗೆ ನವೆಂಬರ್, 1930ರಲ್ಲಿ ಪತ್ರವೊಂದನ್ನು ಬರೆದರು:

"ನನ್ನ ಪ್ರಕರಣದಲ್ಲಿ ತೀರ್ಪನ್ನು ಉಚ್ಚರಿಸಲಾಗಿದೆ. ನೇಣು ಹಾಕಲು ಆದೇಶಿಸಲಾಗಿದೆ. ನನ್ನ ಹೊರತಾಗಿ ಇನ್ನೂ ಅನೇಕ ಅಪರಾಧಿಗಳು ಅವರ ಗಲ್ಲಿಗೇರಿಸುವಿಕೆಗಾಗಿ ಕಾಯುತ್ತಿದ್ದಾರೆ. ಹೇಗಾದರೂ ನೇಣು ಹಾಕುವುದನ್ನು ತಪ್ಪಿಸಬೇಕೆಂದು ಅವರು ಪ್ರಾರ್ಥಿಸುತ್ತಿದ್ದಾರೆ, ಆದರೆ ಆದರ್ಶಕ್ಕಾಗಿ ನೇಣು ಹಾಕಲು ಅದೃಷ್ಟಶಾಲಿಯಾಗುವ ದಿನಕ್ಕಾಗಿ ತಾಳ್ಮೆಯಿಂದ ಕಾಯುತ್ತಿರುವ ಏಕೈಕ ವ್ಯಕ್ತಿ ನಾನು ಎಂದು ತೋರುತ್ತದೆ. ಕ್ರಾಂತಿಕಾರಿಗಳು ತಮ್ಮ ಆದರ್ಶಗಳಿಗಾಗಿ ತಮ್ಮನ್ನು ತಾವು ಎಷ್ಟು ಧೈರ್ಯದಿಂದ ತ್ಯಾಗ ಮಾಡಬಹುದು ಎಂಬುದನ್ನು ನನ್ನ ಕುತ್ತಿಗೆಯ ಸುತ್ತ ಸಂತೋಷದಿಂದ ನೇಣು ಹಾಕುವ ಮೂಲಕ ಜಗತ್ತಿಗೆ ತೋರಿಸುತ್ತೇನೆ".

"ನನಗೆ ಗಲ್ಲಿಗೇರಿಸುವ ಮೂಲಕ ಮರಣದಂಡನೆ ವಿಧಿಸಲಾಗಿದೆ, ಆದರೆ ನಿಮಗೆ ಜೀವಾವಧಿ ಶಿಕ್ಷೆಯನ್ನು ನೀಡಲಾಗಿದೆ. ನೀವು ಜೀವಂತವಾಗಿ ಉಳಿಯುತ್ತೀರಿ ಮತ್ತು ಕ್ರಾಂತಿಕಾರಿಗಳು ಸಾಯುವುದು ಮಾತ್ರವಲ್ಲದೆ ಬದುಕಿರುವಾಗಲೂ ದುರದೃಷ್ಟವನ್ನು ಎದುರಿಸಬಹುದು ಎಂದು ಜೀವಂತವಾಗಿ ಜೀವಿಸುವ ಮೂಲಕ ನೀವು ಪ್ರದರ್ಶಿಸಬೇಕಾಗುತ್ತದೆ. ಸಾವು ಲೌಕಿಕ ತೊಂದರೆಗಳಿಂದ ಸ್ವಾತಂತ್ರ್ಯದ ಸಾಧನವಾಗಿರಬಾರದು, ಮರಣವು ಪ್ರಾಪಂಚಿಕ ಕಷ್ಟಗಳಿಂದ ಮುಕ್ತಿಯ ಸಾಧನವಾಗಬಾರದು, ಆದರೆ ಆಕಸ್ಮಿಕವಾಗಿ ನೇಣು ಕುಣಿಕೆಯಿಂದ ಪಾರಾದ ಕ್ರಾಂತಿಕಾರಿಗಳು ತಮ್ಮ ಜೀವನದಲ್ಲಿ, ತಮ್ಮ ಆದರ್ಶಗಳಿಗಾಗಿ ನೇಣು ಕುಣಿಕೆಯನ್ನು ನಗುಮೊಗದಿಂದ ಸ್ವೀಕರಿಸಲು ಸಾಧ್ಯ ಅಲ್ಲದೆ, ಕತ್ತಲೆಯಲ್ಲಿ, ಕೊಳಕು ಮತ್ತು ಉಸಿರುಗಟ್ಟಿಸುವ ಜೈಲು ಕೋಣೆಗಳಲ್ಲಿ ಅವರ ಮೇಲೆ ನಡೆದ ಅತ್ಯಂತ ಕೆಟ್ಟ ದೌರ್ಜನ್ಯಗಳನ್ನು ಸಹ ಸಹಿಸಿಕೊಳ್ಳಬಹುದು ಎಂಬುದನ್ನು ಜಗತ್ತಿಗೆ ತೋರಿಸಬೇಕು."

ಭಗತ್ ಸಿಂಗ್ ಅವರು ಪ್ರಿವಿ ಕೌನ್ಸಿಲ್ ನಲ್ಲಿ ಮಾಡಿದ ಮನವಿಯನ್ನು ಸಂಪೂರ್ಣವಾಗಿ ವಿರೋಧಿಸಿದ್ದರು. ಆದರೆ, ಮೇಲ್ಮನವಿ ಸಲ್ಲಿಸುವ ಅಗತ್ಯವನ್ನು ಪರಿಗಣಿಸಿದ ಅನೇಕ ಹಿತೈಷಿಗಳನ್ನು ಅವರು ಹೊಂದಿದ್ದರು. ರಕ್ಷಣಾ ಸಮಿತಿಯು ಈ ನಿಟ್ಟಿನಲ್ಲಿ ಪ್ರತಿ ಸಂಭಾವ್ಯ ಹೆಜ್ಜೆಯನ್ನು ತೆಗೆದುಕೊಂಡಿತು. ಪಂಡಿತ್ ಮೋತಿಲಾಲ್ ನೆಹರೂ ಅವರ ಹೃದಯದಲ್ಲಿ ಈ ಕೆಚ್ಚೆದೆಯ ವ್ಯಕ್ತಿಗಳ ಜೀವನವನ್ನು ಉಳಿಸಬೇಕೆಂದು ಬಯಸಿದ್ದರು. ಈ ದಿನಗಳಲ್ಲಿ ಅವರು ಅನಾರೋಗ್ಯದಿಂದ ಬಳಲುತ್ತಿದ್ದರು, ಅವರ ಸಾವಿಗೆ ಬಹಳ ಹತ್ತಿರದಲ್ಲಿದ್ದರು. ಭಗತ್ ಸಿಂಗ್ ಅವರಿಗೆ ಸಂದೇಶವನ್ನು ಕಳುಹಿಸಲಾಯಿತು. ವಕೀಲ ಪ್ರೇಮ್ ನಾಥ್ ಮೆಹ್ತಾ ಅವರನ್ನು ಜೈಲಿನಲ್ಲಿ ಭೇಟಿಯಾದರು. ಪ್ರಿವಿ ಕೌನ್ಸಿಲ್ ನಲ್ಲಿ ಮೇಲ್ಮನವಿ ಸಲ್ಲಿಸುವ ಮೂಲಕ ಭಗತ್ ಸಿಂಗ್ ಅವರ ಆಲೋಚನೆಗಳು ವಿದೇಶಗಳಲ್ಲಿ ವ್ಯಾಪಕವಾಗಿ ಹರಡುತ್ತವೆ ಎಂದು ಅವರು ಭಗತ್ ಸಿಂಗ್ ಅವರೊಂದಿಗೆ ಅನೇಕ ರೀತಿಯಲ್ಲಿ ವಾದಿಸಿದರು. ಭಾರತೀಯ ಜೈಲುಗಳಲ್ಲಿ ಬ್ರಿಟಿಷರ ದೌರ್ಜನ್ಯಗಳು ಮತ್ತು ಕೈದಿಗಳ ಶೋಚನೀಯ ಪರಿಸ್ಥಿತಿಗಳು ವಿಶ್ವದ ಜನರಿಗೆ ಬಹಿರಂಗಗೊಂಡಿತು. ಈ ಎಲ್ಲಾ ಪ್ರಯತ್ನಗಳ ನಂತರ ಭಗತ್ ಸಿಂಗ್ ಅಂತಿಮವಾಗಿ ಇದನ್ನು ಒಪ್ಪಿಕೊಂಡರು. ಆದರೆ ಮನವಿಯಲ್ಲಿ ಭಗತ್ ಸಿಂಗ್ ಅವರ ಉದ್ದೇಶವು ಅವರ ಗಲ್ಲಿಗೇರಿಸುವಿಕೆಯನ್ನು ಕೆಲವು ದಿನಗಳವರೆಗೆ ಮುಂದೂಡಲಾಗುವುದು ಮತ್ತು ಅವರ ಸಹವರ್ತಿ ಕ್ರಾಂತಿಕಾರಿಗಳು ಅದರಿಂದ ಪ್ರಯೋಜನ ಪಡೆಯಬಹುದುಕ್ಕೆ ಸೀಮಿತವಾಗಿತ್ತು.

ಅವರ ಗಲ್ಲಿಗೇರಿಸುವಿಕೆಯನ್ನು ನಿಲ್ಲಿಸುವುದು ಮನವಿಯ ಗುರಿಯಾಗಿರಬೇಕು ಎಂಬುದು ಭಗತ್ ಸಿಂಗ್ ಅವರ ಆಟದ ಯೋಜನೆಯಾಗಿತ್ತು. ಕಾಂಗ್ರೆಸ್ ಸರ್ಕಾರದೊಂದಿಗೆ ಒಪ್ಪಂದವನ್ನು (ಕಾಂಪ್ರೊಮೈಸ್) ಮಾಡಿಕೊಂಡಾಗ, ಅದರ ಫಲಿತಾಂಶಗಳೊಂದಿಗೆ ಪ್ರಕಾಶಮಾನವಾಗಿ ಹೊರಬಂದಾಗ ಮತ್ತು ಯುವಕರಲ್ಲಿ ಅಸಮಾಧಾನವು ಉಕ್ಕಿ ಹರಿಯುವಾಗ, ಆ ಕ್ಷಣಗಳಲ್ಲಿ ಅವರನ್ನು ಗಲ್ಲಿಗೇರಿಸಬೇಕು ಮತ್ತು ಹೀಗಾಗಿ ಕಾಂಗ್ರೆಸ್ನ ಆಜ್ಞೆಯು ಕ್ರಾಂತಿಕಾರಿಗಳಿಗೆ ವರ್ಗಾಯಿಸಲ್ಪಡುತ್ತದೆ.

ನಿಯಮಿತ ನ್ಯಾಯಾಲಯದಿಂದ ಅವರಿಗೆ ಈ ಶಿಕ್ಷೆಯನ್ನು ನೀಡಲಾಗಿಲ್ಲ. ಬದಲಾಗಿ, ಈ ಪ್ರಕರಣವನ್ನು ವಿಶೇಷ ನ್ಯಾಯಮಂಡಳಿಯು ವಿಚಾರಣೆಗೆ ಒಳಪಡಿಸಿತು, ಇದನ್ನು ವೈಸ್ರಾಯ್ ಅವರು ಸುಗ್ರೀವಾಜ್ಞೆಯ ಮೂಲಕ ರಚಿಸಿದರು. ಅವರು ಈ ನ್ಯಾಯಮಂಡಳಿಯನ್ನು ಕಾನೂನುಬಾಹಿರವೆಂದು ಪರಿಗಣಿಸಿದರು ಮತ್ತು ಇದರ ಪರಿಣಾಮವಾಗಿ ಈ ತೀರ್ಪು ಕೂಡ ಅವರ ದೃಷ್ಟಿಯಲ್ಲಿ ಕಾನೂನುಬಾಹಿರವಾಗಿತ್ತು. ಅವರು ಈ ಆಧಾರದ ಮೇಲೆ ಮೇಲ್ಮನವಿಗೆ ಸಲಹೆ ನೀಡಿದ್ದರು, ಏಕೆಂದರೆ ಅದನ್ನು ವಜಾಗೊಳಿಸಲಾಗುವುದು ಎಂದು ಅವರು ಭಾವಿಸಿದ್ದರು. ಮರಣದಂಡನೆಯು ಮಾನ್ಯವಾಗಿರುತ್ತದೆ, ಆದರೆ ಗಲ್ಲಿಗೇರಿಸುವುದು ಖಂಡಿತವಾಗಿಯೂ ಕೆಲವು ದಿನಗಳವರೆಗೆ ಮುಂದೂಡಲ್ಪಡುತ್ತದೆ. ಆದ್ದರಿಂದ, ಲಾಲಾ ದುಲಿ ಚಂದ್, ಡಾ. ಗೋಪಿ ಚಂದ್ ಭಾರ್ಗವ ಮತ್ತು ರಕ್ಷಣಾ ಸಮಿತಿಯ ಇತರ ಸದಸ್ಯರು ತೀರ್ಪಿನ ವಿರುದ್ಧ 1930ರ ನವೆಂಬರ್ ನಲ್ಲಿ ಪ್ರಿವಿ ಕೌನ್ಸಿಲ್ ನಲ್ಲಿ ಮೇಲ್ಮನವಿ ಸಲ್ಲಿಸಿದರು. ಆದರೆ ಅದು ಏನನ್ನು ಸಾಧಿಸಲಿಲ್ಲ. ಜನವರಿ 10, 1931 ರಂದು ಮನವಿಯನ್ನು ವಜಾಗೊಳಿಸಲಾಯಿತು.

ಹೈಕೋರ್ಟ್ ನಲ್ಲಿ ಮೇಲ್ಮನವಿ

ನ್ಯಾಯಮಂಡಳಿಯ ತೀರ್ಪಿನ ಪ್ರಕಾರ, ಭಗತ್ ಸಿಂಗ್ ಮತ್ತು ಅವರ ಸಹಚರರನ್ನು 1930ರ ಅಕ್ಟೋಬರ್ ನಲ್ಲಿ ಗಲ್ಲಿಗೇರಿಸಬೇಕಿತ್ತು. ಪ್ರಿವಿ ಕೌನ್ಸಿಲ್ ನಲ್ಲಿ ಮೇಲ್ಮನವಿ ಸಲ್ಲಿಸಿದ್ದರಿಂದ ಈ ವಿಷಯವನ್ನು ಮುಂದೂಡಲಾಗಿತ್ತು. ಅಂತಿಮವಾಗಿ, ಜೀವಾನ್ ಲಾಲ್ ಮತ್ತು ಶ್ಯಾಮ್ ಲಾಲ್ ಅವರು 1931ರ ಫೆಬ್ರವರಿ 16ರಂದು ಹೈಕೋರ್ಟ್ ನಲ್ಲಿ ಮೇಲ್ಮನವಿ ಸಲ್ಲಿಸಿದರು. 1930ರ ಅಕ್ಟೋಬರ್ ನಲ್ಲಿ ಗಲ್ಲಿಗೇರಿಸಬೇಕಿತ್ತು ಮತ್ತು ಈಗ ಆ ಸಮಯ ಮುಗಿದಿದೆ. ಇದಲ್ಲದೆ, ನ್ಯಾಯಮಂಡಳಿ ಪ್ರಕರಣದ ವಿಚಾರಣೆಯ ಅವಧಿ ಸಹ ಮುಕ್ತಾಯಗೊಂಡಿದೆ. ಆದ್ದರಿಂದ, ಹೈಕೋರ್ಟ್ ನಲ್ಲಿ ಇಡೀ ಪ್ರಕರಣವನ್ನು ಮರುಪರಿಶೀಲಿಸುವುವ ಪ್ರಾರ್ಥನೆಯು ಮತ್ತು ಗಲ್ಲಿಗೇರಿಸುವ ಶಿಕ್ಷೆ ಮತ್ತು ಆರೋಪಿಗಳ ಬಂಧನವನ್ನು ಕಾನೂನುಬಾಹಿರವೆಂದು ಘೋಷಿಸುವುದು.

ಆದರೆ ಇಂಗ್ಲಿಷ್ ನ್ಯಾಯಾಂಗ ವ್ಯವಸ್ಥೆಯಿಂದ ನೀವು ಹೇಗೆ ಧಾರ್ಮಿಕ ಭರವಸೆಗಳನ್ನು ಹೊಂದಬಹುದು? ಅದರ ಮನೋಭಾವವು ಮೊದಲಿನಿಂದಲೂ ಸ್ಪಷ್ಟವಾಗಿತ್ತು. ಈ ಕೆಚ್ಚೆದೆಯ ವ್ಯಕ್ತಿಗಳನ್ನು ತೊಡೆದುಹಾಕಲು ಅದು ಬಾಗಿತು. ಬದುಕಲು ಅನುಮತಿಸಿದರೆ ಅವರು ಬ್ರಿಟಿಷರ ದೌರ್ಜನ್ಯಗಳನ್ನು ಬಹಿರಂಗಪಡಿಸುವುದು ಖಚಿತ. ಹಾಗಾದರೆ ಹೈಕೋರ್ಟ್ ಈ ಮನವಿಯನ್ನು ಹೇಗೆ ಸ್ವೀಕರಿಸುತ್ತದೆ? ಅದು ಸಲ್ಲಿಸಿದ ಐದು ದಿನಗಳ ನಂತರ, 1931ರ ಫೆಬ್ರವರಿ 20ರಂದು ಮನವಿಯನ್ನು ತಿರಸ್ಕರಿಸಿತು.

ವೈಸ್ರಾಯ್ ಗೆ ಕರುಣೆಯ ಮನವಿ

ತಮ್ಮ ಮಾತೃಭೂಮಿಗಾಗಿ ತಮ್ಮ ಪ್ರಾಣವನ್ನು ತ್ಯಾಗ ಮಾಡಲು ಕಾಯುತ್ತಿದ್ದ ಈ ಕೆಚ್ಚೆದೆಯ ಪುತ್ರರಿಗೆ ಮರಣದ ಘೋಷಣೆಯ ಬಗ್ಗೆ ದೇಶದ ಜನಸಾಮಾನ್ಯರು ಸುಮ್ಮನೆ ಕುಳಿತುಕೊಳ್ಳಲು ಅಥವಾ ಮೌನವಾಗಿರಲು ಸಾಧ್ಯವಾಗಲಿಲ್ಲ. ಪ್ರತಿಯೊಬ್ಬರೂ ಅವರ ಜೀವಗಳನ್ನು ಉಳಿಸಬೇಕೆಂದು ಬಯಸಿದ್ದರು. ಆದ್ದರಿಂದ, ಈ ಅನ್ಯಾಯವನ್ನು ವಿರೋಧಿಸಿ ಪ್ರತಿಯೊಬ್ಬರೂ ತಮ್ಮದೇ ಆದ ಮಟ್ಟದಲ್ಲಿ ಮತ್ತು ತಮ್ಮದೇ ಆದ ರೀತಿಯಲ್ಲಿ ಧ್ವನಿ ಎತ್ತುತ್ತಿದ್ದರು. ಕೊನೆಯ ಉಸಿರು ಇರುವವರೆಗೂ ಭರವಸೆ ನೀಡುವುದು ಪ್ರಪಂಚದ ಶಾಶ್ವತ ನಿಯಮವಾಗಿದೆ. ಆದ್ದರಿಂದ ಪ್ರಿವಿ ಕೌನ್ಸಿಲ್ ಮನವಿಯನ್ನು ವಜಾಗೊಳಿಸಿದ ನಂತರ ಪ್ರಸಿದ್ಧ ಸಾಮಾಜಿಕ ರಿಫೋಮರ್ ಮತ್ತು ನಾಯಕ ಪಂಡಿತ್ ಮದನ್ ಮೋಹನ್ ಮಾಳವೀಯ ಅವರು ಫೆಬ್ರವರಿ 14, 1931 ರಂದು ವೈಸ್ರಾಯ್ ಮುಂದೆ ಮೇಲ್ಮನವಿ ಸಲ್ಲಿಸಿದರು. ಈ ಮನವಿಯಲ್ಲಿ ವೈಸ್ರಾಯ್, ಕರುಣೆ ನೀಡುವ ತನ್ನ ಹಕ್ಕುಗಳನ್ನು ಚಲಾಯಿಸಿ ಭಗತ್ ಸಿಂಗ್, ರಾಜ್ ಗುರು ಮತ್ತು ಸುಖ್ ದೇವ್ ಅವರ ಮರಣದಂಡನೆಯನ್ನು ಜೀವಾವಧಿ ಶಿಕ್ಷೆಗೆ ಒಳಪಡಿಸುವಂತೆ ಪ್ರಾರ್ಥಿಸಲಾಯಿತು.

ಪ್ರಿವಿ ಕೌನ್ಸಿಲ್ ಮನವಿಯನ್ನು ವಜಾಗೊಳಿಸಿದ ನಂತರ ಕರುಣೆಗಾಗಿ ಪ್ರಾರ್ಥಿಸುವ ಅರ್ಜಿಯನ್ನು ದೇಶದ ಪ್ರತಿಯೊಂದು ಮೂಲೆ ಮೂಲೆಯಿಂದ ವೈಸ್ರಾಯ್ ಗೆ ಕಳುಹಿಸಲಾಗಿದೆ. ಭಾರತದಲ್ಲಿ ಮಾತ್ರವಲ್ಲ ವಿದೇಶಗಳಿಂದಲೂ ಈ ವ್ಯಕ್ತಿಗಳ ಪರವಾಗಿ ಧ್ವನಿ ಎತ್ತಲಾಯಿತು. ಈ ಮರಣದಂಡನೆಯನ್ನು ವಿದೇಶಗಳಲ್ಲಿಯೂ ಖಂಡಿಸಲಾಯಿತು. ಕಮ್ಯುನಿಸ್ಟ್ ಪಾರ್ಟಿ ಆಫ್ ಇಂಗ್ಲೆಂಡ್ ಈ ಪ್ರಕರಣಕ್ಕೆ ತನ್ನ ಪ್ರತಿಕ್ರಿಯೆಯನ್ನು ವ್ಯಕ್ತಪಡಿಸಿತು ಮತ್ತು ಹೀಗೆ ಬರೆದಿತ್ತು:

"ರಾಜಕೀಯ ಪ್ರಕರಣಗಳಿಗೆ ಸಂಬಂಧಿಸಿದಂತೆ ನಾವು ಯಾವುದೇ ಉದಾಹರಣೆಯನ್ನು ಕಾಣದ ಈ ಪ್ರಕರಣದ ಇತಿಹಾಸವು ಕಠಿಣತೆ ಮತ್ತು ಕ್ರೌರ್ಯದ ಲಕ್ಷಣಗಳನ್ನು ಪ್ರತಿಬಿಂಬಿಸುತ್ತದೆ, ಇದು ಬ್ರಿಟನ್ನ ಸಾಮ್ರಾಜ್ಯಶಾಹಿ ಸರ್ಕಾರದ ಉಬ್ಬಿದ ಬಯಕೆಯ ಫಲಿತಾಂಶವಾಗಿದೆ. ಇದರಿಂದಾಗಿ ಭಯವನ್ನು ದಮನಿತ ಜನರ ಹೃದಯದಲ್ಲಿ ತುಂಬಬಹುದು."

ಈ ಪ್ರಕರಣದಲ್ಲಿ ನ್ಯಾಯಾಲಯದ ಕ್ರೂರ ಆಚರಣೆಗಳನ್ನು ಪ್ರಪಂಚದಾದ್ಯಂತ ಖಂಡಿಸಲಾಯಿತು. ಬರ್ಲಿನ್ನ ಪತ್ರಕರ್ತರೊಬ್ಬರು ಹೀಗೆ ಬರೆದಿದ್ದಾರೆ:

"ಲಾಹೋರ್ ಪಿತೂರಿ ಮತ್ತು ಮೀರತ್ ಪಿತೂರಿಯ ರಾಜಕೀಯ ರಚನೆಯು ಕ್ರೂರ ಸಾಮ್ರಾಜ್ಯಶಾಹಿ ಕಸಾಯಿಖಾನೆಯಾದ ಮೆಕ್ ಡೊನಾಲ್ಡ್ ನಿಂದ ಪ್ರಾರಂಭವಾಯಿತು. ಬ್ರಿಟಿಷ್ ಸಾಮ್ರಾಜ್ಯಶಾಹಿಯು ತನ್ನ ವಸಾಹತುಗಳ ಆಕ್ರಮಣದೊಂದಿಗೆ ಮುಂದುವರಿಯಲು ನ್ಯಾಯಾಲಯದ ಹತ್ಯೆಯ ಘೋಷಣೆಯನ್ನು ಎತ್ತಲಾಯಿತು."

ಪ್ರಿವಿ ಕೌನ್ಸಿಲ್ ಮನವಿಯನ್ನು ವಜಾಗೊಳಿಸಿದ ನಂತರ, ಲಾಹೋರ್ ನಿಂದ ಪ್ರಕಟವಾದ ದಿ ಟ್ರಿಬ್ಯೂನ್ ದೇಶದ ಮನಸ್ಥಿತಿಯನ್ನು ಈ ಕೆಳಗಿನ ಪದಗಳಲ್ಲಿ ವಿವರಿಸಿದೆ:

"ಈ ಆಂದೋಲನವು ಇಡೀ ದೇಶದಲ್ಲಿ ಹರಡಿತು ಮತ್ತು ಪಂಜಾಬ್ ಮತ್ತು ಇತರ ರಾಜ್ಯಗಳಲ್ಲಿ ಸಾವಿರಾರು ಜನರು ಇದರಲ್ಲಿ ಭಾಗವಹಿಸಿದರು."

ಹೀಗೆ ಭಗತ್ ಸಿಂಗ್ ಮತ್ತು ಅವರ ಇಬ್ಬರು ಸಹಚರರಾದ ರಾಜ್ ಗುರು ಮತ್ತು ಸುಖ್ ದೇವ್ ಅವರ ಮರಣದಂಡನೆಯನ್ನು ರದ್ದುಗೊಳಿಸುವಂತೆ ದೇಶದ ಪತ್ರಿಕೆಗಳು ಬಲವಾದ ಧ್ವನಿಯನ್ನು ಎತ್ತಿದವು. ಪತ್ರಿಕೆಗಳ ಅನೇಕ ಪುಟಗಳು ತಮ್ಮ ಬಿಡುಗಡೆಗಾಗಿ ಕೇಳುವ ಪತ್ರಗಳಿಂದ ತುಂಬಿದ್ದವು. ಲಕ್ಷಾಂತರ ಜನರು ಮಹೋನ್ನತ ಅಭಿಯಾನಗಳನ್ನು ನಡೆಸಿದರು. ಈ ಸಹಿಗಳನ್ನು ಹೊಂದಿರುವ ಪತ್ರಗಳನ್ನು ಸರ್ಕಾರ ಮತ್ತು ಭಾರತದ ವೈಸ್ರಾಯ್ ಗೆ ಕಳುಹಿಸಲಾಗಿದೆ. ಈ ಕೆಚ್ಚೆದೆಯ ಪುತ್ರರ ಮರಣದಂಡನೆಯನ್ನು ಜೀವಾವಧಿ ಶಿಕ್ಷೆಯಾಗಿ ಪರಿವರ್ತಿಸುವಂತೆ ಅವರು ವಿನಂತಿಸಿದರು. ಈ ಉದ್ದೇಶದಿಂದ ಜನರು ವಿಶ್ವದ ಎಲ್ಲ ಭಾಗಗಳಿಂದ ಭಾರತದ ವೈಸ್ರಾಯ್ ಮತ್ತು ಬ್ರಿಟಿಷ್ ಸರ್ಕಾರದ ಮಂತ್ರಿಗಳಿಗೆ ಟೆಲಿಗ್ರಾಮ್ ಗಳನ್ನು ಕಳುಹಿಸಿದರು. ಬ್ರಿಟಿಷ್ ಸಂಸತ್ತಿನ ಕೆಳಮನೆಯ ಕೆಲವು ಸದಸ್ಯರು ಸಹ ಈ ಮರಣದಂಡನೆಯನ್ನು ವಿರೋಧಿಸಿದರು. ಈ ವಾಕ್ಯವನ್ನು ರವಾನಿಸುವಂತೆ ಅವರು ವೈಸ್ರಾಯ್ ಗೆ ವಿನಂತಿಸಿದರು:

"ರಾಜಿ ಇತ್ಯರ್ಥದ ದೃಷ್ಟಿಯಿಂದ ಲಾಹೋರ್ ಪಿತೂರಿ ಪ್ರಕರಣದ ಅಪರಾಧಿಗಳ ಶಿಕ್ಷೆಯನ್ನು ಪರಿವರ್ತಿಸುವಂತೆ ಹೌಸ್ ಆಫ್ ಕಾಮನ್ಸ್ ನ ಸ್ವತಂತ್ರ ಕಾರ್ಮಿಕ ಪಕ್ಷವು ಪ್ರಾಮಾಣಿಕವಾಗಿ ವಿನಂತಿಸುತ್ತದೆ."

ಈ ವಿನಂತಿಯನ್ನು ಮಾರ್ಚ್ 6, 31 ರಂದು ವೈಸ್ರಾಯ್ ಸ್ವೀಕರಿಸಿದ ಟೆಲಿಗ್ರಾಮ್ ಮೂಲಕ ಕಳುಹಿಸಲಾಗಿತ್ತು. ಪ್ರಿವಿ ಕೌನ್ಸಿಲ್ ಮನವಿಯನ್ನು ವಜಾಗೊಳಿಸಿದ್ದಕ್ಕೆ ಭಾರತದ ಯುವಕರು ತೀವ್ರ ಆಕ್ರೋಶ ವ್ಯಕ್ತಪಡಿಸಿದರು. ಅವರು ಇದನ್ನು ಭಾರತದ ಅತಿದೊಡ್ಡ ಅವಮಾನವೆಂದು ಪರಿಗಣಿಸಿದರು ಮತ್ತು ಅವರ ರಕ್ತವು ಸೇಡು ತೀರಿಸಿಕೊಳ್ಳಲು ಕುದಿಯುತ್ತಿತ್ತು. ಪಂಜಾಬ್ ನ ಯುವಕರು ಅತ್ಯಂತ ಆಕ್ರೋಶಗೊಂಡಿದ್ದರು. "ರಕ್ತಕ್ಕಾಗಿ ರಕ್ತ" ಎಂಬುದು ಅವರ ಪಾಲಿಸಬೇಕಾದ ನುಡಿಗಟ್ಟು ಆಗಿತ್ತು. ಈ ನಿಟ್ಟಿನಲ್ಲಿ ಪೋಸ್ಟರ್ ಗಳನ್ನು ಪಂಜಾಬ್ ನಾದ್ಯಂತ ಅಂಟಿಸಲಾಯಿತು ಮತ್ತು ಹ್ಯಾಂಡ್ ಬಿಲ್ ಗಳನ್ನು ವಿತರಿಸಲಾಯಿತು. ಒಂದು ಹ್ಯಾಂಡ್ ಬಿಲ್ ಈ ಕೆಳಗಿನ ಪಠ್ಯವನ್ನು ಒಳಗೊಂಡಿದೆ:

"ಭಾರತದ ನಿರ್ಭೀತ ಯುವಕರೇ! ಪ್ರತಿದಿನ ಪ್ರಚೋದನಕಾರಿ ಘಟನೆಗಳ ಬಗ್ಗೆ ನಿಮಗೆ ನಾಚಿಕೆಯಾಗುವುದಿಲ್ಲವೇ? ಭಾರತದ ಸ್ವಾತಂತ್ರ್ಯದ ಭಾವೋದ್ರಿಕ್ತ ಪ್ರೇಮಿಗಳಿಂದ ನೀವು ಪ್ರಭಾವಿತರಾಗುವುದಿಲ್ಲವೇ? ನೀವು ದೇಶಭಕ್ತಿಯ ಭಾವನೆಗಳಿಂದ ಸಂಪೂರ್ಣವಾಗಿ ಮುಕ್ತರಾಗಿದ್ದೀರಾ? ಮರಣ ಕೋಶದಲ್ಲಿ ಭಗತ್ ಸಿಂಗ್, ಸುಖದೇವ್ ಮತ್ತು ರಾಜ್ ಗುರುಗಳ ದೃಶ್ಯವು ನಿಮ್ಮಲ್ಲಿ ಸ್ವಾಭಿಮಾನದ ಭಾವನೆಗಳನ್ನು ಉಂಟುಮಾಡುವುದಿಲ್ಲವೇ? ನಿಮ್ಮ ಆಲೋಚನಾ ಶಕ್ತಿಯನ್ನು ನೀವು ಕಳೆದುಕೊಂಡಿರಬಹುದು. ಹಾಗಿದ್ದರೂ, ಭಾರತ ಸರ್ಕಾರದ ನಿರಂಕುಶಾಧಿಕಾರದ ವಿರುದ್ಧ ಪಾಠ ಕಲಿಸುವುದು ನಿಮ್ಮ ಕರ್ತವ್ಯವಾಗಿದೆ. ಸಾಮಾನ್ಯ ಮತ್ತು ಮೂಲ ಪೊಲೀಸ್ ಅಧಿಕಾರಿಯ ಹತ್ಯೆಯಿಂದಾಗಿ ಇಡೀ ಇಂಗ್ಲಿಷ್ ಸಮುದಾಯವು ಅಪಾಯದಲ್ಲಿದೆ ಎಂದು ಭಾವಿಸುತ್ತದೆ. ಆದರೆ ನಿಮ್ಮ ಮೂವರು ಸಹೋದರರನ್ನು ಗಲ್ಲಿಗೇರಿಸಲಾಗಿರುವಾಗ ಸೇಡು ತೀರಿಸಿಕೊಳ್ಳಲು ನೀವು ಸಿದ್ಧರಿಲ್ಲ ಎಂಬುದು ವಿಷಾದದ ಸಂಗತಿಯಾಗಿದೆ."

ಭಗತ್ ಸಿಂಗ್ ಅವರು 1930 ರಲ್ಲಿ ಸರ್ಕಾರವು ಕಾನೂನುಬಾಹಿರವೆಂದು ಘೋಷಿಸಿದ 'ನೌಜವಾನ್ ಭಾರತ್

ಸಭಾ' ವನ್ನು ರಚಿಸಿದ್ದರು ಎಂದು ಈಗಾಗಲೇ ಉಲ್ಲೇಖಿಸಲಾಗಿದೆ. ಆದರೆ ಇದು ರಹಸ್ಯ ರೂಪದಲ್ಲಿ ಸಕ್ರಿಯವಾಗಿತ್ತು. ಈ 'ಸಭೆಯ' ಸದಸ್ಯರು ತಮ್ಮ ಮನವಿಯನ್ನು ವಜಾಗೊಳಿಸಿದ ನಂತರ ಲಾಹೋರ್ ಪಿತೂರಿ ಪ್ರಕರಣದ ಈ ಮೂರು ಕೆಚ್ಚೆದೆಯ ಆತ್ಮಗಳಿಗೆ ಸಹಿ ಅಭಿಯಾನದಲ್ಲಿ ಪ್ರಮುಖ ಪಾತ್ರ ವಹಿಸಿದರು. ಶಿಕ್ಷೆಯನ್ನು ಕಡಿಮೆ ಮಾಡಲು ವೈಸರಾಯ್ ಗೆ ಕಳುಹಿಸಲಾದ ಅರ್ಜಿಗಳಿಗೆ ಸಹಿಯನ್ನು ಪಡೆಯಲು ಸಮಿತಿಯನ್ನು ರಚಿಸಲಾಯಿತು. ಈ ಸಮಿತಿಯ ಸದಸ್ಯರು ವಾಸ್ತವವಾಗಿ 'ನೌಜವಾನ್ ಭಾರತ್ ಸಭಾ' ಸದಸ್ಯರಾಗಿದ್ದರು. ಸರ್ಕಾರಕ್ಕೆ ಈ ಸತ್ಯ ತಿಳಿದಿತ್ತು. ಈ ವಿಷಯದ ಬಗ್ಗೆ ಸರ್ಕಾರವು ತನ್ನ ವರದಿಯಲ್ಲಿ ಗಮನಿಸಿದೆ:

"ಪಿತೂರಿ ಪ್ರಕರಣದ ಅಪರಾಧಿಗಳಿಗೆ ಅವರ ಮೇಲ್ಮನವಿಗಳನ್ನು ವಜಾಗೊಳಿಸಿದ ಹಿನ್ನೆಲೆಯಲ್ಲಿ ಶಿಕ್ಷೆಯನ್ನು ಕಡಿಮೆ ಮಾಡಲು ಜ್ಞಾಪಕ ಪತ್ರಗಳು ಮತ್ತು ಅರ್ಜಿಗಳ ಮೇಲೆ ಸಹಿಯನ್ನು ಪಡೆಯಲು ತ್ವರಿತ ಅಭಿಯಾನ ನಡೆಯುತ್ತಿದೆ. ಈ ಅಭಿಯಾನವನ್ನು ನಡೆಸುತ್ತಿರುವ ಕಮಿಟಿ ಬೇರೆ ಯಾವುದು ಅಲ್ಲ, ಅದು 'ನೌಜವಾನ್ ಭಾರತ್ ಸಭಾ' ಆದರೆ ಪುನರುಜ್ಜೀವಿತ ರೂಪದಲ್ಲಿ."

ಕಾಂಗ್ರೆಸ್ಸಿಗರಿಗೆ ಯುವಕರ ಕೋಪ ಸಂಬಂಧಿಸಿದಂತೆ ಅವರ ಭವಿಷ್ಯವು ಕತ್ತಲೆಕತ್ತಲೆಯಾದಂತೆ ಭಾಸವಾಯಿತು. ಪರಿಸ್ಥಿತಿಯನ್ನು ವಿವರಿಸುವ ಪ್ರಖ್ಯಾತ ಕಾಂಗ್ರೆಸ್ ನಾಯಕ ಡಾ. ಪಟ್ಟಾಭಿ ಸೀತಾರಾಮಯ್ಯ ಬರೆದಿದ್ದಾರೆ:

"ಉಚ್ಚರಿಸಲಾದ ವಾಕ್ಯದ ವಿರುದ್ಧ ದೇಶಾದ್ಯಂತ ತೀಕ್ಷ್ಣವಾದ ಪ್ರತಿಕ್ರಿಯೆಯನ್ನು ವ್ಯಕ್ತಪಡಿಸಲಾಗಿದೆ. ಈ ಆದೇಶಗಳ ಪರಿವರ್ತನೆಗಾಗಿ ದೇಶಾದ್ಯಂತ ಹರಡಿರುವ ಸದ್ಭಾವನೆಯಿಂದ ಕಾಂಗ್ರೆಸ್ಸಿಗರು ಅವಕಾಶವನ್ನು ಹುಡುಕುತ್ತಿದ್ದರು.

ಈ ಸನ್ನಿವೇಶದಲ್ಲಿ ಗಾಂಧೀಜಿಯವರ ಪಾತ್ರ

ಈ ದಿನಗಳಲ್ಲಿ ಗಾಂಧೀಜಿಯವರು ಕಾಂಗ್ರೆಸ್ ನ ಏಕೈಕ ನಾಯಕರಾಗಿದ್ದರು. ಅವರು ಅಂದಿನ ಭಾರತದ ವೈಸ್ರಾಯ್ ಅವರೊಂದಿಗೆ ರಾಜಿ ಮಾಡಿಕೊಂಡರು. ಇದನ್ನು ಗಾಂಧಿ-ಇರ್ವಿನ್ ಒಪ್ಪಂದ ಎಂದು ಕರೆಯಲಾಗುತ್ತದೆ. ಇದನ್ನು ಫೆಬ್ರವರಿ-ಮಾರ್ಚ್, 1931 ರಲ್ಲಿ ಹೊರತಂದಿತು. ಲಾರ್ಡ್ ಇರ್ವಿನ್ ಆಗಿನ ಗವರ್ನರ್ ಜನರಲ್, ಭಾರತದ ವೈಸ್ರಾಯ್ ಆಗಿದ್ದರು. ಭಗತ್ ಸಿಂಗ್, ರಾಜ್ ಗುರು ಮತ್ತು ಸುಖ್ ದೇವ್ ಅವರಿಗೆ ನೀಡಲಾದ ಶಿಕ್ಷೆಗಳ ಹಿನ್ನೆಲೆಯಲ್ಲಿ ನಾವು ಗಾಂಧಿಯವರ ಪಾತ್ರವನ್ನು ಸಂಕ್ಷಿಪ್ತವಾಗಿ, ಸೂಕ್ಷ್ಮವಾಗಿ ಗಮನಿಸುತ್ತಿದ್ದೇವೆ.

ಗಾಂಧಿ - ಇರ್ವಿನ್ ಒಪ್ಪಂದಕ್ಕೆ ಸಂಬಂಧಿಸಿದ ವಿವಾದವು ಫೆಬ್ರವರಿ 17 ರಿಂದ ಮಾರ್ಚ್ 4, 1931 ರವರೆಗೆ ಹದಿನಾರು ದಿನಗಳವರೆಗೆ ಮುಂದುವರೆಯಿತು. ಈ ಸಂಭಾಷಣೆಯನ್ನು ದೆಹಲಿಯ ವೈಸ್ರಾಯ್ ಅವರ ನಿವಾಸದಲ್ಲಿ ನಡೆಸಲಾಯಿತು. ಈ ಇಬ್ಬರ ಹೊರತಾಗಿ ಯಾವುದೇ ಸಹಾಯಕರು ಇರಲಿಲ್ಲ. ಈ ರೀತಿಯಾಗಿ ಅದು ರಹಸ್ಯ ಭಾಷಣವಾಗಿತ್ತು. ಲಾರ್ಡ್ ಇರ್ವಿನ್ (Lord Irwin) ಅವರು ತಮ್ಮ ಕಡತದಲ್ಲಿ ಎಲ್ಲವನ್ನೂ ಬರೆದುಕೊಂಡರು, ಆದರೆ

ಗಾಂಧೀಜಿಯವರು ಈ ಬಗ್ಗೆ ಕಾಮೆಂಟ್ ಮಾಡುವ ಮೂಲಕ ಏನನ್ನೂ ಹೇಳಲಿಲ್ಲ. 1931ರ ಫೆಬ್ರವರಿ 18ರಂದು ಗಾಂಧೀಜಿ ಶಿಕ್ಷೆಯ ವಿಷಯವನ್ನು ಎತ್ತಿದರು. ಆದರೆ ಶಿಕ್ಷೆಯ ಕಡಿತದ ಬಗ್ಗೆ ಮಾತನಾಡಲಿಲ್ಲ. ಈ ಒಪ್ಪಂದಕ್ಕೆ ಮಾರ್ಚ್ 5, 1931 ರಂದು ಸಹಿ ಹಾಕಲಾಯಿತು ಮತ್ತು ಇದನ್ನು ಮಾರ್ಚ್ 6, 1931 ರ ಭಾರತ ಸರ್ಕಾರದ ಗೆಜೆಟ್ ನಲ್ಲಿ ಪ್ರಕಟಿಸಲಾಯಿತು. ಭಗತ್ ಸಿಂಗ್ ಮತ್ತು ಅವರ ಇಬ್ಬರು ಸಹಚರರ ಶಿಕ್ಷೆಯನ್ನು ಕಡಿಮೆ ಮಾಡುವ ಬಗ್ಗೆ ಈ ಒಪ್ಪಂದದಲ್ಲಿ ಏನಾದರೂ ಇರಬಹುದು ಎಂದು ಇಡೀ ದೇಶವು ಆಶಿಸುತ್ತಿತ್ತು. ಆದರೆ ಚದರ ಒಂದಕ್ಕೆ ಹಿಂತಿರುಗಿ, ಒಪ್ಪಂದವು ಈ ಆದೇಶಗಳಿಗೆ ಸಂಬಂಧಿಸಿದ ಏನನ್ನೂ ಹೇಳಲಿಲ್ಲ.

ಇದು ಮಾತ್ರವಲ್ಲ, ಕಾಂಗ್ರೆಸ್ಸಿಗರೂ ಸಹ ಈ ವಸಾಹತಿನಿಂದ ತೃಪ್ತರಾಗಲಿಲ್ಲ. ಇದಕ್ಕೂ ಮೊದಲು ಮಾರ್ಚ್ 4 ರ ರಾತ್ರಿ 2.30 ಕ್ಕೆ ಗಾಂಧಿ ಹಿಂದಿರುಗಿದಾಗ, ಕಾಂಗ್ರೆಸ್ ಕಾರ್ಯಕಾರಿ ಸಮಿತಿಯ ಎಲ್ಲ ಸದಸ್ಯರು ತಾಳ್ಮೆಯಿಂದ ಕಾಯುತ್ತಿದ್ದರು. ಗಾಂಧೀಜಿಯವರು ಬಹಳ ಸಂತೋಷದಿಂದ ಕಾಣುತ್ತಿದ್ದರು. ಗಾಂಧೀಜಿಯವರು ಒಪ್ಪಂದದ ಹೇಳಿಕೆಯ ಎಲ್ಲ ವಿವರಗಳನ್ನು ನೀಡಿದರು. ಈ ಒಪ್ಪಂದದ 5ನೇ ಷರತ್ತಿನ ಬಗ್ಗೆ ಯಾವುದೇ ಸದಸ್ಯರು ಸಂತೋಷವಾಗಿರಲಿಲ್ಲ. ಈ ಷರತ್ತು ರಾಜಕೀಯ ಕೈದಿಗಳಿಗೆ ಸಂಬಂಧಪಟ್ಟಿತ್ತು, ಆದರೆ ಇದು ಸತ್ಯಾಗ್ರಹ ಕೈದಿಗಳನ್ನು ಮಾತ್ರ ಉಲ್ಲೇಖಿಸಲಾಗಿತ್ತು. ಭಗತ್ ಸಿಂಗ್ ಮತ್ತು ಇತರ ದೇಶಭಕ್ತಿಯ ರಾಜಕೀಯ ಕೈದಿಗಳ ಬಗ್ಗೆ ಯಾವುದೇ ಉಲ್ಲೇಖವಿರಲಿಲ್ಲ. ಭಗತ್ ಸಿಂಗ್ ಮತ್ತು ಅವರ ಸಹಚರರನ್ನು ಗಲ್ಲಿಗೇರಿಸುವ ವಿಷಯವು ರಹಸ್ಯವಾಗಿತ್ತು, ಆದರೆ ಮಾರ್ಚ್ 23 ರಂದು ಅವರನ್ನು ಗಲ್ಲಿಗೇರಿಸಲಾಗುವುದು ಎಂದು ಎಲ್ಲರಿಗೂ ತಿಳಿದಿತ್ತು. ಆದ್ದರಿಂದ ಗಾಂಧಿ-ಇರ್ವಿನ್ ಒಪ್ಪಂದಕ್ಕೆ ಸಹಿ ಹಾಕಿದ ದಿನವಾದ ಮಾರ್ಚ್ 5 ರಂದು ಗಲ್ಲಿಗೇರಿಸಲು ಇನ್ನೂ 18 ದಿನಗಳು ಉಳಿದಿತ್ತು. 5 ನೇ ಸಂಜೆ, ಒಪ್ಪಂದಕ್ಕೆ ಸಹಿ ಹಾಕಿದ ನಂತರ ಗಾಂಧಿಯವರು ಪತ್ರಿಕಾಗೋಷ್ಠಿಯನ್ನುದ್ದೇಶಿಸಿ ಮಾತನಾಡಿದರು. ಪತ್ರಕರ್ತರು ಇಂಗ್ಲೆಂಡ್, ಫ್ರಾನ್ಸ್ ಮತ್ತು ಅಮೆರಿಕದ ಪ್ರತಿನಿಧಿಗಳನ್ನು ಒಳಗೊಂಡಿದ್ದರು. ಗಾಂಧಿಯವರು ವೈಸ್ರಾಯ್ ಲಾರ್ಡ್ ಇರ್ವಿನ್ ಅವರನ್ನು ಶ್ಲಾಘಿಸಿದರು ಮತ್ತು ಅದರೊಂದಿಗೆ ಅವರು ಕಳೆದ ಒಂದು ವರ್ಷದಿಂದ ರಾಜಕೀಯ ಕಾರಣಗಳಿಗಾಗಿ ಬಳಲುತ್ತಿರುವ ವ್ಯಕ್ತಿಗಳ ಬಗ್ಗೆ ಈ ಕೆಳಗಿನ ಅವಲೋಕನವನ್ನು ಮಾಡಿದರು:

"ಸಂಕಟಕ್ಕೆ ಸೀಮಿತ ಅಂತ್ಯವಿದೆ. ಇದು ಸಮರ್ಥನೀಯ ಮತ್ತು ಅನ್ಯಾಯವಾಗಿದೆ. ಆದರೆ ಅದು ಮಿತಿಯನ್ನು ಮೀರಿದಾಗ, ನೋವನ್ನು ಅನುಭವಿಸುವುದು ಬುದ್ಧಿವಂತಿಕೆಯಲ್ಲ, ಅದು ಮೂರ್ಖತನ. ನಿಮ್ಮ ಎದುರಾಳಿಯು ನಿಮ್ಮ ಇಚ್ಛೆಯಂತೆ ಚರ್ಚೆಗೆ ಅವಕಾಶಗಳನ್ನು ಒದಗಿಸುತ್ತಿರುವಾಗ, ಸಂಕಟವನ್ನು ಅನುಭವಿಸುವುದನ್ನು ಮುಂದುವರಿಸುವುದು ಮೂರ್ಖತನ. ನಿಜವಾದ ತೆರೆಯುವಿಕೆಯನ್ನು ನೀಡಿದಾಗ, ಅದರ ಲಾಭವನ್ನು ಪಡೆಯುವುದು ಪ್ರತಿಯೊಬ್ಬರ ಕರ್ತವ್ಯವಾಗಿದೆ ಮತ್ತು ನನ್ನ ವಿನಮ್ರ ಅಭಿಪ್ರಾಯದಲ್ಲಿ ಈ ಒಪ್ಪಂದವು ನಿಜವಾದ ತೆರವಿಕೆಯನ್ನು ಒದಗಿಸಿದೆ."

ಸತ್ಯಾಗ್ರಹಿಗಳನ್ನು ಹೊರತುಪಡಿಸಿ ಕೈದಿಗಳಿಗಾಗಿ ಅವರು ಏನನ್ನೂ ಮಾಡಲು ಸಾಧ್ಯವಾಗಲಿಲ್ಲ. ಆದ್ದರಿಂದ ವರದಿಗಾರರು ಈ ಕುರಿತು ತಮ್ಮ ಅಭಿಪ್ರಾಯಗಳನ್ನು ತಿಳಿದುಕೊಳ್ಳಲು ಬಯಸಿದಾಗ, ಗಾಂಧೀಜಿ ಹೇಳಿದರು:

"ನನ್ನ ಕರ್ತವ್ಯ ಯಾರಿಗಾಗಿ ಮತ್ತು ನನ್ನ ಮಾಜಿ ಕೈದಿಗಳ ಸ್ನೇಹಿತರಾಗಿದ್ದ ಮತ್ತು ನಾನು ಟೆಲಿಗ್ರಾಮ್

ಗಳನ್ನು ಸ್ವೀಕರಿಸಿದ ನೂರಾರು ಜನರು ಇನ್ನೂ ಜೈಲುಗಳಲ್ಲಿ ಕೊಳೆಯುತ್ತಿದ್ದಾರೆ, ಆದರೆ ಕಳೆದ ಒಂದು ವರ್ಷದಲ್ಲಿ ಬಂಧನಕ್ಕೊಳಗಾದ ಸತ್ಯಗ್ರಾಹಿ ಕೈದಿಗಳನ್ನು ಬಿಡುಗಡೆ ಮಾಡಲಾಗುತ್ತದೆ. ವೈಯಕ್ತಿಕವಾಗಿ ಹೇಳುವುದಾದರೆ, ಒಬ್ಬ ವ್ಯಕ್ತಿಯನ್ನು ಶಿಕ್ಷೆಯ ಮೂಲಕ ಬಂಧಿಸಬೇಕು, ಹಿಂಸಾಚಾರದಲ್ಲಿ ಪಾಲ್ಗೊಳ್ಳುವವರನ್ನೂ ಸಹ ಬಂಧಿಸಬೇಕು ಎಂದು ನಾನು ನಂಬುವುದಿಲ್ಲ. ರಾಜಕೀಯ ಉದ್ದೇಶಗಳಿಗಾಗಿ ಹಿಂಸಾಚಾರದಲ್ಲಿ ತೊಡಗಿರುವ ವ್ಯಕ್ತಿಗಳು ನನ್ನಂತೆಯೇ ಪ್ರೀತಿ ಮತ್ತು ತ್ಯಾಗದ ಹಕ್ಕು ಪಡೆಯಲು ಅರ್ಹರಾಗಿದ್ದಾರೆ ಎಂದು ನನಗೆ ತಿಳಿದಿದೆ. ಅವರು ಸಮಾನ ಬುದ್ಧಿವಂತರೆಂದು ಹೇಳಿಕೊಳ್ಳದಿರಬಹುದು. ಆದ್ದರಿಂದ, ನನ್ನ ಅಥವಾ ನನ್ನ ಸತ್ಯಾಗ್ರಹಿ ಸ್ನೇಹಿತರ ಸ್ಥಾನದಲ್ಲಿ ನಾನು ಅವರ ಬಿಡುಗಡೆಯನ್ನು ಪಡೆಯುವುದು ನನ್ನ ಕಡೆಯಿಂದ *ಸಮರ್ಥನೀಯವಾಗಿತ್ತು*. ಆದರೆ ಅವರ ಬಿಡುಗಡೆಗಾಗಿ ಒತ್ತಾಯಿಸಲು ನನಗೆ ಯಾವುದೇ ಸಮರ್ಥನೆ ಇಲ್ಲ ಎಂದು ಅವರು ಅರಿತುಕೊಳ್ಳುತ್ತಾರೆ ಎಂದು ನಾನು ನಂಬುತ್ತೇನೆ. ಆದರೆ ಇದರರ್ಥ ಅವರು ನನ್ನ ಅಥವಾ ಕಾರ್ಯಕಾರಿ ಸಮಿತಿಯ ಸದಸ್ಯರ ಪರಿಗಣನೆಯಲ್ಲಿರಲಿಲ್ಲ ಎಂದಲ್ಲ. ಒಪ್ಪಂದದಲ್ಲಿನ ಲಗತ್ತಿಸಲಾದ ನಿಯಮಗಳು ಮತ್ತು ಷರತ್ತುಗಳನ್ನು ಕಾಂಗ್ರೆಸ್ಸಿಗರು ಪ್ರಾಮಾಣಿಕವಾಗಿ ಅನುಸರಿಸಿದರೆ, ಕಾಂಗ್ರೆಸ್ ತನ್ನ ಪ್ರತಿಷ್ಠೆಯನ್ನು ಸಂಪೂರ್ಣವಾಗಿ ಮರಳಿ ಪಡೆಯುತ್ತದೆ ಮತ್ತು ಇದು ಕಾಂಗ್ರೆಸ್ ಶಾಂತಿಯನ್ನು ಕಾಪಾಡಿಕೊಳ್ಳಲು ಸಮರ್ಥವಾಗಿದೆ ಮತ್ತು ಶಾಂತಿಗೆ ಬದ್ಧವಾಗಿದೆ ಎಂಬ ಸರ್ಕಾರದ ನಂಬಿಕೆಯನ್ನು ಪ್ರೇರೇಪಿಸುತ್ತದೆ ಎಂದು ನಾನು ಭಾವಿಸುತ್ತೇನೆ, ಅಸಹಕಾರ ಅವಧಿಯಲ್ಲಿ ಇದ್ದಂತೆ ಮತ್ತು ಸಾರ್ವಜನಿಕರು ಕಾಂಗ್ರೆಸ್ ಗೆ ಈ ಹಕ್ಕು ಮತ್ತು ಗೌರವವನ್ನು ನೀಡಿದರೆ ಬಂಧನಕ್ಕೆ ಹೆಚ್ಚು ಸಮಯ ತೆಗೆದುಕೊಳ್ಳುವುದಿಲ್ಲ ಎಂದು ನಾನು ಭರವಸೆ ನೀಡುತ್ತೇನೆ. ಮೀರತ್ ಬಂಧಿತರು ಮತ್ತು ರಾಜಕೀಯ ಕೈದಿಗಳು ಸೇರಿದಂತೆ ಎಲ್ಲಾ ಕೈದಿಗಳನ್ನು ಬಿಡುಗಡೆ ಮಾಡಲಾಗುತ್ತದೆ."

ಕ್ರಾಂತಿಕಾರಿಗಳನ್ನು ವಿಶೇಷವಾಗಿ ಉಲ್ಲೇಖಿಸಿದ ಅವರು, "ಭಾರತವು ಖಂಡಿತವಾಗಿಯೂ ಒಂದು ಸಣ್ಣ ಆದರೆ ಕ್ರಿಯಾತ್ಮಕ ಸಂಘಟನೆಯನ್ನು ಹೊಂದಿದೆ. ಅದು ಹಿಂಸಾಚಾರದ ಬಳಕೆಯಿಂದ ಭಾರತವನ್ನು ಮುಕ್ತಗೊಳಿಸಬೇಕೆಂದು ಬಯಸುತ್ತದೆ. ನಾನು ಮೊದಲೇ ಪ್ರಾರ್ಥಿಸಿದಂತೆ, ಅದರ ಚಟುವಟಿಕೆಗಳನ್ನು ನಿಲ್ಲಿಸುವಂತೆ ನಾನು ಅವರ ಸಂಸ್ಥೆಗೆ ಮತ್ತೊಮ್ಮೆ ಪ್ರಾರ್ಥಿಸುತ್ತೇನೆ, ಮನವರಿಕೆಯಾಗದಿದ್ದರೆ ಪ್ರಸ್ತುತ ಪರಿಸ್ಥಿತಿಯ ಬೇಡಿಕೆಯನ್ನು ಗಮನದಲಿಟ್ಟುಕೊಂಡಾದರು ಸಹ. ಅಹಿಂಸೆಯ ದೊಡ್ಡ ಶಕ್ತಿ ಏನೆಂಬುದನ್ನು ಅವರು ಬಹುಶಃ ಅರ್ಥಮಾಡಿಕೊಂಡಿದ್ದಾರೆ. ಅಹಿಂಸೆಯ ನಿಗೂಢ ಆದರೆ ನಿರ್ದಿಷ್ಟ ಪ್ರಭಾವದಿಂದಾಗಿ ಜನರನ್ನು ಜಾಗೃತಗೊಳಿಸುವ ಅದ್ಭುತ ಕೆಲಸ ಸಾಧ್ಯವಾಯಿತು ಎಂದು ಅವರು ಒಪ್ಪುವುದಿಲ್ಲ. ತಾಳ್ಮೆ, ಸತ್ಯ ಮತ್ತು ಅಹಿಂಸೆಯ ಯೋಜನೆಯನ್ನು ಅನುಷ್ಠಾನಗೊಳಿಸುವ ಅವಕಾಶವನ್ನು ಅವರು ಪಡೆದುಕೊಳ್ಳುತ್ತಾರೆ ಎಂದು ನಾನು ನಿರೀಕ್ಷಿಸುತ್ತೇನೆ. ದಂಡಿ ಮೆರವಣಿಗೆಯನ್ನು ಕೈಗೊಂಡು ಒಂದು ವರ್ಷ ಕಳೆದಿಲ್ಲ. ಮೂವತ್ತು ಕೋಟಿ ಜನರ ಜೀವನದ ಮೇಲೆ ಪರಿಣಾಮ ಬೀರುವ ಒಂದು ವರ್ಷದ ಪ್ರಯೋಗವು ಸಮಯದ ಚಕ್ರದಲ್ಲಿ ಒಂದು ಕ್ಷಣಕ್ಕೆ ಸಮನಾಗಿರುತ್ತದೆ. ಅವರು ತಮ್ಮ ತಾಯ್ನಾಡಿನ ಸೇವೆಗಾಗಿ ತಮ್ಮ ಜೀವನವನ್ನು ಸುರಕ್ಷಿತವಾಗಿರಿಸಿಕೊಳ್ಳಬೇಕು. ಇದಕ್ಕಾಗಿ ನಮಗೆ ಪ್ರತಿಯೊಬ್ಬರ ಅಗತ್ಯವಿದೆ ಮತ್ತು ಅವರು ಕಾಂಗ್ರೆಸ್ ಗೆ ಒಂದು ಅವಕಾಶವನ್ನು ನೀಡಬೇಕು, ಇದರಿಂದಾಗಿ ಎಲ್ಲಾ ರಾಜಕೀಯ ಕೈದಿಗಳನ್ನು ಮುಕ್ತಗೊಳಿಸಬಹುದು ಮತ್ತು ಕೊಲೆ ಆರೋಪಗಳಲ್ಲಿ ತಪ್ಪಿತಸ್ಥರೆಂದು ಸಾಬೀತಾದ ನಂತರ ಈ

ಶಿಕ್ಷೆಯನ್ನು ಕಾಯುತ್ತಿರುವ ಆ ಕೈದಿಗಳನ್ನು ನೇಣು ಬಿಗಿಯುವ ಸ್ಥಿತಿಯಿಂದ ರಕ್ಷಿಸಬಹುದು. ಸುಳ್ಳು ಭರವಸೆಗಳನ್ನು ಹುಟ್ಟುಹಾಕಲು ನಾನು ಬಯಸುವುದಿಲ್ಲ. ನನ್ನ ನಿಲುವನ್ನು ಮತ್ತು ಕಾಂಗ್ರೆಸ್ ನಿಲುವನ್ನು ಮಾತ್ರ ನಾನು ಬಹಿರಂಗವಾಗಿ ಹೇಳಬಲ್ಲೆ. ನಮ್ಮ ಕೆಲಸವು ಪ್ರಯತ್ನಗಳನ್ನು ಮಾಡುವುದು, ಫಲಿತಾಂಶಗಳು ಯಾವಾಗಲೂ ದೇವರ ಕೈಯಲ್ಲಿರುತ್ತವೆ."

ಮಾರ್ಚ್ 6ರಂದು ಗಾಂಧೀಜಿ ದೆಹಲಿಯ ದರಿಯಗಂಜ್ ನಲ್ಲಿ ಪತ್ರಿಕಾಗೋಷ್ಠಿಯನ್ನು ಕರೆದಿದ್ದರು. ಇದರಲ್ಲಿ ಭಾರತ ಮತ್ತು ಪಾಶ್ಚಿಮಾತ್ಯ ದೇಶಗಳ ಪ್ರಖ್ಯಾತ ಪತ್ರಕರ್ತರು ಭಾಗವಹಿಸಿದ್ದರು. ಭಗತ್ ಸಿಂಗ್ ಅವರ ಶಿಕ್ಷೆಯ ಕಡಿತದ ಬಗ್ಗೆ ಪ್ರಶ್ನಿಸಿದಾಗ ಗಾಂಧೀಜಿ ಯಾವುದೇ ತೃಪ್ತಿದಾಯಕ ಉತ್ತರವನ್ನು ನೀಡಲಿಲ್ಲ. ಮಾರ್ಚ್ 19, 1931ರ ತನ್ನ ಟಿಪ್ಪಣಿಗಳಲ್ಲಿ, ಲಾರ್ಡ್ ಇರ್ವಿನ್ ತನ್ನ ಕಡತದಲ್ಲಿ, "ಗಾಂಧೀಜಿ ಹಿಂದಿರುಗುವಾಗ ಭಗತ್ ಸಿಂಗ್ ಪ್ರಕರಣದ ಬಗ್ಗೆ ಮಾತನಾಡಬಹುದೇ ಎಂದು ನನ್ನನ್ನು ಕೇಳಿದರು, ಏಕೆಂದರೆ ಮಾರ್ಚ್ 24ರಂದು ಅವರನ್ನು ಗಲ್ಲಿಗೇರಿಸಲಾಗುವುದು ಎಂಬ ಸುದ್ದಿಯೊಂದಿಗೆ ಪತ್ರಿಕೆಗಳು ಹೊರಬಂದಿದ್ದವು. ಇದು ಬಹಳ ದುರದೃಷ್ಟಕರ ದಿನವಾಗಿದೆ. ಏಕೆಂದರೆ ಆ ದಿನ ಕಾಂಗ್ರೆಸ್ ನ ಹೊಸ ಅಧ್ಯಕ್ಷರು ಕರಾಚಿಯನ್ನು ತಲುಪಬೇಕಾಗಿತ್ತು ಮತ್ತು ಸಾಕಷ್ಟು ಚರ್ಚೆಗಳು ನಡೆಯುತ್ತಿದ್ದವು. ನಾನು ಅದನ್ನು ಬಹಳ ಎಚ್ಚರಿಕೆಯಿಂದ ಯೋಚಿಸಿದ್ದೇನೆ ಎಂದು ನಾನು ಅವರಿಗೆ ವಿವರಿಸಿದೆ ಆದರೆ ಶಿಕ್ಷೆಯನ್ನು ಬದಲಾಯಿಸಲು ನನ್ನನ್ನು ಮನವೊಲಿಸಲು ಯಾವುದೇ ಆಧಾರಗಳು ಸಿಗಲಿಲ್ಲ. ನನ್ನ ತಾರ್ಕಿಕತೆಯು ಭಾರವಾದದ್ದು ಎಂದು ಅವರು ಕಂಡುಕೊಂಡರು."

ಲಾರ್ಡ್ ಇರ್ವಿನ್ ಅವರ ಅಧಿಕಾರಾವಧಿಯಲ್ಲಿ ಹರ್ಬರ್ಟ್ ಎಮರ್ಸನ್ ಅವರು ಭಾರತದ ಗೃಹ ಕಾರ್ಯದರ್ಶಿಯಾಗಿದ್ದರು. ಗಾಂಧಿ-ಇರ್ವಿನ್ ಒಪ್ಪಂದವು ಪ್ರಗತಿಯಲ್ಲಿರುವಾಗ ಮಹಾತ್ಮ ಗಾಂಧಿ ಮತ್ತು ಲಾರ್ಡ್ ಇರ್ವಿನ್ ಪರಸ್ಪರ ಮಾತನಾಡಿದರು, ಆಗ ಕೆಲವೊಮ್ಮೆ ಹರ್ಬರ್ಟ್ ಎಮರ್ಸನ್ ಅವರನ್ನು ಸಹ ಕೋಣೆಯಲ್ಲಿ ಕರೆಯಲಾಗುತ್ತಿತ್ತು. ಭಗತ್ ಸಿಂಗ್ ಮತ್ತು ಇತರರ ಶಿಕ್ಷೆಯ ಪರಿವರ್ತನೆಗಾಗಿ ಗಾಂಧೀಜಿ ಯಾವುದೇ ನಿರ್ದಿಷ್ಟ ಪ್ರಯತ್ನಗಳನ್ನು ಮಾಡಲಿಲ್ಲ ಎಂದು ಹರ್ಬರ್ಟ್ ಎಮರ್ಸನ್ ಅವರ ಮಾತುಗಳಿಂದ ಒಬ್ಬರು ತೀರ್ಮಾನಿಸುತ್ತಾರೆ: "ಈ ಲೆಕ್ಕದಲ್ಲಿ ಗಾಂಧೀಜಿ ನನಗೆ ವಿಶೇಷವಾಗಿ ಚಿಂತಿತರಾಗಿ ಕಾಣಿಸಲಿಲ್ಲ. ಯಾವುದೇ ಅಡೆತಡೆಯಿಲ್ಲದೆ ಎಲ್ಲವೂ ನಡೆದರೆ ನಾವು ಅದೃಷ್ಟಶಾಲಿಗಳಾಗುತ್ತೇವೆ ಎಂದು ನಾನು ಅವರಿಗೆ ಹೇಳಿದೆ. ಭವಿಷ್ಯದಲ್ಲಿ ಸ್ವಲ್ಪ ಸಮಯದವರೆಗೆ ದೆಹಲಿಯಲ್ಲಿ ನಡೆಯುವ ಸಭೆಗಳಲ್ಲಿ ಹಿಂಸಾಚಾರವನ್ನು ಪ್ರಚೋದಿಸುವ ಭಾಷಣಗಳಿಗೆ ಸಂಬಂಧಿಸಿದಂತೆ ಏನಾದರೂ ಮಾಡಬೇಕು ಎಂದು ನಾನು ಅವರಿಗೆ ಹೇಳಿದೆ. ಸಾಧ್ಯವಿರುವ ಎಲ್ಲ ಪ್ರಯತ್ನಗಳನ್ನು ಮಾಡುವುದಾಗಿ ಅವರು ಭರವಸೆ ನೀಡಿದರು.

ಅಲೆನ್ ಕ್ಯಾಂಪ್ ಬೆಲ್ ಜಾನ್ಸನ್ ಅವರು ಲಾರ್ಡ್ ಇರ್ವಿನ್ ಅವರ ಜೀವನಚರಿತ್ರೆಯನ್ನು ಬರೆದಿದ್ದಾರೆ. ಅದರಲ್ಲಿ ಅವರು ಎಮರ್ಸನ್ ಅವರ ನೆನಪುಗಳನ್ನು ಉಲ್ಲೇಖಿಸುತ್ತಾರೆ. ಭಗತ್ ಸಿಂಗ್ ಅವರ ಗಲ್ಲಿಗೇರಿಸುವಿಕೆಗೆ ಸಂಬಂಧಿಸಿದಂತೆ ಗಾಂಧೀಜಿ ಮತ್ತು ಎಮರ್ಸನ್ ನಡುವಿನ ಅಭಿಪ್ರಾಯಗಳ ವಿನಿಮಯದ ಸಾರವನ್ನು ನಾವು ಇಲ್ಲಿ ಪುನರುತ್ಪಾದಿಸುತ್ತಿದ್ದೇವೆ:

"ದೆಹಲಿ ಚರ್ಚೆಗಳಲ್ಲಿ ಪ್ರಮುಖ ಪಾತ್ರ ವಹಿಸುವ ಜವಾಬ್ದಾರಿಯನ್ನು ವಹಿಸಿಕೊಂಡಿರುವ ಗೃಹ ಕಾರ್ಯದರ್ಶಿ

ಸರ್ ಹರ್ಬರ್ಟ್ ಎಮರ್ಸನ್, ಭಗತ್ ಸಿಂಗ್ ಅವರ ಮರಣದಂಡನೆಗೆ ಸಂಬಂಧಿಸಿದಂತೆ ಗಾಂಧಿ-ಇರ್ವಿನ್ ಒಪ್ಪಂದವನ್ನು ಮಾಡಿದ ನಂತರ, ಇಬ್ಬರ ನಡುವಿನ ವಿಚಾರಗಳ ವಿನಿಮಯವನ್ನು ಬಹಳ ಆಶ್ಚರ್ಯದಿಂದ ಕೇಳಿದೆ ಎಂದು ಹೇಳುತ್ತಾರೆ. ಇದು ಭಯೋತ್ಪಾದನೆಯ ರಾಜಕೀಯ ಪರಿಣಾಮಗಳ ಬಗ್ಗೆ ಇಬ್ಬರು ರಾಜಕಾರಣಿಗಳ ನಡುವಿನ ಚರ್ಚೆಯಾಗಿರಲಿಲ್ಲ. ಬದಲಾಗಿ ಇದು ಇಬ್ಬರು ಸಂತರ ನಡುವಿನ ಜೀವನದ ಪವಿತ್ರತೆಯ ಕುರಿತಾದ ಮಾತುಕತೆಯಾಗಿತ್ತು."

ಭಗತ್ ಸಿಂಗ್ ಮತ್ತು ಅವರ ಸಹಚರರ ಮರಣದಂಡನೆಯಲ್ಲಿ ಮಹಾತ್ಮ ಗಾಂಧಿಯವರ ಪಾತ್ರದ ಬಗ್ಗೆ ನಂತರದ ಭಾರತೀಯ ಚಿಂತಕರು ಸಹ ಬಲವಾದ ಮೀಸಲಾತಿ ವ್ಯಕ್ತಪಡಿಸಿದ್ದಾರೆ. ಮೇಲಿನ ಎಲ್ಲಾ ವಿವರಣೆಗಳಿಂದ ಹೊರಹೊಮ್ಮುವ ಸಂಗತಿಯೆಂದರೆ, ಈ ವಾಕ್ಯಗಳನ್ನು ಕಡಿಮೆ ಮಾಡಲು ಗಾಂಧಿ ಯಾವುದೇ ದೃಢವಾದ ಕ್ರಮಗಳನ್ನು ತೆಗೆದುಕೊಳ್ಳಲಿಲ್ಲ. ಸ್ವತಃ ಅವರೇ ಇದನ್ನು ಒಪ್ಪಿಕೊಂಡಿದ್ದಾರೆ. ಅವರು ತಮ್ಮ ಪುಸ್ತಕ *ಯಂಗ್ ಇಂಡಿಯಾದಲ್ಲಿ* ಹೀಗೆ ಬರೆದಿದ್ದಾರೆ:

"ನಾನು ಶಿಕ್ಷೆಗಳಲ್ಲಿನ ಬದಲಾವಣೆಯನ್ನು ಒಪ್ಪಂದದ ಸ್ಥಿತಿಯನ್ನಾಗಿ ಮಾಡಬಹುದಿತ್ತು, ಆದರೆ ಹಾಗೆ ಮಾಡುವಂತೆ ನನಗೆ ಮನವೊಲಿಸಲು ಸಾಧ್ಯವಾಗಲಿಲ್ಲ. ಶಿಕ್ಷೆಯ ಬದಲಾವಣೆಯನ್ನು ಒಪ್ಪಂದದ ಷರತ್ತು ಮಾಡದಿರಲು ಕಾರ್ಯಕಾರಿ ಸಮಿತಿ ನನ್ನೊಂದಿಗೆ ಒಪ್ಪಿಕೊಂಡಿತು. ಆದ್ದರಿಂದ, ನಾನು ಅದರ ಬಗ್ಗೆ ಮಾತ್ರ ಉಲ್ಲೇಖವನ್ನು ನೀಡಬಲ್ಲೆ."

ಈ ಷರತ್ತಿನ ಮೇಲೆ ಗಾಂಧೀಜಿಯವರು ಒಪ್ಪಂದಕ್ಕೆ ಬಂದಿದ್ದರೆ, ಶಿಕ್ಷೆಯ ಪರಿವರ್ತನೆಗೆ ಅಡ್ಡಿಯಾಗುತ್ತಿರಲಿಲ್ಲ ಎಂಬುದು ಇದರಿಂದ ಸ್ಪಷ್ಟವಾಗುತ್ತದೆ. ಗಾಂಧಿ-ಇರ್ವಿನ್ ಒಪ್ಪಂದಕ್ಕೆ ಮಾರ್ಚ್ 5, 1931 ರಂದು ಸಹಿ ಹಾಕಲಾಯಿತು. ಈ ಒಪ್ಪಂದದ ಆಧಾರದ ಮೇಲೆ ಎಲ್ಲಾ ಸತ್ಯಾಗ್ರಹಿ ರಾಜಕೀಯ ಕೈದಿಗಳನ್ನು ಬಿಡುಗಡೆ ಮಾಡಲಾಯಿತು, ಆದರೆ ಈ ಒಪ್ಪಂದವು ತಮ್ಮ ದೇಶದ ಪ್ರೀತಿಗಾಗಿ ತಮ್ಮ ಜೀವನವನ್ನು ಕಾಳಜಿ ವಹಿಸದ ಕ್ರಾಂತಿಕಾರಿಗಳಿಗೆ ಏನೂ ಮಾಡಲಿಲ್ಲ. ಆಜಾದ್ ಹಿಂದ್ ಫೌಜ್ ನ ಜನರಲ್ ಮೋಹನ್ ಸಿಂಗ್ ಅವರು ಗಾಂಧೀಜಿಯವರ ನಡವಳಿಕೆಯ ಬಗ್ಗೆ ಬರೆಯುತ್ತಾರೆ:

"ಅವರು (ಗಾಂಧೀಜಿಯವರು) ಭಗತ್ ಸಿಂಗ್ ಅವರನ್ನು ನೇಣಿಗೆ ಹಾಕದಂತೆ ಉಳಿಸಬಹುದಿತ್ತು. ಒಂದು ವೇಳೆ ಅವರು ಈ ರಾಷ್ಟ್ರೀಯ ನಾಯಕನ ಬಿಡುಗಡೆಯನ್ನು ರಾಷ್ಟ್ರೀಯ ವಿಷಯವನ್ನಾಗಿ ಮಾಡಿದ್ದರೆ, ಇಡೀ ದೇಶ ತ್ಯಾಗಕ್ಕೆ ಸಿದ್ಧವಾಗಿತ್ತು. ಎರಡನೆಯದಾಗಿ, ಅವರು ಭಗತ್ ಸಿಂಗ್ ಮತ್ತು ಅವರ ಸಹಚರರನ್ನು ಉಳಿಸಬಹುದಾದರೂ, ಅವರ ಅಹಿಂಸಾತ್ಮಕ ಚಿಂತನೆಯ ಸುಳ್ಳು ಪ್ರಶಂಸೆಗಳನ್ನು ಬಿಟ್ಟುಕೊಡಲು ಅವರಿಗೆ ಸಾಧ್ಯವಾಗಲಿಲ್ಲ. ಭಗತ್ ಸಿಂಗ್ ಅವರ ಬಿಡುಗಡೆಯು ಕ್ರಾಂತಿಕಾರಿ ನಾಯಕತ್ವವನ್ನು ಬಲಪಡಿಸುತ್ತಿತ್ತು. ಈ ಸತ್ಯವನ್ನು ಮಹಾತ್ಮ ಗಾಂಧಿಯವರು ಸಹಿಸಲಾರರು "ಎಂದರು.

ಕಾಂಗ್ರೆಸ್ಸಿಗರಲ್ಲದೆ, ರಾಷ್ಟ್ರೀಯತಾವಾದಿ ಚಿಂತನೆಯ ಎಲ್ಲ ರಾಜಕೀಯ ಮುಖಂಡರು ಈ ವಸಾಹತುವನ್ನು ನಂಬಿಕೆಯ ಉಲ್ಲಂಘನೆ ಎಂದು ಕರೆದರು. ಕಾಂಗ್ರೆಸ್ ವರ್ಕರ್ಸ್ ಯೂತ್ ಲೀಗ್ ಸದಸ್ಯರು ಸಹ ಅವರಲ್ಲಿದ್ದರು.

ಈ ಒಪ್ಪಂದವನ್ನು ಈ ದೇಶದ ಜನರೊಂದಿಗೆ ವಿಶ್ವಾಸಘಾತುಕ ಕೃತ್ಯ ಎಂದು ಹೇಳುತ್ತಾ, ಬಾಂಬೆಯ ಫ್ರೀ ಪ್ರೆಸ್ ಜರ್ನಲ್ ಹೀಗೆ ಬರೆದರು:

"ವಿಶ್ವಾಸ ಉಲ್ಲಂಘನೆ ಮತ್ತು ಸೋಲನ್ನು ಸ್ವೀಕರಿಸಿದ ಆರೋಪದ ಮೇಲೆ ಕಾಂಗ್ರೆಸ್ ಕಾರ್ಯಕಾರಿ ಸಮಿತಿಯ ಮೇಲೆ ಆರೋಪ ಹೊರಿಸಬಹುದು."

ಹೀಗಾಗಿ ಒಪ್ಪಂದದಲ್ಲಿ ಮಹಾತ್ಮ ಗಾಂಧಿಯವರ ಪಾತ್ರವು ವಿವಾದಿತ ರೂಪದಲ್ಲಿ ಹೊರಹೊಮ್ಮುತ್ತದೆ ಎಂದು ನಾವು ನೋಡುತ್ತೇವೆ. ಇಡೀ ದೇಶವು ಈ ಕೆಚ್ಚೆದೆಯ ವ್ಯಕ್ತಿಗಳ ಜೀವಗಳನ್ನು ಉಳಿಸಲು ಬಯಸಿತು, ಅಲ್ಲಿ ದೇಶವಾಸಿಗಳು ಅವರನ್ನು ಉಳಿಸಲು ತಮ್ಮ ಕೈಲಾದಷ್ಟು ಪ್ರಯತ್ನಿಸಿದರು, ತಮ್ಮ ಜೀವಗಳನ್ನು ಉಳಿಸಬಹುದಾಗಿದ್ದ ಗಾಂಧೀಜಿ ಏನೂ ಇಲ್ಲದಂತಹ ಪ್ರಯತ್ನಗಳನ್ನು ಮಾಡಿದರು. ಗಾಂಧೀಜಿಯವರ ದೃಷ್ಟಿಯಲ್ಲಿ ಕಾಂಗ್ರೆಸ್ ನ ಸತ್ಯಾಗ್ರಹಿಗಳು ಮಾತ್ರ ರಾಜಕೀಯ ಕೈದಿಗಳಾಗಿದ್ದರು. ಒಬ್ಬ ಬುದ್ಧಿವಂತ ರಾಜಕಾರಣಿಯಾಗಿ, ಪತ್ರಕರ್ತರ ಪ್ರಶ್ನೆಗಳಿಗೆ ಉತ್ತರವಾಗಿ ಅವರು ಹೀಗೆ ಹೇಳಿದರು: "ವೈಯಕ್ತಿಕವಾಗಿ ಹೇಳುವುದಾದರೆ, ಯಾರನ್ನಾದರೂ ಬಂಧಿಸಲಾಗಿದೆ, ಹಿಂಸಾಚಾರದಲ್ಲಿ ಪಾಲ್ಗೊಳ್ಳುವವರನ್ನೂ ಸಹ ಬಂಧಿಸಲಾಗಿದೆ ಎಂದು ನಾನು ನಂಬುವುದಿಲ್ಲ." ಆದರೆ ಅದು ಹೇಗೆ ಸಹಾಯ ಮಾಡುತ್ತದೆ? ಅವನ ಈ ಹೇಳಿಕೆಯು ನಿಖರವಾಗಿ ಒಬ್ಬ ವ್ಯಕ್ತಿಯ ಹೇಳಿಕೆಯಂತೆ, ನೆರಳಿನಲ್ಲಿ ಕುಳಿತು, ಬಿಸಿಲಿನ ಅಡಿಯಲ್ಲಿ ಬೆವರು ಮತ್ತು ಉರಿಯುವ ಇನ್ನೊಬ್ಬ ವ್ಯಕ್ತಿಗೆ, ಅವನು ಅವನೊಂದಿಗೆ ಎಲ್ಲಾ ಸಹಾನುಭೂತಿಯನ್ನು ಹೊಂದಬೇಕು ಮತ್ತು ಅವನು ನೆರಳಿನಲ್ಲಿ ವಿಶ್ರಾಂತಿ ಪಡೆಯಬೇಕೆಂದು ಬಯಸಿದ್ದನು. ಆದರೆ ಅವರು ನೆರಳಿನಿಂದ ಎದ್ದೇಳಲು ಇಷ್ಟಪಡಲಿಲ್ಲ ಮತ್ತು ಇತರ ವ್ಯಕ್ತಿಯನ್ನು ನೆರಳಿನಲ್ಲಿ ತರಲು ಅಸಮರ್ಥತೆಯನ್ನು ವ್ಯಕ್ತಪಡಿಸಿದರು. ಬಿಸಿಲಿನಲ್ಲಿ ಕುದಿಯುವ ವ್ಯಕ್ತಿಯು ಈ ಅಸಂಬದ್ಧ ಮಾತಿನಿಂದ ಯಾವ ಪರಿಹಾರವನ್ನು ಪಡೆಯುತ್ತಾನೆ? ಇದನ್ನು ಸುಲಭವಾಗಿ ನಿರ್ಣಯಿಸಬಹುದು. ನಾವು ಯಾರೊಂದಿಗಾದರೂ ವಾಸ್ತವದಲ್ಲಿ ಸ್ವಲ್ಪ ಸಹಾನುಭೂತಿಯನ್ನು ಹೊಂದಿದ್ದರೆ, ಆ ವ್ಯಕ್ತಿಯ ನೋವನ್ನು ನಿವಾರಿಸಲು ನಾವು ಸ್ವಲ್ಪ ತ್ಯಾಗ ಮಾಡಬೇಕಾಗುತ್ತದೆ. ಗಾಂಧೀಜಿಯವರಿಗೆ ಅವರ ತತ್ವಗಳು ಎಲ್ಲಕ್ಕಿಂತ ಹೆಚ್ಚು ಪ್ರಿಯವಾಗಿದ್ದವು. ಶ್ರೇಷ್ಠ ದೇಶಭಕ್ತನ ಜೀವವನ್ನು ಉಳಿಸಲು ಸಾಧ್ಯವಾಗದ, ಕಾರಣಗಳ ಶ್ರೇಷ್ಠತೆಗಾಗಿ ಹೋರಾಡುವ ಆ ತತ್ವಗಳ ಬಳಕೆ ಹೇಗೆ? ವಾಸ್ತವವಾಗಿ, ಈ ಒಪ್ಪಂದದ ಮೂಲಕ ಕಾಂಗ್ರೆಸ್ ಪಕ್ಷದ ಭವಿಷ್ಯವನ್ನು ಸುಧಾರಿಸಲು ಅವರು ಬಯಸಿದ್ದರು. ಈ ಸಂದರ್ಭದಲ್ಲಿ, ಅವರು ಪತ್ರಕರ್ತರಿಗೆ, " ಅವರು (ಕ್ರಾಂತಿಕಾರಿಗಳು) ಮಾತೃಭೂಮಿಯ ಸೇವೆಗಾಗಿ ತಮ್ಮ ಜೀವವನ್ನು ಕಾಪಾಡಿಕೊಳ್ಳಬೇಕು. ಇದಕ್ಕಾಗಿ ಪ್ರತಿಯೊಬ್ಬರ ಅಗತ್ಯವಿರುತ್ತದೆ ಮತ್ತು ಅವರು ಕಾಂಗ್ರೆಸ್ ಗೆ ಒಂದು ಅವಕಾಶವನ್ನು ನೀಡಬೇಕು. ಇದರಿಂದಾಗಿ ಕೊಲೆಯ ಆರೋಪಗಳಿಗೆ ತಪ್ಪಿತಸ್ಥರೆಂದು ಸಾಬೀತಾದವರು ಸೇರಿದಂತೆ ಎಲ್ಲಾ ರಾಜಕೀಯ ಕೈದಿಗಳನ್ನು ಬಿಡುಗಡೆ ಮಾಡಲಾಗುತ್ತದೆ." ಇದಕ್ಕೆ ನೀವು ಏನು ಹೇಳುತ್ತೀರಿ? ಅವರು ಅವರನ್ನು ನೇಣುಗಂಬದಿಂದ ರಕ್ಷಿಸಬಹುದಾಗಿದ್ದಾಗ ಅವರು ಈ ವಿಷಯವನ್ನು ನಿಗ್ರಹಿಸಿದರು ಮತ್ತು ಈಗ ಕಾಂಗ್ರೆಸ್ ಪಕ್ಷದ ಯಶಸ್ಸಿಗಾಗಿ ಅವರ ಹೆಗಲ ಮೇಲೆ ಬಂದೂಕಿನಿಂದ ಗುರಿಯನ್ನು ತೆಗೆದುಕೊಳ್ಳುತ್ತಿದ್ದರು.

ಗಾಂಧಿಯವರ ಈ ಕ್ರಮವನ್ನು ಹೆಚ್ಚಿನ ಭಾರತೀಯರು ಟೀಕಿಸಿದ್ದಾರೆ. ಪಟ್ಟಾಭಿ ಸೀತಾರಾಮಯ್ಯನಂತಹ ಇತಿಹಾಸಕಾರರು ಮಾತ್ರ ಇದನ್ನು ಶ್ಲಾಘಿಸಿದ್ದಾರೆ. ವೈಸ್ರಾಯ್ ತನ್ನ ಫೈಲ್ ಗಳಲ್ಲಿ ಒಪ್ಪಂದಕ್ಕೆ ಸಂಬಂಧಿಸಿದ ಎಲ್ಲವನ್ನೂ ಗಮನಿಸಿದ್ದಾರೆ ಎಂಬುದು ಮೇಲಿನ ವಿವರಣೆಯಿಂದ ಸ್ಪಷ್ಟವಾಗಿದೆ. ಇದು ಮಹಾತ್ಮ ಗಾಂಧಿಯವರು ನೀಡಿದ ಸಲಹೆಗಳನ್ನು ಒಳಗೊಂಡಿತ್ತು. ಅದರ ಪ್ರಕಾರ, ಮಹಾತ್ಮ ಗಾಂಧಿಯವರು ಮರಣದಂಡನೆಯ ವಿಷಯವನ್ನು ಒಮ್ಮೆ ಮಾತ್ರ ಎತ್ತಿದರು. ಮಹಾತ್ಮ ಗಾಂಧಿಯವರ ಹೇಳಿಕೆಗಳೂ ಇದನ್ನು ದೃಢೀಕರಿಸುತ್ತವೆ. ಆದರೆ ಡಾ. ಪಟ್ಟಾಭಿ ಸೀತಾರಾಮಯ್ಯ ಅವರು ಹೀಗೆ ಬರೆದಿದ್ದಾರೆ:

"ಗಾಂಧಿ ಮತ್ತು ಇರ್ವಿನ್ ನಡುವಿನ ಮಾತುಕತೆಯ ಸಮಯದಲ್ಲಿ ಭಗತ್ ಸಿಂಗ್ ಮತ್ತು ಅವರ ಸಹಚರರಾದ ರಾಜ್ ಗುರು ಮತ್ತು ಸುಖ್ ದೇವ್ ಅವರ ಮರಣದಂಡನೆಯ ಪರಿವರ್ತನೆಯ ವಿಷಯವನ್ನು ಹಲವು ಬಾರಿ ಚರ್ಚಿಸಲಾಯಿತು."

ವಿಶೇಷವಾಗಿ ಗಮನಿಸಬೇಕಾದ ಅಂಶವೆಂದರೆ, ಡಾ. ಪಟ್ಟಾಭಿ ಸೀತಾರಾಮಯ್ಯ ಅವರು ಕಾಂಗ್ರೆಸ್ ಪಕ್ಷದ ಪ್ರಸಿದ್ಧ ಗಾಂಧಿ ನಾಯಕರಾಗಿದ್ದರು. ಗಾಂಧೀಜಿಯವರು ವಿಶೇಷವಾಗಿ ಅವರಿಗೆ ದಯಾಪರರಾಗಿದ್ದರು. ಕಾಂಗ್ರೆಸ್ ಅಧ್ಯಕ್ಷರಾಗಿ ಸುಭಾಷ್ ಚಂದ್ರ ಬೋಸ್ ಅವರ ಚುನಾವಣೆಯಲ್ಲಿ ನಾವು ಇದಕ್ಕೆ ಪುರಾವೆಗಳನ್ನು ಪಡೆದುಕೊಂಡಿದ್ದೇವೆ. ಈ ಚುನಾವಣೆಯಲ್ಲಿ ಇಬ್ಬರು ಸ್ಪರ್ಧಿಗಳಿದ್ದರು- ನೇತಾಜಿ ಸುಭಾಷ್ ಚಂದ್ರ ಬೋಸ್ ಮತ್ತು ಡಾ. ಪಟ್ಟಾಭಿ ಸೀತಾರಾಮಯ್ಯ. ಇದರಲ್ಲಿ ನೇತಾಜಿ ಜಯಗಳಿಸಿದರು. ನೇತಾಜಿಯವರ ವಿಜಯದ ಮೇಲೆ, ಗಾಂಧೀಜಿಯವರು ತಮ್ಮ (ಗಾಂಧೀಜಿಯವರ) ಆಯ್ಕೆಯ ವ್ಯಕ್ತಿಗಳನ್ನು ಕಾಂಗ್ರೆಸ್ ಪಕ್ಷದ ಕಾರ್ಯಕಾರಿ ಸಮಿತಿಯಲ್ಲಿ ಸೇರಿಸುವಂತೆ ಒತ್ತಾಯಿಸಿದರು. ಅಷ್ಟೇ ಅಲ್ಲ, "ಪಟ್ಟಾಭಿ ಸೀತಾರಾಮಯ್ಯನ ಸೋಲು ನನ್ನ ಸೋಲು" ಎಂದು ಹೇಳುವ ಮಟ್ಟಿಗೆ ಅವರು ಹೋದರು. ನೇತಾಜಿ ಸುಭಾಷ್ ಚಂದ್ರ ಬೋಸ್ ಗಾಂಧೀಜಿಯವರ ಈ ವರ್ತನೆಯಿಂದ ಬೇಸರಗೊಂಡು ರಾಷ್ಟ್ರಪತಿ ಸ್ಥಾನಕ್ಕೆ ರಾಜೀನಾಮೆ ನೀಡಿದರು. ಅವರು ಕಾಂಗ್ರೆಸ್ ಪಕ್ಷವನ್ನೂ ತೊರೆದರು. ಆದ್ದರಿಂದ ಪಟ್ಟಾಭಿ ಸೀತಾರಾಮಯ್ಯ ಅವರು ಗಾಂಧೀಜಿಯವರ ಕುರುಡು ಅನುಯಾಯಿಯಾಗಿದ್ದರು ಮತ್ತು ಆದ್ದರಿಂದ ಅವರ ಹೇಳಿಕೆಯನ್ನು ನಂಬಲು ಸಾಧ್ಯವಿಲ್ಲ ಎಂದು ಹೇಳಬಹುದು. ವಾಸ್ತವವಾಗಿ, ಗಾಂಧೀಜಿಗೆ ಸ್ವಯಂ-ಘನತೆಯ ಪ್ರಲೋಭನೆಯನ್ನು ಮತ್ತು ಕಾಂಗ್ರೆಸ್ ನ ಪ್ರಲೋಭನೆಯನ್ನು ಬಿಟ್ಟುಕೊಡಲು ಸಾಧ್ಯವಾಗಲಿಲ್ಲ. ಆಜಾದ್ ಹಿಂದ್ ಫೌಜ್ ನ ಜನರಲ್ ಮೋಹನ್ ಸಿಂಗ್ ಅವರ ಈ ಅವಲೋಕನವು ಸರಿಯಾಗಿದೆ. ಗಾಂಧೀಜಿಯವರು ಭಗತ್ ಸಿಂಗ್ ಮತ್ತು ಅವರ ಸಹಚರರ ಜೀವಗಳನ್ನು ಉಳಿಸಿದ್ದರೆ, ಅದು ಕಾಂಗ್ರೆಸ್ ಹಿತದೃಷ್ಟಿಯಿಂದಲ್ಲದ ಕ್ರಾಂತಿಕಾರಿಗಳನ್ನು ಬಲಪಡಿಸುತ್ತಿತ್ತು. ಗಾಂಧೀಜಿಯವರು ಅದನ್ನು ಎಂದಿಗೂ ಸಹಿಸಲಾರರು. ಈ ಯುವಕರನ್ನು ಗಲ್ಲಿಗೇರಿಸಬೇಕಾದರೆ, ಕಾಂಗ್ರೆಸ್ ನ ಕರಾಚಿ ಅಧಿವೇಶನದ ಮೊದಲು ಅವರನ್ನು ಗಲ್ಲಿಗೇರಿಸುವುದು ಉತ್ತಮ ಎಂದು ಗಾಂಧೀಜಿ ಸ್ವತಃ ಲಾರ್ಡ್ ಇರ್ವಿನ್ ಗೆ ತಿಳಿಸಿದ್ದರು. ಡಾ. ಪಟ್ಟಾಭಿ ಸೀತಾರಾಮಯ್ಯ ಅವರ ಭಾರತೀಯ ರಾಷ್ಟ್ರೀಯ ಕಾಂಗ್ರೆಸ್ ನ ಇತಿಹಾಸ (*ಹಿಸ್ಟರಿ ಆಫ್ ದಿ ಇಂಡಿಯನ್ ನ್ಯಾಷನಲ್ ಕಾಂಗ್ರೆಸ್*) ಎಂಬ ಪುಸ್ತಕದಲ್ಲಿ ಒಂದು ಉಲ್ಲೇಖವನ್ನು

ಕಂಡುಕೊಳ್ಳುತ್ತದೆ. ಅಂತಹ ಪದಗಳನ್ನು ಬಳಸುವುದು ಮಹಾತ್ಮ ಗಾಂಧಿಯವರ ನಿಲುವಿನ ರಾಷ್ಟ್ರೀಯ ನಾಯಕರಾಗುವುದು ಹೇಗೆ?

ಕ್ರಾಂತಿಕಾರಿಗಳ ಬಗ್ಗೆ ಗಾಂಧೀಜಿಗೆ ಯಾವುದೇ ಸಹಾನುಭೂತಿ ಇರಲಿಲ್ಲವೇ? ಅವರು ಅವರನ್ನು ತಮ್ಮ ಪ್ರತಿಸ್ಪರ್ಧಿಗಳೆಂದು ಪರಿಗಣಿಸಿದ್ದಾರೆಯೇ? ಅಥವಾ ದೇಶಭಕ್ತರಿಗೆ ಹೋಲಿಸಿದರೆ ಮಹಾತ್ಮ ಗಾಂಧಿಯವರ ತತ್ವಗಳು ಅವರಿಗೆ ಎಲ್ಲವೂ ಆಗಿವೆಯೇ? ಈ ಪ್ರಶ್ನೆಗಳು ವಿವಾದದ ವಿಷಯಗಳಾಗಿರಬಹುದು. ಆದರೆ ಇದು ನಿಜ. ಭಗತ್ ಸಿಂಗ್, ರಾಜ್ ಗುರು ಮತ್ತು ಸುಖ್ ದೇವ್ ಅವರ ಸ್ಮಾರಕವನ್ನು ಅಖಿಲ ಭಾರತ ಮಟ್ಟದಲ್ಲಿ ಎತ್ತಿದಾಗ ಮತ್ತು ಸಹಕಾರಕ್ಕಾಗಿ ಗಾಂಧೀಜಿಯನ್ನು ಸಂಪರ್ಕಿಸಿದಾಗ, ಗಾಂಧೀಜಿ, ಯಾವುದೇ ಸಹಕಾರದ ಬಗ್ಗೆ ಮಾತನಾಡದೆ, ಅಂತಹ ಕಾರ್ಯದೊಂದಿಗೆ ಯಾವುದೇ ರೂಪದಲ್ಲಿ ಸಂಬಂಧ ಹೊಂದಲು ನಿರಾಕರಿಸಿದರು. ಇದಕ್ಕೆ ಉತ್ತರವಾಗಿ, ಅವರು ಈ ಸಮಿತಿಯ ಪ್ರಧಾನ ಕಾರ್ಯದರ್ಶಿಗೆ ಈ ಕೆಳಗಿನ ಪತ್ರವನ್ನು ಕಳುಹಿಸಿದ್ದರು:

ಆತ್ಮೀಯ ಸ್ನೇಹಿತ

ಜೂನ್ 30 ರ ನಿಮ್ಮ ಪತ್ರವನ್ನು ಸ್ವೀಕರಿಸಲಾಗಿದೆ. ನಿಮ್ಮ ತಾರ್ಕಿಕತೆಯನ್ನು ನಾನು ಒಪ್ಪುವುದಿಲ್ಲ. ಯಾರಿಗಾದರೂ ಗೌರವದ ಸಂಕೇತವಾಗಿ ಸ್ಮಾರಕವನ್ನು ನಿರ್ಮಿಸಿದಾಗ, ನಿಸ್ಸಂದೇಹವಾಗಿ ಅವರನ್ನು ನೆನಪಿಸಿಕೊಳ್ಳುವ ಜನರು ಅವರ ಹೆಜ್ಜೆಗುರುತುಗಳನ್ನು ಅನುಸರಿಸುತ್ತಾರೆ, ಯಾರ ನೆನಪಿನಲ್ಲಿ ಸ್ಮಾರಕವನ್ನು ನಿರ್ಮಿಸಲಾಗಿದೆಯೋ. ಅಂತಹ ಚಟುವಟಿಕೆಗಳನ್ನು ಅಳವಡಿಸಿಕೊಳ್ಳುವುದು ಮುಂಬರುವ ಪೀಳಿಗೆಗೆ ಆಹ್ವಾನವಾಗಿದೆ. ಆದ್ದರಿಂದ, ಈ ಸ್ಮಾರಕದೊಂದಿಗೆ ಯಾವುದೇ ರೂಪದಲ್ಲಿ ನನ್ನನ್ನು ಸಂಯೋಜಿಸಲು ನನಗೆ ಸಾಧ್ಯವಾಗುತ್ತಿಲ್ಲ."

ಪಂಡಿತ್ ಮೋತಿಲಾಲ್ ನೆಹರು, ಪಂಡಿತ್ ಜವಾಹರಲಾಲ್ ನೆಹರು, ಡಾ. ಕಿಚ್ಲು, ರಾಜರ್ಷಿ ಪುರುಷೋತ್ತಮ್ ದಾಸ್ ಟಂಡನ್, ಡಾ .ಗೋಪಿ ಚಂದ್ ಭಾರ್ಗವ ಮತ್ತು ಇತರರು ಭಗತ್ ಸಿಂಗ್ ಮತ್ತು ಅವರ ಸಹಚರರನ್ನು ಜೈಲಿನಲ್ಲಿ ನೋಡಲು ಬಂದರು. ಮೊಹಮ್ಮದ್ ಸಹ ಬಂದರು. ಅಲಿ ಜಿನ್ನಾ ಈ ಕ್ರಾಂತಿಕಾರಿಗಳ ಬಗ್ಗೆ ಸಹಾನುಭೂತಿ ಹೊಂದಿದ್ದರು. ಮಹಾಮನಾ ಮದನ್ ಮೋಹನ್ ಮಾಳವೀಯ ಅವರು ಭಗತ್ ಸಿಂಗ್ ಮತ್ತು ಅವರ ಸಹಚರರಿಗಾಗಿ ವೈಸ್ರಾಯ್ ಗೆ ಮನವಿ ಮಾಡಿದ್ದರು. ಆದರೆ ಗಾಂಧೀಜಿಯವರು ಇಡೀ ದಿನ ಮೌನವಾಗಿದ್ದರು. ಅಕಾಲಿ ದಳ ಮತ್ತು ಕಾಂಗ್ರೆಸ್ ಕಾರ್ಯಕರ್ತರ ಯೂತ್ ಟ್ರೇಡ್ ಯೂನಿಯನ್ ನ ಜನರು ಮಹಾತ್ಮ ಗಾಂಧಿಯವರ ವರ್ತನೆಗಾಗಿ ಅವರ ವಿರುದ್ಧ ತೀವ್ರ ಆಕ್ರೋಶ ವ್ಯಕ್ತಪಡಿಸಿದರು. ಮರುದಿನ, ಮಾರ್ಚ್ 7, 1930 ರಂದು, ಬಜೆಟ್ ಗೆಜೆಟ್ ನಲ್ಲಿ ಗಾಂಧಿ-ಇರ್ವಿನ್ ವಸಾಹತು ವರದಿಯನ್ನು ಪ್ರಕಟಿಸಿದ ನಂತರ, ದೆಹಲಿಯಲ್ಲಿ ಸಭೆ ಕರೆಯಲಾಯಿತು. ಇದರಲ್ಲಿ ಈ ಪಕ್ಷಗಳು ತಮ್ಮ ಅಭಿಪ್ರಾಯಗಳನ್ನು ವ್ಯಕ್ತಪಡಿಸುವ ಕೈಬರಹಗಳನ್ನು ವಿತರಿಸಿದವು. ಈ ಕೈಬರಹಗಳು ಗಾಂಧೀಜಿಯವರ ಮನೋಭಾವವನ್ನು ಸಹ ದೃಢೀಕರಿಸಿದವು:

"ಇಂದು ಶಾಂತಿ ಎಲ್ಲಿದೆ? ಗುಂಡುಗಳಿಗೆ ಬಲಿಯಾದ ಅಥವಾ ಜೈಲಿನಲ್ಲಿದ್ದ ಮತ್ತು ಜೈಲುಗಳಲ್ಲಿ ಮರಣ ಕೋಶಗಳಲ್ಲಿ ನೇಣು ಹಾಕಲು ಕಾಯುತ್ತಿರುವ ಮಕ್ಕಳ ತಾಯಂದಿರ ಹೃದಯವನ್ನು ಆಲಿಸಿ. ಗಂಡಂದಿರು ತಮ್ಮನ್ನು

ವಿಧವೆಯರಂತೆ ಬಿಟ್ಟು ಹೋಗಿದ್ದಾರೆ ಅಥವಾ ಅನ್ಯ ಅಧಿಕಾರಶಾಹಿಯ ಜೈಲುಗಳಲ್ಲಿ ಜೀವಾವಧಿ ಶಿಕ್ಷೆಗೆ ಒಳಗಾಗುತ್ತಿದ್ದಾರೆ ಎಂದು ಆ ಹೆಂಡತಿಯರನ್ನು ಕೇಳಿ. ಹುತಾತ್ಮರ ಕಡೆಗೆ ನಿಮ್ಮ ಜವಾಬ್ದಾರಿಯನ್ನು ನೀವು ಮರೆತಿದ್ದೀರಾ? ನೀವು ಈ ಧಾರ್ಮಿಕ ಒಪ್ಪಂದದ ಪಾಲುದಾರರಾಗುತ್ತೀರಾ?"

ಭಾರತೀಯರಾದ ನಾವು ಯಾವಾಗಲೂ ವೈಯಕ್ತಿಕ ಆರಾಧಕರಾಗಿದ್ದೇವೆ ಎಂಬುದು ಕಹಿ ಸತ್ಯ. ಅದಕ್ಕಾಗಿಯೇ ನಾವು ಮಹಾತ್ಮ ಗಾಂಧಿಯವರನ್ನು ಪೂಜೆಗೆ ಅರ್ಹರನ್ನಾಗಿ ಮಾಡಿದ್ದೇವೆ. ನಮ್ಮಲ್ಲಿ ಹೆಚ್ಚಿನವರು ಅವನ ಕುರುಡು ಅನುಯಾಯಿಗಳು. ಆತನನ್ನು ಟೀಕಿಸುವುದು ಅಪರಾಧವೆಂದು ನಾವು ಪರಿಗಣಿಸುತ್ತೇವೆ. ಆದರೆ ಸತ್ಯವು ಯಾವಾಗಲೂ ಸತ್ಯವಾಗಿದೆ. ಇಡೀ ಜಗತ್ತು ಇದರ ವಿರುದ್ಧ ದಂಗೆಯೆದ್ದರೂ, ಸತ್ಯವು ಇನ್ನೂ ಸತ್ಯವಾಗಿದೆ. ತನ್ನ ಮನಸ್ಸು ಸ್ವಹಿತಾಸಕ್ತಿ ಮತ್ತು ಪೂರ್ವಾಗ್ರಹಗಳಿಂದ ಮುಕ್ತವಾಗದಿದ್ದರೆ ಮನುಷ್ಯನು ಸತ್ಯವನ್ನು ನೋಡುವುದಿಲ್ಲ. ಅವನ ಕಣ್ಣುಗಳು ಸತ್ಯವನ್ನು ನೋಡುವುದಿಲ್ಲ, ಏಕೆಂದರೆ ಮುಸುಕು ಸತ್ಯವನ್ನು ಮರೆಮಾಚುತ್ತದೆ. ಒಬ್ಬ ವ್ಯಕ್ತಿಯು ಸಮಸ್ಯೆಗಳನ್ನು ನೋಡಿದಾಗ ಸತ್ಯದ ನೋಟವನ್ನು ಹೊಂದಬಹುದು, ಅದರ ಬಗ್ಗೆ ಅವನು ನ್ಯಾಯಾಧೀಶನಾಗಿ ನಿರ್ಧಾರ ತೆಗೆದುಕೊಳ್ಳಬೇಕು. ಸ್ವಯಂ ಮತ್ತು ಇತರರ ಪರಿಗಣನೆಯಿಂದ ಮುಕ್ತನಾಗಿರಬೇಕು, ವಿಭಿನ್ನ ಮತ್ತು ಸಂಘರ್ಷದ ದೃಷ್ಟಿಕೋನಗಳಿಂದ ಮುಕ್ತನಾಗಿರಬೇಕು ಮತ್ತು ಎಲ್ಲಾ ರೀತಿಯ ಸ್ವ-ಆಸಕ್ತಿ ಮತ್ತು ಪೂರ್ವ ಕಲ್ಪನೆಗಳಿಂದ ಮುಕ್ತನಾಗಿರಬೇಕು.

ಗಾಂಧೀಜಿಯವರು ತಮ್ಮ ಕಾಲದ ಮಹಾನ್ ನಾಯಕರಾಗಿದ್ದರೂ, ಅವರು ಸಂಪೂರ್ಣ ವ್ಯಕ್ತಿಯಾಗಿದ್ದರು; ಅವರು ಭಾರತೀಯ ಇತಿಹಾಸದಲ್ಲಿ ಒಂದು ವಿಶಿಷ್ಟ ಸ್ಥಾನವನ್ನು ಹೊಂದಿದ್ದಾರೆ. ಅವರ ಸತ್ಯ ಮತ್ತು ಅಹಿಂಸೆಯ ಮಾರ್ಗವು ಮಾನವಕುಲಕ್ಕೆ ಉದಾತ್ತ ಮಾರ್ಗದರ್ಶಿಯಾಗಿದೆ. ಆದರೂ, ಸ್ವತಂತ್ರ ಮನಸ್ಸಿನ ಭಾರತೀಯರು ಮೇಲೆ ತಿಳಿಸಿದ ಎರಡು ಘಟನೆಗಳಿಗೆ ಅವರನ್ನು ಎಂದಿಗೂ ಕ್ಷಮಿಸುವುದಿಲ್ಲ! ಮೊದಲನೆಯ ಘಟನೆ, ಭಗತ್ ಸಿಂಗ್, ರಾಜ್ ಗುರು ಮತ್ತು ಸುಖ್ ದೇವ್ ಅವರಿಗೆ ನ್ಯಾಯ ಒದಗಿಸದ ಗಾಂಧಿ-ಇರ್ವಿನ್ ಒಪ್ಪಂದ, ಮತ್ತು ಎರಡನೆಯದಾಗಿ, ನೇತಾಜಿ ಸುಭಾಷ್ ಚಂದ್ರ ಬೋಸ್ ಅವರನ್ನು ಕಾಂಗ್ರೆಸ್ ಅಧ್ಯಕ್ಷ ಸ್ಥಾನಕ್ಕೆ ರಾಜೀನಾಮೆ ನೀಡುವಂತೆ ಒತ್ತಾಯಿಸಿದ್ದಕ್ಕಾಗಿ. ಮೊದಲ ಘಟನೆಗಾಗಿ, ನೌಜವಾನ್ ಸಭೆಯ ಸದಸ್ಯರು ಕರಾಚಿ ರೈಲ್ವೆ ನಿಲ್ದಾಣಕ್ಕೆ ಆಗಮಿಸಿದಾಗ ಅವರ ವಿರುದ್ಧ ಘೋಷಣೆಗಳನ್ನು ಕೂಗಿದರು, 'ಗಾಂಧಿ, ಗೋ ಬ್ಯಾಕ್', 'ಗಾಂಧಿವಾದ್ ಮುರ್ದಾಬಾದ್' (ಗಾಂಧೀಜಿಯೊಂದಿಗೆ), 'ಗಾಂಧಿಯವರ ಒಪ್ಪಂದವು ಭಗತ್ ಸಿಂಗ್ ಅವರನ್ನು ಗಲ್ಲಿಗೇರಿಸಲು ಕಾರಣವಾಯಿತು', 'ಭಗತ್ ಸಿಂಗ್ ಜಿಂದಾಬಾದ್'.

❏

9

ಸೂರ್ಯ ಅಸ್ತಮಿಸುತ್ತಾನೆ

ಹಿಂದಿನ ಅಧ್ಯಾಯದಲ್ಲಿನ ಘಟನೆಗಳ ನಿರೂಪಣೆಯು ಭಗತ್ ಸಿಂಗ್ ಅವರ ಜೀವವನ್ನು ಉಳಿಸಲು ಭಾರತೀಯರು ಮಾಡಿದ ಪ್ರತಿಯೊಂದು ಪ್ರಯತ್ನವೂ ವಿಫಲವಾಗಿದೆ ಮತ್ತು ಗಾಂಧಿ-ಇರ್ವಿನ್ ಒಪ್ಪಂದವು ಅವರನ್ನು ಗಲ್ಲಿಗೇರಿಸುವುದನ್ನು ಅನಿವಾರ್ಯ ವಾಸ್ತವವಾಗಿಸಿದೆ ಎಂದು ಸ್ಪಷ್ಟಪಡಿಸುತ್ತದೆ. ಆದ್ದರಿಂದ, ಕೆಚ್ಚೆದೆಯ ದೇಶಭಕ್ತನಂತೆ ಅವರು ಸಾವನ್ನು ಸ್ವಾಗತಿಸಲು ನೇಣು ಬಿಗಿದುಕೊಂಡು ಕಾಯುತ್ತಿದ್ದರು.

ಅವರ ಕುಟುಂಬದ ಸದಸ್ಯರೊಂದಿಗಿನ ಕೊನೆಯ ಭೇಟಿ

ಭಗತ್ ಸಿಂಗ್ ಜೈಲಿನಲ್ಲಿದ್ದಾಗ, ಅವರ ಕುಟುಂಬದವರು ಅವರನ್ನು ಭೇಟಿ ಮಾಡುತ್ತಿದ್ದರು. ಆದರೆ ಆ ಸಭೆಗಳು ಮತ್ತು 1931ರ ಮಾರ್ಚ್ 3ರಂದು ನಡೆದ ಸಭೆಗಳ ನಡುವೆ ದೊಡ್ಡ ವ್ಯತ್ಯಾಸವಿತ್ತು. ಹಿಂದಿನ ಸಭೆಗಳಲ್ಲಿ ಭಗತ್ ಸಿಂಗ್ ಅವರ ಶಿಕ್ಷೆಯನ್ನು ರದ್ದುಗೊಳಿಸಬಹುದೆಂದು ಅವರ ಕುಟುಂಬದವರು ತಮ್ಮ ಹೃದಯದ ಮೂಲೆಯಲ್ಲಿ ಎಲ್ಲೋ ಒಂದು ಕಡೆ ಮಸುಕಾದ ಭರವಸೆಯನ್ನು ಹೊಂದಿದ್ದರು. ಆದರೆ ಆ ದಿನದ ಸಭೆ ಕೊನೆಯ ಸಭೆಯಾಗಿತ್ತು. ಇದು ವಿದಾಯ ಹೇಳುವ ಸಮಯ. ಆ ದಿನ ಅವನ ಕುಟುಂಬದ ಎಲ್ಲ ಸದಸ್ಯರು ಬಂದಿದ್ದರು. ಅವನ ತಾಯಿ ಮತ್ತು ತಂದೆ, ಅಜ್ಜ ಮತ್ತು ಅಜ್ಜಿ, ಚಿಕ್ಕಪ್ಪ ಮತ್ತು ಚಿಕ್ಕಮ್ಮ, ತಾಯಿಯ ಚಿಕ್ಕಪ್ಪ ಮತ್ತು ತಾಯಿಯ ಚಿಕ್ಕಮ್ಮ, ಕಿರಿಯ ಸಹೋದರ ಮತ್ತು ಸಹೋದರಿಯರು, ಎಲ್ಲರೂ. ಅಜ್ಜ ಸರ್ದಾರ್ ಅರ್ಜುನ್ ಸಿಂಗ್ ಅತ್ಯಂತ ಹತಾಶೆಯ ವ್ಯಕ್ತಿಯಾಗಿದ್ದರು. ಅವರು ಮತ್ತು ಭಗತ್ ಸಿಂಗ್ ಮುಖಾಮುಖಿಯಾದರು. ಅವರು ತನ್ನ ಪ್ರೀತಿಯ ಕೈಯನ್ನು ತನ್ನ ಮೊಮ್ಮಗನ ತಲೆಯ ಮೇಲೆ ಇರಿಸಿದರು. ಅವರು ಏನನ್ನಾದರೂ ಹೇಳಲು ಬಯಸಿದರೂ ಪದಗಳು ಅವರ ತುಟಿಗಳನ್ನು ತಲುಪುತ್ತಿದ್ದಂತೆ ಮರೆಯಾದವು. ಅವರ ತುಟಿಗಳು ನಡುಗಿದವು, ನಡುಗಿದವು ಮತ್ತು ಅವರ ಹೃದಯವು ಉಸಿರುಗಟ್ಟಿತು. ಅವರಿಗೆ ತನ್ನ ಮೊಮ್ಮಗನ ಮುಂದೆ ನಿಲ್ಲಲು ಸಾಧ್ಯವಾಗಲಿಲ್ಲ. ಅವರು ಅಲ್ಲಿಂದ ಹೊರಟುಹೋದರು. ಅವರ ಅಸಹಾಯಕತೆಯು ಅವನ ಕಣ್ಣುಗಳ ಮೂಲಕ ಹರಿಯಲು ಪ್ರಾರಂಭಿಸಿತು. ಅವರ ದುಃಖವನ್ನು ಕಲ್ಪಿಸಿಕೊಳ್ಳಬಹುದು, ಏಕೆಂದರೆ ಮೊಮ್ಮಗನು ಮಗನಿಗಿಂತ ಅಚ್ಚುಮೆಚ್ಚಿನವನು, ಬಡ್ಡಿಯು ಅಸಲು ಮೊತ್ತಕ್ಕಿಂತ ಅಚ್ಚುಮೆಚ್ಚಿನದು.

ಕಿರಿಯ ಸಹೋದರರು ಮತ್ತು ಸಹೋದರಿಯರು ಅವರನ್ನು ನಗುತ್ತಾ ಭೇಟಿಯಾದರು. ನಂತರ ಅವರು ತಮ್ಮ ತಾಯಿ ವಿದ್ಯಾವತಿಯೊಂದಿಗೆ ಮಾತನಾಡಿದರು. ಅವರು ತನ್ನ ತಾಯಿಗೆ, 'ಮಾ, *ದಾದಾಜಿ* ಈಗ ಹೆಚ್ಚು ಕಾಲ ಬದುಕುವುದಿಲ್ಲ. ನೀವು ಬಂಗಾಗೆ ಹಿಂತಿರುಗಿದಾಗ, ಅವರಿಗೆ ಸೇವೆ ಮಾಡಿ". ತಾಯಿ ಧೈರ್ಯಶಾಲಿ ಮಹಿಳೆಯಂತೆ, ತನ್ನ ಮಗನಿಗೆ ತನ್ನ ಕರ್ತವ್ಯದ ಬಗ್ಗೆ ಸೂಚನೆ ನೀಡಿದರು. ಬಹುಶಃ ತನ್ನ ಮಗ ಕೊನೆಯ ಕ್ಷಣಗಳಲ್ಲಿ ನರಭಕ್ಷಕನಾಗುವುದಿಲ್ಲ ಮತ್ತು ಸಾವಿಗೆ ಹೆದರುತ್ತಾನೆ ಎಂದು ಅವಳು ಯೋಚಿಸುತ್ತಿರಬಹುದು. ಆದ್ದರಿಂದ, ಅವರು ಹೇಳಿದರು, "...ಸೋನಿ! ನಿಮ್ಮ ನಂಬಿಕೆ ಮತ್ತು ವಿಶ್ವಾಸಕ್ಕೆ ಬದ್ಧರಾಗಿರಿ. ನಾವೆಲ್ಲರೂ ಒಂದು ದಿನ ಸಾಯಲೇಬೇಕು. ಆದರೆ ನಿಜವಾದ ಸಾವು ಇಡೀ ಪ್ರಪಂಚವು ನೋಡುವಂತಹದ್ದಾಗಿದೆ, ಅದಕ್ಕಾಗಿ ಎಲ್ಲರೂ ಅಳುತ್ತಿದ್ದಾರೆ. ಅವನ ಸಾವು ಅಮೂಲ್ಯವಾದುದು. ಉದಾತ್ತ ಆದರ್ಶಗಳು ಮತ್ತು ಕಾರ್ಯಗಳಿಗಾಗಿ ನನ್ನ ಮಗ ತನ್ನ ಪ್ರಾಣವನ್ನು ತ್ಯಾಗ ಮಾಡುತ್ತಿದ್ದಾನೆ ಎಂದು ನಾನು ಹೆಮ್ಮೆಪಡುತ್ತೇನೆ. ನೇಣು ಹಾಕುವ ವೇದಿಕೆಯಲ್ಲಿ ನಿಂತು 'ಇಂಕ್ವಾಲಾಬ್ *ಜಿಂದಾಬಾದ್*' ಎಂಬ ಘೋಷಣೆಯನ್ನು ನೀವು ಎತ್ತಬೇಕೆಂದು ನನ್ನ ಹೃದಯ ಮತ್ತು ಆತ್ಮದಿಂದ ನಾನು ಬಯಸುತ್ತೇನೆ. ನಿಮ್ಮ ಕೆಲಸವು ಕಡಿಮೆಯಾಗಬಾರದು, ಆದರೆ ಮತ್ತಷ್ಟು ಮುಂದುವರಿಯಬೇಕು."

ಮಾ ವಿದ್ಯಾವತಿ, ವಾಸ್ತವದಲ್ಲಿ, ಒಬ್ಬ ಧೈರ್ಯಶಾಲಿ ಭಾರತೀಯ ಮಹಿಳೆ. ಅಂತಹ ಕೆಚ್ಚೆದೆಯ ತಾಯಿಯ ಮಗ ಭಗತ್ ಸಿಂಗ್ ಹೊರತುಪಡಿಸಿ ಬೇರೆ ಯಾವುದೇ ರೀತಿಯಲ್ಲಿ ಇರಲು ಹೇಗೆ ಸಾಧ್ಯ? ದೇಶದ ಬಗ್ಗೆ ಅಂತಹ ಪ್ರೀತಿ, ಅಂತಹ ಸ್ವಾಭಿಮಾನವು ಅಪರೂಪದ ತಾಯಂದಿರಲ್ಲಿ ಮಾತ್ರ ಕಂಡುಬರುತ್ತದೆ. ಒಬ್ಬ ಸಾಮಾನ್ಯ ಮಹಿಳೆ ತನ್ನ ಮಗನಿಗೆ ಇಂತಹ ಉದಾತ್ತ ವಿಷಯಗಳನ್ನು ಉಪನ್ಯಾಸ ನೀಡಬಹುದೇ?

ಇದರ ನಂತರ ಭಗತ್ ಸಿಂಗ್ ತನ್ನ ತಂದೆಯೊಂದಿಗೆ ಮಾತನಾಡಿದರು. ಈ ಭಾಷಣದಲ್ಲಿ, ಒಬ್ಬ ತಂದೆಯು ತನ್ನ ಮಗನ ಮೇಲೆ ಇಟ್ಟಿರುವ ಪ್ರೀತಿಯನ್ನು ಮತ್ತು ಭಗತ್ ಸಿಂಗ್ ಸಾವಿನ ಬಗ್ಗೆ ನಿರ್ಭಯತೆಯನ್ನು ನಾವು ಗಮನಿಸುತ್ತೇವೆ.

ತಂದೆ: ಮಗನೇ, ನಾವು ಮತ್ತೊಮ್ಮೆ ಭೇಟಿಯಾಗಬಹುದು.

ಭಗತ್ ಸಿಂಗ್: ನೀವು ಏನನ್ನಾದರೂ ಕೇಳಿದ್ದೀರಾ?

ತಂದೆ: ಹೌದು.

ಭಗತ್ ಸಿಂಗ್: ಏನು?

ಕಿಶನ್ ಸಿಂಗ್: ರಾಜ್ ಗುರು, ಸುಖ್ ದೇವ್ ಮತ್ತು ನಿಮ್ಮ ಶಿಕ್ಷೆ ಬದಲಾಗಿಲ್ಲ. ಗಾಂಧಿ-ಇರ್ವಿನ್ ಒಪ್ಪಂದದ ಪ್ರಕಾರ ಕಾಂಗ್ರೆಸ್ ಕೈದಿಗಳನ್ನು ಮಾತ್ರ ಬಿಡುಗಡೆ ಮಾಡಲಾಗುತ್ತದೆ. ಯಾವುದೇ ಕ್ರಾಂತಿಕಾರಿ ಖೈದಿಗಳನ್ನು ಬಿಡುಗಡೆ ಮಾಡುವುದಿಲ್ಲ. ವೈಸ್ರಾಯ್ ಬಯಸಿದರೆ, ಅವನು ಮರಣದಂಡನೆಯನ್ನು ವಿಧಿಸಬಹುದು, ಆದರೆ ಇದನ್ನು ಮಾಡಲು ಅವನು ಸಿದ್ಧರಿಲ್ಲ.

ಭಗತ್ ಸಿಂಗ್: ನಮ್ಮ ಶಿಕ್ಷೆಯನ್ನು ಯಾರೂ ಬದಲಾಯಿಸುವುದಿಲ್ಲ ಎಂದು ನಾನು ಮೊದಲಿನಿಂದಲೂ ಹೇಳುತ್ತಿದ್ದೇನೆ. ಸಾವಿನ ಕುಣಿಕೆಯನ್ನು ಖಂಡಿತವಾಗಿಯೂ ನಮ್ಮ ಕುತ್ತಿಗೆಯ ಸುತ್ತಲೂ ಇಡಲಾಗುತ್ತದೆ. ಅದರಲ್ಲಿ ಹೊಸತೇನೂ ಇಲ್ಲ.

ತಂದೆ: ನಾನು ಇನ್ನೂ ಹೆಚ್ಚಿನದನ್ನು ಕೇಳಿದ್ದೇನೆ.

ಭಗತ್ ಸಿಂಗ್: ಅದು ಏನು?

ತಂದೆ: ಈ ಮೂವರು ಯುವಕರನ್ನು ಸಾಯುವವರೆಗೆ ಗಲ್ಲಿಗೇರಿಸಬೇಕಾದರೆ, ಕರಾಚಿ ಅಧಿವೇಶನದ ಮೊದಲು ಈ ಕೆಲಸವನ್ನು ಕಾರ್ಯಗತಗೊಳಿಸಬೇಕು ಎಂದು ಮಹಾತ್ಮ ಗಾಂಧಿ ಹೇಳಿದ್ದಾರೆ.

ಭಗತ್ ಸಿಂಗ್: ಆ ಅಧಿವೇಶನ ಯಾವಾಗ ನಡೆಯಲಿದೆ?

ತಂದೆ: ಈ ತಿಂಗಳ ಅಂತ್ಯದ ವೇಳೆಗೆ.

ಭಗತ್ ಸಿಂಗ್: ನಂತರ ಇದು ಸಂತೋಷದ ವಿಷಯವಾಗಿದೆ. ಬೇಸಿಗೆ ಕಾಲ ಸಮೀಪಿಸುತ್ತಿದೆ. ಮರಣ ಕೋಶದ ಬಿಸಿಲಿನಲ್ಲಿ ನನ್ನನ್ನು ಹುರಿಯುವುದಕ್ಕಿಂತ ಸಾಯುವುದು ಉತ್ತಮ ಎಂದು ನಾನು ಪರಿಗಣಿಸುತ್ತೇನೆ. ನಾನು ಮತ್ತೆ ಭಾರತದಲ್ಲಿ ಜನಿಸುತ್ತೇನೆ, ಮತ್ತು ನಾವು ಮತ್ತೆ ಇಂಗ್ಲಿಷ್ ಜನರೊಂದಿಗೆ ಮುಖಾಮುಖಿಯಾಗಬಹುದು. ನನ್ನ ದೇಶ, ಭಾರತ, ಖಂಡಿತವಾಗಿಯೂ ಮುಕ್ತವಾಗಿರುತ್ತದೆ.

ಇದಾದ ನಂತರ ತಂದೆ ಮಗನಿಗೆ ಹೃದಯ ಕಳೆದುಕೊಳ್ಳದಂತೆ ಸಲಹೆ ನೀಡಿದರು. ಭಗತ್ ಸಿಂಗ್, ಇದರ ನಂತರ, ತನ್ನ ಸಹೋದರ ಮತ್ತು ಸಹೋದರಿಯರಿಗೆ, "ಹೃದಯ ಕಳೆದುಕೊಳ್ಳಬೇಡಿ, ಮತ್ತು ನನ್ನ ಮರಣದ ನಂತರ ದೇಶ ಮತ್ತು ಜನರ ಸೇವೆಯಿಂದ ನಿಮ್ಮ ತಲೆಯನ್ನು ತಿರುಗಿಸಬೇಡಿ ಮತ್ತು ಸಂದರ್ಭ ಉದ್ಭವಿಸಿದರೆ ನೀವು ದೇಶಕ್ಕಾಗಿ ತ್ಯಾಗ ಮಾಡುವ ಮನೋಭಾವವನ್ನು ತ್ಯಾಗ ಮಾಡಬೇಡಿ." ಕೊನೆಯಲ್ಲಿ ಅವನು ತನ್ನ ತಾಯಿಯನ್ನು ತನ್ನ ಹತ್ತಿರ ಕರೆದು, "ನೀವು ನನ್ನ ಮೃತ ದೇಹವನ್ನು ಹಿಂಪಡೆಯಲು ಇಲ್ಲಿಗೆ ಬರಬೇಡಿ. ಕುಲ್ಬೀರ್ ಅವರನ್ನು ಕಳುಹಿಸಿ. ನೀವು ಅಳುತ್ತಿದ್ದರೆ, ಭಗತ್ ಸಿಂಗ್ ಅವರ ತಾಯಿ ಅಳುತ್ತಿದ್ದಾಳೆ ಎಂದು ಜನರು ಆಡಿಕೊಳ್ಳುತ್ತಾರೆ." ಇದನ್ನು ಹೇಳಿದ ನಂತರ ಅವನು ಗರ್ಜಿಸುವ ನಗೆಯಲ್ಲಿ ಸಿಲುಕಿದನು. ಜೈಲಿನ ಅಧಿಕಾರಿಗಳು ತಮ್ಮ ಕಾಳಜಿಯ ಸ್ವಾತಂತ್ರ್ಯ ಮತ್ತು ಸಲಿಂಗಕಾಮಿ ತ್ಯಜಿಸುವಿಕೆಯಿಂದ ದಿಗ್ಭ್ರಮೆಗೊಂಡರು. ಸಾವಿಗೆ ಹತ್ತಿರವಾಗಿದ್ದರೂ, ಅವರು ಏನೂ ನಡೆದಿಲ್ಲ ಎಂಬಂತೆ ವರ್ತಿಸುತ್ತಿದ್ದರು. ಅಂತಹ ತಾಳ್ಮೆ, ಅಂತಹ ಧೈರ್ಯ! ಸಾಮಾನ್ಯ ಜನರಲ್ಲಿ ನೀವು ಇದನ್ನು ಎಂದಾದರೂ ಕಾಣುತ್ತೀರಾ? ಇದರ ನಂತರ ಇಡೀ ಕುಟುಂಬವು ವಿದಾಯ ಹೇಳಿತು, ಕೊನೆಯ ವಿದಾಯ, ಮತ್ತೆ ಎಂದಿಗೂ ಭೇಟಿಯಾಗುವುದಿಲ್ಲ. ಇದು ಅವರ ಕುಟುಂಬ ಸದಸ್ಯರೊಂದಿಗಿನ ಅವರ ಕೊನೆಯ ಭೇಟಿಯಾಗಿತ್ತು. ಇದರ ನಂತರ ಅವರು ನೇಣು ಬಿಗಿದ ನಂತರವೂ ಅವರನ್ನು ನೋಡಲು ಸಾಧ್ಯವಾಗಲಿಲ್ಲ, ಇನ್ನು ಮುಂದೆ ಅವರು ಅವರ ಮೃತ ದೇಹವನ್ನು ಮಾತ್ರ ನೋಡುತ್ತಾರೆ ಎಂದು ಅವರು ಕಲ್ಪಿಸಿಕೊಂಡರು. ಭಗತ್ ಸಿಂಗ್ ಕೂಡ ಅದೇ ರೀತಿ ಯೋಚಿಸಿದರು. ಅದಕ್ಕಾಗಿಯೇ ಮೃತ ದೇಹವನ್ನು ಸಂಗ್ರಹಿಸಲು ಅವರು ತನ್ನ ಕಿರಿಯ ಸಹೋದರನನ್ನು ಕೇಳಿದರು. ಆದರೆ ದಬ್ಬಾಳಿಕೆಯ ಬ್ರಿಟಿಷ್ ಸರ್ಕಾರವು ಇದನ್ನು ಸಹ ಅನುಮತಿಸುವುದಿಲ್ಲ ಎಂದು ಅವರು ಕಲ್ಪಿಸಿಕೊಂಡಿರಲಿಲ್ಲ.

ನೇಣು ಹಾಕುವ ಮೊದಲು

ಅಂತಿಮವಾಗಿ, ಮಾರ್ಚ್ 23 ಬಂದಿತು, ಈ ಉದಾತ್ತ ಆತ್ಮಗಳನ್ನು ಗಲ್ಲಿಗೇರಿಸಬೇಕಾದ ದುರದೃಷ್ಟಕರ ದಿನ. ಭಗತ್ ಸಿಂಗ್ ಅವರು ಜೈಲಿನಲ್ಲಿರುವ ತಮ್ಮ ವಕೀಲರಿಂದ ಲೆನಿನ್ ಅವರ ಜೀವನಚರಿತ್ರೆಯನ್ನು ಎರವಲು ಪಡೆದಿದ್ದರು. ಅವರಿಗೆ ಬೇರೆ ಏನನ್ನೂ ಮಾಡಲಾಗದಿದ್ದಾಗ ಪುಸ್ತಕಗಳು ಅವರ ಸಹಚರರಾಗಿದ್ದರು. ಲೆನಿನ್ ಅವರ

ಜೀವನಚರಿತ್ರೆಯನ್ನು ಓದುವಲ್ಲಿ ಅವರು ಕಳೆದುಹೋದರು. ಸಂಪೂರ್ಣ ಸಂಯೋಜನೆ, ಅವನ ಮುಖದಲ್ಲಿ ಎಲ್ಲಿಯೂ ಭಯ ಅಥವಾ ಅಹಿತಕರತೆಯ ಕುರುಹುಗಳಿಲ್ಲದೆ, ಆದರೆ ಜೈಲು ಅಧಿಕಾರಿ ಖಾನ್ ಬಹದ್ದೂರ್ ಮೊಹಮ್ಮದ್ ಅಕ್ಬರ್ ಅವರ ಮನಸ್ಸಿನಲ್ಲಿ ಚಂಡಮಾರುತವು ಉಲ್ಬಣಿಸುತ್ತಿತ್ತು. ಭಗತ್ ಸಿಂಗ್ ಅವರನ್ನು ಹೇಗಾದರೂ ಉಳಿಸಬಹುದೇ ಎಂದು ಅವರು ಯೋಚಿಸುತ್ತಿರಬಹುದು. ಅವನ ಕೈಗಳನ್ನು ಸೇವೆಯಲ್ಲಿ ಕಟ್ಟದಿದ್ದರೆ ಅದು ಹೇಗೆ? ಈ ಕೆಚ್ಚೆದೆಯ ವ್ಯಕ್ತಿಗಳ ಮುಖಗಳು ಅವರ ಮನಸ್ಸಿನ ಕಣ್ಣಿನ ಮುಂದೆ ಮತ್ತೆ ಮತ್ತೆ ಬಂದವು. ಅವರು ತನ್ನ ಹೃದಯದಲ್ಲಿ ವಿಚಿತ್ರವಾದ ಸ್ಫೋಟವನ್ನು ಅನುಭವಿಸಿದರು,ಅವರೊಳಗೆ ಬಿರುಗಾಳಿ ಎದ್ದಿತು, ಒಂದು ಲಾವಾ ಕುದಿಯುತ್ತಿತ್ತು, ಅದನ್ನು ಯಾರೂ ನೋಡಲಾಗಲಿಲ್ಲ ಆದರೆ ಅವರು ಅದನ್ನು ಅನುಭವಿಸುತ್ತಿದ್ದರು, ಇದೊಂದು ವಿವರಿಸಲಾಗದ ಅನುಭವ. ಅದು ಮಧ್ಯಾಹ್ನ ಸಮಯವಾಗಿತ್ತು. ಸೂರ್ಯನು ಆಕಾಶದ ಮಧ್ಯದಲ್ಲಿದ್ದನು. ಸ್ವಲ್ಪ ಸಮಯದ ಹಿಂದೆ ಭಗತ್ ಸಿಂಗ್ ರಸಗುಲ್ಲಾಗಳನ್ನು *ತೆಗೆದುಕೊಂಡು* ಅವುಗಳನ್ನು ತಿನ್ನುತ್ತಿದ್ದರು. ನಂತರ ಸಹಾಯಕ ಜೈಲರ್ ಕೈದಿಗಳನ್ನು ಆಯಾ ಕೊಠಡಿಗಳಿಗೆ ಹೋಗಲು ಹೇಳಿದರು. ವಿಷಯ ಏನೆಂದು ಕೈದಿಗಳಿಗೆ ಅರ್ಥವಾಗಲಿಲ್ಲ. ಇದು ಮಧ್ಯಾಹ್ನ ಸಮಯವ, ಆದರೆ ಸಾಮಾನ್ಯವಾಗಿ ಸಂಜೆ ತಮ್ಮ ಕೊಠಡಿಗಳಿಗೆ ಹೋಗಿ ಲಾಕ್ ಮಾಡಲಾಗುತಿತ್ತು. ಇದರ ಅರ್ಥವೇನು? ಅದನ್ನು ಲೆಕ್ಕಾಚಾರ ಮಾಡಲು ಪ್ರತಿಯೊಬ್ಬರೂ ಅವರ ತಲೆಯನ್ನು ಗೀಚುತ್ತಿದ್ದರು. ಆ ಸಮಯದಲ್ಲಿ ಜೈಲರ್ ಮೊಹಮ್ಮದ್ ಅಕ್ಬರ್ ಅಲ್ಲಿಗೆ ತಲುಪಿ ಸೆಲ್ ನಂ .14 ರ ಮುಂದೆ ನಿಂತರು. ಎಲ್ಲಾ ಕೈದಿಗಳು ಅವರ ಮುಖವನ್ನು ನೋಡಿದರು, ವಿಷಯವೇನು ಎಂದು ಅವರು ಕೇಳುತ್ತಿದ್ದಂತೆ, ಆದರೆ ಅವರ ನೋಟವನ್ನು ನೋಡುವ ಬಗ್ಗೆ ಕೇಳಲು ಯಾರೂ ಧೈರ್ಯ ಮಾಡಲಿಲ್ಲ. ಅವರ ಮುಖದಿಂದ ಅವರು ತುಂಬಾ ಒತ್ತಡದಲ್ಲಿದ್ದಾರೆ, ಅವರೊಳಗೆ ಏನೋ ಮೊಳಕೆಯೊಡೆಯುತ್ತಿದೆ ಮತ್ತು ಅವರಿಗೆ ನಿರ್ಧರಿಸಲು ಸಾಧ್ಯವಾಗಲಿಲ್ಲ ಎಂದು ತೋರುತಿತ್ತು. ಅವರು ಇದನ್ನು ಮಾತ್ರ ಉಚ್ಚರಿಸಿದರು,"ಕೈದಿಗಳು ಬಯಸಿದರೆ, ಅವರು ಹೊರಗುಳಿಯಬಹುದು. ಏನಾಗುತ್ತದೆ ಎಂದು ಅವನು ನೋಡುತ್ತಾನೆ." ಹೀಗೆ ಹೇಳಿದ ನಂತರ ಅವರು ಬಂದ ದಾರಿಯಲ್ಲಿಯೇ ಹೋದರು. ಕೈದಿಗಳು ಸಹ ಭಾಗಶಃ ಏನಾಗಲಿದೆ ಎಂದು ಊಹಿಸಿದ್ದರು. ಅವರು ತಮ್ಮ ಕೊಠಡಿಗಳಿಗೆ ಹೋದರು. ಇಂದು ಮಧ್ಯಾಹ್ನ ಸೂರ್ಯ ಮುಳುಗಲಿದ್ದ.

ಸಂಜೆ 5.00 ಕ್ಕೆ ಎಲ್ಲಾ ಕೈದಿಗಳು ತಮ್ಮ ಸೆಲ್ ಗಳಲ್ಲಿ ಲಾಕ್ ಆಗಿದ್ದರು. ಅವರ ಹಾಜರಾತಿಯನ್ನು ಗುರುತಿಸಲಾಗಿತ್ತು. ಈ ಮೂವರು ಕೆಚ್ಚೆದೆಯ ವ್ಯಕ್ತಿಗಳನ್ನು ಅವರ ಕೊಠಡಿಗಳಲ್ಲಿ ಸ್ನಾನ ಮಾಡಲು ತಯಾರಿ ನಡೆದಿತ್ತು. ಆ ದಿನ ಮಧ್ಯಾಹ್ನ 3.00 ಕ್ಕೆ ಅವರನ್ನು ಗಲ್ಲಿಗೇರಿಸಲಾಗುವುದು ಎಂದು ಅವರಿಗೆ ತಿಳಿಸಲಾಯಿತು. ಜೈಲಿನಲ್ಲಿರುವ ಸಿಖ್, ಚತರ್ ಸಿಂಗ್, ಸೇನೆಯ ಮಾಜಿ ವಾರ್ಡನ್ ಆಗಿದ್ದವರು ಇಲ್ಲಿ ಮುಖ್ಯ ವಾರ್ಡನ್ ಆಗಿದ್ದರು. ಅವರು ಧಾರ್ಮಿಕ ಮನಸ್ಸಿನಿಂದ ಮೃದುವಾಗಿ ಮಾತನಾಡುವ ಸಿಖ್ ಆಗಿದ್ದರು. ಭಗತ್ ಸಿಂಗ್ ಅವರನ್ನು ಗಲ್ಲಿಗೇರಿಸಲಾಗುವುದು ಎಂದು ತಿಳಿದಾಗ, ಅವರು ಭಗತ್ ಸಿಂಗ್ ಅವರನ್ನು ತಲುಪಿ, "*ಬೇಟಾ*, ಇದು ಈಗ ಕೊನೆಯ ಬಾರಿ. ನಾನು ವಯಸ್ಸಿನಲ್ಲಿ ನಿಮ್ಮ ತಂದೆಗೆ ಸಮಾನನಾಗಿದ್ದೇನೆ. ದಯವಿಟ್ಟು ನನ್ನ ಸಣ್ಣ ಸಲಹೆಯನ್ನು ಸ್ವೀಕರಿಸಿ... "

"ಆದೇಶವೇನು ಎಂದು ನನಗೆ ತಿಳಿಸಿ" ಎಂದು ಭಗತ್ ಸಿಂಗ್ ನಿರಾತಂಕ ಮತ್ತು ನಗುತ್ತಿರುವ ಮನಸ್ಥಿತಿಯಲ್ಲಿ ಹೇಳಿದರು. "ನನಗೆ ಕೇವಲ ಒಂದು ಸಣ್ಣ ವಿನಂತಿ ಇದೆ. ಈ ಕೊನೆಯ ಸಂದರ್ಭದಲ್ಲಿ ನೀವು *ವಾಹೆ ಗುರು* ಎಂಬ

ಹೆಸರನ್ನು ಪಠಿಸಬೇಕು ಮತ್ತು *ಗುರು ವಾನಿಯನ್ನು* ಓದಬೇಕು. ಈ *ಗುಟ್ಕಾವನ್ನು* ತೆಗೆದುಕೊಳ್ಳಿ (ಸಂತರ ಧ್ವನಿಯ ಸಂಕ್ಷಿಪ್ತ ಆವೃತ್ತಿ), ನಾನು ಅದನ್ನು ನಿಮಗಾಗಿ ತಂದಿದ್ದೇನೆ " ಎಂದು ಚತರ್ ಸಿಂಗ್ ಹೇಳಿದರು. ಭಗತ್ ಸಿಂಗ್ ನಗುತ್ತಾ ಹೇಳಿದರು, "ನೀವು ಸ್ವಲ್ಪ ಮುಂಚಿತವಾಗಿ ಹೇಳಿದ್ದರೆ, ನಿಮ್ಮ ಆಶಯವನ್ನು ಈಡೇರಿಸಲು ನನಗೆ ಯಾವುದೇ ಆಕ್ಷೇಪವಿರಲಿಲ್ಲ. ಈಗ, ಕೊನೆಯ ಕ್ಷಣದಲ್ಲಿ ನಾನು ದೇವರನ್ನು ನೆನಪಿಸಿಕೊಂಡರೆ, ಅವನು (ಭಗತ್ ಸಿಂಗ್) ಹೇಡಿ ಎಂದು ಹೇಳುತ್ತಾನೆ. ಅವರು ಇಡೀ ಜೀವನಕ್ಕೆ ನನ್ನನ್ನು ನೆನಪಿಸಿಕೊಳ್ಳಲಿಲ್ಲ, ಮತ್ತು ಈಗ, ಅವರು ತಮ್ಮ ಮುಂದೆ ಸಾವನ್ನು ನೋಡಿದಾಗ, ಅವರು ನನ್ನನ್ನು ನೆನಪಿಸಿಕೊಳ್ಳುತ್ತಿದ್ದಾರೆ. ಆದ್ದರಿಂದ, ನಾನು ನನ್ನ ಹಿಂದಿನ ಜೀವನವನ್ನು ನಡೆಸಿದ ರೀತಿಯಲ್ಲಿ ಜಗತ್ತನ್ನು ಬಿಡಲು ನೀವು ದಯೆಯಿಂದ ನನಗೆ ಅವಕಾಶ ನೀಡಿದರೆ ಉತ್ತಮ. ನಾಸ್ತಿಕನಾಗಿದ್ದಕ್ಕಾಗಿ ಅನೇಕರು ನನ್ನನ್ನು ದೂಷಿಸುತ್ತಾರೆ ಮತ್ತು ಅವರು ದೇವರನ್ನು ನಂಬುವುದಿಲ್ಲ ಎಂದು ಹೇಳುತ್ತಾರೆ, ಆದರೆ ಭಗತ್ ಸಿಂಗ್ ಹೇಡಿ ಮತ್ತು ಅಪ್ರಾಮಾಣಿಕ ಎಂದು ಯಾರೂ ಹೇಳುವುದಿಲ್ಲ ಮತ್ತು ಅಂತಿಮವಾಗಿ ಸಾವನ್ನು ಎದುರಿಸುವಾಗ ಅವರ ಕಾಲುಗಳು ಅಲುಗಾಡುತ್ತಿವೆ ಎಂದು ".

ಈ ಸಮಯದಲ್ಲಿ ಅವರು ಲೆನಿನ್ ಅವರ ಜೀವನಚರಿತ್ರೆಯನ್ನು ಓದುವಲ್ಲಿ ಮುಳುಗಿದ್ದಾಗ, ಜೈಲು ಅಧಿಕಾರಿ ಬಂದು, "*ಸರ್ದಾರ್ ಜೀ*, ನಿಮ್ಮನ್ನು ಗಲ್ಲಿಗೇರಿಸಲು ನಾವು ಆದೇಶಗಳನ್ನು ಸ್ವೀಕರಿಸಿದ್ದೇವೆ. ಸಿದ್ಧರಾಗಿ."

ಅವರ ಕಣ್ಣುಗಳು ಇನ್ನೂ ಪುಸ್ತಕದತ್ತ ಅಂಟಿಕೊಂಡಿದ್ದವು, ಓದುತ್ತಿದ್ದವು, ಅವರು ಹೇಳಿದರು, "ನಿರೀಕ್ಷಿಸಿ, ಒಬ್ಬ ಕ್ರಾಂತಿಕಾರಿ ಇನ್ನೊಬ್ಬ ಕ್ರಾಂತಿಕಾರಿಯನ್ನು ಭೇಟಿಯಾಗುತ್ತಿದ್ದಾನೆ." ಸ್ವಲ್ಪ ಸಮಯದ ನಂತರ, ಅವರು ಆ ಭಾಗವನ್ನು ಓದಿದ ನಂತರ, ಪುಸ್ತಕವನ್ನು ಗಾಳಿಯಲ್ಲಿ ಎಸೆದು, "ಹೋಗೋಣ" ಎಂದು ಹೇಳಿದರು ಮತ್ತು ಅವರು ತಮ್ಮ ಕೊಠಡಿಯಿಂದ ಹೊರಬಂದರು.

ಭಗತ್ ಸಿಂಗ್, ರಾಜ್ ಗುರು ಮತ್ತು ಸುಖ್ ದೇವ್ ಎಂಬ ಮೂವರು ಕೆಚ್ಚೆದೆಯ ಆತ್ಮಗಳನ್ನು ನೇತುಹಾಕುವ ವೇದಿಕೆಗೆ ಕರೆದೊಯ್ಯುವ ಮೊದಲು ಜೈಲಿನ ಅಧಿಕಾರಿಗಳು ಜೈಲಿನ ನಿಯಮಗಳ ಪ್ರಕಾರ ಬಟ್ಟೆಗಳನ್ನು ಬದಲಾಯಿಸುವಂತೆ ಕೇಳಿಕೊಂಡರು. ಆದರೆ ಭಗತ್ ಸಿಂಗ್ ಇದಕ್ಕೆ ಒಪ್ಪಲಿಲ್ಲ ಮತ್ತು ಹೇಳಿದರು, "ನಾನು ಕಳ್ಳನಲ್ಲ, ಲೂಟಿಗಾರನಲ್ಲ, ದರೋಡೆಕೋರನಲ್ಲ ಅಥವಾ ಸಾಮಾನ್ಯ ಅಪರಾಧಿಯಲ್ಲ. ನಾನು ರಾಜಕೀಯ ಖೈದಿ, ಕ್ರಾಂತಿಕಾರಿ." ಮುಖ್ಯ ವಾರ್ಡನ್ ಮತ್ತು ಉಪ ಅಧೀಕ್ಷಕರು ಪ್ರತಿಕ್ರಿಯೆಯಾಗಿ ಏನನ್ನೂ ಹೇಳದಿರಲು ಧೈರ್ಯ ಮಾಡಿದರು ಮತ್ತು ಈ ವಿಷಯವನ್ನು ಅಧೀಕ್ಷಕರು ಮತ್ತು ಸಬ್-ಇನ್ಸ್ ಪೆಕ್ಟರ್ ಗೆ ವರದಿ ಮಾಡಿದರು. ನಂತರ ಸಬ್ ಇನ್ಸ್ ಪೆಕ್ಟರ್ ಅಕ್ಬರ್ ಖಾನ್ ಅವರ ಬಳಿಗೆ ಬಂದು ಜೀವನದ ಕೊನೆಯ ಕ್ಷಣದಲ್ಲಿ ಈ ರೀತಿ ವರ್ತಿಸದಂತೆ ಮನವಿ ಮಾಡಿದರು. ನಂತರ ಭಗತ್ ಸಿಂಗ್ ಒಪ್ಪಿದರು.

ಮೂವರು ಕ್ರಾಂತಿಕಾರಿಗಳು ತಮ್ಮ ಕೊಠಡಿಯಿಂದ ಹೊರಬಂದರು. ಅವರು ಒಬ್ಬರನ್ನೊಬ್ಬರು ನೋಡಿದರು, ಒಬ್ಬರನ್ನೊಬ್ಬರು ಅಪ್ಪಿಕೊಂಡರು. ಮೂವರೂ ನಕ್ಕರು. ಗಲ್ಲಿಗೇರಿಸಲಿರುವ ವ್ಯಕ್ತಿಗಳು ನಗುತ್ತಿರುವುದು, ಅವರ

ಮುಖಗಳು ಬೆಳಕಿಗೆ ಬಂದಿರುವುದು ಎಂತಹ ವಿಪರ್ಯಾಸ. ಅವರ ಮುಖದಲ್ಲಿ ಕತ್ತಲೆಯ ಯಾವುದೇ ಕುರುಹು ಇರಲಿಲ್ಲ. ಅವರು ನೇರವಾದ ಎದೆ ಮತ್ತು ಉಕ್ಕಿ ಹರಿಯುವ ಸಂತೋಷದಿಂದ ನಡೆದರು. ಆದರೆ ಜೈಲು ಅಧಿಕಾರಿಗಳ ಮುಖದಲ್ಲಿ ಕತ್ತಲು ಸ್ಪಷ್ಟವಾಗಿ ಗೋಚರಿಸುತ್ತಿತ್ತು. ನೋವು ಮತ್ತು ಖಿನ್ನತೆಯ ಸಾಲುಗಳನ್ನು ಗಲ್ಲುಶಿಕ್ಷೆಗೆ ಕರೆದೊಯ್ಯುತ್ತಿದ್ದವರ ಮುಖಗಳಲ್ಲಿ ಸ್ಪಷ್ಟವಾಗಿ ಕಾಣಬಹುದಾಗಿತ್ತು. ಭಗತ್ ಸಿಂಗ್ ಮಧ್ಯದಲ್ಲಿದ್ದರೆ, ರಾಜ್ ಗುರು ಬಲಭಾಗದಲ್ಲಿ ಮತ್ತು ಸುಖ್ ದೇವ್ ಎಡಭಾಗದಲ್ಲಿ ಇದ್ದರು. ಭಗತ್ ಸಿಂಗ್ ಅವರು ತಮ್ಮ ಇಬ್ಬರು ಸಹಚರರ ತೋಳುಗಳನ್ನು ಹಿಡಿದಿದ್ದರು. ಮೂವರೂ ಸಾವನ್ನು ಸಂಪೂರ್ಣವಾಗಿ ಮರೆತಿದ್ದರು, ಮತ್ತು ಹಾಡಿನಿಂದ ಸ್ವಿಂಗ್ ಮಾಡುತ್ತಿದ್ದರು:

"ದಿಲ್ ಸೆ ನಿಕಲೇಗಿ ನಾ ಮಾರ್ಕರ್ ವತನ್ ಕಿ ಉಲ್ಫತ್

ಮೇರಿ ಮಿಟ್ಟಿ ಸೆ ಭಿ ಖುಷ್ಬು-ಎ-ವತನ್ ಆಯೆಗಿ."

(ದೇಶದ ಮೇಲಿನ ಪ್ರೀತಿ ಮರಣದ ನಂತರವೂ ಹೋಗುವುದಿಲ್ಲ.

ನನ್ನ ಚಿತಾಭಸ್ಮವು ಸಹ ನನ್ನ ದೇಶದ ಪರಿಮಳವನ್ನು ಹೊರಹಾಕುತ್ತದೆ.)

ಇಡೀ ವಾತಾವರಣವು ಹದಗೆಟ್ಟಿದೆ, ಆದರೆ ದೇಶಭಕ್ತರ ಮುಖಗಳು ವಿಶಿಷ್ಟ ಹೊಳಪಿನಿಂದ ಹೊಳೆಯುತ್ತಿವೆ. ಜೈಲು ಅಧಿಕಾರಿಗಳು ಮತ್ತು ಕಾರ್ಮಿಕರಿಂದ ಸುತ್ತುವರೆದಿರುವ ಮಾತೃಭಾರತದ ಆತ್ಮೀಯ ಪುತ್ರರು ನೇಣುಬಿಗಿತವನ್ನು ಚುಂಬಿಸಲು ಮತ್ತು ಸ್ವೀಕರಿಸಲು ಮಹಾಪ್ರಯಣಕ್ಕಾಗಿ (ಕೊನೆಯ ಪ್ರಯಾಣ, ವಿಮೋಚನೆಯ ಮಾರ್ಗ) ಮುಂದೆ ಸಾಗಿದರು.

ಕೊನೆಯ ಪಯಣ ಮತ್ತು ಕೊನೆಯ ವಿಧಿ

ಮೂವರೂ ಸಂಜೆ 6.35 ಕ್ಕೆ ಗಲ್ಲಿಗೇರಿಸುವ ಸ್ಥಳವನ್ನು ತಲುಪಿದರು. ಆ ಸಮಯದಲ್ಲಿ ಜೈಲು ಅಧೀಕ್ಷಕರು, ಪೊಲೀಸ್ ಇನ್ಸ್ ಪೆಕ್ಟರ್ ಜನರಲ್, ಡೆಪ್ಯೂಟಿ ಕಮಿಷನರ್ (ಲಾಹೋರ್) ಮತ್ತು ಇನ್ಸ್ ಪೆಕ್ಟರ್ ಜನರಲ್ (ಜೈಲುಗಳು) ಹಾಜರಿದ್ದರು. ಮೂವರೂ *'ಇಂಕ್ವಾಲಾಬ್ ಜಿಂದಾಬಾದ್', 'ಆಂಗ್ರೆಜಿ ಸಾಮ್ರಾಜ್ಯವಾದ್ ಕಾ ನಾಶ್ ಹೋ', 'ರಾಷ್ಟ್ರೀಯ ಝುಂಡಾ ಉಂಚಾ ರಹೇ', (ರಾಷ್ಟ್ರೀಯ ಧ್ವಜ ಎತ್ತರಕ್ಕೆ), ' ಡೌನ್, ಡೌನ್ ಯೂನಿಯನ್ ಜ್ಯಾಕ್'* ಎಂದು *ಗಟ್ಟಿಯಾಗಿ ಘೋಷಣೆಗಳನ್ನು ಕೂಗಲಾರಂಭಿಸಿದರು.* ಜೈಲಿನ ಇತರ ಕೈದಿಗಳು ಈ ಘೋಷಣೆಗಳನ್ನು ಕೇಳಿದರು ಮತ್ತು ಮಹಾನ್ ಕ್ರಾಂತಿಕಾರಿಗಳ ಕೊನೆಯ ಕ್ಷಣ ಬಂದಿದೆ ಎಂದು ಊಹಿಸಿದರು. ಆದ್ದರಿಂದ ಅವರು ಈ ಘೋಷಣೆಗಳನ್ನು ತಮ್ಮ ಕೊಠಡಿಗಳಲ್ಲಿ ದೊಡ್ಡ ಧ್ವನಿಯಲ್ಲಿ ಪುನರಾವರ್ತಿಸಿದರು ಮತ್ತು ಘೋಷಣೆಗಳನ್ನು ಪುನರಾವರ್ತಿಸುವ ಮೂಲಕ ಅವರಿಗೆ ಗೌರವ ಸಲ್ಲಿಸಿದರು.

ಅವರು ನೇತಾಡುವ ವೇದಿಕೆಯನ್ನು ತಲುಪಿದಾಗ, ಜಿಲ್ಲಾಧಿಕಾರಿ ನೇಣು ಹಾಕುವ ನಿಯಮಗಳಿಗೆ ಅನುಸಾರವಾಗಿ ಅಲ್ಲಿ ನಿಂತಿದ್ದರು. ಭಗತ್ ಸಿಂಗ್ ಮತ್ತು ಅವರ ಸಹಚರರಿಗೆ ಕೈಕೋಳ ಹಾಕಲಾಗಿಲ್ಲ, ಏಕೆಂದರೆ

ಅವರು ಈಗಾಗಲೇ ಜೈಲರ್ ಗೆ ಕೈಕೋಳ ಹಾಕದಂತೆ ಮತ್ತು ನೇಣು ಹಾಕುವ ಸಮಯದಲ್ಲಿ ಅವರ ಮುಖಕ್ಕೆ ಕಪ್ಪು ಮಾಸ್ಕ್ ಹಾಕದಂತೆ ಹೇಳಿದ್ದರು. ಜೈಲರ್ ಅವರ ಕೊನೆಯ ಆಶಯವನ್ನು ಒಪ್ಪಿಕೊಂಡಿದ್ದರು, ಆದರೆ ಅವರನ್ನು ಈ ರೂಪದಲ್ಲಿ ನೋಡಿದ ಜಿಲ್ಲಾಧಿಕಾರಿ ಇದ್ದಕ್ಕಿದ್ದಂತೆ ದಿಗ್ಭ್ರಮೆಗೊಂಡರು. ನಂತರ ಜೈಲರ್ ಮೊಹಮ್ಮದ್ ಅಕ್ಬರ್ ಅವರಿಗೆ ಇಡೀ ಕಥೆಯನ್ನು ತಿಳಿಸಿದರು ಮತ್ತು ಅವರು ವರ್ತಿಸುವುದಾಗಿ ಭರವಸೆ ನೀಡಿದರು. ನೇತಾಡುವ ವೇದಿಕೆಗೆ ಏರುವ ಮೊದಲು, ಭಗತ್ ಸಿಂಗ್ ಅವರು ಇಂಗ್ಲಿಷ್ ಉಪ ಆಯುಕ್ತರನ್ನು ಉದ್ದೇಶಿಸಿ, "ಮ್ಯಾಜಿಸ್ಟ್ರೇಟ್! ಭಾರತೀಯ ಕ್ರಾಂತಿಕಾರಿಗಳು ತಮ್ಮ ಅತ್ಯುನ್ನತ ಆದರ್ಶಗಳ ಅನ್ವೇಷಣೆಯಲ್ಲಿ ಸಾವನ್ನು ಹೇಗೆ ಸಂತೋಷದಿಂದ ಸ್ವೀಕರಿಸುತ್ತಾರೆ ಎಂಬುದನ್ನು ನೋಡಲು ನಿಮಗೆ ಅವಕಾಶ ಸಿಕ್ಕಿರುವುದು ನಿಮ್ಮ ಅದೃಷ್ಟ.

ನಿಸ್ಸಂದೇಹವಾಗಿ ಮ್ಯಾಜಿಸ್ಟ್ರೇಟ್ ಕೂಡ ಯಾವುದೇ ವಿಚಾರಣೆಗೆ ಒಳಗಾಗುತ್ತಿರಲಿಲ್ಲ ಮತ್ತು ಭಗತ್ ಸಿಂಗ್ ತನ್ನ ಜೀವನದ ಕೊನೆಯ ಕ್ಷಣಗಳಲ್ಲಿಯೂ ತನ್ನ ಆದರ್ಶಗಳಲ್ಲಿ ಸಂಪೂರ್ಣವಾಗಿ ಅಚಲವಾಗಿರುವುದನ್ನು ನೋಡುತ್ತಿದ್ದರು. ಇದನ್ನು ಹೇಳಿದ ನಂತರ ಅವರು ನೇತಾಡುವ ವೇದಿಕೆಯನ್ನು ಏರಿದರು. ಮೂರು ಕುಣಿಕೆಗಳು ಅಲ್ಲಿ ನೇತಾಡುತ್ತಿದ್ದವು. ಅವರು ಇಲ್ಲಿ ಅದೇ ಕ್ರಮದಲ್ಲಿ ನಿಂತರು: ಮಧ್ಯದಲ್ಲಿ ಭಗತ್ ಸಿಂಗ್, ಮತ್ತು ಅವರ ಬಲಭಾಗದಲ್ಲಿ ರಾಜ್ ಗುರು ಮತ್ತು ಅವರ ಎಡಭಾಗದಲ್ಲಿ ಸುಖ್ ದೇವ್. ಮೂವರೂ ಮತ್ತೊಮ್ಮೆ ಗುಡುಗು ಸಹಿತ ಘೋಷಣೆಗಳನ್ನು ಕೂಗಿದರು: *"ಇಂಕ್ವಾಲಾಬ್ ಜಿಂದಾಬಾದ್," "ಸಾಮ್ರಾಜ್ಯವಾದ ಮುರ್ದಾಬಾದ್."*

ಮೂವರೂ ಮಧ್ಯಾಹ್ನಗಳನ್ನು ನೋಡಿದರು, ನಕ್ಕರು, ಚುಂಬಿಸಿದರು ಮತ್ತು ಯುದ್ಧಭೂಮಿಗೆ ಹೋಗುವ ಬಿಳಿ ಹೂವುಗಳ ಹಾರವನ್ನು ಧರಿಸಿದಂತೆ ಅವರ ಕುತ್ತಿಗೆಗೆ ಕುಣಿಕೆಗಳನ್ನು ಸರಿಹೊಂದಿಸುವಂತೆ ಸುತ್ತಿಕೊಂಡರು ಭಗತ್ ಸಿಂಗ್ ಗಲ್ಲಿಗೇರಿಸುವವನನ್ನು ಕೇಳಿದರು. ಬಹುಶಃ ಅವನು ತನ್ನ ಜೀವನದಲ್ಲಿ ಮೊದಲ ಬಾರಿಗೆ ಈ ಮಾತುಗಳನ್ನು ಕೇಳಿದನು. ನೇತಾಡುವ ವೇದಿಕೆಯನ್ನು ಹತ್ತಿದ ಕೂಡಲೇ ಸಾಮಾನ್ಯ ಕೈದಿಗಳ ಕಾಲುಗಳು ಅಲುಗಾಡುತ್ತವೆ, ಆದರೆ ಇಲ್ಲಿ ಭಗತ್ ಸಿಂಗ್ ಅವರು ಕುಣಿಕೆಯನ್ನು ಸರಿಹೊಂದಿಸುವಂತೆ ಕೇಳಿಕೊಳ್ಳುತ್ತಿದ್ದರು. ಮರಣದಂಡನೆ ಮಾಡುವವರು ಕುಣಿಕೆಯನ್ನು ಸರಿಹೊಂದಿಸಿದರು, ಚಕ್ರವನ್ನು ತಿರುಗಿಸಿದರು, ಹಲಗೆ ಅವರ ಕಾಲುಗಳ ಕೆಳಗೆ ಜಾರಿಬಿದ್ದರು ಮತ್ತು ಮೂವರು ಧೈರ್ಯಶಾಲಿಗಳು ತಮ್ಮ ತಾಯ್ನಾಡಿನ ಬಲಿಪೀಠದ ಮೇಲೆ ಹುತಾತ್ಮರಾದರು. ಭಾರತೀಯ ಮಣ್ಣಿನ ಸ್ವಾತಂತ್ರ್ಯಕ್ಕಾಗಿ ಎಂದೆಂದಿಗೂ ಬೆಳಗುತ್ತಿರುವ ಸೂರ್ಯ ಅಸ್ತಮಿಸಿದನು.

ಸರ್ಕಾರದ ಟೆಲಿಗ್ರಾಮ್ ಪ್ರಕಾರ ಅವರನ್ನು ರಾತ್ರಿ 7.00 ಕ್ಕೆ ಗಲ್ಲಿಗೇರಿಸಬೇಕಿತ್ತು. ಆದರೆ ಮನ್ಮತ್ ನಾಥ್ ಗುಪ್ತಾ ಅವರ ಪ್ರಕಾರ ಅವರನ್ನು ಸಂಜೆ 7.15 ಕ್ಕೆ ಗಲ್ಲಿಗೇರಿಸಲಾಯಿತು. ಕೆಲವು ಇತರ ಪುಸ್ತಕಗಳು ಈ ಸಮಯದಲ್ಲಿ ಸಂಜೆ 7.30 ಅಥವಾ 7.33 ಎಂದು ಉಲ್ಲೇಖಿಸಿವೆ. ಇಲ್ಲಿ ಗಮನಿಸಬೇಕಾದ ಅಂಶವೆಂದರೆ ಸಾಮಾನ್ಯವಾಗಿ ಗಲ್ಲಿಗೇರಿಸುವುದು ಬೆಳಿಗ್ಗೆ ನಡೆಯುತ್ತದೆ, ಆದರೆ ಭಗತ್ ಸಿಂಗ್ ವಿಷಯದಲ್ಲಿ ಈ ನಿಯಮವನ್ನು ಅನುಸರಿಸಲಾಗಿಲ್ಲ. ಅವನನ್ನು ರಾತ್ರಿಯಲ್ಲಿ ಗಲ್ಲಿಗೇರಿಸಲಾಯಿತು. ನೇಣು ಹಾಕಿದ ನಂತರ ವ್ಯಕ್ತಿಯ ಮೃತ ದೇಹವನ್ನು ಅವನ

ಸಂಬಂಧಿಕರಿಗೆ ಹಸ್ತಾಂತರಿಸಲಾಗುತ್ತದೆ, ಆದರೆ ಈ ಮಹಾನ್ ಕ್ರಾಂತಿಕಾರಿಗಳ ಸಂದರ್ಭದಲ್ಲಿ ಅವರನ್ನು ಗಲ್ಲಿಗೇರಿಸಲಾಗುವುದು ಎಂದು ಅವರ ಕುಟುಂಬಗಳಿಗೆ ತಿಳಿಸಲಾಗಿಲ್ಲ. ಇನ್ನು ಯಾವ ಕ್ರಿಮಿನಲ್ ಕ್ರಮದ ಬಗ್ಗೆ ನೀವು ಯೋಚಿಸಬಹುದು? ಈ ಕೆಚ್ಚೆದೆಯ ಪುರುಷರ ದೇಹಗಳನ್ನು ಸಣ್ಣ ತುಂಡುಗಳಾಗಿ ಕತ್ತರಿಸಿ ಗೋಣಿ ಚೀಲಗಳಲ್ಲಿ ತುಂಬಿಸಲಾಯಿತು ಎಂದು ಹೇಳಲಾಗುತ್ತದೆ. ಜೈಲಿನ ಮುಖ್ಯ ದ್ವಾರದಿಂದ ಈ ಚೀಲಗಳನ್ನು ಹೊರತೆಗೆಯಲು ಧೈರ್ಯ ಮಾಡಲಾಗಲಿಲ್ಲ ಎಂಬ ಅಂಶದಿಂದ ಬ್ರಿಟಿಷ್ ಸರ್ಕಾರವು ಎಷ್ಟು ಅಲುಗಾಡಿದೆ ಎಂಬುದನ್ನು ನಿರ್ಣಯಿಸಬಹುದು. ಆಂಗ್ಲರು ಸ್ವತಃ ಅಪರಾಧಿಗಳಾಗಿದ್ದರು ಮತ್ತು ಈ ಕೆಚ್ಚೆದೆಯ ವ್ಯಕ್ತಿಗಳು ವಾಸ್ತವವಾಗಿ ಯಾವುದೇ ಅಪರಾಧ ಮಾಡಿಲ್ಲ. ಅವರು ತಮ್ಮ ಮಾತೃಭೂಮಿಗಾಗಿ ಅದರ ಸ್ವಾತಂತ್ರ್ಯಕ್ಕಾಗಿ ಹೋರಾಡಿದರು ಮತ್ತು ಅನ್ಯ ಇಂಗ್ಲಿಷ್ ಜನರನ್ನು ತಮ್ಮ ದೇಶದಿಂದ ಹೊರಹಾಕಲು ಬಯಸಿದರೆ ಅದು ಅಪರಾಧವೇ? ಅದಕ್ಕಾಗಿ ಅವರನ್ನು ಗಲ್ಲಿಗೇರಿಸಲಾಯಿತು. ಚೀಲಗಳನ್ನು ಬಹುಶಃ ಜೈಲಿನ ಹಿಂಭಾಗದ ಬಾಗಿಲಿನಿಂದ ಹೊರಗೆ ತೆಗೆದುಕೊಂಡಿರಬಹುದು. ಖ್ಯಾತ ಕ್ರಾಂತಿಕಾರಿ ಶ್ರೀ ಮನ್ಮತ್ ನಾಥ್ ಗುಪ್ತಾ ಅವರು, "ಶವಗಳನ್ನು (ಚೀಲಗಳನ್ನು) ಜೈಲಿನ ಗೋಡೆಯಲ್ಲಿ, ಹಿಂಭಾಗದಲ್ಲಿ ಮಾಡಿದ ತೆರೆಯುವಿಕೆಯ ಮೂಲಕ ಜೈಲಿನಿಂದ ಹೊರತೆಗೆಯಲಾಯಿತು ಮತ್ತು ಅಂತ್ಯಕ್ರಿಯೆಗಾಗಿ ಫಿರೋಜ್ ಪುರಕ್ಕೆ ಕರೆದೊಯ್ಯಲಾಯಿತು. ಅವರನ್ನು ಮುಂಭಾಗದ ಗೇಟ್ ನಿಂದ ಹೊರಗೆ ಕರೆದೊಯ್ಯುವ ಸಂದರ್ಭದಲ್ಲಿ ಕ್ರಾಂತಿಕಾರಿಗಳ ಗುಪ್ತ ಸಹಚರರು ಸಮಸ್ಯೆಗಳನ್ನು ಪತ್ತೆಹಚ್ಚಿ ಸೃಷ್ಟಿಸುವ ಸಾಧ್ಯತೆಯಿದೆ ಎಂದು ಅವರು ಭಯಪಟ್ಟರು.

ಈ ಎಲ್ಲ ಚಟುವಟಿಕೆಯನ್ನು ರಾತ್ರಿಯ ಸಮಯದಲ್ಲಿ ರಹಸ್ಯ ರೂಪದಲ್ಲಿ ನಡೆಸಲಾಯಿತು. ಇದೆಲ್ಲ ನಡೆಯುತ್ತಿರುವಾಗ, ಭಗತ್ ಸಿಂಗ್ ಅವರ ತಂದೆ ಸರ್ದಾರ್ ಕಿಶನ್ ಸಿಂಗ್ ಅವರು ಮೋರಿ ಗೇಟ್ ಪಕ್ಕದ ಮೈದಾನದಲ್ಲಿ ಭಾಷಣವನ್ನು ಕೇಳುತ್ತಿದ್ದರು. ಈ ನೇಣು ಬಿಗಿದುದ್ದನ್ನು ಯಾರೋ ಆತನಿಗೆ ಮಾಹಿತಿ ನೀಡಿದ್ದಾರೆ. ಜನರು ಕೋಪದಿಂದ ಹುಚ್ಚರಾದರು. ಸರ್ದಾರ್ ಕಿಶನ್ ಸಿಂಗ್ ಹೇಗಾದರೂ ಜನಸಂದಣಿಯನ್ನು ನಿರ್ವಹಿಸಿದರು ಮತ್ತು ಜೈಲಿನ ಕಡೆಗೆ ತ್ವರಿತ ಕ್ರಮಗಳನ್ನು ಕೈಗೊಂಡರು. ಇನ್ನೂ ಕೆಲವರು ಅವರನ್ನು ಜೈಲಿಗೆ ಹಿಂಬಾಲಿಸಿದರು. ಆದರೆ ಅವರು ಅಲ್ಲಿಗೆ ತಲುಪುವುದು ನಿಷ್ಪ್ರಯೋಜಕವೆಂದು ಸಾಬೀತಾಯಿತು. ಚೀಲಗಳನ್ನು ಹೊತ್ತ ಜೈಲು ಟ್ರಕ್ ಆಗಲೇ ಹೊರಟಿತ್ತು. ಟ್ರಕ್ ಮೊದಲು ಕಸೂರ್ ತಲುಪಿತು. ಯೋಜನೆಯ ಪ್ರಕಾರ ಎಲ್ಲವೂ ನಡೆಯುತ್ತಿತ್ತು. ಇಲ್ಲಿಂದ ಅವರು ಸಿಖ್ *ಗ್ರಂಥಿ* ಮತ್ತು ಹಿಂದೂ ಪಂಡಿತರನ್ನು ತಮ್ಮೊಂದಿಗೆ ಕರೆದೊಯ್ದರು. ಅವರೆಲ್ಲರೂ ಫಿರೋಜ್ ಪುರದ ಬಳಿಯ ಸತ್ಲುಜ್ ದಡವನ್ನು ತಲುಪಿದರು. ಮೃತ ದೇಹಗಳನ್ನು ಹೊಂದಿರುವ ಚೀಲಗಳನ್ನು ಟ್ರಕ್ ನಿಂದ ಹೊರತೆಗೆಯಲಾಯಿತು. ನಂತರ ಮಧ್ಯರಾತ್ರಿಯಲ್ಲಿ ಸೀಮೆಎಣ್ಣೆಯನ್ನು ಉದಾರವಾಗಿ ಚಿಮುಕಿಸಿದ ಆ ಚೀಲಗಳಿಗೆ ಬೆಂಕಿ ಹಚ್ಚಲಾಯಿತು. ಇದರಿಂದ ಮೃತ ದೇಹಗಳು ತ್ವರಿತವಾಗಿ ಸುಟ್ಟುಹೋದವು. ಮೃತ ದೇಹಗಳು ಸುಡಲು ಪ್ರಾರಂಭಿಸಿದವು. ಭಾರಿ ಬೆಂಕಿ ಇಡೀ ವಾತಾವರಣವನ್ನು ಬೆಳಗಿಸಿತು. ಜೊತೆಗಿದ್ದ ಇಂಗ್ಲಿಷ್ ಅಧಿಕಾರಿಯು, "ನಾನು ಈಗ ಹೋಗುತ್ತೇನೆ. ಎಲ್ಲವೂ ಸುಟ್ಟುಹೋದಾಗ, ಚಿತಾಭಸ್ಮವನ್ನು ನದಿಯಲ್ಲಿ ಮುಳುಗಿಸಿ ". ಬಹುಶಃ, ಇತರ ವ್ಯಕ್ತಿಗಳು ಸಹ ಭಯಭೀತರಾಗಿದ್ದರು. ಅವರು ಅರ್ಧ ಸುಟ್ಟ ಭಾಗಗಳನ್ನು ತ್ವರಿತವಾಗಿ ನದಿಗೆ ತಳ್ಳಿದರು. ಇದರಿಂದ ಪೊಲೀಸರಿಗೆ ಯಾವುದೇ ವ್ಯತ್ಯಾಸವಾಗಲಿಲ್ಲ. ಅವರು ನೀರಿನ ಬಕೆಟ್ ಗಳನ್ನು ತುಂಬಿಸಿ, ಚಿತಾಭಸ್ಮದ ಮೇಲೆ ಎಸೆದು, ಅವರೆಲ್ಲರನ್ನೂ ನದಿಗೆ ತಳ್ಳಿದರು. ಮೃತ ದೇಹಗಳನ್ನು ಸುಟ್ಟುಹಾಕಿದ ಸ್ಥಳವನ್ನು ನದಿ ಮರಳಿನಿಂದ ಮುಚ್ಚಲಾಗಿತ್ತು.

ಆ ಹೊತ್ತಿಗೆ ಹತ್ತಿರದ ಗ್ರಾಮಸ್ಥರು ಘಟನೆಯ ಬಗ್ಗೆ ತಿಳಿದುಕೊಂಡರು. ಅವರು ಕೈಯಲ್ಲಿ ಮಶಲ್ ಗಳನ್ನು (ಆಯಿಲ್ ಟಾರ್ಚ್ ಗಳು) ಹಿಡಿದು ಸತ್ಲುಜ್ ದಡದ ಕಡೆಗೆ ಹೊರಟರು. ಈ ಜನರು ತಮ್ಮ ಕಡೆಗೆ ಬರುತ್ತಿರುವುದನ್ನು ನೋಡಿ, ಮೃತ ದೇಹಗಳನ್ನು ಅಂತ್ಯಕ್ರಿಯೆ ಮಾಡಲು ಬಂದಿದ್ದ ಜೈಲು ಅಧಿಕಾರಿಗಳು ಟ್ರಕ್ ನಲ್ಲಿ ಕುಳಿತು ತಮ್ಮ ತಪ್ಪಿಸಿಕೊಳ್ಳುವಿಕೆಯನ್ನು ಉತ್ತಮಗೊಳಿಸಿದರು. ಗ್ರಾಮಸ್ಥರ ಗುಂಪು ಅಲ್ಲಿಗೆ ತಲುಪಿತು. ಬಹುಶಃ, ಮೃತ ದೇಹಗಳನ್ನು ಸರಿಯಾಗಿ ಅಂತ್ಯಕ್ರಿಯೆ ಮಾಡಲಾಗಿಲ್ಲ ಎಂದು ಅವರಿಗೆ ಮನವರಿಕೆಯಾಯಿತು. ಶ್ರೀ ಮನ್ಮತ್ ನಾಥ್ ಗುಪ್ತಾ ಅವರ ಪ್ರಕಾರ, "ಗ್ರಾಮಸ್ಥರು ಶವಗಳನ್ನು ನದಿಯ ಹೊರಗೆ ಹಿಡಿದು ಸಂಪ್ರದಾಯದಂತೆ ಅಂತ್ಯಸಂಸ್ಕಾರ ಮಾಡಿದರು."

ಮರುದಿನ ಬೆಳಿಗ್ಗೆ ಜನಸಮೂಹವು ಅಲ್ಲಿ ಜಮಾಯಿಸಿತು. ಆ ಸ್ಥಳವು ಭಾರತೀಯರಿಗೆ ತೀರ್ಥಯಾತ್ರಾ ಕೇಂದ್ರವಾಗಿತ್ತು. ಜನರು ಅಲ್ಲಿಂದ ಧೂಳು, ಮರಳು, ಚಿತಾಭಸ್ಮ, ರಕ್ತದಲ್ಲಿ ಹೊದಿಸಿದ ಕಲ್ಲುಗಳು ಅಥವಾ ಮೂಳೆಗಳ ತುಂಡುಗಳನ್ನು ತೆಗೆದುಕೊಂಡರು.

ಮರುದಿನ ಬೆಳಿಗ್ಗೆ ಬ್ರಿಟಿಷ್ ಸರ್ಕಾರವು ತನ್ನ ಔಪಚಾರಿಕತೆಗಳಲ್ಲಿ ಒಂದನ್ನು ಅನುಸರಿಸುವಂತೆ ಸಾರ್ವಜನಿಕರಿಗೆ ಮಾಹಿತಿ ನೀಡಿತು. ಲಾಹೋರ್ ಜಿಲ್ಲಾ ಮ್ಯಾಜಿಸ್ಟ್ರೇಟ್ ಪರವಾಗಿ ಮಾರ್ಚ್ 24ರಂದು ಲಾಹೋರ್ ನ ಗೋಡೆಗಳ ಮೇಲೆ ಪೋಸ್ಟರ್ ಗಳನ್ನು ಇರಿಸಲಾಗಿತ್ತು:

"ನಿನ್ನೆ ಸಂಜೆ ಗಲ್ಲಿಗೇರಿಸಲಾದ ಭಗತ್ ಸಿಂಗ್, ರಾಜ್ ಗುರು ಮತ್ತು ಸುಖ್ ದೇವ್ ಅವರ ಮೃತದೇಹಗಳನ್ನು ಜೈಲಿನಿಂದ ಸತ್ಲುಜ್ ನದಿಯ ದಡಕ್ಕೆ ತೆಗೆದುಕೊಂಡು ಹೋಗಿ, ಸಿಖ್ಖರು ಮತ್ತು ಹಿಂದೂಗಳ ಪದ್ಧತಿಗಳು ಮತ್ತು ಸಂಪ್ರದಾಯಗಳ ಪ್ರಕಾರ ಅಂತ್ಯಕ್ರಿಯೆ ಮಾಡಲಾಗಿದೆ ಮತ್ತು ಅವರ ಚಿತಾಭಸ್ಮವನ್ನು ನದಿಯಲ್ಲಿ ವಿಸರ್ಜಿಸಲಾಗಿದೆ ಎಂದು ಸಾರ್ವಜನಿಕರಿಗೆ ಮಾಹಿತಿ ನೀಡಲಾಯಿತು.

ಮರುದಿನ ದೇಶಾದ್ಯಂತ ಸುದ್ದಿ ಹರಡಿತು.

ದೇಶದಲ್ಲಿ ಗಲ್ಲಿಗೇರಿಸುವುದರ ವಿರುದ್ಧ ಪ್ರತಿಕ್ರಿಯೆ

ಈ ಸುದ್ದಿ ಇಡೀ ದೇಶದಲ್ಲಿ ಬಿರುಗಾಳಿ ಎಬ್ಬಿಸಿತು. ಮಾರ್ಚ್ 24 ಅನ್ನು ಶೋಕಾಚರಣೆಯ ದಿನವೆಂದು ಘೋಷಿಸಲಾಯಿತು. ದೇಶವು ದುಃಖದ ಸಾಗರದಲ್ಲಿ ಮುಳುಗಿತು. ಮುಂದಿನ ಹತ್ತು ದಿನಗಳವರೆಗೆ ಹೊರಗೆ ಹೋಗದಂತೆ ಲಾಹೋರ್ ಆಡಳಿತವು ಇಂಗ್ಲಿಷ್ ಮಹಿಳೆಯರಿಗೆ ಸಲಹೆ ನೀಡಿತು. ಬಾಂಬೆ, ಮದ್ರಾಸ್ ಮತ್ತು ಕಲ್ಕತ್ತಾದಲ್ಲಿನ ವಾತಾವರಣವು ಪರಿಗಣಿಸಬೇಕಾದ ವಿಷಯವಾಯಿತು. ಸಶಸ್ತ್ರ ಪೊಲೀಸರು ಕಲ್ಕತ್ತಾದ ರಸ್ತೆಗಳಲ್ಲಿ ಗಸ್ತು ತಿರುಗಿದರು ಆದರೆ ಪ್ರದರ್ಶನಗಳನ್ನು ನಿಲ್ಲಿಸಲು ಸಾಧ್ಯವಾಗಲಿಲ್ಲ. ಅವರು ವಿವಿಧ ಸ್ಥಳಗಳ ಪೊಲೀಸರೊಂದಿಗೆ ವಾಗ್ವಾದ ನಡೆಸಿದರು. ಅನೇಕ ಜನರು ಸಾವನ್ನಪ್ಪಿದರು ಮತ್ತು ಇನ್ನೂ ಅನೇಕರು ಗಾಯಗೊಂಡರು ಮತ್ತು ಬಂಧಿಸಲ್ಪಟ್ಟರು.

ಜೈ ದೇವ್ ಗುಪ್ತಾ ಮತ್ತು ಬೀಬಿ ಅಮರ್ ಕೌರ್ ಅವರು ಚಿತಾಭಸ್ಮದ (ಶವಸಂಸ್ಕಾರ) ಅವಶೇಷಗಳನ್ನು

ಲಾಹೋರ್ ಗೆ ತಂದರು. ಅವರನ್ನು ಮೆರವಣಿಗೆಯಲ್ಲಿ ಹೊರಗೆ ಕರೆದೊಯ್ಯಲಾಯಿತು. ಸಾವಿರಾರು ಜನರು ಅವರನ್ನು ಭೇಟಿ ಮಾಡಿದರು. ದೇಶಾದ್ಯಂತ ಪತ್ರಿಕೆಗಳು ಲೇಖನಗಳನ್ನು ಪ್ರಕಟಿಸಿ, ಈ ಮಹಾನ್ ಆತ್ಮಗಳಿಗೆ ಗೌರವ ಸಲ್ಲಿಸಿದವು. ಸಹಾನುಭೂತಿ ಸಭೆಗಳನ್ನು ವಿವಿಧ ಸ್ಥಳಗಳಲ್ಲಿ ನಡೆಸಲಾಯಿತು. ಸರ್ಕಾರದ ದೌರ್ಜನ್ಯಗಳು ಮತ್ತು ಗಾಂಧಿ-ಇರ್ವಿನ್ ಒಪ್ಪಂದವು ತೀವ್ರ ಟೀಕೆಗಳಿಗೆ ಕಾರಣವಾಯಿತು. ಶೋಕದಲ್ಲಿ ಮುಳುಗಿರುವ ಈ ವಾತಾವರಣದಲ್ಲಿ, ಲಾಹೋರ್ ನ *ದಿ ಟ್ರಿಬ್ಯೂನ್* ಹೀಗೆ ಬರೆದಿದೆ:

"ಭಾರತದಲ್ಲಿ ಬ್ರಿಟಿಶ್ ಸರ್ಕಾರ ಮಾಡಿದ ಯಾವುದೇ ತಪ್ಪುಗಳು, ಪ್ರಾಮುಖ್ಯತೆ ಮತ್ತು ಗಂಭೀರತೆಯ ದೃಷ್ಟಿಯಿಂದ, ಭಗತ್ ಸಿಂಗ್, ರಾಜ್ ಗುರು ಮತ್ತು ಸುಖ್ ದೇವ್ ಅವರ ಮರಣದಂಡನೆಯನ್ನು ವಿಧಿಸದಿರುವ ಮೂಲಕ ಅದು ಮಾಡಿದ ತಪ್ಪಿಗೆ ಸಮಾನಾಂತರವಾಗಿವೆ."

1931ರ ಏಪ್ರಿಲ್ 3ರಂದು ಪಯಮ್ ನ ಲಾಹೋರ್ ನಿಂದ ಉರ್ದು ದೈನಿಕವು ತನ್ನ ಸಂಚಿಕೆಯಲ್ಲಿ ಹೀಗೆ ಹೇಳಿದೆ:

"ಭಗತ್ ಸಿಂಗ್, ರಾಜ್ ಗುರು ಮತ್ತು ಸುಖ್ ದೇವ್ ಅವರನ್ನು ಗಲ್ಲಿಗೇರಿಸಲಾಗಿದೆ. ಅಲ್ಲಿ ಜೀವಗಳು ಮಾತ್ರ ಕಳೆದುಹೋಗುತ್ತವೆ. ಆದರೆ 23 ಕೋಟಿ ಭಾರತೀಯರು ಅವರನ್ನು ಪ್ರೀತಿಸಿದರು. ಅವರನ್ನು ಕೊಲ್ಲುವ ಮೂಲಕ ಬ್ರಿಟಿಷ್ ಸರ್ಕಾರವು ಇಡೀ ಭಾರತದ ಪುರುಷತ್ವವನ್ನು ಪ್ರಶ್ನಿಸಿದೆ. ಭಾರತವು ಈ ಸವಾಲನ್ನು ಒಪ್ಪಿಕೊಂಡರೆ, ಇಂಗ್ಲೆಂಡ್ ನ ಭವಿಷ್ಯವು ಕತ್ತಲೆಯಾಗಿರುತ್ತದೆ ಮತ್ತು ಅದನ್ನು ಸ್ವೀಕರಿಸದಿದ್ದರೆ, ಅದು ತನ್ನ ಭವಿಷ್ಯವನ್ನು ಕಳೆದುಕೊಳ್ಳುತ್ತದೆ. ಹುತಾತ್ಮರು ನಮಗೆ ಹುತಾತ್ಮತೆಯ ವಿಚಿತ್ರ ಮಾರ್ಗವನ್ನು ತೋರಿಸಿದ್ದಾರೆ ಮತ್ತು ಅವರು ತೋರಿಸಿದ ಮಾರ್ಗವನ್ನು ನಾವು ಅನುಸರಿಸಬೇಕು. ಇಡೀ ಭಾರತದ ಮನವಿಯನ್ನು ಇಂಗ್ಲೆಂಡ್ ತಿರಸ್ಕರಿಸಿದೆ. ಕಣ್ಣೀರು ಮತ್ತು ದುಃಖದ ಮೂಲಕ ಇದಕ್ಕೆ ಉತ್ತರಿಸಲಾಗುವುದಿಲ್ಲ, ಏಕೆಂದರೆ ಇವು ದೌರ್ಬಲ್ಯದ ಆಯುಧಗಳಾಗಿವೆ. ಬ್ರಿಟಿಷ್ ಸರ್ಕಾರಕ್ಕೆ ದಾನ, ಮಾನವೀಯತೆ ಮತ್ತು ಉದಾರತೆಯ ಕೊರತೆಯಿದೆ. ಇದು ಸೈತಾನನ ಸರ್ಕಾರವಾಗಿದ್ದು, ಅದು ಬಲಕ್ಕೆ ಮಾತ್ರ ತಲೆಬಾಗುತ್ತದೆ. ನಿಮಗೆ ಶಕ್ತಿ ಇದೆ, ಅದನ್ನು ಸರಿಯಾಗಿ ಬಳಸಿ. ಈ ಬ್ರಿಟಿಷ್ ಸರ್ಕಾರ, ಬ್ರಿಟಿಷ್ ವ್ಯಾಪಾರ ಮತ್ತು ಬ್ರಿಟಿಷ್ ಶಿಕ್ಷಣವನ್ನು ಬಹಿಷ್ಕರಿಸಿ ಮತ್ತು ಅವಮಾನಿತ ಬ್ರಿಟನ್ ನಿಮ್ಮ ಕಾಲುಗಳ ಮೇಲೆ ಬೀಳುತ್ತದೆ ಮತ್ತು ಅದು ಹುತಾತ್ಮರ ರಕ್ತದ ಬೆಲೆಯನ್ನು ಪಾವತಿಸಬೇಕಾಗುತ್ತದೆ. ಭಗತ್ ಸಿಂಗ್ ಅವರ ರಕ್ತವು ಭಾರತದ ಸ್ವಾತಂತ್ರ್ಯಕ್ಕಿಂತ ಕಡಿಮೆ ಅಮೂಲ್ಯವಾದುದ್ದೇನಲ್ಲ, ಏಕೆಂದರೆ ಅವರ ಸಹೋದರರು ಇದಕ್ಕಾಗಿ ತಮ್ಮ ಪ್ರಾಣವನ್ನು ತ್ಯಾಗ ಮಾಡಿದ್ದಾರೆ. ಇಡೀ ಸ್ವತಂತ್ರ ಪರ್ಷಿಯಾದ ರಕ್ತವು ಒಬ್ಬ ಸಾಮಾನ್ಯ ಇಂಗ್ಲಿಷ್ ನ ರಕ್ತದ ಬೆಲೆಯನ್ನು ಪಾವತಿಸಲು ಸಾಧ್ಯವಾಗದಿದ್ದರೆ, ಒಬ್ಬ ಪೊಲೀಸ್ ಅಧಿಕಾರಿಯ ಹತ್ಯೆಯ ಆರೋಪ ಹೊತ್ತ ಗುಲಾಮ ಭಾರತದ ನಿಷ್ಠಾವಂತ ಪುತ್ರರ ರಕ್ತವನ್ನು ಹೇಗೆ ಉಳಿಸಿಕೊಳ್ಳಬಹುದು (ಕ್ಷಮಿಸಲಾಗಿದೆ)? ಒಬ್ಬ ಸಾಮಾನ್ಯ ಇಂಗ್ಲಿಷ್ ವ್ಯಕ್ತಿಯ ಜೀವನವು ತುಂಬಾ ಅಮೂಲ್ಯವಾಗಿದ್ದರೆ, ಭಗತ್ ಸಿಂಗ್, ರಾಜ್ ಗುರು ಮತ್ತು ಸುಖ್ ದೇವ್ ಅವರ ಬೆಲೆಯನ್ನು ಭಾರತವು ಬೆಲೆ ಕಟ್ಟಲಾಗಿತ್ತದೆಯೇ? ಅವರ ದೇಹದ ಪ್ರತಿಯೊಂದು ಭಾಗವು ದೇಶಭಕ್ತಿ ಮತ್ತು ಪವಿತ್ರ ಹುತಾತ್ಮತೆಯಿಂದ ತುಂಬಿತ್ತು. ಕ್ರಿಯೆಗಳ ಮೂಲಕ ಬ್ರಿಟನ್ ಗೆ ಉತ್ತರ ನೀಡಿ, ಪದಗಳ ಮೂಲಕ ಅಲ್ಲ. ಬ್ರಿಟನ್

ಗಿಂತಲೂ ಈ ವೀರ ಹುತಾತ್ಮರನ್ನು ಭಾರತವು ಪರಿಗಣಿಸುತ್ತದೆ. ಸಾವಿರಾರು ಮತ್ತು ಲಕ್ಷಾಂತರ ಇಂಗ್ಲಿಷ್ ಜನರ ಹತ್ಯೆಯ ನಂತರವೂ ನಾವು ಸಂಪೂರ್ಣ ಪ್ರತೀಕಾರ ತೀರಿಸಿಕೊಳ್ಳುತ್ತಿರಲಿಲ್ಲ. ಈ ಪ್ರತೀಕಾರವು ಭಾರತದ ಸ್ವಾತಂತ್ರ್ಯದೊಂದಿಗೆ ಮಾತ್ರ ಪೂರ್ಣಗೊಳ್ಳುತ್ತದೆ. ಆಗ ಮಾತ್ರ ಬ್ರಿಟನ್ನ ವೈಭವವು ಧೂಳನ್ನು ಕಚ್ಚುತ್ತದೆ. O ಭಗತ್ ಸಿಂಗ್, ರಾಜ್ ಗುರು ಮತ್ತು ಸುಖ್ ದೇವ್! ನಿಮ್ಮನ್ನು ಕೊಂದಿರುವುದಕ್ಕೆ ಆಂಗ್ಲರು ಸಂತೋಷಪಡುತ್ತಾರೆ. ಇಲ್ಲ, ಅವರು ತಪ್ಪಾಗಿ ಗ್ರಹಿಸಿದ್ದಾರೆ. ಅವರು ನಿಮ್ಮನ್ನು ಕೊಂದಿಲ್ಲ, ಅವರು ತಮ್ಮ ಭವಿಷ್ಯವನ್ನು ಮಾತ್ರ ಇರಿತ ಮಾಡಿದ್ದಾರೆ. ನೀವು ಜೀವಂತವಾಗಿದ್ದೀರಿ ಮತ್ತು ಎಂದೆಂದಿಗೂ ಬದುಕುತ್ತೀರಿ."

ಭಾರತೀಯರು ಮಾತ್ರವಲ್ಲ, ವಿದೇಶಿ ಪತ್ರಿಕೆಗಳು ಕೂಡ ಈ ಕ್ರಮಕ್ಕಾಗಿ ಬ್ರಿಟಿಷ್ ಸರ್ಕಾರವನ್ನು ಟೀಕಿಸಿದವು.

ನ್ಯೂಯಾರ್ಕ್ ನ *ಡೈಲಿ ವರ್ಕರ್* ಹೀಗೆ ಬರೆದಿದ್ದಾರೆ:

"ಭಾರತದ ಸ್ವಾತಂತ್ರ್ಯಕ್ಕಾಗಿ ಹೋರಾಡಿದ ಲಾಹೋರ್, ಭಗತ್ ಸಿಂಗ್, ರಾಜ್ ಗುರು ಮತ್ತು ಸುಖ್ ದೇವ್ ಅವರ ಮೂವರು ಕೈದಿಗಳನ್ನು ಬ್ರಿಟಿಷ್ ಸಾಮ್ರಾಜ್ಯಶಾಹಿಯ ಹಿತಾಸಕ್ತಿಗಳಿಗಾಗಿ ಬ್ರಿಟಿಷ್ ಕಾರ್ಮಿಕ ಸರ್ಕಾರವು ದಿವಾಳಿಯಾಗಿಸಿದೆ. ಮೆಕ್ ಡೊನಾಲ್ಡ್ ಅವರ ನೇತೃತ್ವದಲ್ಲಿ ಬ್ರಿಟಿಷ್ ಕಾರ್ಮಿಕ ಸರ್ಕಾರವು ನಡೆಸಿದ ಮೊದಲ ರಕ್ತಸಿಕ್ತ ಚಟುವಟಿಕೆಯಾಗಿದೆ. ಪೂರ್ವಯೋಜಿತ ರಾಜಕೀಯ ಕಾರ್ಯತಂತ್ರದ ಭಾಗವಾಗಿ ಕಾರ್ಮಿಕ ಸರ್ಕಾರದ ಆದೇಶದ ಮೇರೆಗೆ ಮೂವರು ಭಾರತೀಯ ಕ್ರಾಂತಿಕಾರಿಗಳ ಸಾವು, ಬ್ರಿಟಿಷ್ ಸಾಮ್ರಾಜ್ಯಶಾಹಿಯ ಹಿತಾಸಕ್ತಿಗಳನ್ನು ಕಾಪಾಡಲು ಮೆಕ್ ಡೊನಾಲ್ಡ್ ಸರ್ಕಾರವು ಎಷ್ಟರ ಮಟ್ಟಿಗೆ ಹೋಗಬಹುದು ಎಂಬುದನ್ನು ತೋರಿಸುತ್ತದೆ.

ಆ ಸಮಯದಲ್ಲಿ ಇಂಗ್ಲೆಂಡ್ ನಲ್ಲಿ ಕಾರ್ಮಿಕ ಸರ್ಕಾರವು ಅಧಿಕಾರದಲ್ಲಿತ್ತು ಮತ್ತು ರಾಮ್ ಸೇ ಮೆಕ್ ಡೊನಾಲ್ಡ್ ಅದರ ಪ್ರಧಾನಿಯಾಗಿದ್ದರು. ಲೇಬರ್ ಪಾರ್ಟಿ ಆಫ್ ಇಂಗ್ಲೆಂಡ್ ತನ್ನನ್ನು ಕಾರ್ಮಿಕ ವರ್ಗದ ಚಾಂಪಿಯನ್ ಎಂದು ಪರಿಗಣಿಸುತ್ತದೆ. ಈ ಪತ್ರಿಕೆಯಲ್ಲಿ ಪಕ್ಷದ ಚಟುವಟಿಕೆಗಳನ್ನು ಕೂಲಂಕಷವಾಗಿ ಟೀಕಿಸಲಾಯಿತು ಮತ್ತು ಕ್ರಾಂತಿಕಾರಿಗಳನ್ನು ದೇಶಭಕ್ತರೆಂದು ವಿವರಿಸಲಾಯಿತು. ಅನೇಕ ವಿದೇಶಿ ವೃತ್ತಪತ್ರಿಕೆಗಳು ಇದೇ ರೀತಿ ಅವರನ್ನು ಶ್ಲಾಘಿಸಿದವು. ಕ್ರಾಂತಿಕಾರಿಗಳ ಚಟುವಟಿಕೆಗಳನ್ನು ಭಾರತದಲ್ಲಿ ಮಾತ್ರವಲ್ಲದೆ ವಿದೇಶದಲ್ಲೂ ಪ್ರಶಂಸಿಸಲಾಗಿದೆ ಎಂಬ ಸಾಮಾನ್ಯ ಮೌಲ್ಯಮಾಪನವನ್ನು ಮಾಡಬಹುದು. ಅವರು ನಿಜವಾಗಿಯೂ ಧೈರ್ಯಶಾಲಿಗಳಾಗಿದ್ದರು. ಅವರ ಮರಣದ ನಂತರ, *'ಭಗತ್ ಸಿಂಗ್ ಕಿ ವೀರ' ಎಂಬ* ಪುಸ್ತಕವು ಬಂಗಾಳದಲ್ಲಿ ಹೊರಬಂದಿತು. ಆದರೆ ಬ್ರಿಟಿಷ್ ಸರ್ಕಾರವು ಅದನ್ನು ಹೇಗೆ ನಿಭಾಯಿಸುತ್ತದೆ? ಆದ್ದರಿಂದ ಪುಸ್ತಕವನ್ನು ವಶಪಡಿಸಿಕೊಳ್ಳಲಾಯಿತು. ಅದೇ ರೀತಿ ಭಗತ್ ಸಿಂಗ್ ಅವರ ಕೆಚ್ಚೆದೆಯ ಚಟುವಟಿಕೆಗಳು ಮತ್ತು ತ್ಯಾಗವನ್ನು ವಿವರಿಸುವ ಕಿರುಪುಸ್ತಕವನ್ನು ಪಂಜಾಬ್ ನಲ್ಲಿಯೂ ಪ್ರಕಟಿಸಲಾಯಿತು. ಇದನ್ನು ಪಂಜಾಬ್ ಸರ್ಕಾರವು ವಶಪಡಿಸಿಕೊಂಡಿತು.

ಈ ಹುತಾತ್ಮತೆಗಾಗಿ ಬಂಗಾಳದ ರಾಷ್ಟ್ರೀಯ ಪಕ್ಷಗಳು ಸರ್ಕಾರದ ವಿರುದ್ಧ ಪ್ರತಿಭಟಿಸಿ ವಿಧಾನಸಭೆಯನ್ನು ಬಹಿಷ್ಕರಿಸಿದವು. ಆ ಸಮಯದಲ್ಲಿ ಹಣಕಾಸು ಮಸೂದೆಯನ್ನು ಸದನದಲ್ಲಿ ಚರ್ಚಿಸಲಾಗುತ್ತಿತ್ತು. ಸರ್ಕಾರದ ಈ ಕ್ರಮಕ್ಕೆ ಕಾಂಗ್ರೆಸ್ ಹೊರತುಪಡಿಸಿ ಎಲ್ಲ ಪಕ್ಷಗಳು ತಮ್ಮ ವಿರೋಧವನ್ನು ವ್ಯಕ್ತಪಡಿಸಿದವು.

ಭಗತ್ ಸಿಂಗ್ ಅವರ ಹಳ್ಳಿಯಾದ ಬಂಗಾದಲ್ಲಿ ಭಗತ್ ಸಿಂಗ್ ಅವರ ಸಾವಿಗೆ ಪ್ರತೀಕಾರ ತೀರಿಸುವುದಾಗಿ ಜನರು ತಮ್ಮ ರಕ್ತದಲ್ಲಿ ಲಿಖಿತವಾಗಿ ಪ್ರಮಾಣವಚನ ಸ್ವೀಕರಿಸಿದರು. ಪಂಜಾಬ್ ನ ಅನೇಕ ಸ್ಥಳಗಳಲ್ಲಿ ರೈತರು ಪ್ರತಿಭಟನೆಯಲ್ಲಿ ಭೂ ಆದಾಯವನ್ನು ಪಾವತಿಸಲು ನಿರಾಕರಿಸಿದರು. ಅವರ ಕ್ರಮಕ್ಕೆ ಕಾರಣವನ್ನು ಕೇಳಿದಾಗ, ಭಗತ್ ಸಿಂಗ್ ಅವರ ಆತ್ಮವು ತಮ್ಮ ಮುಂದೆ ಕಾಣಿಸಿಕೊಂಡಿತು ಮತ್ತು ತೆರಿಗೆ ಪಾವತಿಸದಂತೆ ಕೇಳಿಕೊಂಡಿತು ಎಂದು ಅವರು ಉತ್ತರಿಸಿದರು. ಏಪ್ರಿಲ್ 13, 1931 ರಂದು ಅಮೃತಸರದ ಜಲಿಯನ್ ವಾಲಾ ಬಾಗ್ ನಲ್ಲಿ ಸಭೆ ನಡೆಯಿತು. ಸಭೆಯನ್ನುದ್ದೇಶಿಸಿ ಮಾತನಾಡಿದ ಡಾ. ಸೈಫುದ್ದೀನ್ ಕಿಚ್ಲು, ಜನರು ಸಂಕಷ್ಟಕ್ಕೆ ಸಿದ್ಧರಾಗುವಂತೆ ಕೇಳಿಕೊಂಡರು. ಸಾರ್ವಜನಿಕರೊಂದಿಗೆ ಅತಿಯಾಗಿ ವರ್ತಿಸುವಂತೆ ಆದೇಶಿಸಿದರೆ ರಾಜೀನಾಮೆ ನೀಡುವಂತೆ ಅವರು ಪೊಲೀಸರನ್ನು ವಿನಂತಿಸಿದರು. ಈ ಸಭೆಯ ಅಧ್ಯಕ್ಷರಾದ ಶ್ರೀ ಇಮಾನುದ್ದೀನ್ ಅವರು ವಿದೇಶಿ ಬಟ್ಟೆಗಳನ್ನು ಬಹಿಷ್ಕರಿಸುವಂತೆ ಜನರನ್ನು ಕೇಳಿಕೊಂಡರು. ಕಣ್ಣಿನ ಮಿನುಗುವಿಕೆಯಲ್ಲಿ ಜನರು ವಿದೇಶಿ ವಸ್ತುಗಳ ದೀಪೋತ್ಸವವನ್ನು ನೋಡಿದರು. ದಾರಿಹೋಕರು ಏನನ್ನಾದರೂ ಅಥವಾ ಇನ್ನೊಂದನ್ನು ಎಸೆಯುವ ಮೂಲಕ ಅದರಲ್ಲಿ ಭಾಗವಹಿಸಿದರು. ಇಡೀ ಪಂಜಾಬ್ 'ಅಪ್ರಾಮಾಣಿಕ ಸರ್ಕಾರವನ್ನು ನಾಶಮಾಡಿ', 'ನಾವು ತೆರಿಗೆ ಪಾವತಿಸುವುದಿಲ್ಲ' ಎಂಬ ಘೋಷಣೆಗಳನ್ನು ಪ್ರತಿಧ್ವನಿಸಿತು. ಸ್ವಾಮಿ ಯೋಗಾನಂದ್ ಘೋಷಿಸಿದರು, "ನಾವು ತೆರಿಗೆ ಪಾವತಿಸುವುದಿಲ್ಲ. ದೇಶವಾಸಿಗಳೇ, ಮುಂದುವರಿಯಿರಿ ಮತ್ತು ದಂಗೆಯೆದ್ದಿರಿ. ಪೊಲೀಸ್ ಠಾಣೆಯನ್ನು ರಾತ್ರಿಯಲ್ಲಿ ಲೂಟಿ ಮಾಡಲಾಲಾಯಿತು ಮತ್ತು ಸುಡಲಾಯಿತು." ಏಪ್ರಿಲ್ 6 ರಂದು ಶಿವಕುಮಾರ್ ಎಂಬ ವ್ಯಕ್ತಿಯು ಬಹದ್ದೂರ್ ಗಢದಲ್ಲಿ ತಾನು ಒಬ್ಬ ನಿರ್ದಿಷ್ಟ ವ್ಯಕ್ತಿಗಾಗಿ ಕಾಯುತ್ತಿದ್ದೇನೆ ಎಂಬ ಸಂವೇದನೆಯನ್ನು ಸೃಷ್ಟಿಸಿದನು ಮತ್ತು ಅವರಿಂದ ಸುಳಿವು ದೊರೆತ ಕೂಡಲೇ ರಕ್ತದ ನದಿಗಳು ಹರಿಯುತ್ತಿರುವುದನ್ನು opp. ಅಂತೆಯೇ, ಭಿಕ್ರೆನ್ ಸಿಂಗ್, ಅಮೃತಸರದಲ್ಲಿ ಮಾತನಾಡುತ್ತಾ,"ಈ ದಬ್ಬಾಳಿಕೆಯ ಸರ್ಕಾರವನ್ನು ಉರುಳಿಸುವ ಸಮಯವು ವೇಗವಾಗಿ ಸಮೀಪಿಸುತ್ತಿದೆ. ಲಾಲಾ ಹರ್ ದಯಾಳ್ ಈ ಕೆಲಸಕ್ಕಾಗಿ ಜರ್ಮನಿಯಿಂದ ಶಸ್ತ್ರಾಸ್ತ್ರಗಳನ್ನು ತರುತ್ತಿದ್ದಾರೆ. ರಾಜಾ ಮಹೇಂದ್ರ ಪ್ರತಾಪ್ ಸಿಂಗ್ ಅವರು ಬೋಲ್ಶೆವಿಕ್ ಸೈನ್ಯ ಮತ್ತು ಕೆಂಪು ಧ್ವಜದೊಂದಿಗೆ ಖೈಬರ್ ಪಾಸ್ ಮೂಲಕ ಬರುತ್ತಿದ್ದಾರೆ. ರಾಸ್ ಬಿಹಾರಿ ಬೋಸ್ ಅವರು ಜಪಾನ್ನಿಂದ ಬರುತ್ತಿದ್ದಾರೆ. ಮೀರತ್ ಖಂಡದ ಕೈದಿಗಳು ಸಹ ಬರುತ್ತಿದ್ದಾರೆ, ಜೈಲುಗಳನ್ನು ತೆರೆಯುತ್ತಿದ್ದಾರೆ "ಎಂದು ಹೇಳಿದರು. ಈ ಸಂವೇದನಾಶೀಲ ಸುದ್ದಿಯಿಂದ ಆಂಗ್ಲರು ನಿದ್ದೆಯಿಲ್ಲದಂತಾದರು.

ಒಟ್ಟಾರೆಯಾಗಿ, ಭಗತ್ ಸಿಂಗ್ ಅವರ ಹುತಾತ್ಮತೆಯು ಇಡೀ ದೇಶವನ್ನು ಕಲಕಿತು ಮತ್ತು ಬೆಚ್ಚಿಬೀಳಿಸಿತು. ಇದು ಜನರನ್ನು ಖಂಡಿತವಾಗಿ ದುಃಖಿಸುವಂತೆ ಮಾಡಿತು, ಆದರೆ ಅವರ ಉತ್ಸಾಹ ಕ್ಷೀಣಿಸಲಿಲ್ಲ. ಇದಕ್ಕೆ ತದ್ವಿರುದ್ಧವಾಗಿ, ಆಂಗ್ಲರನ್ನು ದೇಶದಿಂದ ಹೊರಹಾಕಲು ಅವರು ಸಿದ್ಧರಾದರು. ಭಗತ್ ಸಿಂಗ್ ಭಾರತದ ಹೃದಯ ಮತ್ತು ತಲೆಯಲ್ಲಿ ಮುಳುಗಿದ್ದರು. ಭಾರತದ ಎಲ್ಲಾ ಹಳ್ಳಿಗಳು ಮತ್ತು ಪಟ್ಟಣಗಳಲ್ಲಿ ಅವರ ಹೆಸರಿನ ಘೋಷಣೆಗಳನ್ನು ಕೇಳಿತು. ಅವರು ಫೋಟೋದೊಂದಿಗೆ ಪತ್ರಿಕೆಗಳ ಮೊದಲ ಪುಟದಲ್ಲಿದ್ದರು. ಅವರ ಚಿತ್ರಗಳು ಹಾಟ್ ಕೇಕ್ ಗಳಂತೆ ಮಾರಾಟವಾಗುತ್ತಿದ್ದವು. ಅವರು ಭಾರತೀಯ ಸಾರ್ವಜನಿಕರಿಗೆ ಪೂಜಾ ದೇವರಾಗಿದ್ದರು. ಬ್ರಿಟಿಷ್ ಸರ್ಕಾರವು ನಿಸ್ಸಂಶಯವಾಗಿ ಅವರನ್ನು ಭೌತಿಕವಾಗಿ ಮುಗಿಸಿತು. ಆದರೆ ಭಾರತೀಯರ ಹೃದಯದಿಂದ ಅವರನ್ನು ಹೊರಹಾಕಲು

ಸಾಧ್ಯವಾಗಲಿಲ್ಲ. ಭಗತ್ ಸಿಂಗ್ ಅವರ ಚಿತ್ರಗಳಲ್ಲಿ ಬ್ರಿಟಿಷ್ ಸರ್ಕಾರದ ಸಾವಿನ ನೆರಳನ್ನು ಜನರು ನೋಡಿದರು. ಆದ್ದರಿಂದ, ಬ್ರಿಟಿಷ್ ಸರ್ಕಾರವು ಅವರ ಚಿತ್ರಗಳನ್ನು ಸೆರೆಹಿಡಿಯಲು ಹಿಂಜರಿಯಲಿಲ್ಲ. ಈ ಕೆಳಗಿನ ಘಟನೆಯಿಂದ ಭಗತ್ ಸಿಂಗ್ ನೇಣು ಹಾಕಿಕೊಂಡಿದ್ದರಿಂದ ಬ್ರಿಟಿಷ್ ಸರ್ಕಾರವು ಎಷ್ಟು ಭಯಭೀತರಾಗಿದೆ ಮತ್ತು ಅಲುಗಾಡಿಸಿದೆ ಎಂದು ನೀವು ನಿರ್ಣಯಿಸಬಹುದು. ಹೋಶಿಯಾರ್ಪುರದ ಪೊಲೀಸ್ ವರಿಷ್ಠಾಧಿಕಾರಿ ಎಲ್ಲೋ ಕುದುರೆ ಏರಿ ಹೋಗುತ್ತಿದ್ದರು. ಆಕಸ್ಮಿಕವಾಗಿ ಅವರು ಪಾನ್ ಅಂಗಡಿಯನ್ನು ನೋಡಿದರು. ಭಗತ್ ಸಿಂಗ್ ಅವರ ಚಿತ್ರವನ್ನು ಅಲ್ಲಿ ನೇತುಹಾಕಲಾಗಿತ್ತು. ಅದು ಬ್ರಿಟಿಷ್ ಸರ್ಕಾರದ ಸಾವು ಎಂದು ಅವರು ನೋಡಿದರು. ಅವರು ಕುದುರೆಯಿಂದ ಕೆಳಗಿಳಿದು, ಪನ್ವಾಲಾ ಮೇಲೆ ಹಾರಿ, ಕುತ್ತಿಗೆಯಿಂದ ಹಿಡಿದು ನೆಲದ ಮೇಲೆ ಎಸೆದು, ಚಿತ್ರವನ್ನು ನಾಶಮಾಡಿದರು. ನೀವು ಅದನ್ನು ಏನೆಂದು ಕರೆಯುತ್ತೀರಿ? ದ್ರಾಕ್ಷಿಗಳು ಹುಳಿಯಾಗಿವೆಯೇ? ದೌರ್ಜನ್ಯಗಳ ಮಿತಿ? ಒಂದು ಮೂಲ ಕ್ರಿಯೆ, ಹುಚ್ಚುತನ ಅಥವಾ ಏನು ...? ಮನುಷ್ಯನ ದೇಹ ಅಥವಾ ಅವನ ಫೋಟೋವನ್ನು ನಾಶಪಡಿಸಬಹುದು. ಆದರೆ ನೀವು ಅವನ ಹೆಸರನ್ನು ನಾಶಪಡಿಸಬಹುದೇ? ಅವರ ನೆನಪು? ಅವರ ಚಟುವಟಿಕೆಗಳು? ಅವರು ತೋರಿಸಿದ ರೀತಿ? ಇಲ್ಲ, ಇದನ್ನು ಎಂದಿಗೂ ಮಾಡಲು ಸಾಧ್ಯವಿಲ್ಲ. ಬ್ರಿಟಿಷರ ಈ ಪ್ರತಿಕ್ರಿಯೆಯು ಭಾರತೀಯರನ್ನು ಭಗತ್ ಸಿಂಗ್ ಅವರ ಹೆಚ್ಚಿನ ಅಭಿಮಾನಿಗಳನ್ನಾಗಿ ಮಾಡಿತು.

ಭಗತ್ ಸಿಂಗ್ ಅವರ ನಿಧನದ ನಂತರ 1931ರ ಮಾರ್ಚ್ ನ ಕೊನೆಯ ವಾರದಲ್ಲಿ ಕರಾಚಿಯಲ್ಲಿ ಕಾಂಗ್ರೆಸ್ ನ 46ನೇ ಅಧಿವೇಶನ ನಡೆಯಿತು. ಉಕ್ಕಿನ ಮನುಷ್ಯ ಸರ್ದಾರ್ ವಲ್ಲಭಭಾಯಿ ಪಟೇಲ್ ಇದರ ಅಧ್ಯಕ್ಷರಾಗಿದ್ದರು. ಭಗತ್ ಸಿಂಗ್ ಅವರ ತಂದೆ ಸರ್ದಾರ್ ಕಿಶನ್ ಸಿಂಗ್ ಕೂಡ ಉಪಸ್ಥಿತರಿದ್ದರು. ಭಗತ್ ಸಿಂಗ್ ಅವರ ಹುತಾತ್ಮತೆಯ ಸ್ಮರಣೆಯು ಜನರ ಹೃದಯದಲ್ಲಿ ಸಂಪೂರ್ಣವಾಗಿ ತಾಜಾವಾಗಿತ್ತು. ಆದ್ದರಿಂದ ಅಧಿವೇಶನವು ಮರಣದ ವಾತಾವರಣದಲ್ಲಿ ಪ್ರಾರಂಭವಾಯಿತು.

ಅಧಿವೇಶನದ ಆರಂಭದಲ್ಲಿ ಭಗತ್ ಸಿಂಗ್ ಗೆ ಸಂಬಂಧಿಸಿದ ನಿರ್ಣಯವನ್ನು ಪ್ರಸ್ತಾಪಿಸಲಾಯಿತು. ನಿರ್ಣಯದ ಮಾತುಗಳ ಬಗ್ಗೆ ಸಾಕಷ್ಟು ವಿವಾದಗಳು ಇದ್ದವು. ಕಾಂಗ್ರೆಸ್ ನ ಮಧ್ಯಮವರ್ಗದವರು ಅವರ ತ್ಯಾಗವನ್ನು ಶ್ಲಾಘಿಸಲು ಬಯಸಿದ್ದರು. ಆದರೆ ಅವರು ಅವರ ಹಿಂಸಾಚಾರದ ಹಾದಿಯನ್ನು ತಿರಸ್ಕರಿಸಿದರು. ಯುವ ಪೀಳಿಗೆಯವರು ಈ ತಿದ್ದುಪಡಿಯನ್ನು ವಿರೋಧಿಸಿದರು. ಕೊನೆಯಲ್ಲಿ ಮಧ್ಯವರ್ತಿಗಳ ನಿರ್ಣಯವನ್ನು ಅಂಗೀಕರಿಸಲಾಯಿತು. ನಿರ್ಣಯವನ್ನು ಈ ಕೆಳಗಿನಂತೆ ಹೇಳಲಾಗಿದೆ:

"ಎಲ್ಲಾ ರೀತಿಯ ರಾಜಕೀಯ ಹಿಂಸಾಚಾರವನ್ನು ತಿರಸ್ಕರಿಸುವ ಮತ್ತು ಅದರಿಂದ ದೂರವಿರುವ ಕಾಂಗ್ರೆಸ್, ಭಗತ್ ಸಿಂಗ್, ರಾಜ್ ಗುರು ಮತ್ತು ಸುಖ್ ದೇವ್ ಅವರ ಧೈರ್ಯ ಮತ್ತು ತ್ಯಾಗವನ್ನು ಶ್ಲಾಘಿಸುತ್ತದೆ ಮತ್ತು ದುಃಖಿತ ಕುಟುಂಬಗಳಿಗೆ ತನ್ನ ಸಹಾನುಭೂತಿಯನ್ನು ನೀಡುತ್ತದೆ. ಕಾಂಗ್ರೆಸ್ ನ ಅಭಿಪ್ರಾಯದಲ್ಲಿ, ಈ ಮೂವರನ್ನು ಗಲ್ಲಿಗೇರಿಸುವುದು ಅಪ್ರಸ್ತುತ ಪ್ರತೀಕಾರದ ಕೃತ್ಯವಾಗಿದೆ ಮತ್ತು ರಾಷ್ಟ್ರದ ಪರವಾಗಿ ಕರುಣೆಯ ಸರ್ವಾನುಮತದ ಬೇಡಿಕೆಗೆ ಉದ್ದೇಶಪೂರ್ವಕ ಅವಮಾನವಾಗಿದೆ ಮತ್ತು ಪ್ರಸ್ತುತ ಗಂಭೀರ ಪರಿಸ್ಥಿತಿಯಲ್ಲಿ ಸರ್ಕಾರವು ಸುವರ್ಣಾವಕಾಶವನ್ನು ಕಳೆದುಕೊಂಡಿದೆ ಇದು ಎರಡು ರಾಷ್ಟ್ರಗಳನ್ನು ಒಗ್ಗೂಡಿಸಲು ಸದ್ಭಾವನೆಯನ್ನು ಹರಡಲು

ಮತ್ತು ಖಿನ್ನತೆಯ ಪರಿಸ್ಥಿತಿಯಲ್ಲಿ ರಾಜಕೀಯ ಹಿಂಸಾಚಾರವನ್ನು ಅಳವಡಿಸಿಕೊಳ್ಳುವ ಪಕ್ಷವನ್ನು ಶಾಂತಿಯ ಹಾದಿಗೆ ತರಲು ಅಗತ್ಯವಾಗಿದೆ ಎಂಬ ಈ ಅಭಿಪ್ರಾಯಕ್ಕೆ ಕಾಂಗ್ರೆಸ್ ಸಮ್ಮತಿಸಿದೆ.

ಈ ಕೆಚ್ಚೆದೆಯ ವ್ಯಕ್ತಿಗಳ ಜೀವಗಳನ್ನು ಉಳಿಸಲು ಅಸಮರ್ಥರಾಗಿದ್ದಕ್ಕಾಗಿ ಮಹಾತ್ಮ ಗಾಂಧಿಯವರು ಈ ಅಧಿವೇಶನದಲ್ಲಿ ವಿರೋಧವನ್ನು ಎದುರಿಸಬೇಕಾಯಿತು. ಈ ವಿಷಯದ ಬಗ್ಗೆ ಯುವ ಬ್ರಿಗೇಡ್ ಗಾಂಧೀಜಿಯವರ ಪ್ರಶ್ನೆಗಳನ್ನು ಕೇಳಿದಾಗ, ಅವರು ಇದನ್ನು ಮಾತ್ರ ಹೇಳಿದರು:

"ವೈಸ್ರಾಯ್ ಅವರೊಂದಿಗಿನ ಒಪ್ಪಂದವು ಭಗತ್ ಸಿಂಗ್ ಅವರ ಜೀವವನ್ನು ಉಳಿಸುವಲ್ಲಿ ಯಾವುದೇ ಉದ್ದೇಶವನ್ನು ಪೂರೈಸಲಿಲ್ಲ. ನೀವು ಹೇಳಿದಂತೆ, ನಾನು ಇನ್ನೂ ಒಂದು ಕೆಲಸವನ್ನು ಮಾಡಬೇಕಾಗಿತ್ತು, ನಾನು ಶಿಕ್ಷೆಯ ಪರಿವರ್ತನೆಯನ್ನು ಒಪ್ಪಂದಕ್ಕೆ ಪೂರ್ವ-ಷರತ್ತಾಗಿ ಮಾಡಬೇಕಾಗಿತ್ತು. ಆದರೆ ಇದನ್ನು ಮಾಡಲು ಸಾಧ್ಯವಿಲ್ಲ, ಮತ್ತು ಒಪ್ಪಂದವನ್ನು ತ್ಯಜಿಸುವ ಬೆದರಿಕೆಯು ನಂಬಿಕೆಯ ಉಲ್ಲಂಘನೆಯಾಗುತ್ತಿತ್ತು. ಶಿಕ್ಷೆಯ ಪರಿವರ್ತನೆಯನ್ನು ಒಪ್ಪಂದಕ್ಕೆ ಪೂರ್ವಭಾವಿಯಾಗಿ ಮಾಡದಿರುವ ವಿಷಯದಲ್ಲಿ ಕಾಂಗ್ರೆಸ್ ಕಾರ್ಯನಿರ್ವಾಹಕರು ನನ್ನೊಂದಿಗೆ ಒಪ್ಪಂದದಲ್ಲಿದ್ದರು. ಅದಕ್ಕಾಗಿಯೇ ನಾನು ಒಪ್ಪಂದದಲ್ಲಿ ಅದರ ಉಲ್ಲೇಖವನ್ನು ಮಾತ್ರ ಮಾಡಬಲ್ಲೆ. ನಾನು ಉದಾರ ಮನೋಭಾವವನ್ನು ನಿರೀಕ್ಷಿಸಿದ್ದೆ, ನನ್ನ ನಿರೀಕ್ಷೆಯನ್ನು ಈಡೇರಿಸಲು ಸಾಧ್ಯವಾಗಲಿಲ್ಲ. ಆದರೆ ಇದು ಒಪ್ಪಂದಕ್ಕೆ ಮರಳಲು ಆಧಾರವಾಗಿರಲು ಸಾಧ್ಯವಾಗಲಿಲ್ಲ "ಎಂದು ಹೇಳಿದರು.

ಅಧಿವೇಶನದ ಪ್ರಕ್ರಿಯೆಗಳು ನಡೆಯುತ್ತಿರುವಾಗ ಮತ್ತು ಭಗತ್ ಸಿಂಗ್ ಗೆ ಸಂಬಂಧಿಸಿದ ನಿರ್ಣಯದ ಕುರಿತು ಚರ್ಚೆ ನಡೆಯುತ್ತಿರುವಾಗ, *ಪಂಡಲ್* ನ ಹೊರಗಿನ ಯುವಕರು ಬಿಸಿ ಚರ್ಚೆಯಲ್ಲಿ ತೊಡಗಿದ್ದರು ಮತ್ತು ಅವರ ಕೋಪಕ್ಕೆ ಕಾರಣರಾಗಿದ್ದರು. ಒಂದು ದಿನದ ಹಿಂದೆ ಈ ಯುವಕರು ಗಾಂಧೀಜಿಯವರ ಕಪ್ಪು ಧ್ವಜವನ್ನು ತೋರಿಸಿದ್ದರು.

ಈ ನಿರ್ಣಯದ ಬಗ್ಗೆ ತಮ್ಮ ಆಲೋಚನೆಗಳನ್ನು ವ್ಯಕ್ತಪಡಿಸಿದ ನೇತಾಜಿ ಸುಭಾಷ್ ಚಂದ್ರ ಬೋಸ್ ಅವರು ಹೀಗೆ ಹೇಳಲು ನಿರ್ಬಂಧ ಹೇರಿದ್ದರು: "ಕರಾಚಿಯಲ್ಲಿನ ಪರಿಸ್ಥಿತಿಗಳು ಜನರು ನಿರ್ಣಯದ ಕಹಿ ಮಾತ್ರೆಗಳನ್ನು ನುಂಗಬೇಕಾಗಿತ್ತು, ಜನರು ಅದಕ್ಕಾಗಿ ಇಲ್ಲಿಗೆ ಬಂದಿದ್ದರು ಮತ್ತು ಸಕಾರಾತ್ಮಕವಾದದ್ದನ್ನು ನಿರೀಕ್ಷಿಸಿದ್ದರು, ಆದರೂ ಸಾಮಾನ್ಯ ಪರಿಸ್ಥಿತಿಗಳಲ್ಲಿ ಅವರು ಸಾವಿರಾರು ಮೈಲುಗಳಷ್ಟು ದೂರ ಉಳಿಯಲು ಆಯ್ಕೆ ಮಾಡಿಕೊಳ್ಳುತ್ತಿದ್ದರು. ಮಹಾತ್ಮ ಗಾಂಧಿಯವರಿಗೆ ಸಂಬಂಧಿಸಿದಂತೆ, ಅವರು ನಿರ್ಣಯದ ಮಾತುಗಳಲ್ಲಿ ತಮ್ಮ ಆಂತರಿಕ ಭಾವನೆಯನ್ನು ಸೇರಿಸಬೇಕಾಗಿತ್ತು. ನಿರ್ಣಯಕ್ಕೆ ತಿದ್ದುಪಡಿಯನ್ನು ಕೈಗೊಳ್ಳಲಾಗಿದ್ದರೂ, ಇದು ವಿವಾದವನ್ನು ಕೊನೆಗೊಳಿಸಲಿಲ್ಲ. ರಾಜ್ಯಗಳಲ್ಲೂ ಕಾಂಗ್ರೆಸ್ ಅಧಿವೇಶನಗಳಲ್ಲಿ ಈ ವಿಷಯವು ತೀವ್ರ ಭಿನ್ನಾಭಿಪ್ರಾಯಗಳನ್ನು ಹುಟ್ಟುಹಾಕಿತು.

ಭಗತ್ ಸಿಂಗ್, ಸುಖದೇವ್ ಮತ್ತು ರಾಜ್ ಗುರುಗಳ ಮೃತದೇಹಗಳಿಗೆ ಆಂಗ್ಲರು ಏನು ಮಾಡಿದರು ಎಂಬುದರ ಬಗ್ಗೆ ಈ ಅಧಿವೇಶನವು ಹೆಚ್ಚಿನ ಉತ್ಸಾಹವನ್ನು ಕಂಡಿತು. ಆದ್ದರಿಂದ, ಕಾಂಗ್ರೆಸ್ ಕಾರ್ಯಕಾರಿ ಸಮಿತಿಯು ಈ ಉದ್ದೇಶಕ್ಕಾಗಿ ತನಿಖಾ ಸಮಿತಿಯನ್ನು ರಚಿಸಿತ್ತು. ಡಾ. ಪಟ್ಟಾಭಿ ಸೀತಾರಾಮಯ್ಯ ಅವರು ತಮ್ಮ '*ಭಾರತೀಯ ರಾಷ್ಟ್ರೀಯ ಕಾಂಗ್ರೆಸ್ ನ ಇತಿಹಾಸ*' ದಲ್ಲಿ ಹೀಗೆ ಬರೆಯುತ್ತಾರೆ:

"ಕರಾಚಿಯಲ್ಲಿ ಕಾಂಗ್ರೆಸ್ ಕಾರ್ಯಕರ್ತರಿಗೆ ಇನ್ನೊಂದು ವಿಷಯ ಆಕ್ರೋಶ ತಂದಿದೆ. ಸರ್ದಾರ್ ಭಗತ್ ಸಿಂಗ್, ಸುಖದೇವ್ ಮತ್ತು ರಾಜ್ ಗುರು ಅವರ ಮೃತದೇಹಗಳ ಅವಮಾನಕರ ಚಿಕಿತ್ಸೆಯ ಬಗ್ಗೆ ಹರಡಿದ ಅಸ್ಪಷ್ಟ ಮಾಹಿತಿಯಾಗಿದೆ. ಆದ್ದರಿಂದ, ಕಾರ್ಯನಿರ್ವಾಹಕರು ಈ ಆರೋಪಗಳನ್ನು ತನಿಖೆ ಮಾಡಲು ತನ್ನ ವರದಿಯನ್ನು ಏಪ್ರಿಲ್ 30 ರೊಳಗೆ ಕಾರ್ಯನಿರ್ವಾಹಕರಿಗೆ ಸಲ್ಲಿಸಲು ಸಮಿತಿಯನ್ನು ರಚಿಸಿದರು. ಈ ದಿಕ್ಕಿನಲ್ಲಿ ಹೆಚ್ಚು ಲಾಬಿ ಮಾಡುತ್ತಿದ್ದ ಭಗತ್ ಸಿಂಗ್ ಅವರ ತಂದೆಗೆ ಈ ವಿಷಯದಲ್ಲಿ ಯಾವುದೇ ಪುರಾವೆಗಳನ್ನು ನೀಡಲು ಸಾಧ್ಯವಾಗಲಿಲ್ಲ ಎಂದು ನಾವು ಇಲ್ಲಿ ಹೇಳಬಹುದು. ಬೇರೆ ಯಾವುದೇ ರೀತಿಯ ಸಹಾಯವನ್ನು ನೀಡಲು ಅವರು ಸಮಿತಿಯ ಮುಂದೆ ಹಾಜರಾಗಲಿಲ್ಲ. ಆದ್ದರಿಂದ, ಇದರಿಂದ ಯಾವುದೇ ಫಲಿತಾಂಶ ಹೊರಬಂದಿಲ್ಲ "ಎಂದು ಹೇಳಿದರು.

ಮೃತ ದೇಹಗಳನ್ನು ಸುಟ್ಟುಹಾಕಿದಾಗ, ಅದರ ನಂತರ ಯಾವ ಪುರಾವೆಗಳು ಸಾಧ್ಯ?

ಹೀಗೆ ಭಗತ್ ಸಿಂಗ್ ಅವರನ್ನು ನೇಣು ಹಾಕಿದ ನಂತರ ಭಾರತೀಯರು ಅವರನ್ನು ಮರೆತುಬಿಡುತ್ತಾರೆ ಎಂದು ಆಂಗ್ಲರು ಭಾವಿಸಿದ್ದರು, ಈ ರೀತಿಯಾಗಿ ಯೋಚಿಸುವುದು ಅವರ ಕಡೆಯಿಂದ ದೊಡ್ಡ ತಪ್ಪು ಎಂದು ಸಾಬೀತಾಗಿದೆ.

❐

10

ಭಗತ್ ಸಿಂಗ್ ಅವರ ಜೀವನ

ತತ್ತ್ವಶಾಸ್ತ್ರ

ಪ್ರತಿಯೊಬ್ಬ ಮನುಷ್ಯನೂ ತನ್ನ ಜೀವನದಲ್ಲಿ ಕೆಲವು ಮೌಲ್ಯಗಳನ್ನು ಹೊಂದಿರುತ್ತಾನೆ ಅಥವಾ ಜೀವನದ ವಿವಿಧ ಅಂಶಗಳನ್ನು ತಮ್ಮದೇ ಆದ ರೀತಿಯಲ್ಲಿ ಯೋಚಿಸುತ್ತಾರೆ ಮತ್ತು ಪರಿಗಣಿಸುತ್ತಾರೆ ಎಂದು ನೀವು ಹೇಳಬಹುದು. ದೇಶ, ಧರ್ಮ, ರಾಜಕೀಯ ಮತ್ತು ಇತರ ಸಂಬಂಧಿತ ವಿಷಯಗಳ ಬಗ್ಗೆ ಒಬ್ಬರು ವಿಭಿನ್ನ ಆಲೋಚನೆಗಳನ್ನು ಮಾಡಬಹುದು. ಜೀವನವನ್ನು ಪ್ರತ್ಯೇಕ ಮತ್ತು ವಿಭಿನ್ನ ರೂಪಗಳಲ್ಲಿ ನೋಡುವ ಈ ವಿಧಾನವನ್ನು ಸಾಮಾನ್ಯವಾಗಿ ಮನುಷ್ಯನ ಜೀವನದ ತತ್ವಶಾಸ್ತ್ರ ಎಂದು ಕರೆಯಲಾಗುತ್ತದೆ. ಭಗತ್ ಸಿಂಗ್ ಅವರ ಜೀವನವು ಹೆಚ್ಚು ಕಾಲ ಉಳಿಯಲಿಲ್ಲ. ಅವರು 1907ರ ಸೆಪ್ಟೆಂಬರ್ 27ರಂದು ಜನಿಸಿದರು ಮತ್ತು 1931ರ ಮಾರ್ಚ್ 23ರಂದು ಗಲ್ಲಿಗೇರಿಸಲಾಯಿತು. ಹೀಗೆ ಅವರು ಎಲ್ಲಾ 23 ವರ್ಷ, 5 ತಿಂಗಳು ಮತ್ತು 26 ದಿನಗಳು ಜೀವಂತವಾಗಿದ್ದರು. ಈ ಸಂಕ್ಷಿಪ್ತ ಅವಧಿಯಲ್ಲಿ ಅವರು ಏನು ಹೇಳಿದರೂ ಅಥವಾ ಪ್ರದರ್ಶಿಸಿದರೂ ಅದು ತನ್ನದೇ ಆದ ರೀತಿಯಲ್ಲಿ ಮಹತ್ವದ್ದಾಗಿದೆ. ನಾವು ಅವರ ಆಲೋಚನೆಗಳು ಅವರ ಜೀವನದ ತತ್ವಶಾಸ್ತ್ರವನ್ನು ಇಲ್ಲಿ ಸಂಕ್ಷಿಪ್ತ ರೂಪದಲ್ಲಿ ಪ್ರಸ್ತುತಪಡಿಸುತ್ತಿದ್ದೇವೆ.

ಜಾತ್ಯತೀತತೆ

ದೇಶ ಮತ್ತು ರಾಜಕೀಯದಿಂದ ಧರ್ಮವನ್ನು ಪ್ರತ್ಯೇಕವಾಗಿಡಲು ಭಗತ್ ಸಿಂಗ್ ಬಯಸಿದ್ದರು. ಧರ್ಮವನ್ನು ರಾಜಕೀಯದೊಂದಿಗೆ ಬೆರೆಸುವುದರ ಕೆಟ್ಟ ಪರಿಣಾಮಗಳನ್ನು ಅವರು ತಿಳಿದಿದ್ದರು. ಅವರ ದೃಷ್ಟಿಯಲ್ಲಿ ದೇಶಕ್ಕೆ ಸೇವೆ ಸಲ್ಲಿಸುವುದು ಅತ್ಯುನ್ನತ ಧರ್ಮವಾಗಿತ್ತು ಮತ್ತು ದೇಶವು ಅವರ ದೇವರು. ಅವರು ಮಾರ್ಚ್, 1926 ರಲ್ಲಿ 'ನೌಜವಾನ್ ಭಾರತ್ ಸಭಾ' ರಚಿಸಿದರು. ಪ್ರತಿಯೊಬ್ಬ ಯುವಕನು ತನ್ನ ಜಾತಿ ಮತ್ತು ಧರ್ಮದ ಹಿತಾಸಕ್ತಿಗಳಿಗಿಂತ ದೇಶದ ಹಿತಾಸಕ್ತಿಗಳನ್ನು ಉನ್ನತವೆಂದು ಪರಿಗಣಿಸುವುದಾಗಿ ಸದಸ್ಯನಾಗುವ ಮೊದಲು ಪ್ರಮಾಣವಚನ ಸ್ವೀಕರಿಸಬೇಕಾಗಿತ್ತು. ಭಾರತಕ್ಕೆ ಇಂದು ಭಗತ್ ಸಿಂಗ್ ಅವರ ಈ ಕಲ್ಪನೆ ಹೆಚ್ಚು ಅಗತ್ಯವಿದೆ. ಧರ್ಮದ ಹೆಸರಿನಲ್ಲಿ ಕಚ್ಚಾ ರೂಪದಲ್ಲಿ ಹಿಂಸಾಚಾರ ನಡೆಯುತ್ತಿದೆ.ರಾಜಕೀಯದಲ್ಲಿ ಧರ್ಮಕ್ಕೆ ಸ್ಥಾನವಿಲ್ಲ ಎಂದು ನಮ್ಮ ಸಂವಿಧಾನದಲ್ಲಿ ಘೋಷಿಸಲಾಗಿದ್ದರೂ,

ಜನರು ಅದನ್ನು ಮರೆತಂತೆ ತೋರುತ್ತಿದೆ. ಧಾರ್ಮಿಕ ಸಂಪ್ರದಾಯಬದ್ಧತೆಗೆ ಮುಂಚಿತವಾಗಿ ಅವರು ರಾಷ್ಟ್ರೀಯ ಹಿತಾಸಕ್ತಿಗಳಿಗೆ ಯಾವುದೇ ಮೌಲ್ಯವನ್ನು ನೀಡುವುದಿಲ್ಲ.

ಭಗತ್ ಸಿಂಗ್ ಅವರು ಸಿಖ್ ಕುಟುಂಬದಲ್ಲಿ ಜನಿಸಿದರೂ, ಅವರ ಜೀವನದ ಒಂದು ನೋಟವು ಅವರು ತಮ್ಮನ್ನು ಸಿಖ್ ಎಂದು ಎಂದಿಗೂ ನೋಡಲಿಲ್ಲ ಎಂದು ತಿಳಿಸುತ್ತದೆ. ಅವರು ಭಾರತೀಯರಾಗಿದ್ದರು, ಭಾರತೀಯತೆ ಅವರ ಧರ್ಮವಾಗಿತ್ತು, ಈ ದೇಶದ ನಾಡು ಅವರ ಆರಾಧನೆಯ ದೇವತೆಯಾಗಿತ್ತು. ಅವರು ಇಡೀ ಭಾರತಕ್ಕೆ ಸೇರಿದವರಾಗಿದ್ದರು ಮತ್ತು ಇಡೀ ಭಾರತವು ಅವರದೇ ಆಗಿತ್ತು. ಕೋಮುವಾದದಿಂದ ಮುಕ್ತವಾಗಿರುವ ಎಲ್ಲಾ ರೀತಿಯ ಸಾಮಾಜಿಕ, ಆರ್ಥಿಕ ಮತ್ತು ಕೈಗಾರಿಕಾ ಸಂಸ್ಥೆಗಳೊಂದಿಗೆ ಒಗ್ಗಟ್ಟನ್ನು ಕಾಪಾಡಿಕೊಳ್ಳುವುದು 'ನೌಜವಾನ್ ಭಾರತ್ ಸಭಾ' ದ ಮುಖ್ಯ ಉದ್ದೇಶಗಳಲ್ಲಿ ಒಂದಾಗಿತ್ತು. ವಾಸ್ತವದಲ್ಲಿ, ಭಾರತವು ತನ್ನ ಅಸ್ತಿತ್ವವನ್ನು ಸಮರ್ಥಿಸಿಕೊಳ್ಳಬೇಕಾದರೆ ನಮ್ಮ ರಾಷ್ಟ್ರೀಯ ನಾಯಕರು ಕೋಮುವಾದವನ್ನು ಆಧರಿಸಿದ ಎಲ್ಲಾ ಸಂಸ್ಥೆಗಳನ್ನು ನಿಷೇಧಿಸಲಾಗಿದೆ ಎಂಬ ಅಂಶದ ಬಗ್ಗೆ ಗಮನ ಹರಿಸಬೇಕಾಗುತ್ತದೆ. ಇಲ್ಲದಿದ್ದರೆ, ಅದರ ಕೆಟ್ಟ ಪರಿಣಾಮಗಳು ಕಲ್ಪನೆಯನ್ನು ಮೀರಿ ಹೋಗಬಹುದು. ನಮ್ಮ ರಾಷ್ಟ್ರದ ಭವಿಷ್ಯವನ್ನು ಭದ್ರಪಡಿಸಿಕೊಳ್ಳಲು ನಾವು ಭಗತ್ ಸಿಂಗ್ ಅವರ ಆಲೋಚನೆಗಳಿಂದ ಸ್ಫೂರ್ತಿ ಪಡೆಯಬೇಕಾಗಿದೆ.

ರಾಷ್ಟ್ರೀಯ ಚೈತನ್ಯದ ಅಭಿವೃದ್ಧಿ

ದೇಶವನ್ನು ಬಲಪಡಿಸಲು ಯುವಜನರಲ್ಲಿ ದೇಶಭಕ್ತಿಯ ಸರಿಯಾದ ಮನೋಭಾವವನ್ನು ಬೆಳೆಸುವುದು ಮತ್ತು ಅಭಿವೃದ್ಧಿಪಡಿಸುವುದು ಅಗತ್ಯ ಎಂದು ಭಗತ್ ಸಿಂಗ್ ಅವರ ದೃಢ ನಂಬಿಕೆಯಾಗಿತ್ತು. ಸ್ವಾತಂತ್ರ್ಯದ ಹಲವು ವರ್ಷಗಳ ನಂತರವೂ ಈ ಮನೋಭಾವವು ಭಾರತದಲ್ಲಿ ಸರಿಯಾಗಿ ಬೆಳೆದಿಲ್ಲ ಎಂದು ಹೇಳಲು ನಮಗೆ ಯಾವುದೇ ಹಿಂಜರಿಕೆಯಿಲ್ಲ, ಆದರೆ ರಾಷ್ಟ್ರೀಯ ಚಳುವಳಿಗಳ ಸಮಯದಲ್ಲಿ ಈ ಮನೋಭಾವವು ಅದರ ಉತ್ತುಂಗದಲ್ಲಿದೆ. ಭಾರತವು ತನ್ನ ಯುವಕರ ದೇಶಭಕ್ತಿಯ ಆಧಾರದ ಮೇಲೆ ಮಾತ್ರ ಒಗ್ಗಟ್ಟಾಗಿ ಉಳಿಯಬಹುದು ಎಂದು ಭಗತ್ ಸಿಂಗ್ ಅವರಿಗೆ ತಿಳಿದಿತ್ತು. ಆದ್ದರಿಂದ, 'ನೌಜವಾನ್ ಭಾರತ್ ಸಭಾ' ಯ ಪ್ರಮುಖ ಉದ್ದೇಶವೆಂದರೆ: "ಏಕೀಕೃತ ಭಾರತೀಯ, ಗಣರಾಜ್ಯಕ್ಕಾಗಿ ಭಾರತೀಯ ಯುವಕರಲ್ಲಿ ದೇಶಭಕ್ತಿಯ ಮನೋಭಾವವನ್ನು ಬೆಳೆಸುವುದು."

ಸಮಾಜವಾದಿ ದೃಷ್ಟಿಕೋನ

ಭಗತ್ ಸಿಂಗ್ ಅವರ ರಾಜಕೀಯ ವಿಚಾರಗಳು ಸಮಾಜವಾದಿ ತತ್ವಗಳನ್ನು ಆಧರಿಸಿದ್ದವು. ನೌಜವಾನ್ ಭಾರತ್ ಸಭೆಯ ಈ ಕೆಳಗಿನ ಎರಡು ಉದ್ದೇಶಗಳಲ್ಲಿ ನಾವು ಅವರ ವಿಚಾರಗಳನ್ನು ಮೊದಲ ಬಾರಿಗೆ ತಿಳಿದುಕೊಳ್ಳುತ್ತೇವೆ:

"ರೈತರು ಮತ್ತು ಕಾರ್ಮಿಕರ ಕಡೆಗೆ ಮತ್ತು ಸಂಪೂರ್ಣ ಸ್ವತಂತ್ರ ಗಣರಾಜ್ಯದ ಕಡೆಗೆ ನಿಮ್ಮನ್ನು ಕರೆದೊಯ್ಯುವ ಚಳುವಳಿಗಳನ್ನು ಬೆಂಬಲಿಸಲು ಮತ್ತು ಕಾರ್ಮಿಕರು ಮತ್ತು ರೈತರನ್ನು ಒಗ್ಗೂಡಿಸಲು."

1926ರ ಮಾರ್ಚ್ ನಲ್ಲಿ 'ನೌಜವಾನ್ ಭಾರತ್ ಸಭಾ' ರಚನೆಯಾಯಿತು ಮತ್ತು ಭಾರತೀಯ ರಾಷ್ಟ್ರೀಯ ಕಾಂಗ್ರೆಸ್ ಆ ಹೊತ್ತಿಗೆ ಸಂಪೂರ್ಣ ಭಾರತೀಯ ಗಣರಾಜ್ಯದ ಬಗ್ಗೆ ಯೋಚಿಸಿರಲಿಲ್ಲ ಎಂದು ಇಲ್ಲಿ ಉಲ್ಲೇಖಿಸುವುದು ಸೂಕ್ತವಲ್ಲ. ಕಾಂಗ್ರೆಸ್ ನ ಗುರಿಯು ಬ್ರಿಟನ್ ನ ಭಾಗವಾಗಿ ಸ್ವತಂತ್ರ ಭಾರತವನ್ನು ರಚಿಸುವುದಾಗಿತ್ತು, ಆದರೆ ಈ ಸಮಯದವರೆಗೆ ಸಾರ್ವಭೌಮ ಸ್ವತಂತ್ರ ಗಣರಾಜ್ಯವಾಗಿರಲಿಲ್ಲ. 1929ರಲ್ಲಿ ಲಾಹೋರ್ ನಲ್ಲಿ ನಡೆದ ಅಧಿವೇಶನದಲ್ಲಿ ಕಾಂಗ್ರೆಸ್ ಸಂಪೂರ್ಣ ಸ್ವಾತಂತ್ರ್ಯದ ಬೇಡಿಕೆಯೊಂದಿಗೆ ಹೊರಬಂದಿತು. ಭಗತ್ ಸಿಂಗ್ ಅವರು ಕಮ್ಯುನಿಸ್ಟ ಆದರ್ಶಶಾಸ್ತ್ರದ ಪೂರ್ವಜರಾದ ಕಾರ್ಲ್ ಮಾರ್ಕ್ಸ್ ಮತ್ತು 1917 ರ ರಷ್ಯಾದ ಕ್ರಾಂತಿಯಿಂದ ಹೆಚ್ಚು ಪ್ರಭಾವಿತರಾಗಿದ್ದರು. ಅವನ ಜೀವನದ ಅನೇಕ ಘಟನೆಗಳಿಂದ ಅದರ ಪುರಾವೆಗಳನ್ನು ಒದಗಿಸಲಾಗಿದೆ.

ಭಗತ್ ಸಿಂಗ್ ಅವರು ಸಮಾಜವಾದಿಯಾಗಿದ್ದರು ಎಂಬುದು ನ್ಯಾಯಮೂರ್ತಿ ಮಿಡಲ್ಟನ್ ಅವರ ಮುಂದೆ ನೀಡಿದ ಹೇಳಿಕೆಯಿಂದ ಸ್ಪಷ್ಟವಾಗಿದೆ. ಅವರು ಅಸೆಂಬ್ಲಿ ಬಾಂಬ್ ಸಂಚಿಕೆಯಲ್ಲಿ ಜೈಲಿನಲ್ಲಿ ಸಭೆಗಳನ್ನು ನಡೆಸಿದರು. ಅವರು ಜೂನ್ 6, 1927 ರಂದು ಈ ಹೇಳಿಕೆಯನ್ನು ನೀಡಿದರು. ಈ ಕೆಳಗಿನ ಸಾರಗಳನ್ನು ಗಮನಿಸಿaa at:

"ಅನ್ಯಾಯದ ಆಧಾರದ ಮೇಲೆ ಪ್ರಸ್ತುತ ನ್ಯಾಯಾಂಗ ವ್ಯವಸ್ಥೆಯು ಬದಲಾಗಬೇಕು ಎಂಬುದು ನಮ್ಮ ಉದ್ದೇಶ. ಶೋಷಕರು ತಮ್ಮ ಮೂಲಭೂತ ಹಕ್ಕುಗಳು ಮತ್ತು ಶ್ರಮದ ಫಲಗಳಿಂದ ವಂಚಿತರಾಗಿದ್ದರೂ ಉತ್ಪಾದಕರು ಮತ್ತು ಕಾರ್ಮಿಕರು ಸಮಾಜದ ಪ್ರಮುಖ ಅಂಶಗಳಾಗಿವೆ. ಒಂದು ಕಡೆ ಆಹಾರ ಧಾನ್ಯದ ಉತ್ಪಾದಕರು ಹಸಿವಿನಿಂದ ಸಾಯುತ್ತಿದ್ದಾರೆ, ವಿಶ್ವದ ಎಲ್ಲಾ ಮಾರುಕಟ್ಟೆಗಳಿಗೆ ಬಟ್ಟೆಯ ಸರಬರಾಜುದಾರರಾಗಿರುವ ನೇಕಾರರು ತಮ್ಮ ದೇಹಗಳನ್ನು ಮತ್ತು ತಮ್ಮ ಮಕ್ಕಳ ದೇಹಗಳನ್ನು ಸರಬರಾಜು ಮಾಡಲು ಸಾಕಷ್ಟು ಹೊಂದಿಲ್ಲ. ಇತರರಿಗಾಗಿ ಕಟ್ಟಡಗಳ ನಿರ್ಮಾಣದಲ್ಲಿ ಕೆಲಸ ಮಾಡುವ ವ್ಯಕ್ತಿಗಳು ಕೊಳೆಗೇರಿಗಳಲ್ಲಿ ವಾಸಿಸುತ್ತಾರೆ ಮತ್ತು ಅಲ್ಲೇ ಸಾಯುತ್ತಾರೆ. ಮತ್ತೊಂದೆಡೆ, ಬಂಡವಾಳಶಾಹಿಗಳು, ಶೋಷಕರು ಮತ್ತು ಇತರರ ಮೇಲೆ ಪರಾವಲಂಬಿಗಳಾಗಿ ವಾಸಿಸುವ ಇತರರು ತಮ್ಮ ಭಾವನೆಗಳನ್ನು ಅನುಸರಿಸಲು ಕೋಟ್ಯಂತರ ರೂಪಾಯಿಗಳನ್ನು ಖರ್ಚು ಮಾಡುತ್ತಿದ್ದಾರೆ. ಅಂತಹ ವಿನಾಶಕಾರಿ ಅಪಾಯಗಳನ್ನು ಎದುರಿಸಬೇಕಾಗದ ಮತ್ತು ಇಲ್ಲದವರ ಸಾರ್ವಭೌಮತ್ವವನ್ನು ಗುರುತಿಸುವಂತಹ ಸಾಮಾಜಿಕ ವ್ಯವಸ್ಥೆಯನ್ನು ಅಂತಿಮವಾಗಿ ಸ್ಥಾಪಿಸುವುದು ನಮ್ಮ ಕ್ರಾಂತಿಯ ಉದ್ದೇಶವಾಗಿದೆ. ಇದರ ಪರಿಣಾಮವಾಗಿ, ವಿಶ್ವ ಸಮುದಾಯವು ಮಾನವಕುಲವನ್ನು ಬಂಡವಾಳಶಾಹಿ ಮತ್ತು ಯುದ್ಧದಿಂದ ಉಂಟಾಗುವ ವಿನಾಶದ ಹಿಡಿತದಿಂದ ರಕ್ಷಿಸಲು ಸಾಧ್ಯವಾಗುತ್ತದೆ.

ಅಂತಹ ಅಸಮಾನತೆಗಳನ್ನು ತೊಡೆದುಹಾಕುವ ಪರಿಹಾರವಾಗಿ ಅವರು ಸಮಾಜವಾದವನ್ನು ಮಾತ್ರ ಹೊಂದಿದ್ದಾರೆ. ಲಾಹೋರ್ ಸೆಂಟರ್ ಜೈಲಿನಲ್ಲಿರುವಾಗ ಅವರು ಕಾರ್ಲ್ ಮಾರ್ಕ್ಸ್ ಮತ್ತು ರಷ್ಯಾದ ಕ್ರಾಂತಿಯ ಬಗ್ಗೆ ಪುಸ್ತಕಗಳನ್ನು ಓದಿದರು ಎಂಬ ಅಂಶದಿಂದ ಅವರು ಸಮಾಜವಾದದಿಂದ ಎಷ್ಟರ ಮಟ್ಟಿಗೆ ಪ್ರಭಾವಿತರಾಗಿದ್ದರು ಎಂಬುದನ್ನು ನಿರ್ಣಯಿಸಬಹುದು. ನೇಣು ಹಾಕಿಕೊಳ್ಳುವ ಕೆಲವೇ ಕ್ಷಣಗಳ ಮೊದಲು ಅವರು ಲೆನಿನ್ ಅವರ ಜೀವನಚರಿತ್ರೆಯಲ್ಲಿ ಮುಳುಗಿದ್ದರು.

ದೇಶಕ್ಕೆ ಸ್ವಯಂಸೇವಕರ ಅಗತ್ಯವಿದೆ, ನಾಯಕರಲ್ಲ

ಭಗತ್ ಸಿಂಗ್ ಅವರು ನಾಯಕತ್ವದಲ್ಲಿ ಅಲ್ಲ, ಕೆಲಸದಲ್ಲಿ ನಂಬಿಕೆ ಹೊಂದಿದ್ದರು. ದೇಶದ ಕ್ಷೇಮವೆಂದರೆ ಅದರ ರಾಜಕಾರಣಿಗಳು ತಮ್ಮನ್ನು ಕಾರ್ಮಿಕರು, ಸಾರ್ವಜನಿಕ ಸೇವಕರು ಎಂದು ಪರಿಗಣಿಸುವುದು ಬದಲಿಗೆ ಅದರ ನಾಯಕರಂತಲ್ಲ. ಭಾರತದಲ್ಲಿ ಕ್ರಾಂತಿಕಾರಿಗಳು ಸಮಾಜವಾದವನ್ನು ಸ್ಥಾಪಿಸುವ ಉದ್ದೇಶದಿಂದ 'ಭಾರತ್ ಸೋಶಿಯಲಿಸ್ಟ್ ರಿಪಬ್ಲಿಕ್ ಯೂನಿಯನ್' ಅನ್ನು ಸ್ಥಾಪಿಸಿದರು. ಭಗತ್ ಸಿಂಗ್ ಹೀಗೆ ಬರೆದರು:

"ಈ ಕೆಲಸದಲ್ಲಿ ಕಾರ್ಮಿಕರಾಗಿ ಭಾಗವಹಿಸಬೇಕು ಎಂದು ನಾನು ಯುವಕರಿಗೆ ಹೇಳುತ್ತೇನೆ. ನಾಯಕತ್ವದ ಪ್ರಶ್ನೆಯು ಹೋದಂತೆ, ನಮ್ಮಲ್ಲಿ ಈಗಾಗಲೇ ಬಹಳಷ್ಟಿವೆ. ನಮ್ಮ ಪಕ್ಷಕ್ಕೆ ನಾಯಕರ ಅಗತ್ಯವಿಲ್ಲ. ನೀವು ಲೌಕಿಕ ವ್ಯಕ್ತಿಯಾಗಿದ್ದರೆ ಅಥವಾ ಕುಟುಂಬ ವ್ಯಕ್ತಿಯಾಗಿದ್ದರೆ, ನಮ್ಮ ಬಳಿಗೆ ಬರಬೇಡಿ. ಆದರೆ ನೀವು ನಮ್ಮ ಉದ್ದೇಶಗಳ ಬಗ್ಗೆ ಸಹಾನುಭೂತಿಯನ್ನು ಹೊಂದಿದ್ದರೆ, ನೀವು ಬೇರೆ ರೀತಿಯಲ್ಲಿ ಸಹಾಯ ಮಾಡಬಹುದು. ಕಟ್ಟುನಿಟ್ಟಾದ ಶಿಸ್ತಿನಲ್ಲಿ ಕೆಲಸ ಮಾಡುವ ಜನರು ಮಾತ್ರ ಚಳವಳಿಯನ್ನು ಮುಂದೆ ಕೊಂಡೊಯ್ಯಬಹುದು.

"ಆದರೆ ಇಂದು ನಮ್ಮ ರಾಜಕೀಯ ಪಕ್ಷಗಳ ಪರಿಸ್ಥಿತಿ ಇದಕ್ಕೆ ತದ್ವಿರುದ್ಧವಾಗಿದೆ. ಅವರು ಶಿಸ್ತು ಎಂದು ಕರೆಯಲ್ಪಡುವ ಯಾವುದನ್ನೂ ಹೊಂದಿಲ್ಲ. ನಿಸ್ಸಂಶಯವಾಗಿ ಸಹಬಾಳ್ವೆ ಮತ್ತು ವೈಯಕ್ತಿಕ ಆರಾಧನೆಯನ್ನು ಶಿಸ್ತು ಎಂದು ಕರೆಯಲಾಗುವುದಿಲ್ಲ. ಈ ಪಕ್ಷಗಳ ಯಾವುದೇ ಸದಸ್ಯರು ಕೆಲಸಗಾರರಾಗಿ ಉಳಿಯಲು ಬಯಸುವುದಿಲ್ಲ. ಪ್ರತಿಯೊಬ್ಬರೂ ಈ ಸ್ಥಾನದ ಮೇಲೆ ತಮ್ಮ ಕಣ್ಣುಗಳನ್ನು ಇರಿಸಿದ್ದಾರೆ. ಪ್ರತಿಯೊಬ್ಬರೂ ನಾಯಕರಾಗಲು ಬಯಸುತ್ತಾರೆ."

ಮಾನವೀಯತೆ ಮತ್ತು ಹಿಂಸೆ

ಭಗತ್ ಸಿಂಗ್ ಸಮಾಜವಾದಿ ಚಿಂತನೆಗಳ ಪ್ರಭಾವಕ್ಕೆ ಒಳಗಾಗಿದ್ದರು ಎಂದು ಮೇಲೆ ಉಲ್ಲೇಖಿಸಲಾಗಿದೆ. ಅವರು ಮಾನವೀಯತೆಯ ಬಲವಾದ ಬೆಂಬಲಿಗರಾಗಿದ್ದರು. ಅವರ ದೃಷ್ಟಿಯಲ್ಲಿ ಮನುಷ್ಯನ ಜೀವನವು ಅತ್ಯಂತ ಪವಿತ್ರವಾದ ವಿಷಯವಾಗಿತ್ತು. ಅವರಿಗೆ ಇಂಗ್ಲಿಷ್ ಜನರೊಂದಿಗೆ ಯಾವುದೇ ವೈಯಕ್ತಿಕ ದ್ವೇಷವಿರಲಿಲ್ಲ. ತಮ್ಮ ಆಲೋಚನೆಗಳನ್ನು ವಿವರಿಸುತ್ತಾ, ಅವರು ದೆಹಲಿಯ ಜೈಲಿನಲ್ಲಿ ನ್ಯಾಯಾಲಯದ ಮುಂದೆ ಹೀಗೆ ಹೇಳಿದ್ದರು:

"ಮನುಷ್ಯನ ಮೇಲಿನ ನಮ್ಮ ಪ್ರೀತಿ ಇತರರಿಗಿಂತ ಕಡಿಮೆಯಿಲ್ಲ. ಆದ್ದರಿಂದ ಯಾರ ಮೇಲೂ ಅಸೂಯೆ ಪಡುವ ಪ್ರಶ್ನೆಯೇ ಇಲ್ಲ. ಇದಕ್ಕೆ ತದ್ವಿರುದ್ಧವಾಗಿ, ಮಾನವ ಜೀವನವು ನಮ್ಮ ದೃಷ್ಟಿಯಲ್ಲಿ ತುಂಬಾ ಪವಿತ್ರವಾಗಿದೆ, ಅದನ್ನು ಪದಗಳಲ್ಲಿ ಹೇಳಲಾಗುವುದಿಲ್ಲ. ಯಾರನ್ನಾದರು ನೋಯಿಸುವ ಬದಲು, ಮಾನವೀಯತೆಯ ಸೇವೆಗಾಗಿ ನಮ್ಮ ಜೀವನವನ್ನು ತ್ಯಾಗ ಮಾಡಲು ನಾವು ಸಿದ್ಧರಿದ್ದೇವೆ. ನಾವು ಕೊಲ್ಲುವಲ್ಲಿ ಆನಂದಿಸುವ ಸಾಮ್ರಾಜ್ಯಶಾಹಿ ಸೈನ್ಯದ ಕೂಲಿ ಸೈನಿಕರಂತೆ ಅಲ್ಲ. ಇದಕ್ಕೆ ತದ್ವಿರುದ್ಧವಾಗಿ, ನಾವು ಮಾನವ ಜೀವವನ್ನು ರಕ್ಷಿಸಲು ಪ್ರಯತ್ನಿಸುತ್ತೇವೆ."

ಭಗತ್ ಸಿಂಗ್ ನಿಷ್ಪ್ರಯೋಜಕ ರಕ್ತಪಾತವನ್ನು ಬೆಂಬಲಿಸಲಿಲ್ಲ ಎಂಬುದು ಸ್ಪಷ್ಟವಾಗಿದೆ. ಆದರೆ ಅವರು ಭಾರತದ ಸ್ವಾತಂತ್ರ್ಯಕ್ಕಾಗಿ ಹಿಂಸಾಚಾರಕ್ಕೆ ಮುಂದಾಗಬೇಕಾಯಿತು. ಅವರು ಯಾಕೆ ಹಾಗೆ ಮಾಡಿದರು? ಅವರು ಸ್ವತಃ ಇದಕ್ಕೆ ಉತ್ತರವನ್ನು ನೀಡಿದರು:

"ನಾವು ಹಿಂದಿನ ವಿಭಾಗದಲ್ಲಿ 'ಕಾಲ್ಪನಿಕ ಹಿಂಸೆ' ಎಂಬ ಪದವನ್ನು ಬಳಸಿದ್ದೇವೆ. ನಾವು ಅದನ್ನು ವಿವರಿಸಲು ಬಯಸುತ್ತೇವೆ. ನಮ್ಮ ಅಭಿಪ್ರಾಯದಲ್ಲಿ, ಬಲವನ್ನು ಆಕ್ರಮಣಕಾರಿ ರೀತಿಯಲ್ಲಿ ಬಳಸಿದಾಗ ಅದನ್ನು ಬಳಸುವುದು ಅನ್ಯಾಯ. ಆದರೆ ಒಂದು ನಿರ್ದಿಷ್ಟ ಉದ್ದೇಶವನ್ನು ಪೂರೈಸಲು ಬಲವನ್ನು ಬಳಸಿದಾಗ ಅದು ಕೇವಲ ನೈತಿಕ ದೃಷ್ಟಿಕೋನ ಎನಿಸಿಕೊಳ್ಳುತ್ತದೆ. ಬಲವನ್ನು ಸಂಪೂರ್ಣವಾಗಿ ತ್ಯಜಿಸುವುದು ಕೇವಲ ಕಲ್ಪಿತ ತಪ್ಪು ತಿಳುವಳಿಕೆಯಾಗಿದೆ".

ಅವರ ಮಾತುಗಳು ಎಷ್ಟು ನಿಜವೆಂದು ಓದುಗರೇ ನಿರ್ಧರಿಸಬಹುದು. ಶತ್ರುಗಳು ನಮ್ಮ ದೇಶದ ಮೇಲೆ ದಾಳಿ ಮಾಡಿದಾಗ ಅಥವಾ ನಮ್ಮ ವೈಯಕ್ತಿಕ ಜೀವನದಲ್ಲಿ ಯಾರಾದರೂ ನಮಗೆ ಹಾನಿ ಮಾಡಿದಾಗ ಮತ್ತು ಜೀವನವನ್ನು ಅಸಾಧ್ಯವಾಗಿಸಿದಾಗ ನೋವು ಅನುಭವಿಸುವುದು ಮತ್ತು ಸಹಿಸಿಕೊಳ್ಳುವುದು ಸೂಕ್ತವೇ? ಮತ್ತು ಎಷ್ಟು ಕಾಲ ಅದನ್ನು ಸಹಿಸಿಕೊಳ್ಳಬಹುದು? ಅಹಿಂಸೆಯಿಂದ ವಿಶ್ವ ಶಾಂತಿಯು ಸಾಧ್ಯವಾದರೆ, ಆಂತರಿಕ ಭದ್ರತೆಯನ್ನು ಕಾಪಾಡಿಕೊಳ್ಳಲು ಯಾವುದೇ ದೇಶಕ್ಕೆ ಸೈನ್ಯ ಅಥವಾ ಪೊಲೀಸರ ಅಗತ್ಯವಿಲ್ಲ. ಆದ್ದರಿಂದ, ಭಗತ್ ಸಿಂಗ್ ಬಲದ ಬಳಕೆಯನ್ನು, ಅಂದರೆ ಉನ್ನತ ಆದರ್ಶಗಳಿಗಾಗಿ ಹಿಂಸಾಚಾರವನ್ನು ಕ್ರಮಬದ್ಧವಾಗಿ ಪರಿಗಣಿಸಲಿಲ್ಲ. ಇಡೀ ದೇಶದ ಹಿತಾಸಕ್ತಿಗಳನ್ನು ಗಮನದಲ್ಲಿಟ್ಟುಕೊಂಡು ಅವರು ಬ್ರಿಟಿಷರ ವಿರುದ್ಧ ಹಿಂಸಾಚಾರದ ಮಾರ್ಗವನ್ನು ಅನುಸರಿಸಿದ್ದರು. ಆದರೆ ಅವರ ಹಿಂಸೆ ಸಂಕುಚಿತ ಪರಿಗಣನೆಗಳನ್ನು ಮೀರಿದೆ. ಇದರ ಉದ್ದೇಶವು ಭಾರತದ ಸಂಪೂರ್ಣ ಸ್ವಾತಂತ್ರ್ಯವಾಗಿತ್ತು ಹೊರತು ಇಂಗ್ಲಿಷ್ ಜನಾಂಗದ ವಿರುದ್ಧ ಯಾವುದೇ ದ್ವೇಷ ಅಥವಾ ಅಸೂಯೆಯಲ್ಲ.

ಅವರ ಸಂಸ್ಕೃತಿ ಮತ್ತು ನಾಗರಿಕತೆಯ ಬಗ್ಗೆ ಹೆಮ್ಮೆ

ಪ್ರಾಮಾಣಿಕ ದೇಶಭಕ್ತನು ತನ್ನ ದೇಶದ ಸಂಸ್ಕೃತಿ ಮತ್ತು ನಾಗರಿಕತೆಗಾಗಿ ತನ್ನ ಹೃದಯದಲ್ಲಿ ಪ್ರೀತಿಯನ್ನು ಗೌರವಿಸುವುದು ಸಹಜ. ಭಗತ್ ಸಿಂಗ್ ಇದಕ್ಕೆ ಹೊರತಾಗಿರಲಿಲ್ಲ. ಅವರು ಸಮಾಜವಾದಿ ಚಿಂತನೆಗಳ ಬಲವಾದ ಬೆಂಬಲಿಗರಾಗಿದ್ದರೂ, ಧರ್ಮದಲ್ಲಿ ಹೆಚ್ಚಿನ ನಂಬಿಕೆಯನ್ನು ಹೊಂದಿರಲಿಲ್ಲ ಮತ್ತು ರಷ್ಯಾದ ಕ್ರಾಂತಿಯ ಪಿತಾಮಹ ಲೆನಿನ್ ಅವರ ಆದರ್ಶವಾಗಿದ್ದರು, ಅವರು ಭಾರತ, ಭಾರತೀಯ ಸಂಸ್ಕೃತಿ ಮತ್ತು ನಾಗರಿಕತೆಯ ಬಗ್ಗೆ ಅಪಾರ ಪ್ರೀತಿಯನ್ನು ಹೊಂದಿದ್ದರು. ಈ ಪ್ರೀತಿಗಾಗಿ ಅವರು ಜೀವನದ ಎಲ್ಲಾ ರೊಟ್ಟಿ ಮತ್ತು ಮೀನುಗಳನ್ನು ತ್ಯಜಿಸುವ ಮೂಲಕ ಕ್ರಾಂತಿಯ ಬಿರುಗಾಳಿಯ ಹಾದಿಯನ್ನು ಅಳವಡಿಸಿಕೊಂಡಿದ್ದರು. 'ಭಾರತ್ ನೌಜವಾನ್ ಸಭಾ' ರಚನೆಯಲ್ಲಿ ಸಂಸ್ಕೃತಿಯ ಮೇಲಿನ ಅವರ ಪ್ರೀತಿಯ ಒಂದು ನೋಟವನ್ನು ನೀವು ಹೊಂದಿದ್ದೀರಿ. ಇತರ ಉದ್ದೇಶಗಳಲ್ಲದೆ, ಈ ಸಭೆಯ ಒಂದು ಉದ್ದೇಶವೆಂದರೆ ಭಾರತೀಯ ಸಂಸ್ಕೃತಿ ಮತ್ತು ಭಾರತೀಯ ಭಾಷೆಗಳ ಪ್ರಚಾರ ಮತ್ತು ಹರಡುವಿಕೆ. ಭಾರತೀಯ ಇತಿಹಾಸದ ಇಬ್ಬರು ಶ್ರೇಷ್ಠ ವ್ಯಕ್ತಿಗಳಾದ ಛತ್ರಪತಿ ಶಿವಾಜಿ ಮತ್ತು ಗುರು ಗೋವಿಂದ ಸಿಂಗ್ ಅವರ ಬಗ್ಗೆ

ಅವರಿಗೆ ಅಪರಿಮಿತ ಗೌರವವಿತ್ತು. ಅವರ ಪ್ರಕಾರ ಇಬ್ಬರು ಶ್ರೇಷ್ಠ ಪುರುಷರು ಮಹಾನ್ ಕ್ರಾಂತಿಕಾರಿಗಳೂ ಆಗಿದ್ದರು. ಅವರು ತಮ್ಮ ಕ್ರಾಂತಿಯ ಸ್ಫೂರ್ತಿಯ ಮೂಲವೆಂದು ಪರಿಗಣಿಸಿದರು.

"ಈ ದೇಶದಲ್ಲಿ ಹೊಸ ಆಂದೋಲನವು ರೂಪುಗೊಳ್ಳುತ್ತಿದೆ, ಅದರಲ್ಲಿ ನಾವು ನಿಮಗೆ ಮುಂಗಡ ಮಾಹಿತಿಯನ್ನು ನೀಡಿದ್ದೇವೆ. ಈ ಆಂದೋಲನವು ಗುರು ಗೋವಿಂದ್ ಸಿಂಗ್ ಮತ್ತು ಶಿವಾಜಿ, ಕಮಲ್ ಪಾಷಾ ಮತ್ತು ರಿಜಾ ಖಾನ್, ವಾಷಿಂಗ್ಟನ್ ಮತ್ತು ಗ್ಯಾರಿ ಬಾಲ್ದಿ ಮತ್ತು ಲಾ ಫೆಯೆಟೆ ಮತ್ತು ಲೆನಿನ್ ಅವರಿಂದ ಸ್ಫೂರ್ತಿ ಪಡೆದಿದೆ ",ಎಂದರು.

ಗೀತಾ ಭಾರತೀಯ ಸಂಸ್ಕೃತಿಯ ಪ್ರಮುಖ ಸೃಷ್ಟಿಯಾಗಿದೆ. *ಗೀತಾ* ಭಗತ್ ಸಿಂಗ್ ಅವರ ಮೇಲೂ ಪರಿಣಾಮ ಬೀರಿತು. ಬಹುಶಃ ಅವರು ತಮ್ಮ ಜೈಲು ಅವಧಿಯಲ್ಲಿ ಕಮ್ಯುನಿಸ್ಟ್ ಸಾಹಿತ್ಯದ ಜೊತೆಗೆ ಗೀತೆಯನ್ನು ಸಹ ಅಧ್ಯಯನ ಮಾಡಿದರು. *ಗೀತಾ* ಅವರ *ನಿಷ್ಕಾಮ* ಕರ್ಮಯೋಗದ (ಬೇರ್ಪಡಿಸಿದ ಕ್ರಿಯೆ) ಪ್ರಭಾವದಿಂದಾಗಿ ಅವರು ತಮ್ಮ ತಾಯ್ನಾಡಿನ ಸೇವೆಗಳ ಹಾದಿಯನ್ನು ಬೇರ್ಪಡಿಸಿದ ಭಾವನೆಯೊಂದಿಗೆ ಆರಿಸಿಕೊಂಡರು ಎಂದು ತೋರುತ್ತದೆ. *ಗೀತಾ* ಅವರ ಮೇಲಿನ ಅವರ ಪ್ರೀತಿ ಅವರ ಒಂದು ಪತ್ರದಿಂದಲೂ ಹೊರಬರುತ್ತದೆ. ಅಸೆಂಬ್ಲಿ ಬಾಂಬ್ ದಾಳಿಗೆ ಸಂಬಂಧಿಸಿದಂತೆ ತನ್ನ ಮೊದಲ ಬಂಧನದ ಸಂದರ್ಭದಲ್ಲಿ ಅವರು ಜೈಲಿನಿಂದ ತನ್ನ ತಂದೆಗೆ ಈ ಪತ್ರವನ್ನು ಬರೆದಿದ್ದರು:

"ಹೌದು, ಸಾಧ್ಯವಾದರೆ, ನೆಪೋಲಿಯನ್ ನ *ಗೀತಾ ರಹಸ್ಯ*, ನಿಮಗೆ ಕುತುಬ್ ನಲ್ಲಿ ಸಿಗುವ ಬೋಯಿಟ್ ಸುಯಾನೆ ಉಮ್ರೆ ಮತ್ತು ಕೆಲವು ಕಾದಂಬರಿಗಳನ್ನು ದಯಪಾಲಿಸಿ."

ಅವರು ಗೀತೆಯನ್ನು ಎಲ್ಲಾ ಗಂಭೀರತೆಯಿಂದ ಅಧ್ಯಯನ ಮಾಡಿದ್ದಾರೆ ಎನ್ನುವುದನ್ನು ಫಲಿತಾಂಶಗಳ ಬಗ್ಗೆ ಚಿಂತಿಸದೆ ಮತ್ತು ಸಾವಿನ ಬಗ್ಗೆ ಭಯಪಡದೆ ಪ್ರಾಮಾಣಿಕವಾಗಿ ಹೋರಾಡುವ ಅವರ ಗುಣಲಕ್ಷಣಗಳಲ್ಲಿ ಮತ್ತಷ್ಟು ತೋರುತ್ತದೆ. ಲಾಹೋರ್ ನ ಡಿ .ಎ .ವಿ. ಶಾಲೆಯಲ್ಲಿ ಅವರ ವಿದ್ಯಾರ್ಥಿ ಜೀವನದಲ್ಲಿ, ಅವರ ಆರಂಭಿಕ ಜೀವನದ ಬಗ್ಗೆ ಹಿಂದಿನ ಅಧ್ಯಾಯದಲ್ಲಿ ಉಲ್ಲೇಖಿಸಿದಂತೆ ಸಂಸ್ಕೃತವು ಅವರ ನೆಚ್ಚಿನ ವಿಷಯವಾಗಿತ್ತು.

ತ್ಯಾಗ ಅತ್ಯಗತ್ಯ

'ಗುರಿಯನ್ನು ಸಾಧಿಸಲು ತ್ಯಾಗ ಅತ್ಯಗತ್ಯ' ಇದು ಭಗತ್ ಸಿಂಗ್ ಅವರ ನಿಶ್ಚಿತ ನಂಬಿಕೆಯಾಗಿತ್ತು. ಅವರ ಜೀವನದ ಮುಖ್ಯ ಗುರಿಯು ಭಾರತಕ್ಕೆ ಸ್ವಾತಂತ್ರ್ಯವನ್ನು ಸಾಧಿಸುವುದಾಗಿತ್ತು. ಆದ್ದರಿಂದ, ಇದಕ್ಕಾಗಿ ಅವರು ಅತ್ಯಂತ ವಿಭಿನ್ನವಾದ ಪರೀಕ್ಷೆಯನ್ನು ತೆಗೆದುಕೊಳ್ಳಲು ಸಿದ್ಧರಾಗಿದ್ದರು ಮತ್ತು ಅವರು ತಮ್ಮ ಪ್ರಾಣವನ್ನು ತ್ಯಾಗ ಮಾಡುವ ಮೂಲಕ ಆ ಪರೀಕ್ಷೆಯನ್ನು ತೆಗೆದುಕೊಂಡರು. ಗುರಿಗಳನ್ನು ಸುಲಭವಾಗಿ ಸಾಧಿಸಲಾಗಿಲ್ಲ, ಅದಕ್ಕಾಗಿ ಅವಿರತವಾಗಿ ಕೆಲಸ ಮಾಡಬೇಕಾಗಿದೆ ಎಂದು ಅವರು ಹೇಳಿದರು.

"ಸಮಾಜವಾದಿ ಪ್ರಜಾಪ್ರಭುತ್ವದ ಸ್ಥಾಪನೆಗಾಗಿ ಉತ್ಸಾಹದಿಂದ ಕೆಲಸ ಮಾಡುವಂತೆ ನಾನು ಯುವಕರಿಗೆ

ಮನವಿ ಮಾಡಲು ಬಯಸುತ್ತೇನೆ. ಅವರು ಈ ಹೋರಾಟವನ್ನು ಅವಿರತ ರೀತಿಯಲ್ಲಿ ಮುಂದುವರಿಸಿದರೆ ತಮ್ಮ ಗುರಿಗಳನ್ನು ಸಾಧಿಸಬಹುದು. ಒಂದು ವರ್ಷದಲ್ಲಿ ಅಲ್ಲದಿದ್ದರೂ, ಭಾರಿ ತ್ಯಾಗದ ನಂತರ ಮತ್ತು ನಿರ್ಣಾಯಕ ಪರೀಕ್ಷೆಗಳನ್ನು ನಡೆಸುವ ಮೂಲಕ".

ಏನನ್ನಾದರೂ ಸಾಧಿಸಲು ನೀವು ಏನನ್ನಾದರೂ ಕಳೆದುಕೊಳ್ಳಬೇಕಾಗುತ್ತದೆ. ಏನನ್ನಾದರೂ ಮಾತ್ರವಲ್ಲ, ಆದರೆ ಬಹಳಷ್ಟು. ಈ ಭಾವನೆಗಳೊಂದಿಗೆ ಕೆಲಸ ಮಾಡುವವನು ತನ್ನ ಗುರಿಗಳನ್ನು ಸಾಧಿಸುತ್ತಾನೆ. ಭಗತ್ ಸಿಂಗ್ ಅವರ ಮೇಲಿನ ಸಾಲುಗಳು ನಮಗೆ ಈ ಪಾಠವನ್ನು ಕಲಿಸುತ್ತವೆ.

ಭಗತ್ ಸಿಂಗ್ ಅವರನ್ನು ಲಾಹೋರ್ ಜೈಲಿನಲ್ಲಿರುವ ಅವರ ಡೆತ್ ಸೆಲ್ ಗೆ ಕಳುಹಿಸಿದಾಗ, ಅವರು ತಮ್ಮ ಸಹಚರರಿಗೆ ವಿದಾಯ ಹೇಳಿದರು:

ಫ್ರೆಂಡ್ಸ್, ಕೂಟಗಳು ಮತ್ತು ವಿಭಜನೆಗಳು ಜೀವನದ ಒಂದು ಮಾರ್ಗವಾಗಿದೆ. ಬಹುಶಃ ನಾವು ಮತ್ತೆ ಭೇಟಿಯಾಗಬಹುದು. ನಿಮ್ಮ ಶಿಕ್ಷೆಗಳನ್ನು ಪೂರ್ಣಗೊಳಿಸಿದ ನಂತರ, ನೀವು ನಿಮ್ಮ ಮನೆಗಳಿಗೆ ಹಿಂದಿರುಗಿದಾಗ, ಪ್ರಾಪಂಚಿಕ ಚಟುವಟಿಕೆಗಳಲ್ಲಿ ಕಳೆದುಹೋಗಬೇಡಿ. ಬ್ರಿಟಿಷರನ್ನು ಹೊರಹಾಕುವವರೆಗೆ ಮತ್ತು ಭಾರತದಲ್ಲಿ ಸಮಾಜವಾದಿ ಪ್ರಜಾಪ್ರಭುತ್ವವನ್ನು ಸ್ಥಾಪಿಸುವವರೆಗೆ ಸಂತೃಪ್ತಿಯಿಂದ ಕುಳಿತುಕೊಳ್ಳಬೇಡಿ. ಇದು ನಿಮಗೆ ನನ್ನ ಕೊನೆಯ ಸಂದೇಶವಾಗಿದೆ."

ಆದ್ದರಿಂದ, ನೀವು ತಲುಪಬೇಕಾದ ನಿಮ್ಮ ಸ್ಥಳವನ್ನು ತಲುಪುವವರೆಗೆ ಮುಂದುವರಿಯಿರಿ, ನಿಲ್ಲಿಸಬೇಡಿ. ಇದು ಅವರ ತತ್ವವಾಗಿತ್ತು. ಇದು ಉನ್ನತ ಆದೇಶದ ತ್ಯಾಗದ ಹೇಳಿಕೆಯಾಗಿದೆ.

ಏಕತೆಯ ಬೆಂಬಲಿಗ

ಭಾರತವು ವಿವಿಧ ಧರ್ಮಗಳು ಮತ್ತು ಸಮುದಾಯಗಳ ದೇಶವಾಗಿದೆ. ಇಲ್ಲಿ ಜನರು ಶತಮಾನಗಳಿಂದ ಒಟ್ಟಿಗೆ ವಾಸಿಸುತ್ತಿದ್ದಾರೆ, ಆದರೂ ವಿವಿಧ ಧರ್ಮಗಳನ್ನು ಪ್ರತಿಪಾದಿಸುತ್ತಿದ್ದಾರೆ. ಇದರ ಜೊತೆಗೆ, ವಿವಿಧ ಧರ್ಮಗಳ ಈ ಅನುಯಾಯಿಗಳು ಸಾಮಾನ್ಯ ಪೂರ್ವಜರ ಮಕ್ಕಳು ಎಂಬುದೂ ನಿಜ. ಆದ್ದರಿಂದ ಧರ್ಮದಲ್ಲಿ ಭಿನ್ನಾಭಿಪ್ರಾಯಗಳ ಹೊರತಾಗಿಯೂ, ಅವರು ತಮ್ಮತಮ್ಮಲ್ಲೇ ಸಹೋದರರಾಗಿದ್ದಾರೆ. ಆದರೆ ಕೆಲವೊಮ್ಮೆ, ಕೋಮು ಬಿಗೊಟ್ ಗಳಿಂದ ದಾರಿ ತಪ್ಪಿದ ಅವರು, ಚೆಸ್ ಪ್ಯಾನ್ನ ತುಂಡುಗಳಾಗಿ ವರ್ತಿಸುತ್ತಾರೆ ಮತ್ತು ರಕ್ತಪಿಪಾಸುಗಳಾಗಿ ಬೆಳೆಯುತ್ತಾರೆ. ಧರ್ಮವನ್ನು ಅದರ ನಿಜವಾದ ಅರ್ಥದಲ್ಲಿ ನಂಬುವ ಪ್ರಾಮಾಣಿಕ ವ್ಯಕ್ತಿಯು ಅಂತಹ ಆಲೋಚನೆಗಳು ಮತ್ತು ಕಾರ್ಯಗಳನ್ನು ಎಂದಿಗೂ ಸಮರ್ಥಿಸುವುದಿಲ್ಲ. ಭಗತ್ ಸಿಂಗ್ ಕೂಡ ನಿಜವಾದ ಮನುಷ್ಯರಾಗಿದ್ದರು. ಅವರ ದೃಷ್ಟಿಯಲ್ಲಿ ಮಾನವೀಯತೆಯು ಅತ್ಯುನ್ನತ ಧರ್ಮವಾಗಿತ್ತು ಮತ್ತು ಅವರು ಎಲ್ಲ ಭಾರತೀಯರನ್ನು ತಮ್ಮ ಸಹೋದರರು ಎಂದು ಪರಿಗಣಿಸಿದರು. ಆದ್ದರಿಂದ ಅವರು ಪರಸ್ಪರ ಜಗಳವಾಡುತ್ತಿರುವುದನ್ನು ನೋಡಿದಾಗ ಅವರ ಆತ್ಮ ಮರಗುತಿತ್ತು. ಶ್ರೀ ದೀನಾ ನಾಥ್ ಅಲಂಕರ್ ಈ ಸಂದರ್ಭದಲ್ಲಿ ಒಂದು ಘಟನೆಯನ್ನು ಉಲ್ಲೇಖಿಸುತ್ತಾರೆ:

"ಅವರು (ಭಗತ್ ಸಿಂಗ್) ರಾತ್ರಿಯಲ್ಲಿ ವರಾಂಡದ ಛಾವಣಿಯ ಮೇಲೆ ಕುಳಿತು ಅತ್ತರು. ಹಲವಾರು ದಿನಗಳವರೆಗೆ ಇದು ಅವರ ಕುಟುಂಬದ ಸಂದರ್ಭಗಳಿಂದಾಗಿ ಎಂದು ನಾನು ಭಾವಿಸಿದ್ದೆ. ಒಮ್ಮೆ ನಾನು ರಾತ್ರಿ ಹನ್ನೆರಡು ಘಂಟೆಗೆ ಎಚ್ಚರಗೊಂಡಾಗ, ಅವರು ಗಂಭೀರವಾಗಿ ಅಳುತ್ತಿರುವುದನ್ನು ನೋಡಿದೆ. ನಾನು ಅವರನ್ನು ಸಮಾಧಾನಪಡಿಸಿದೆ ಮತ್ತು ಅವರ ಅಳುವಿಕೆಗೆ ಕಾರಣವನ್ನು ಕೇಳಿದೆ. ಅವರು ಮಾತನಾಡದೆ ಬಹಳ ಹೊತ್ತು ಮೌನವಾಗಿದ್ದರು, "ನನ್ನ ಮಾತೃಭೂಮಿಯ ಶೋಚನೀಯ ಸ್ಥಿತಿಯನ್ನು ನೋಡಿ ನನ್ನ ಹೃದಯವು ಸಂಪೂರ್ಣವಾಗಿ ಮುರಿದುಹೋಗಿದೆ. ಒಂದು ಕಡೆ ವಿದೇಶಿಯರ ದೌರ್ಜನ್ಯಗಳು ಮತ್ತು ಇನ್ನೊಂದು ಕಡೆ ಸಹೋದರರ ಗಂಟಲಿನಲ್ಲಿದೆ ಕ್ಯಾನ್ಸರ್. ಈ ರೀತಿಯ ಪರಿಸ್ಥಿತಿಯಲ್ಲಿ ಈ ಬಂಧಗಳನ್ನು ಹೇಗೆ ಒಂದಾಗುತ್ತವೆ?"

1925ರಲ್ಲಿ, ಭಗತ್ ಸಿಂಗ್ ದೆಹಲಿಯಲ್ಲಿ *ವೀರ ಅರ್ಜುನ್* ಪರ ಕೆಲಸ ಮಾಡುತ್ತಿದ್ದಾಗ, ಕೋಮು ಗಲಭೆಗಳಲ್ಲಿ ಭಾರತವು ಉರಿಯುತ್ತಿತ್ತು. ದೆಹಲಿಯೂ ಸಹ ಪರಿಣಾಮ ಬೀರದಂತೆ ಉಳಿಯಲು ಸಾಧ್ಯವಾಗಲಿಲ್ಲ. ಆದ್ದರಿಂದ, ಭಗತ್ ಸಿಂಗ್ ಅವರಂತಹ ಪ್ರಾಮಾಣಿಕ ದೇಶಭಕ್ತರು ಈ ಪರಿಸ್ಥಿತಿಯಲ್ಲಿ ಶೋಚನೀಯರಾಗುವುದು ಸಹಜ.

ಎಲ್ಲ ಭಾರತೀಯರು ಒಂದಾಗಿ ಬಾಳಬೇಕೆಂಬುದು ಅವರ ಹೃತ್ಪೂರ್ವಕ ಬಯಕೆಯಾಗಿತ್ತು. ಈ ಉದ್ದೇಶವನ್ನು ಗಮನದಲ್ಲಿಟ್ಟುಕೊಂಡು ಅವರು 1928ರಲ್ಲಿ ಲಾಹೋರ್ ನಲ್ಲಿ '*ವಿದ್ಯಾರ್ಥಿ ಒಕ್ಕೂಟ* ವನ್ನು ಸ್ಥಾಪಿಸಿದರು. ಸಾಮಾನ್ಯವಾಗಿ ವಿದ್ಯಾರ್ಥಿಗಳನ್ನು ಅದರ ಸದಸ್ಯರನ್ನಾಗಿ ಮಾಡಲಾಯಿತು, ಏಕೆಂದರೆ ಅವರು ಭವಿಷ್ಯದ ಭಾರತದ ಸೃಷ್ಟಿಗಳಾಗಿದ್ದರು. ಈ ಒಕ್ಕೂಟದ ಮುಖ್ಯ ಚಟುವಟಿಕೆ ದೇಶದ ಏಕತೆಗಾಗಿ ಸಾಮಾಜಿಕ ದುಷ್ಪರಿಣಾಮಗಳನ್ನು ತೆಗೆದುಹಾಕುವುದು. ಎರಡನೇ ಅಧ್ಯಾಯದಲ್ಲಿ ಈ ಒಕ್ಕೂಟವು ಹಿಂದೂಗಳು ಮತ್ತು ಮುಸ್ಲಿಮರು ಮತ್ತು ವಿವಿಧ ಜಾತಿ ಮತ್ತು ಧರ್ಮಗಳ ಜನರು ಒಟ್ಟಾಗಿ ಕುಳಿತು ಜಾತಿವಾದ, ಅಸ್ಪೃಶ್ಯತೆ ಇತ್ಯಾದಿಗಳ ಸಂಕುಚಿತ ಚಿಂತನೆಯನ್ನು ತೆಗೆದುಹಾಕಲು ಒಟ್ಟಾಗಿ ಭೋಜನಕೂಟಗಳನ್ನು ಆಯೋಜಿಸಿದೆ ಎಂದು ನಾವು ಈಗಾಗಲೇ ಬರೆದಿದ್ದೇವೆ. ಈ ಒಕ್ಕೂಟದ ಸದಸ್ಯರು ತಮ್ಮ ಧರ್ಮದ ದುಷ್ಕೃತ್ಯಗಳ ಕುರಿತು ಲೇಖನಗಳನ್ನು ಬರೆದಿದ್ದಾರೆ ಮತ್ತು ಜಾತಿವಾದ ಹಲ್ಲು ಮತ್ತು ಉಗುರನ್ನು ವಿರೋಧಿಸಿದ್ದಾರೆ.

ಹೀಗೆ ಭಗತ್ ಸಿಂಗ್ ಅವರು ರಾಷ್ಟ್ರವಾದಿ ಮನೋಭಾವದ ಪ್ರಬಲ ಬೆಂಬಲಿಗರಾಗಿದ್ದರು, ಜಾತ್ಯತೀತ ರಾಜಕೀಯದ ಚಿಂತಕರಾಗಿದ್ದರು ಮತ್ತು ಉನ್ನತ ಆದರ್ಶಗಳ ಸಮಾಜವಾದಿಯಾಗಿದ್ದರು. ಅವರು ಮಾನವೀಯತೆಯ ನಿಜವಾದ ಪ್ರೇಮಿ, ಫೋನಿ ಆದರ್ಶವಾದದ ವಿರೋಧಿಯಾಗಿದ್ದರು, ಅವರ ಸಂಸ್ಕೃತಿ ಮತ್ತು ನಾಗರಿಕತೆಯ ಬಗ್ಗೆ ಹೆಮ್ಮೆಪಡುತ್ತಿದ್ದರು ಮತ್ತು ರಾಷ್ಟ್ರೀಯ ಏಕತೆಯ ಪ್ರವರ್ತಕರಾಗಿದ್ದರು. ಅವರು ಭಾರತಕ್ಕೆ ಸುವರ್ಣ ಭವಿಷ್ಯದ ಕನಸು ಕಂಡಿದ್ದರು. ಅವರು ಪ್ರಾಮಾಣಿಕ ವ್ಯಕ್ತಿ ಮತ್ತು ಪ್ರಾಮಾಣಿಕ ಭಾರತೀಯರಾಗಿದ್ದರು. ಅವರು ದೇಶದ ಸ್ವಾತಂತ್ರ್ಯಕ್ಕಾಗಿ ತಮ್ಮ ಅಮೂಲ್ಯ ಜೀವನವನ್ನು ತ್ಯಾಗ ಮಾಡಿದರು.

❒

11

ಭಗತ್ ಸಿಂಗ್ ಅವರ ಮೌಲ್ಯಮಾಪನ

ಹಗುರವಾದ ತೀಕ್ಷ್ಣವಾದ ಮೀಸೆ ಮತ್ತು ತೀಕ್ಷ್ಣವಾದ ಕಣ್ಣುಗಳನ್ನು ಹೊಂದಿರುವ ಆರೋಗ್ಯಕರ, ಎತ್ತರದ ಯುವಕರ ಚಿತ್ರವನ್ನು ಭಗತ್ ಸಿಂಗ್ ಅವರ ಹೆಸರು ಪ್ರಚೋದಿಸುತ್ತದೆ. ವ್ಯಕ್ತಿಯನ್ನು ಮೌಲ್ಯಮಾಪನ ಮಾಡುವುದು ಸುಲಭವಲ್ಲ. ಒಬ್ಬರು ಆ ವ್ಯಾಯಾಮವನ್ನು ಕೈಗೊಂಡರೂ, ಇತರರು ಅವನೊಂದಿಗೆ ಒಪ್ಪಿಗೆಯಲ್ಲಿದ್ದಾರೆ ಎಂಬುದರ ಅಗತ್ಯವಿಲ್ಲ. ಏನೇ ಇರಲಿ, ಭಗತ್ ಸಿಂಗ್ ಭಾರತೀಯ ಇತಿಹಾಸದಲ್ಲಿ ಒಂದು ವಿಶಿಷ್ಟ ಸ್ಥಾನವನ್ನು ಪಡೆದಿದ್ದಾರೆ.

ಭಗತ್ ಸಿಂಗ್ ಅವರು ಕೇವಲ 23 ವರ್ಷ 5 ತಿಂಗಳ ಚಿಕ್ಕ ವಯಸ್ಸಿನಲ್ಲಿ ತಮ್ಮ ಮಾತೃಭೂಮಿಗಾಗಿ ಹುತಾತ್ಮರಾದರು. ಈ ಚಿಕ್ಕ ವಯಸ್ಸಿನಲ್ಲೇ, ಅವರು ತಮ್ಮ ಜೀವನದ ಕೊನೆಯ ಎರಡು ವರ್ಷಗಳಿಗಿಂತ ಹೆಚ್ಚು ಕಾಲ ಪೊಲೀಸ್ ಲಾಕಪ್ ಅಥವಾ ಜೈಲಿನಲ್ಲಿ ಕಳೆದರು. ಆದರೂ ವಿಶ್ವದ ಇತಿಹಾಸವು ತನ್ನ ಹುಟ್ಟಿದ ದೇಶದ ಗುಲಾಮಗಿರಿಯ ಸರಪಳಿಗಳನ್ನು ಕತ್ತರಿಸಲು ಅವರು ನೀಡಿದ ತ್ಯಾಗದ ರೀತಿಗೆ ಕಡಿಮೆ ಉದಾಹರಣೆಗಳನ್ನು ಹೊಂದಿದೆ. ಆ ಚಿಕ್ಕ ವಯಸ್ಸಿನಲ್ಲಿ ಈ ಯುವಕರು, ಜೀವಂತವಾಗಿ ಮತ್ತು ಅವರ ಜೀವನದ ತ್ಯಾಗದ ನಂತರ, ಬ್ರಿಟಿಷ್ ಸರ್ಕಾರಕ್ಕೆ ನಿದ್ದೆಯಿಲ್ಲದ ರಾತ್ರಿಗಳನ್ನು ನೀಡಿದ್ದು ಹೇಗೆ? ಈ ಯುವಕನ ಬಗ್ಗೆ ಯೋಚಿಸಲು ಪ್ರಖ್ಯಾತ ನಾಯಕರು ಮತ್ತು ರಾಜಕೀಯದ ಅನುಭವಿ ಆಟಗಾರರಲ್ಲಿ ಏನು ಒತ್ತಾಯಿಸಿತು? ಎಲ್ಲಾ ನಂತರ, ಏಕೆ? ಆ ಸಮಯದಲ್ಲಿ ಭಾರತೀಯ ರಾಜಕೀಯದಲ್ಲಿ ಅತಿಯಾದ ಇಮೇಜ್ ಹೊಂದಿದ್ದ ಮಹಾತ್ಮ ಗಾಂಧಿಯವರನ್ನು ಸಹ ಈ ಕೆಚ್ಚೆದೆಯ ವ್ಯಕ್ತಿಯ ಹುತಾತ್ಮತೆಯ ಬಗ್ಗೆ ಟೀಕೆಗೆ ಗುರಿಯಾಗಲು ಕಾರಣವೇನು? ಸಾಮಾನ್ಯವಾಗಿ, ಕ್ರಿಯೆಯ ಹಿಂದೆ ಒಂದು ಕಾರಣವಿರುತ್ತದೆ. ಭಗತ್ ಸಿಂಗ್ ಅವರ ಜನಪ್ರಿಯತೆಯನ್ನು ಭಾಗಶಃ ಆ ರೀತಿಯಲ್ಲಿ ವಿವರಿಸಬಹುದು. ಬ್ರಿಟಿಷರ ದೃಷ್ಟಿಯಲ್ಲಿ ಅವರು ಭಯೋತ್ಪಾದಕರಾಗಿದ್ದರು, ಆದರೆ ಭಾರತೀಯರ ದೃಷ್ಟಿಯಲ್ಲಿ ಅವರು ದೇಶಭಕ್ತರಾಗಿದ್ದರು. ಕೆಲವು ವಿದ್ವಾಂಸರು ಮಹಾತ್ಮ ಗಾಂಧಿ ಮತ್ತು ಭಗತ್ ಸಿಂಗ್ ನಡುವೆ ಹೋಲಿಕೆ ಮಾಡಲು ಪ್ರಯತ್ನಿಸಿದ್ದಾರೆ. ಕೆಲವರು ಅವರನ್ನು ಶೌರ್ಯದ ಸಂಕೇತವೆಂದು ಪರಿಗಣಿಸುತ್ತಾರೆ ಮತ್ತು ಭಗತ್ ಸಿಂಗ್ ಕೂಡ ತಮ್ಮನ್ನು ತಾವು ಸ್ವಾತಂತ್ರ್ಯ ಹೋರಾಟಗಾರ ಮತ್ತು ಯುದ್ಧದ ಖೈದಿ ಎಂದು ಬಣ್ಣಿಸಿಕೊಂಡಿದ್ದಾರೆ. ಇದಲ್ಲದೆ, ಅನೇಕ ಇತರ ವಿದ್ವಾಂಸರು ಮತ್ತು ರಾಜಕಾರಣಿಗಳು ತಮ್ಮ ದೃಷ್ಟಿಕೋನದಿಂದ ಅವರನ್ನು ಮೌಲ್ಯಮಾಪನ ಮಾಡಿದ್ದಾರೆ. ಈ ವಿವಿಧ ಕೋನಗಳಿಂದ ವಿಷಯವನ್ನು ನೋಡಲು ಇಲ್ಲಿ ಒಂದು ಸಣ್ಣ ಪ್ರಯತ್ನವನ್ನು ಕೈಗೊಳ್ಳಲಾಗಿದೆ.

ಮಹಾತ್ಮ ಗಾಂಧಿ ಮತ್ತು ಭಗತ್ ಸಿಂಗ್

ಆಲೋಚನೆಗಳ ದೃಷ್ಟಿಯಿಂದ ಮಹಾತ್ಮ ಗಾಂಧಿ ಮತ್ತು ಭಗತ್ ಸಿಂಗ್ ನಡುವೆ ಸಾಮಾನ್ಯವಾದದ್ದು ಏನೂ ಇಲ್ಲ. ಮಹಾತ್ಮ ಗಾಂಧಿಯವರು ಸಂಪೂರ್ಣವಾಗಿ ಅಹಿಂಸೆಯ ವ್ಯಕ್ತಿಯಾಗಿದ್ದರೆ, ಭಗತ್ ಸಿಂಗ್ ಒಬ್ಬ ಕ್ರಾಂತಿಕಾರಿ, ಅವರು ತಮ್ಮ ಗುರಿಯನ್ನು - ಭಾರತದ ಸ್ವಾತಂತ್ರ್ಯ ಸಾಧಿಸಲು ಹಿಂಸಾಚಾರವನ್ನು ತಪ್ಪೆಂದು ಪರಿಗಣಿಸಲಿಲ್ಲ. ಇಬ್ಬರೂ ಉಗ್ರವಾದಿಗಳಾಗಿದ್ದರು. ಒಬ್ಬರು ಅಹಿಂಸೆಯ ಉಗ್ರವಾದ, ಇನ್ನೊಬ್ಬರು ಕ್ರಾಂತಿಯ ಉಗ್ರವಾದಿ. ಆದರೆ ಭಾರತೀಯ ಸಾರ್ವಜನಿಕರಿಗೆ ಇಬ್ಬರೂ ಸಮಾನವಾಗಿ ಪ್ರಿಯರು ಮತ್ತು ಗೌರವಾನ್ವಿತರಾಗಿದ್ದರು. ಇಬ್ಬರೂ ಮಾತೃಭೂಮಿಯ ಸ್ವಾತಂತ್ರ್ಯಕ್ಕಾಗಿ ಹೋರಾಡಿದರು. ಹೋರಾಟದ ಸಂದರ್ಭದಲ್ಲಿ ಭಗತ್ ಸಿಂಗ್ ತನ್ನನ್ನು ಹುತಾತ್ಮರನ್ನಾಗಿ ಮಾಡಿಕೊಂಡರೆ, ಗಾಂಧೀಜಿಯವರು ಅದರಲ್ಲಿ ಯಶಸ್ವಿಯಾದರು ಮತ್ತು ಹಂತಕನ ಗುಂಡಿಗೆ ಸಿಲಿಕಿದರು. ಶ್ರೀ ಕೆ .ಕೆ. ಖುಲ್ಲಾರ್ ಅವರು ತಮ್ಮ ಪುಸ್ತಕ *ಶಹೀದ್ ಭಗತ್ ಸಿಂಗ್: ಕುಚ್* ಅಧ್ಯುಲೆ ಪ್ರಿಷ್ಠಾ ಅವರ ಪುಸ್ತಕದಲ್ಲಿ ಈ ಸಂದರ್ಭದಲ್ಲಿ ಹೀಗೆ ಬರೆಯುತ್ತಾರೆ: "ರಾಜಕೀಯ ದೃಷ್ಟಿಕೋನದಿಂದ ಇಬ್ಬರೂ ತಮ್ಮ ವಯಸ್ಸಿನ ಚಿಂತಕರಾಗಿದ್ದರು, ನದಿಯ ಎರಡು ದಡಗಳಂತೆ ಅವರು ಪರಸ್ಪರ ಭೇಟಿಯಾಗಬಹುದು ಅದು ಸಮುದ್ರದಲ್ಲಿ ವಿಲೀನಗೊಂಡಾಗ ಮಾತ್ರ. ಅಥವಾ ಅವುಗಳನ್ನು ಅನಂತತೆಯಲ್ಲಿ ಮಾತ್ರ ಪೂರೈಸಬಹುದಾದ ಸಮಾನಾಂತರ ರೇಖೆಗಳೆಂದು ವಿವರಿಸಬಹುದು. ಇಬ್ಬರೂ ತಮ್ಮ ಮಾತೃಭೂಮಿಗಾಗಿ ತಮ್ಮ ಜೀವವನ್ನು ತ್ಯಾಗ ಮಾಡಿದರು ಮತ್ತು ಅಮರರಾದರು. ಒಬ್ಬರು ಹಂತಕನ ಗುಂಡುಗಳಿಗೆ ಬಲಿಯಾದರು ಮತ್ತು ಭಗತ್ ಸಿಂಗ್ ಅವರು ಸರ್ಕಾರಕ್ಕೆ ಮಾಡಿದ ಕೊನೆಯ ಕೋರಿಕೆಯೆಂದರೆ, ಅವರನ್ನು ಸಾಮಾನ್ಯ ಅಪರಾಧಿಯಾಗಿ ಗಲ್ಲಿಗೇರಿಸುವ ಬದಲು ಯುದ್ಧ ಖೈದಿಯಾಗಿ ಗುಂಡಿಕ್ಕಿ ಕೊಲ್ಲಬೇಕೆಂದು. ನಡವಳಿಕೆ, ಧೈರ್ಯ ಮತ್ತು ನಿರ್ಭಯತೆಯ ದೃಷ್ಟಿಯಿಂದ ಅವರಿಬ್ಬರೂ ಸಾಮಾನ್ಯ ಪುರುಷರಿಗೆ ಹೋಗಲು ಸುಲಭವಲ್ಲದ ಮಾನದಂಡಗಳನ್ನು ನಿಗದಿಪಡಿಸಿದ್ದಾರೆ. ಅವರು ವ್ಯಕ್ತಿಗಳಲ್ಲ, ಅವರು ಚಳುವಳಿಗಳಾಗಿದ್ದರು. ಗಾಂಧೀಜಿ ಕುಳಿತಿದ್ದ ಸ್ಥಳವು ದೇವಾಲಯವಾಗಿತ್ತು ಮತ್ತು ಅವರು ನಡೆದುಕೊಂಡು ಹೋದ ಆ ತುಂಡು ಭೂಮಿ ಸ್ಥಳವು ಪವಿತ್ರವಾಗಿತ್ತು. ಭಗತ್ ಸಿಂಗ್ ಅವರನ್ನು ಗಲ್ಲಿಗೇರಿಸಿ ಅಂತ್ಯಸಂಸ್ಕಾರ ಮಾಡಿದ ಸ್ಥಳಗಳು ತೀರ್ಥಯಾತ್ರೆಯ ಸ್ಥಳಗಳಾಗಿ ಮಾರ್ಪಟ್ಟಿವೆ. ಕಣ್ಣೀರು ಹಾಕದೆ ಅಥವಾ ಭಾವನಾತ್ಮಕವಾಗದೆ ಭಗತ್ ಸಿಂಗ್ ಬಗ್ಗೆ ಬರೆಯಲು ಸಾಧ್ಯವಿಲ್ಲ. ಭಗತ್ ಸಿಂಗ್ ನೇತಾಡುವ ವೇದಿಕೆಯಲ್ಲಿ ನೇತಾಡುತಿದ್ದಾಗ ಹೆಚ್ಚು ನೈಜ ಜೀವನವನ್ನು ನಡೆಸಿದರು. ಉಸಿರುಗಟ್ಟಿಸುವ ಗಂಟಲು ಇಲ್ಲದೆ ಗಾಂಧೀಜಿಯವರ ಹತ್ಯೆಯ ವಿವರಣೆಯೂ ಅಷ್ಟೇ ಕಷ್ಟ. ಇಬ್ಬರೂ ನೆನಪುಗಳನ್ನು ಬಿಟ್ಟು ಹೋಗಿದ್ದಾರೆ, ಅದನ್ನು ಮರೆಯುವುದು ಅಸಾಧ್ಯ. ಇಬ್ಬರ ಸಾವು ಜನರ ಹೃದಯದಲ್ಲಿ ಹುತಾತ್ಮತೆಯ ಮಟ್ಟವನ್ನು ಹೊಂದಿದೆ "ಎಂದು ಹೇಳಿದರು.

ಹೀಗಾಗಿ ಅವರಿಬ್ಬರೂ ಸಾಮಾನ್ಯ ಗುರಿಯನ್ನು ಹೊಂದಿದ್ದರು - ಮಾತೃಭೂಮಿಯ ಸ್ವಾತಂತ್ರ್ಯ, ಅವರ ಆಲೋಚನೆಗಳು ವ್ಯತ್ಯಾಸದ ಜಗತ್ತನ್ನು ಹೊಂದಿದ್ದವು. ಇಬ್ಬರೂ ತಮ್ಮ ಕ್ಷೇತ್ರಗಳಲ್ಲಿ ತೀವ್ರ ಮತ್ತು ಶ್ರೇಷ್ಠ ಹೋರಾಟಗಾರರಾಗಿದ್ದರು. ಗಾಂಧೀಜಿಯವರ ಶೌರ್ಯವು ಸತ್ಯ ಮತ್ತು ಶಾಂತಿಯನ್ನು ಆಧರಿಸಿತ್ತು ಮತ್ತು ಭಗತ್ ಸಿಂಗ್ ಒಬ್ಬ ಧೈರ್ಯಶಾಲಿ ಅನನ್ಯ ಯೋಧರಾಗಿದ್ದರು. ಒಬ್ಬರನ್ನು ಇನ್ನೊಬ್ಬರಿಗಿಂತ ದೊಡ್ಡವರು ಎಂದು ಕರೆಯುವುದು ಇನ್ನೊಬ್ಬರಿಗೆ ಅನ್ಯಾಯವಾಗುತ್ತದೆ.

ಹೋರಾಟಗಾರ, ಭಯೋತ್ಪಾದಕನಲ್ಲ

ಭಾರತ ಮಾತೆಯ ಪ್ರತಿಷ್ಠಿತ ಮತ್ತು ಅರ್ಹ ಪುತ್ರ ಭಗತ್ ಸಿಂಗ್ ಬ್ರಿಟಿಷ್ ಸರ್ಕಾರಕ್ಕೆ ಜೀವನವನ್ನು ನರಕವಾಗಿಸಿದ್ದರು. ಭಗತ್ ಸಿಂಗ್ ನಲ್ಲಿ ಬ್ರಿಟಿಷ್ ಸಾಮ್ರಾಜ್ಯದ ಮೇಲೆ ಕತ್ತಿ ನೇತಾಡುತ್ತಿರುವುದನ್ನು ಅವರು ನೋಡಿದರು. ಭಗತ್ ಸಿಂಗ್ ಅವರ ಹೆಸರು ಬ್ರಿಟಿಷ್ ಸರ್ಕಾರಕ್ಕೆ ಭಯಂಕರವಾಗಿ ಪರಿಣಮಿಸಿತ್ತು. ಭಾರತವು ಭಾರತೀಯರಿಗೆ ಸೇರಿದ್ದರೂ, ಇಂಗ್ಲೀಷರು ಇಲ್ಲಿ ಸ್ನಾತಕೋತ್ತರರಾಗಿದ್ದರು. ಭಾರತೀಯರು ಶೋಚನೀಯ ಸ್ಥಿತಿಯಲ್ಲಿದ್ದ ಕಾರಣ ಬ್ರಿಟಿಷ್ ಸರ್ಕಾರವು ಅವರನ್ನು ಅಂತಹ ವಿಷಾದಕರ ಸ್ಥಿತಿಗೆ ತಳ್ಳಿತು. ಇದು ದೌರ್ಜನ್ಯ ಮತ್ತು ಬ್ರಿಟಿಷ್ ಸರ್ಕಾರವು ದೌರ್ಜನ್ಯವೆಸಗಿದೆ ಎಂಬುದು ಸ್ಪಷ್ಟವಾಗಿದೆ. ಭಗತ್ ಸಿಂಗ್ ಈ ದೌರ್ಜನ್ಯವನ್ನು ಕೊನೆಗೊಳಿಸಲು ನಿರ್ಧರಿಸಿದರು. ಆಂಗ್ಲರು ಈ ಅಪಾಯವನ್ನು ಅರಿತುಕೊಂಡರು ಮತ್ತು ಅವರು ಈ ದೇಶಭಕ್ತ ವ್ಯಕ್ತಿಯನ್ನು ಭಯೋತ್ಪಾದಕ, ಕ್ರಿಮಿನಲ್, ವ್ಯಕ್ತಿತ್ವವಲ್ಲದ, ಸಮಾಜವಿರೋಧಿ ಅಂಶ ಮತ್ತು ಏನೆಲ್ಲಾ ಕರೆದರು. ಅವರು ಹಾಗೆ ಹೇಳುವುದು ಸಹಜ. ನಿರಂಕುಶಾಧಿಕಾರಿಗಳಿಂದ ಪ್ರಾಮಾಣಿಕ ನ್ಯಾಯವನ್ನು ನೀವು ಹೇಗೆ ನಿರೀಕ್ಷಿಸಬಹುದು? ಫ್ರಾಂಕ್ ಮೊರೇಸ್ ಕೂಡ ಅವರನ್ನು ಭಯೋತ್ಪಾದಕ ಮತ್ತು ನಿರ್ಭಯ ಹೋರಾಟಗಾರ ಎಂದು ಕರೆದಿದ್ದಾರೆ - "ಭಗತ್ ಸಿಂಗ್ ಒಬ್ಬ ಪ್ರಮುಖ ವ್ಯಕ್ತಿ, ಭಯೋತ್ಪಾದಕ, ನಿರ್ಭಯ ಯೋಧ ಮತ್ತು ಅವರ ಮುಕ್ತ ಬೌದ್ಧಿಕ ಮುಖವು ಅವರ ದಂಗೆಕೋರ ಕೃತ್ಯಗಳ ಒಂದು ನೋಟವನ್ನು ನೀಡಿತು."

ದೇಶವನ್ನು ಪ್ರೀತಿಸುವುದು ಅಪರಾಧವಲ್ಲ. ತನ್ನ ತಾಯ್ನಾಡಿನ ರಕ್ಷಣೆ, ಭದ್ರತೆ ಮತ್ತು ಸ್ವಾತಂತ್ರ್ಯದ ಹಿತದೃಷ್ಟಿಯಿಂದ ಯಾರಾದರೂ ತನ್ನ ಶತ್ರುವನ್ನು ಹೆದರಿಸಿದರೆ ಅಥವಾ ಭಯಪಡಿಸಿದರೆ ಅದನ್ನು ಅವನ ವೈಸ್ ಎಂದು ಕರೆಯಲಾಗುವುದಿಲ್ಲ. ಇದು ಉದಾತ್ತ ಕ್ರಿಯೆಯಾಗಿದೆ. ಹಾಗಾದರೆ ನೀವು ಅವನನ್ನು ಭಯೋತ್ಪಾದಕ ಎಂದು ಹೇಗೆ ಕರೆಯಬಹುದು? ಭಗತ್ ಸಿಂಗ್ ಅಂತಹ ಅಪರೂಪದ ವ್ಯಕ್ತಿ. 1931ರ ಫೆಬ್ರವರಿ 2ರಂದು ಅವರು ತಮ್ಮ ದೇಶದ ಯುವಕರಿಗೆ ನೀಡಿದ ಸಂದೇಶದಲ್ಲಿ ಹೀಗೆ ಹೇಳಿದರು:

"ನಾನು ಭಯೋತ್ಪಾದಕನೆಂದು ವ್ಯಾಪಕವಾಗಿ ಊಹಿಸಲಾಗಿದೆ. ಆದರೆ ನಾನು ಭಯೋತ್ಪಾದಕನಲ್ಲ. ನಾನು ಕೆಲವು ನಿರ್ದಿಷ್ಟ ವಿಚಾರಗಳು, ನಿರ್ದಿಷ್ಟ ಆದರ್ಶಗಳು ಮತ್ತು ದೀರ್ಘ ಕಾರ್ಯಕ್ರಮವನ್ನು ಹೊಂದಿರುವ ಕ್ರಾಂತಿಕಾರಿ".

ಒಬ್ಬ ವ್ಯಕ್ತಿಯು ತನ್ನ ದೇಶದ ರಕ್ಷಣೆಗಾಗಿ ತನ್ನ ಶತ್ರುವನ್ನು ಕೊಲೆ ಮಾಡಿದರೆ ಆತನನ್ನು ಅಪರಾಧಿ ಎಂದು ಕರೆಯಲು ಸಾಧ್ಯವಿಲ್ಲ. ಇದು ಹಾಗಿದ್ದಲ್ಲಿ, ತಮ್ಮ ದೇಶದ ರಕ್ಷಣೆಗಾಗಿ ಹೋರಾಡುವ ಸೈನಿಕರನ್ನು ಸಹ ಅಪರಾಧಿಗಳು ಎಂದು ಕರೆಯಲಾಗುತ್ತದೆ. ಇದು ಭಗತ್ ಸಿಂಗ್ ಗೂ ಅನ್ವಯಿಸುತ್ತದೆ, ಅವರು ಸ್ವತಃ ಲಾಹೋರ್ ಹೈಕೋರ್ಟ್ ಮುಂದೆ ಅಸೆಂಬ್ಲಿ ಬಾಂಬ್ ಕಂಡ್ ನಲ್ಲಿ ಹೀಗೆ ಹೇಳಿದರು:

"ಮೊದಲನೆಯದಾಗಿ, ನಾವು ವಿಧಾನಸಭೆಯಲ್ಲಿ ಎಸೆದ ಬಾಂಬ್ ಗಳು ಯಾರನ್ನೂ ದೈಹಿಕವಾಗಿ ಅಥವಾ ಮಾನಸಿಕವಾಗಿ ನೋಯಿಸಲಿಲ್ಲ. ಈ ದೃಷ್ಟಿಕೋನದಿಂದ ನಮಗೆ ನೀಡಲಾದ ಶಿಕ್ಷೆಯು ಅತ್ಯಂತ ತೀವ್ರವಾದುದು ಮಾತ್ರವಲ್ಲದೇ, ಅದನ್ನು ಸೇಡು ತೀರಿಸಿಕೊಳ್ಳುವ ಉದ್ದೇಶದಿಂದ ನೀಡಲಾಗುತ್ತದೆ. ಮತ್ತೊಂದು ದೃಷ್ಟಿಕೋನದಿಂದ ನೋಡಿದರೆ, ಆರೋಪಿಯ ಮನಸ್ಥಿತಿ ನಿಮಗೆ ತಿಳಿಯುವವರೆಗೆ ನಿಮಗೆ ನಿಜವಾದ ಉದ್ದೇಶ ತಿಳಿದಿರುವುದಿಲ್ಲ. ಉದ್ದೇಶವನ್ನು ಸಂಪೂರ್ಣವಾಗಿ ಮರೆತುಬಿಟ್ಟರೆ ನೀವು ಯಾರಿಗೂ ನ್ಯಾಯ ಒದಗಿಸುವುದಿಲ್ಲ, ಏಕೆಂದರೆ ಉದ್ದೇಶದ ಜ್ಞಾನದ ಅನುಪಸ್ಥಿತಿಯಲ್ಲಿ ಸೈನ್ಯದ ಉನ್ನತ ಕಮಾಂಡರ್ ಗಳು ಸಹ ಸಾಮಾನ್ಯ ಕೊಲೆಗಾರರಂತೆ ಕಾಣುತ್ತಾರೆ. ಸರ್ಕಾರಿ ತೆರಿಗೆ ಸಂಗ್ರಹಕಾರರಲ್ಲಿ ಹೆಚ್ಚಿನವರು ಕಳ್ಳರು ಮತ್ತು ನಕಲಿಗಾರರಂತೆ ಕಾಣಿಸಿಕೊಳ್ಳುತ್ತಾರೆ ಮತ್ತು ನ್ಯಾಯಾಧೀಶರ ವಿರುದ್ಧ ಕೊಲೆ ಆರೋಪ ಹೊರಿಸಲಾಗುತ್ತದೆ. ಇದು ಸಾಮಾಜಿಕ ಸುವ್ಯವಸ್ಥೆ ಮತ್ತು ಸಂಸ್ಕೃತಿಯನ್ನು ರಕ್ತಪಾತ, ಕಳ್ಳತನ ಮತ್ತು ಖೋಟಾಕ್ಕೆ ತಗ್ಗಿಸುತ್ತದೆ. ಉದ್ದೇಶಗಳನ್ನು ನಿರ್ಲಕ್ಷಿಸಿದರೆ ನ್ಯಾಯ ಒದಗಿಸುವಂತೆ ಸರ್ಕಾರ ಜನರನ್ನು ಕೇಳಲು ಯಾವ ಹಕ್ಕಿದೆ? ಉದ್ದೇಶಗಳನ್ನು ನಿರ್ಲಕ್ಷಿಸಿದರೆ ಧರ್ಮದ ಪ್ರಚಾರವು ಸುಳ್ಳಿನ ಪ್ರಚಾರದಂತೆ ಕಾಣುತ್ತದೆ ಮತ್ತು ಪ್ರತಿಯೊಬ್ಬ ಪ್ರವಾದಿಗಳ ಮೇಲೆ ಕೋಟ್ಯಂತರ ಮುಗ್ಧ ಮತ್ತು ಅಜ್ಞಾನಿ ಪುರುಷರನ್ನು ದಾರಿತಪ್ಪಿಸುವ ಆರೋಪ ಹೊರಿಸಲಾಗುತ್ತದೆ. ಉದ್ದೇಶಗಳನ್ನು ಪರಿಗಣನೆಗೆ ತೆಗೆದುಕೊಳ್ಳದಿದ್ದರೆ, ಲಾರ್ಡ್ ಜೀಸಸ್ ಕ್ರೈಸ್ಟ್ ಪ್ರಚೋದಕ ಅಡಚಣೆಗಳಾಗಿ ಕಾಣಿಸಿಕೊಳ್ಳುತ್ತಾರೆ, ಶಾಂತಿಗೆ ಭಂಗ ತರುತ್ತದೆ, ದಂಗೆಯನ್ನು ಹರಡುತ್ತದೆ ಮತ್ತು ಕಾನೂನಿನ ದೃಷ್ಟಿಯಲ್ಲಿ ಅಪಾಯಕಾರಿ ವ್ಯಕ್ತಿ ಎಂದು ಪರಿಗಣಿಸಲಾಗುತ್ತದೆ."

ಭಗತ್ ಸಿಂಗ್, ವಾಸ್ತವವಾಗಿ ಯುದ್ಧದ ಖೈದಿಯಾಗಿದ್ದರು. ಅವರು ತಮ್ಮ ತಾಯ್ನಾಡಿನ ರಕ್ಷಣೆಗಾಗಿ ಮತ್ತು ಅದರ ಗುಲಾಮಗಿರಿಯನ್ನು ಕೊನೆಗೊಳಿಸಲು ಬ್ರಿಟಿಷ್ ಸರ್ಕಾರದ ವಿರುದ್ಧ ಯುದ್ಧ ನಡೆಸಿದರು. ಅವರೂ ಇದೇ ರೀತಿಯ ಅಭಿಪ್ರಾಯವನ್ನು ಹೊಂದಿದ್ದರು. ಆದ್ದರಿಂದ, ಆಂಗ್ಲರು ಅವರನ್ನು ಭಯೋತ್ಪಾದಕ ಎಂದು ಕರೆದರೆ ಅವರು ಸತ್ಯವನ್ನು ಹೇಳುತ್ತಿದ್ದಾರೆ ಎಂದರ್ಥವಲ್ಲ. ಏಕೆಂದರೆ ರಾಜಕೀಯದಲ್ಲಿ ಜನರು ತಮ್ಮ ಶತ್ರುಗಳನ್ನು ಸಾರ್ವಜನಿಕರ ದೃಷ್ಟಿಯಲ್ಲಿ ಕೆಳಮಟ್ಟಕ್ಕಿಳಿಸಲು ಹಲವು ವಿಷಯಗಳನ್ನು ಹೇಳುತ್ತಾರೆ ಮತ್ತು ಆದ್ದರಿಂದ ಅಂತಹ ಆರೋಪಗಳು ಅರ್ಥಹೀನವಾಗಿವೆ.

ವಿವಿಧ ವಿದ್ವಾಂಸರು ಮತ್ತು ರಾಜಕಾರಣಿಗಳ ದೃಷ್ಟಿಯಲ್ಲಿ

ಬ್ರಿಟಿಷ್ ಸರ್ಕಾರದ ಪ್ರತಿಕೂಲ ಅಭಿಪ್ರಾಯವನ್ನು ಲೆಕ್ಕಿಸದೆ ಭಗತ್ ಸಿಂಗ್ ಅವರು ಭಾರತ ಮಾತೆಯ ಪ್ರಾಮಾಣಿಕ ಪುತ್ರ ಮತ್ತು ಸೇವಕರಾಗಿದ್ದರು ಎಂಬುದು ಸಾಬೀತಾಗಿದೆ. ಈ ವಿಶಿಷ್ಟ ಕೆಚ್ಚೆದೆಯ ಮನುಷ್ಯ ತನ್ನ ವ್ಯಕ್ತಿತ್ವದಲ್ಲಿ ಅಂತಹ ಕೆಲವು ವಿಶೇಷತೆಗಳನ್ನು ಹೊಂದಿದ್ದು, ಅವುಗಳ ಮಹತ್ವವನ್ನು ಭಾರತೀಯರು ಮಾತ್ರವಲ್ಲದೆ, ವಿದೇಶಿ ವಿದ್ವಾಂಸರು ಮತ್ತು ರಾಜಕಾರಣಿಗಳು ಗುರುತಿಸಿದ್ದಾರೆ.

ಭಗತ್ ಸಿಂಗ್ ಅವರು ಭಾರತಕ್ಕೆ ಉಜ್ವಲ ಭವಿಷ್ಯದ ಕನಸು ಕಂಡಿದ್ದರು. ಕಾಂಗ್ರೆಸ್ ತನ್ನ ಲಾಹೋರ್ ಅಧಿವೇಶನದಲ್ಲಿ ಭಾರತಕ್ಕೆ ಸಂಪೂರ್ಣ ಸ್ವಯಂ ಆಡಳಿತದ ಬೇಡಿಕೆಯನ್ನು ಮುಂದಿಟ್ಟಿತು, ಆದರೆ ಅದಕ್ಕೂ ಮೊದಲು ಅವರು ಭಾರತಕ್ಕೆ ಸಂಪೂರ್ಣ ಸ್ವಾತಂತ್ರ್ಯವನ್ನು ತಮ್ಮ ಕಾರ್ಯಕ್ರಮಗಳ ಗುರಿಯಾಗಿ ಮಾಡಿಕೊಂಡಿದ್ದರು.. ಈ ನಿಟ್ಟಿನಲ್ಲಿ, ಭಗತ್ ಸಿಂಗ್ ಅವರನ್ನು ದರ್ಶಕ ಎಂದು ಕರೆಯಬಹುದು. ಭಗತ್ ಸಿಂಗ್ ಅವರ ಈ ಗುಣಮಟ್ಟದ ಬಗ್ಗೆ ಮಾತನಾಡಿದ ಡಾ. ರಾಮ್ ಮನೋಹರ್ ಲೋಹಿಯಾ, ಸಾಮಾಜಿಕ ಮತ್ತು ಆರ್ಥಿಕ ಅಸಮಾನತೆಗಳ ಬಗ್ಗೆ ಅರಿಯದ ಕೆಚ್ಚೆದೆಯ ಹೋರಾಟಗಾರರು ಮತ್ತು ಅತಿರೇಕದ ಪದಗಳಲ್ಲಿ ಮಾತನಾಡುವ ರಾಜಕಾರಣಿಗಳಂತೆ ವ್ಯಕ್ತಿಗಳಂತೆ ಹೇಡಿತನವು ದೇಶದ ಸ್ವಾತಂತ್ರ್ಯಕ್ಕೆ ಅಷ್ಟು ಅಪಾಯಕಾರಿ ಅಲ್ಲ ಎಂದು ಹೇಳಿದರು. ಭಗತ್ ಸಿಂಗ್ ಅವರ ಸಮಕಾಲೀನರಿಗಿಂತ ಎತ್ತರವಾಗಿದ್ದರು ಮತ್ತು ಅವರ ಕಾಲಕ್ಕಿಂತ ಮುಂದಿದ್ದರು. ಅವರು ಅರ್ಧ ಶತಮಾನದ ಹಿಂದೆಯೇ ಭಾರತದ ಭವಿಷ್ಯವನ್ನು ಮುಂಗಾಣುತ್ತಿದ್ದರು.

ಭಗತ್ ಸಿಂಗ್ ಅವರ ವ್ಯಕ್ತಿತ್ವವು ಎಲ್ಲ ಸದ್ಗುಣಗಳನ್ನು ಹೊಂದಿತ್ತು. ಅವರು ಒಂದು ರೀತಿಯ ಮಾಯಾಜಾಲವನ್ನು ಹೊಂದಿದ್ದರು, ಅದು ಅವರ ಸಂಪರ್ಕಕ್ಕೆ ಬಂದ ಪ್ರತಿಯೊಬ್ಬರ ಮೇಲೂ ತನ್ನ ಛಳಕವನ್ನು ಬೀರಿತ್ತು. ಈ ಸದ್ಗುಣಗಳನ್ನು ಶ್ಲಾಘಿಸಿದ ಡಾ. ಸತ್ ಪಾಲ್, "ನನಗೆ ಕಾಂಗ್ರೆಸ್ ಮತ್ತು 'ನೌಜವಾನ್ ಭಾರತ್ ಸಭಾ' ದಲ್ಲಿ ಕೆಲಸ ಮಾಡುವ ಅವಕಾಶ ಸಿಕ್ಕಿತು. ನನ್ನ ಸಾರ್ವಜನಿಕ ಜೀವನದಲ್ಲಿ ಕೆಲಸ ಮಾಡಲು ನನಗೆ ಹೆಚ್ಚು ಉಪಯುಕ್ತ, ಪ್ರೋತ್ಸಾಹದಾಯಕ, ಬುದ್ಧಿವಂತ, ಧೈರ್ಯಶಾಲಿ ಮತ್ತು ಬುದ್ಧಿವಂತ ಯುವಕ ಸಿಕ್ಕಿದ್ದರೆ ನನಗೆ ನೆನಪಿಲ್ಲ. ನೀವು ಪೋಸ್ಟರ್ ಗಳನ್ನು ಅಂಟಿಸಬೇಕಾದರೆ, ಅವನು ಸಿದ್ಧನಾಗಿದ್ದನು; ನೀವು ನೆಲಹೊದಿಕೆ ಹರಡಬೇಕಾದರೆ, ಅವನು ಅಲ್ಲಿದ್ದನು; ನಿಮಗೆ ಸ್ಪೀಕರ್ ಅಗತ್ಯವಿದ್ದರೆ, ಅವನು ಬೆಂಕಿಯಂತೆ ಗಂಧಕವಾಗಿದ್ದನು. ನನ್ನ ಮಾತಿನ ಅರ್ಥವೇನೆಂದರೆ, ಅವರು ಎಲ್ಲವನ್ನೂ ಶ್ರದ್ಧೆಯಿಂದ ಮಾಡಿದರು. ಅವರು ಯಾವಾಗಲೂ ಸ್ವಾರ್ಥ, ಅಸೂಯೆ ಅಥವಾ ದುರಾಶೆಯಿಂದ ದೂರವಿದ್ದ ಕಾರಣ ಸಾರ್ವಜನಿಕರ ಮೇಲೆ ಅವರ ಅಸಾಮಾನ್ಯ ಪ್ರಭಾವ ಬೀರಿತು. ಅವರಲ್ಲಿ ಹಲವು ಗುಣಗಳು ಇದ್ದವು. ಅವರಲ್ಲಿ ಒಬ್ಬ ಆಕರ್ಷಕ ಮಗ, ಆತ್ಮೀಯ ಸ್ನೇಹಿತ ಮತ್ತು ಗೌರವಾನ್ವಿತ ನಾಯಕನನ್ನು ಒಟ್ಟಿಗೆ ಕಂಡುಕೊಂಡರು."

ಮೋತಿಲಾಲ್ ನೆಹರೂ ಅವರಿಂದ ಎಷ್ಟರ ಮಟ್ಟಿಗೆ ಪ್ರಭಾವಿತರಾಗಿದ್ದರು ಎಂಬುದನ್ನು ಭಗತ್ ಸಿಂಗ್ ಅವರೊಂದಿಗಿನ ಸಭೆಗಳಲ್ಲಿ ಮತ್ತು ಅವರನ್ನು ಉಳಿಸಲು ಅವರು ಮಾಡಿದ ಪ್ರಯತ್ನಗಳಲ್ಲಿ ಅಳೆಯಬಹುದು. ಒಮ್ಮೆ ಕೇಂದ್ರ ವಿಧಾನಸಭೆಯಲ್ಲಿ ಮಾತನಾಡಿದ ಅವರು, "ಅವನು ಮಹಾನ್ ಆತ್ಮವನ್ನು ಹೊಂದಿರುವ ಧೈರ್ಯಶಾಲಿ ಮತ್ತು

ಆರಾಧನೆಗೆ ಅರ್ಹನಾದ ಯುವಕ",ಎಂದು ಹೇಳಿದರು.

ಪಂಡಿತ್ ಮೋತಿಲಾಲ್ ನೆಹರೂ ಅವರಂತೆ, ಮಹಾಮನಾ ಮದನ್ ಮೋಹನ್ ಮಾಳವೀಯರೂ ಭಗತ್ ಸಿಂಗ್ ಅವರ ಬಗ್ಗೆ ಅಪಾರ ಗೌರವವನ್ನು ಹೊಂದಿದ್ದರು. ಭಗತ್ ಸಿಂಗ್, ರಾಜ್ ಗುರು ಮತ್ತು ಸುಖ್ ದೇವ್ ಅವರ ಮರಣದಂಡನೆಯನ್ನು ರದ್ದುಗೊಳಿಸುವಂತೆ ಅವರು ವೈಸ್ರಾಯ್ ಗೆ ಕರುಣೆ ಅರ್ಜಿ ಸಲ್ಲಿಸಿದ್ದರು. ಈ ಕೆಚ್ಚೆದೆಯ ವ್ಯಕ್ತಿಗಳನ್ನು ಶ್ಲಾಘಿಸಿದ ಅವರು, "ಭಗತ್ ಸಿಂಗ್ ಮತ್ತು ಅವರ ಸಹಚರರು ಸಾಮಾನ್ಯ ವ್ಯಕ್ತಿಗಳಲ್ಲ. ದೃಢೀಕರಿಸಲಾದ ಅವರ ಹಿಂಸಾಚಾರದ ಕೃತ್ಯಗಳಿಗಾಗಿ ನೀವು ಯಾವುದೇ ಮಟ್ಟಿಗೆ ಟೀಕಿಸಬಹುದಾದ ವ್ಯಕ್ತಿಗಳು ಅವರು. ಆದರೆ ಅವರು ಸ್ವಾರ್ಥದ ಭಾವನೆಗಳಿಂದ ಸ್ಫೂರ್ತಿ ಪಡೆಯದ ವ್ಯಕ್ತಿಗಳು. ಈ ಎಲ್ಲ ವ್ಯಕ್ತಿಗಳು ದೇಶಭಕ್ತಿಯ ಉನ್ನತ ಆದರ್ಶಗಳು ಮತ್ತು ತಮ್ಮ ದೇಶದ ಸ್ವಾತಂತ್ರ್ಯದ ಭಾವನೆಯಿಂದ ಪ್ರೇರೇಪಿತರಾಗಿದ್ದಾರೆ.

ಕ್ರಾಂತಿಕಾರಿ ಭಗತ್ ಸಿಂಗ್ ಅವರನ್ನು ಶ್ಲಾಘಿಸಿದ ಸುಪ್ರಸಿದ್ಧ ಸಮಾಜವಾದಿ ನಾಯಕ ಆಚಾರ್ಯ ನರೇಂದ್ರ ದೇವ್, "ಭಗತ್ ಸಿಂಗ್ ಮತ್ತು ಇತರ ಕ್ರಾಂತಿಕಾರಿಗಳ ನಡುವಿನ ಪ್ರಮುಖ ವ್ಯತ್ಯಾಸವೆಂದರೆ, ಭಾರತವು ತನ್ನ ಗುಲಾಮಗಿರಿಯ ವಿರುದ್ಧ ದಂಗೆಯೇಳುವ ಹಕ್ಕನ್ನು ಹೊಂದಿದೆ ಎಂದು ಅವರು ಅಸಾಮಾನ್ಯ ರೀತಿಯಲ್ಲಿ ಘೋಷಿಸಿದರು. ಅವರ ಶೌರ್ಯವು ನಮಗೆ ಒಂದು ವಿಶೇಷ ವಿಷಯವಾಗಿದೆ, ಇದು ನಮಗೆ ಶಾಶ್ವತವಾಗಿ ಉದಾಹರಣೆಯಾಗಿ ಕಾರ್ಯನಿರ್ವಹಿಸುತ್ತದೆ. ದೀರ್ಘಕಾಲದವರೆಗೆ ವಿದೇಶಿ ಆಡಳಿತದಲ್ಲಿದ್ದ ರಾಷ್ಟ್ರೀಯತೆಯ ಯಾವುದೇ ಅಂಶವನ್ನು ಹೊಂದಿರದ ಅನ್ಯಲೋಕದ ಶಕ್ತಿಯನ್ನು ಎದುರಿಸಲು ಧೈರ್ಯವಿಲ್ಲ ಎಂದು ಭಾವಿಸಿದ್ದ ಮತ್ತು ಇಂಗ್ಲಿಷ್ ಜನರ ಮುಖವನ್ನು ನೋಡಿ ಭಯಭೀತರಾಗಿದ್ದ ರಾಷ್ಟ್ರವು ತನ್ನ ಹೃದಯಕ್ಕೆ ಪ್ರಿಯವಾದ ಶೌರ್ಯದ ನಿದರ್ಶನಗಳನ್ನು ಏಕೆ ಹಿಡಿದಿಟ್ಟುಕೊಳ್ಳುವುದಿಲ್ಲ? ಭಗತ್ ಸಿಂಗ್ ಅವರ ಹೆಸರು ತುಟಿಗಳ ಮೇಲೆ ಹೊಳೆಯುವ ಕ್ಷಣದ ಮೊದಲು ಮಿಂಚು ಮಿನುಗುತ್ತದೆ. ಒಂದು ಕ್ಷಣ ಎಲ್ಲಾ ಮಾನವ ದೌರ್ಬಲ್ಯಗಳು ಕಣ್ಮರೆಯಾಗುತ್ತವೆ ಮತ್ತು ಪ್ರತಿಯೊಬ್ಬರೂ ಭಾವನೆಗಳನ್ನು ಸ್ಪರ್ಶಿಸುವ ಹೊಸ ಜಗತ್ತಿನಲ್ಲಿ ತಮ್ಮನ್ನು ಕಂಡುಕೊಳ್ಳುತ್ತಾರೆ."

ಸ್ವಾತಂತ್ರ್ಯದ ಮಹತ್ವ ಮತ್ತು ಅದನ್ನು ದಾಟುವ ವಿಧಾನವನ್ನು ಗುಲಾಮ ಭಾರತಕ್ಕೆ ಕಲಿಸಲು ಭಗತ್ ಸಿಂಗ್ ಒಂದು ದಾರಿದೀಪವಾಗಿ ಕಾರ್ಯನಿರ್ವಹಿಸಿದರು. ಗುಲಾಮಗಿರಿಯ ಅವಮಾನಕರ ಜೀವನವನ್ನು ನಡೆಸುವುದಕ್ಕಿಂತ ತಾಯ್ನಾಡಿನ ಸೇವೆಯಲ್ಲಿ ಮರಣವನ್ನು ಸ್ವೀಕರಿಸುವುದು ಅಪೇಕ್ಷಣೀಯ ಎಂದು ಅವರು ಗುಲಾಮ ಭಾರತೀಯರಿಗೆ ಸಂದೇಶ ನೀಡಿದರು. ಮಾತೃಭೂಮಿಗೆ ಸ್ವಾತಂತ್ರ್ಯವು ಅವರ ಜೀವನದ ಏಕೈಕ ವಸ್ತುವಾಗಿತ್ತು. ಅವರ ಕ್ರಾಂತಿಕಾರಿ ಸ್ನೇಹಿತ ವಿಜಯ್ ಕುಮಾರ್ ಸಿನ್ಹಾ ಅವರ ಮಾತಿನಲ್ಲಿ, "ಸ್ವಯಂ ತ್ಯಾಗದ ಮನೋಭಾವಕ್ಕೆ ಸಂಬಂಧಿಸಿದಂತೆ ಅವರು ಅದನ್ನು ಸಾಕಷ್ಟು ಪ್ರಮಾಣದಲ್ಲಿ ಹೊಂದಿದ್ದರು. ಕ್ರಾಂತಿಕಾರಿ ಆಂದೋಲನಕ್ಕಾಗಿ ತಮ್ಮ ಜೀವವನ್ನು ತ್ಯಾಗ ಮಾಡಲು ಅವರು ಸದಾ ಸಿದ್ಧರಾಗಿದ್ದರು. ಅವರು ವಿಧಾನಸಭೆಯಲ್ಲಿ ಬಾಂಬ್ ಎಸೆಯಲು ಹೊರಟಾಗ, ಬಾಂಬ್ ಎಸೆದ ನಂತರ ತಪ್ಪಿಸಿಕೊಳ್ಳಬೇಕೆಂದು ಯಾರೋ ಸಲಹೆ ನೀಡಿದರು. ಆದರೆ ಅವರು ಇದನ್ನು ದೃಢ ನಿಶ್ಚಯದಿಂದ ವಿರೋಧಿಸಿದರು. ಅವರು ತಮ್ಮನ್ನು ತಾವು ಬಂಧಿಸಿಕೊಳ್ಳಬೇಕು ಮತ್ತು ತಪ್ಪಿತಸ್ಥರೆಂದು ಸಾಬೀತುಪಡಿಸಬೇಕು, ಇದರಿಂದಾಗಿ ಅವರು

ಹೆಚ್ಚು ಪರಿಣಾಮಕಾರಿ ರೀತಿಯಲ್ಲಿ ಮತ್ತು ತಮ್ಮ ಸಮಾಜವಾದಿ ತತ್ವಗಳಿಗೆ ಸ್ಫೂರ್ತಿಯಾಗಿ ಪ್ರಚಾರ ಮಾಡಬಹುದು ಎಂದು ಅವರು ಒತ್ತಿ ಹೇಳಿದರು. ಅವರು ಸಾಂಡರ್ಸ್ ಹತ್ಯೆಯಲ್ಲಿ ಪಾಲ್ಗೊಳ್ಳುವುದನ್ನು ಪಕ್ಷವು ಬಯಸಲಿಲ್ಲ, ಆದರೆ ಭಗತ್ ಸಿಂಗ್ ಅವರು ಅಪಾಯವನ್ನು ಎದುರಿಸಲು ತುಂಬಾ ಉತ್ಸುಕರಾಗಿದ್ದರು. ಅವರನ್ನು ಕೊನೆಯವರೆಗೂ ತಡೆಯಲು ಸಾಧ್ಯವಾಗಲಿಲ್ಲ "ಎಂದು ಹೇಳಿದರು.

ಭಗತ್ ಸಿಂಗ್ ಒಬ್ಬ ಕ್ರಾಂತಿಕಾರಿ ಮತ್ತು ಮಹಾತ್ಮ ಗಾಂಧಿ ಅಹಿಂಸೆಯ ಧರ್ಮಪ್ರಚಾರಕರಾಗಿದ್ದರು. ಆಗಲೂ ಅವರ ಜನಪ್ರಿಯತೆ ಮತ್ತು ಪ್ರಾಮುಖ್ಯತೆಯು ಗಾಂಧೀಜಿಯವರ ಪ್ರಾಮುಖ್ಯತೆಗಿಂತ ಕಡಿಮೆಯಿರಲಿಲ್ಲ. ಅದಕ್ಕಾಗಿಯೇ ಡಾ. ಪಟ್ಟಾಭಿ ಸೀತಾರಾಮಯ್ಯ ಅವರು, "ಭಾರತದಲ್ಲಿ ಭಗತ್ ಸಿಂಗ್ ಅವರ ಹೆಸರು ಗಾಂಧೀಜಿಯವರಷ್ಟು ಜನಪ್ರಿಯವಾಗಿದೆ ಎಂದು ಹೇಳುವುದು ಉತ್ಪ್ರೇಕ್ಷೆಯಲ್ಲ" ಎಂದು ಬರೆದಿದ್ದಾರೆ.

ಪಟಿಯಾಲದ ಪಂಜಾಬಿ ವಿಶ್ವವಿದ್ಯಾಲಯದ ಮಾಜಿ ಉಪಕುಲಪತಿ ಕೃಪಾಲ್ ಸಿಂಗ್ ನಾರಂಗ್ ಅವರು ಭಗತ್ ಸಿಂಗ್ ಅವರ ದೇಶಭಕ್ತಿಯ ಬಗ್ಗೆ ಗೌರವವನ್ನು ವ್ಯಕ್ತಪಡಿಸಿ ಹೀಗೆ ಬರೆಯುತ್ತಾರೆ:

"ಭಗತ್ ಸಿಂಗ್ ಅವರ ಕ್ರಾಂತಿಕಾರಿ ಜೀವನವು ಪ್ರತಿ ಭಾರತೀಯ ನಾಗರಿಕರಿಗೆ ಸಂಕೇತ, ದೀಪದ ಕಂಬವಾಗಿದೆ. ಅವರು ಅಸಾಮಾನ್ಯ ಶಕ್ತಿ ಮತ್ತು ದೃಷ್ಟಿಯ ಯುವಕರಾಗಿದ್ದರು, ಅವರು ಭಾರತೀಯ ಆತ್ಮಸಾಕ್ಷಿಯನ್ನು ಬೆಚ್ಚಿಬೀಳಿಸಿದರು ಮತ್ತು ವಿಶ್ವದ ಶ್ರೇಷ್ಠ ಸಾಮ್ರಾಜ್ಯಶಾಹಿ ಶಕ್ತಿಯನ್ನು ಎಚ್ಚರಿಸಿದರು. ಅವರು ನಿಜವಾದ ಮತ್ತು ಉನ್ನತ ದೇಶಭಕ್ತರಾಗಿದ್ದರು. ಭಾರತ ಮಾತೆಯ ಸ್ವಾತಂತ್ರ್ಯಕ್ಕಾಗಿ ಅವರು ಮಾಡಿದ ನಿರ್ಭೀತ ತ್ಯಾಗಗಳು ಅವರ ಕಾಲದ ಯುವಕರನ್ನು ಹೊಸ ಅರಿವು ಮತ್ತು ಉತ್ಸಾಹದಿಂದ ತುಂಬಲು ಕಾರಣವಾಯಿತು. ಇದಕ್ಕಾಗಿ ಸ್ವತಂತ್ರ ಭಾರತವು ಅವರಿಗೆ ಹೆಚ್ಚು ಋಣಿಯಾಗಿದೆ ಮತ್ತು ಅವರ ಶೌರ್ಯ ಮತ್ತು ಅಶ್ವದಳದ ಕೃತ್ಯಗಳನ್ನು ಎಂದಿಗೂ ಮರೆಯಲು ಸಾಧ್ಯವಿಲ್ಲ. ದೇಶಕ್ಕಾಗಿ ಅವರ ಸಾಟಿಯಿಲ್ಲದ ಪ್ರೀತಿ ಮತ್ತು ತ್ಯಾಗದ ಮೂಲಕ ಅವರು ರಾಷ್ಟ್ರೀಯ ನಿರ್ಮಾಣ ಮತ್ತು ಗೌರವದ ಪ್ರಕಾಶಮಾನವಾದ ಹಾದಿಯನ್ನು ಸಿದ್ಧಪಡಿಸಿದರು, ಅವರ ಕಾಲದ ಯುವಕರು ಎದುರಿಸಿದ ಆಳವಾದ ನಿರಾಶೆಯನ್ನು ಹೊರಹಾಕಿದರು".

ಹುತಾತ್ಮ ಭಗತ್ ಸಿಂಗ್ ಭಾರತೀಯ ಮನಸ್ಸಿನಲ್ಲಿ ಧೈರ್ಯ ಮತ್ತು ಧೈರ್ಯದ ಸಂಕೇತವಾಗಿದೆ. ಈ ನಿಟ್ಟಿನಲ್ಲಿ ಗಮನಸೆಳೆದ ಮಾಜಿ ಕೇಂದ್ರ ಸಚಿವ ಡಾ. ಕರಣ್ ಸಿಂಗ್ ಹೀಗೆ ಬರೆದಿದ್ದಾರೆ:

"ಸರ್ದಾರ್ ಭಗತ್ ಸಿಂಗ್ ಅವರು ಧೈರ್ಯಶಾಲಿ ಹೋರಾಟಗಾರರಾಗಿದ್ದರು ಮತ್ತು ಭಾರತದ ಸ್ವಾತಂತ್ರ್ಯಕ್ಕಾಗಿ ತಮ್ಮ ಪ್ರಾಣವನ್ನು ತ್ಯಾಗ ಮಾಡಿದವರಲ್ಲಿ ಒಬ್ಬ ವರ್ಚಸ್ವಿ ವ್ಯಕ್ತಿಯಾಗಿದ್ದರು. ಅವರು ಪಂಜಾಬ್ ನ ನಿವಾಸಿಯಾಗಿದ್ದರು, ಮತ್ತು ಭಗತ್ ಸಿಂಗ್ ಅವರ ಪುರುಷತ್ವ ಮತ್ತು ಧೈರ್ಯದ ಸಂಪ್ರದಾಯದ ಜೊತೆಗೆ 'ತ್ಯಾಗ' ದಂತಹ ಮಹಾನ್ ಕಾರ್ಯವನ್ನು ಮಾಡುವ ಮೂಲಕ ಅವರು ದಂಗೆಯ ಸಿದ್ಧಾಂತದ ಸಂಕೇತವಾಗಿ ಮಾರ್ಪಟ್ಟರು, ಅದನ್ನು ಅವರ ಕಾಲದ ಯುವಕರು ಅಳವಡಿಸಿಕೊಂಡರು. ಅವರ ಕಥೆ ಒಂದು ದಂತಕಥೆಯಾಗಿ ಮಾರ್ಪಟ್ಟಿದೆ ಮತ್ತು ಸ್ವಾತಂತ್ರ್ಯದ ಸಂದರ್ಭದಲ್ಲಿ ಅವರ ಹೆಸರು ದೇಶಭಕ್ತಿ ಮತ್ತು ತ್ಯಾಗಕ್ಕೆ ಸಮಾನಾರ್ಥಕವಾಗಿದೆ "ಎಂದು ಹೇಳಿದರು.

ಭಗತ್ ಸಿಂಗ್ ಅವರ ಮಹಾನ್ ಕಾರ್ಯಗಳಿಗಾಗಿ ಭಾರತೀಯರ ಹೃದಯದಲ್ಲಿ ಎಂದೆಂದಿಗೂ ಜೀವಂತವಾಗಿರುತ್ತಾರೆ. ಭಗತ್ ಸಿಂಗ್ ಮತ್ತು ಅವರ ಇಬ್ಬರು ಸಹಚರರನ್ನು ಗಲ್ಲಿಗೇರಿಸಿದಾಗ ಪಯಮ್ ನ ಲಾಹೋರ್ ನ ಉರ್ದು ದಿನಪತ್ರಿಕೆ ಹೀಗೆ ಬರೆದಿದೆ:

"ಭಾರತವು ಈ ಮೂವರು ಹುತಾತ್ಮರನ್ನು ಇಡೀ ಬ್ರಿಟನ್ ಗಿಂತ ಉನ್ನತರೆಂದು ಪರಿಗಣಿಸುತ್ತದೆ. ಸಾವಿರಾರು ಮತ್ತು ಲಕ್ಷಾಂತರ ಇಂಗ್ಲಿಷ್ ಜನರನ್ನು ಕೊಲ್ಲುವ ಮೂಲಕವೂ ನಾವು ಆತನ ಗಲ್ಲಿಗೇರಿಸುವಿಕೆಗೆ ಪ್ರತೀಕಾರ ತೀರಿಸಿಕೊಳ್ಳಲು ಸಾಧ್ಯವಿಲ್ಲ. ನೀವು ಭಾರತವನ್ನು ಮುಕ್ತಗೊಳಿಸಿದ ನಂತರ ಈ ಪ್ರತೀಕಾರ ಪೂರ್ಣಗೊಳ್ಳುತ್ತದೆ. ಆಗ ಬ್ರಿಟನ್ ವೈಭವವು ಧೂಳನ್ನು ಕಚ್ಚುತ್ತದೆ. ಓ ಭಗತ್ ಸಿಂಗ್! ರಾಜ್ ಗುರು! ಸುಖ್ ದೇವ್! ನಿಮ್ಮನ್ನು ಕೊಲೆ ಮಾಡಿರುವುದಕ್ಕೆ ಆಂಗ್ಲರು ಸಂತೋಷಪಡುತ್ತಾರೆ. ಆದರೆ ಅವರು ತಪ್ಪಾಗಿ ಅರ್ಥೈಸಿಕೊಂಡಿದ್ದಾರೆ. ಅವರು ನಿಮ್ಮನ್ನು ಕೊಲೆ ಮಾಡಿಲ್ಲ. ಅವರು ತಮ್ಮ ಭವಿಷ್ಯಕ್ಕೆ ಚಾಕುವಿನಿಂದ ಇರಿದಿದ್ದಾರೆ. ನೀವು ಜೀವಂತವಾಗಿದ್ದೀರಿ ಮತ್ತು ಯಾವಾಗಲೂ ಜೀವಂತವಾಗಿರುತ್ತೀರಿ."

ಭಗತ್ ಸಿಂಗ್ ಅವರಂತಹ ಪುರುಷರು ಅಪರೂಪವಾಗಿ ಜನಿಸುತ್ತಾರೆ. ಈ ಸಂದರ್ಭದಲ್ಲಿ ಶ್ರೀ ಕೆ.ಕೆ.ಖುಲ್ಲರ್ ಹೀಗೆ ಬರೆಯುತ್ತಾರೆ:

"ಭಗತ್ ಸಿಂಗ್ ಅವರ ಜೀವನ ಮತ್ತು ಮರಣದ ತೀರ್ಮಾನ ಹೀಗಿದೆ: ಜನರನ್ನು ದಮನಿಸುವ ಮೂಲಕ ನೀವು ಆಲೋಚನೆಗಳನ್ನು ನಿಗ್ರಹಿಸಲು ಸಾಧ್ಯವಿಲ್ಲ. ಭಗತ್ ಸಿಂಗ್ ಅವರಂತಹ ವ್ಯಕ್ತಿ ಅನೇಕ ಶತಮಾನಗಳಲ್ಲಿ ಒಮ್ಮೆ ಜನಿಸುತ್ತಾರೆ. ಅವರು ಬದುಕಲು ಮರಣವನ್ನು ಆರಿಸಿಕೊಂಡರು."

ಭಗತ್ ಸಿಂಗ್ ಅವರ ಗುಣಗಳು ಪಂಡಿತ್ ಜವಾಹರಲಾಲ್ ನೆಹರೂ ಅವರ ಮೇಲೆ ಹೆಚ್ಚು ಪ್ರಭಾವ ಬೀರಿವೆ. ಅವರು ಜೈಲಿನಲ್ಲಿ ಅವರನ್ನು ಭೇಟಿ ಮಾಡುತ್ತಿದ್ದರು. ಭಗತ್ ಸಿಂಗ್ ಅವರನ್ನು ಶ್ಲಾಘಿಸಿ ಅವರ ಪ್ರಾಮುಖ್ಯತೆಯನ್ನು ಒಪ್ಪಿಕೊಂಡ ಅವರು, "ಈ ಯುವಕನು ಇದ್ದಕ್ಕಿದ್ದಂತೆ ಜನಪ್ರಿಯನಾಗಲು ಕಾರಣವೇನು?" ನೇತಾಜಿ ಸುಭಾಷ್ ಚಂದ್ರ ಬೋಸ್ ಅವರನ್ನು ಸಂಕೇತವೆಂದು ಒಪ್ಪಿಕೊಂಡರು. "ಭಗತ್ ಸಿಂಗ್ ಒಬ್ಬ ವ್ಯಕ್ತಿಯಲ್ಲ, ಅವರು ಸಂಕೇತ. ಅವರು ಬಂಡಾಯದ ಪ್ರಜ್ಞೆಯನ್ನು ಹೊರತಂದಿದ್ದಾರೆ".

ಭಗತ್ ಸಿಂಗ್ ಅವರನ್ನು ನಿಜವಾದ ಕ್ರಾಂತಿಕಾರಿ ಎಂದು ಬಣ್ಣಿಸಿ, ಅವರ ಜೀವನಚರಿತ್ರೆಕಾರ ಮೇಜರ್ ಗುರು ದೇವ್ ಸಿಂಗ್ ಡಿಯೋಲ್ ಹೀಗೆ ಬರೆದಿದ್ದಾರೆ:

"ಭಗತ್ ಸಿಂಗ್ ಈ ಪದದ ನಿಜವಾದ ಅರ್ಥದಲ್ಲಿ ಕ್ರಾಂತಿಕಾರಿಯಾಗಿದ್ದರು. ಅಪೇಕ್ಷಿತ (ಸರಿಯಾದ) ಗಮ್ಯಸ್ಥಾನವನ್ನು ತಲುಪಲು ಎಲ್ಲಾ ರೀತಿಯ ವಿಧಾನಗಳ ಮಾಲೀಕತ್ವವನ್ನು ಅವರು ನಂಬಿದ್ದರು. ತಮ್ಮ ಸಂಕ್ಷಿಪ್ತ ರಾಜಕೀಯ ಜೀವನದಲ್ಲಿ ಅವರು ಎಂದಿಗೂ ತಮ್ಮ ಬಗ್ಗೆ ಕಾಳಜಿ ವಹಿಸಲಿಲ್ಲ, ಕರ್ತವ್ಯವು ಬೇಡಿಕೆಯಿಟ್ಟ ಆ ಸಂದರ್ಭಗಳಲ್ಲಿಯೂ ಅವರು ತಮ್ಮನ್ನು ತಾವು ರಕ್ಷಿಸಿಕೊಳ್ಳಲು ಪ್ರಯತ್ನಿಸಲಿಲ್ಲ".

ಭಗತ್ ಸಿಂಗ್ ಅವರ ಚಟುವಟಿಕೆಗಳನ್ನು ಪರಿಶೀಲಿಸಿದಾಗ, ಭಗತ್ ಸಿಂಗ್ ಅವರು ತಮ್ಮ ಉದಾತ್ತ ಆದರ್ಶಗಳ ಎತ್ತರದ ಶಿಖರಗಳನ್ನು ಅಲ್ಪಾವಧಿಯಲ್ಲಿ ತಲುಪಿದರು ಎಂದು ಹೇಳಬಹುದು. ರಾಷ್ಟ್ರದ ರಚನೆಗೆ ಅಡಿಪಾಯ ಹಾಕುವಲ್ಲಿ ಅವರು ನೀಡಿದ ಕೊಡುಗೆಗಾಗಿ ಈ ದೇಶವು ಅವರಿಗೆ ಎಂದೆಂದಿಗೂ ಋಣಿಯಾಗಿರುತ್ತದೆ. ನಮ್ಮ ಸಂಸ್ಕೃತಿಯಲ್ಲಿ 'ದೇವತಾ' ಎಂದರೆ ಕೊಡುವವ ಎಂದರ್ಥ. ಭಗತ್ ಸಿಂಗ್ ಅವರು ಭಾರತವನ್ನು ಒಂದು ರಾಷ್ಟ್ರವಾಗಿ ರೂಪಿಸಲು ತಮ್ಮ ಜೀವನವನ್ನು ತ್ಯಾಗ ಮಾಡಿದರು, ಆದ್ದರಿಂದ, ಈ ದೃಷ್ಟಿಕೋನದಿಂದ, ಅವರು ದೇಶಕ್ಕಾಗಿ ದೇವತೆ, ದೇವರು ಇದ್ದಂತೆ. ಅವರು ತ್ಯಜಿಸುವಿಕೆ, ದೇಶಭಕ್ತಿ ಮತ್ತು ತ್ಯಾಗದ ಸಂಕೇತವಾಗಿದ್ದಾರೆ. ಉತ್ತಮ ಗುಣಮಟ್ಟದ ಸಂಕೇತವಾಗುವುದು ಸ್ವತಃ ವಿಶಿಷ್ಟವಾಗಿದೆ. ಇದನ್ನು ಪ್ರಸ್ತುತತೆ, ನೈಜ ಉದ್ದೇಶ ಅಥವಾ ಜೀವನದ ನೆರವೇರಿಕೆ ಎಂದು ಕರೆಯಬಹುದು. ಇದು ಅತ್ಯುನ್ನತ ಸಾಧನೆಯಾಗಿದೆ. ಆದ್ದರಿಂದ, ಭಗತ್ ಸಿಂಗ್ ಅವರನ್ನು ಮೌಲ್ಯಮಾಪನ ಮಾಡಲು ಅಥವಾ ಅವರಿಗೆ ಸ್ಥಳವನ್ನು ನಿಯೋಜಿಸಲು ಸಾಧ್ಯವಿಲ್ಲ. ಅವನನ್ನು ಯಾರೊಂದಿಗೂ ಹೋಲಿಸಲು ಸಾಧ್ಯವಿಲ್ಲ. ಕೊನೆಯಲ್ಲಿ, ಅವರೇ ಅವರ ಹೋಲಿಕೆ ಎಂದು ಮಾತ್ರ ಹೇಳಬಹುದು. ಭಗತ್ ಸಿಂಗ್, ಭಗತ್ ಸಿಂಗ್ ಗೆ ಮಾತ್ರ ಸಮಾನರು.